ஒரு வீடு பூட்டிக் கிடக்கிறது

இந்நூல் பிரதியை மெய்ப்புப் பார்த்து உதவிய
கே. செல்வம் அவர்களுக்கு
நன்றி

ஒரு வீடு பூட்டிக் கிடக்கிறது

ஜெயகாந்தன் (1934-2015)

த.ஜெயகாந்தன் தென்னாற்காடு மாவட்டம் மஞ்சக் குப்பத்தில் பிறந்தார். தொடக்கப் பள்ளிக் கல்வியைக்கூட முடிக்காத இவர், சுயமாகக் கற்று 1950 முதல் சிறுகதைகள் எழுதத் தொடங்கினார். சிறுகதை, குறுநாவல், நாவல், கட்டுரை, மொழிபெயர்ப்பு, திரைக்கதை வசனம், நேர்காணல் என எழுபத்தைந்துக்கும் மேற்பட்ட நூல்கள் வெளிவந்துள்ளன. கவிதையும் எழுதியுள்ளார். சிறுகதைகள், கட்டுரைகளின் முழுத் தொகுப்புகளும் வெளிவந்துள்ளன. இவரது சிறுகதைகள், நாவல்கள் பல்வேறு இந்திய மொழிகளிலும் ஆங்கிலம், ரஷ்ய மொழிகளிலும் பெயர்க்கப்பட்டுள்ளன.

நாளிதழ், இலக்கிய இதழ்களின் ஆசிரியராகவும் இருந்துள்ளார். சில திரைப்படங்களை இயக்கினார்.

ஞானபீடம், சாகித்திய அக்காதெமி, ராஜராஜன் விருதுகளைப் பெற்றவர்.

இவர் இயக்கிய 'உன்னைப்போல் ஒருவன்' திரைப்படம் குடியரசுத் தலைவர் விருது (1964) பெற்றது.

ஏப்ரல் 8, 2015 அன்று சென்னையில் காலமானார்.

அன்பார்ந்த வாசகருக்கு,

வணக்கம்.

காலச்சுவடு நூலை வாங்கியமைக்கு நன்றி.

நூலின் உள்ளடக்கம், உருவாக்கம், அட்டைப்படம் இன்ன பிற அம்சங்கள் பற்றிய உங்கள் கருத்துகளையும் ஆலோசனைகளையும் காலச்சுவடு வரவேற்கிறது. தகவல், எழுத்து, வாக்கியப் பிழைகள் தென்பட்டால் அவசியம் தெரிவித்து உதவுங்கள். நூல் தயாரிப்பில் கடும் குறைபாடு இருப்பின் மாற்றுப் பிரதி உங்களுக்குக் கிடைக்கக் காலச்சுவடு ஏற்பாடு செய்யும்.

மின்னஞ்சல்: publisher@kalachuvadu.com

காலச்சுவடு நாகர்கோவில் அலுவலகத்திற்குக் கடிதம் அனுப்பலாம்.

தங்கள்
எஸ்.ஆர். சுந்தரம் (கண்ணன்)
பதிப்பாளர் — நிர்வாக இயக்குநர்

Unauthorised use of the contents of this published book, whether in e-book or hardcopy format, for any type of Artificial Intelligence (AI) training — including but not limited to Machine Learning, Deep Learning, Natural Language Processing, Computer Vision, Chatbot Training, Image Recognition Systems, Recommendation Engines, and Language Models — is strictly prohibited without prior licensing from the publisher. Any such unauthorised use may result in legal action.

ஜெயகாந்தன்

ஒரு வீடு பூட்டிக் கிடக்கிறது

தொகுப்பாசிரியர்
சுகுமாரன்

காலச்சுவடு பதிப்பகம்

ஒரு வீடு பூட்டிக் கிடக்கிறது ♦ சிறுகதைகள் ♦ ஆசிரியர்: ஜெயகாந்தன் ♦ ©வி. ஞானம்பிகை, ஜெ. காதம்பரி, ஜெ. ஜெயசிம்ஹன், ஜெ. தீபலெட்சுமி ♦ முதல் பதிப்பு: டிசம்பர் 2017, பதினாறாம் பதிப்பு: ஆகஸ்ட் 2025 ♦ வெளியீடு: காலச்சுவடு பப்ளிகேஷன்ஸ் (பி) லிட்., 669, கே.பி. சாலை, நாகர்கோவில் 629001

oru veeTu puuTTik kiTakkiRatu ♦ Short Stories ♦ Author: Jayakanthan ♦ © V. Gnanambikai, J. Kadhambari, J. Jayasimhan, J. Deepalakshmi ♦ Language: Tamil ♦ First Edition: December 2017, Sixteenth Edition: August 2025 ♦ Size: Demy 1 x 8 ♦ Paper: 18.6 kg maplitho ♦ Pages: 288

Published by Kalachuvadu Publications Pvt.Ltd., 669, K.P.Road, Nagercoil 629001, India ♦ Phone: 91-4652-278525 ♦ e-mail: publications@kalachuvadu.com ♦ Printed at Mani Offset, Chennai 600077

ISBN: 978-93-86820-23-5

08/2025/S.No. 803, kcp 5943 18.6 (16) rsss

பொருளடக்கம்

முன்னுரை: சோதி குன்றா நவ கதைகள்	9
திரஸ்காரம்	23
ஒரு பிடி சோறு	38
சாளரம்	54
பிணக்கு	65
நந்தவனத்தில் ஓர் ஆண்டி	78
தேவன் வருவாரா?	90
சிலுவை	102
யுகசந்தி	112
இருளைத் தேடி...	128
சுய தரிசனம்	147
புதிய வார்ப்புகள்	165
அக்கினிப் பிரவேசம்	186
லட்சாதிபதிகள்	208
ஒரு வீடு பூட்டிக் கிடக்கிறது	220
அந்தரங்கம் புனிதமானது	239
குருபீடம்	263
புதுச் செருப்புக் கடிக்கும்	274

முன்னுரை

சோதி குன்றா நவ கதைகள்

ஜெயகாந்தன், எனக்குப் பெயராகவோ ஆளுமையாகவோ மட்டுமல்லாமல் நினைவேக்கத்தைக் கிளர்த்தும் ஞாபகப் பசுமையாகவே இருக்கிறார். வாசகனாக எனக்கு அறிமுகமான சமகால இலக்கியம் அவரது எழுத்துக்கள்தாம் என்பதும் நான் சந்தித்த முதல் எழுத்தாளர் அவரே என்பதும் அதற்குக் காரணங்கள். வெகுசன எழுத்திலிருந்து விலகி இலக்கிய வாசிப்புக்கு வந்து சேர முகாந்திரமாக இருந்தவரும் அவர்தாம். நான் மட்டுமல்ல, ஆயிரத்துத் தொள்ளாயிரத்து அறுபது எழுபதுகளிலும் எண்பதுகளின் பாதிவரையும் வாசிப்பில் ஈடுபட்டிருந்த பெரும்பான்மையினர் ஜெயகாந்தன் வழியாகவே இலக்கியத்தைக் கண்டடைந்தார்கள்.

வெறும் கேளிக்கை எழுத்துகளிலிருந்து மாறுபட்ட ஆக்கங்களை விரும்பியவர்கள், இலட்சியவாத ஜிகினா கனவுகளுக்கு எதிராக எதார்த்தத்தைச் சித்தரிக்கும் கதைகளை நாடியவர்கள், இலக்கியத்தில் முற்போக்குப் பார்வையைக் கண்டவர்கள், பண்பாட்டுத் தளைகளிலிருந்து விடுபடப் போராடிய கலகக்காரர்கள் போன்ற எல்லாத் தரப்பினருக்கும் உவப்பான எழுத்தாளராக ஜெயகாந்தன் இருந்தார். ஆரம்ப காலத்தில் சிற்றிதழ்களில் எழுதியவர். பின்னர், அன்றைய வாசிப்புக்கு எளிதாகவும் பரவலாகவும் கிடைப்பதாக இருந்த வணிக இதழ்களிலேயே அதிகமும் எழுதினார். எனினும் அவரது எழுத்துகள் முன் குறிப்பிட்ட அனைத்துப் பிரிவினரையும் ஈர்த்தன. உடன்பாடாகவும் எதிர்மறையாகவும் அவை பொருட்படுத்தப்

பட்டன; விமர்சிக்கப்பட்டன; வியந்து பாராட்டப்பட்டன; பின் தொடரப்பட்டன.

இந்தக் குவிமையம்தான் ஜெயகாந்தன் தமிழ் இலக்கியத்தில் வகிக்கும் இடம் என்று மதிப்பிட விரும்புகிறேன். ஜெயகாந்தன் எழுத்துகள் மூலம் அறிமுகமான இலக்கிய உணர்வுதான் அந்த எழுத்துகளின் முன்னோடி எழுத்துகளுக்கும் அவற்றுக்குப் பின் வந்த எழுத்துகளுக்கும் என்னைக் கொண்டு சென்றது. அந்தக் காலப்பகுதியில் தீவிர இலக்கியத்தின் மீது நாட்டம் கொண்டிருந்த இளம் வாசகர்களுக்கு எது இலக்கியம், எது இலக்கியமல்ல என்று வகைப்படுத்திக்கொள்ள அந்த எழுத்துகள் உதவின. இதைப் பொதுவிதியாகக் கொள்ள இயலாது. எனினும் வழிகாட்டல் என்று உறுதியாகச் சொல்ல முடியும். இன்று சீரிய இலக்கியத்தில் நாட்டம் கொள்ளும் இளம் வாசகர் ஜெயகாந்தனை வாசிக்காமலும் அறியாமலும் நவீன இலக்கியத்தை விளங்கிக்கொள்ள முடியும். என்னைப் பொறுத்தமட்டில், ஜெயகாந்தனை வாசிக்கும் வாய்ப்பு தகையாமல் இருந்திருந்தால் இன்று இலக்கிய முன்னோர்கள் என்று நான் போற்றும் பலரைத் தாமதமாக அறிந்திருக்கவோ அல்லது வாசிக்காமல் விட்டிருக்கவோ கூடும். இந்தத் திசை திருப்பத்துக்காக அவருக்கு நன்றிக்கடன்பட்டிருக்கிறேன். அந்தரங்கமான கடன் தீர்ப்பாகவே இந்நூலுக்கான கதைகளைத் தேர்ந்தெடுத்துத் தொகுத்த பணியைக் கருதுகிறேன்.

இரண்டு பாகங்களாக வெளிவந்திருக்கும் 'ஜெயகாந்தன் சிறுகதைகள்' தொகுப்பில் 134 கதைகள் உள்ளன. அவற்றிலிருந்து தேர்ந்தெடுத்த பதினேழு கதைகள் இந்தத் தொகுப்பில் இடம் பெற்றுள்ளன. ஜெயகாந்தனின் ஆகச் சிறந்த கதைகள் என்றோ அவரை அடையாளம் காட்ட இன்றியமையாதவை என்றோ இவை தேர்ந்தெடுக்கப்படவில்லை. அவரது படைப்புகளைப் பேரார்வத்துடன் வாசித்த காலத்தில் என்னைப் பாதித்தவையும் புரட்டிப்போட்டவையும் பரவசமூட்டியவையும் சிந்திக்கத் தூண்டியவையுமான கதைகள் இவை. ஒரு வாசகனின் தற்சார்பான தேர்வு இவை.

இவற்றில் 'பிணக்கு', 'அக்கினிப் பிரவேசம்' போன்ற சிறந்த கதைகள் – 'அந்தரங்கம் புனிதமானது', 'சுயதரிசனம்', 'யுகசந்தி' ஆகிய முத்திரை பதிந்த கதைகள் – 'சாளரம்', 'புதுச் செருப்புக் கடிக்கும்' தொடங்கிய அதிர்ச்சியூட்டும் கதைகள் – 'நந்தவனத்தில் ஓர் ஆண்டி', 'தேவன் வருவாரா', 'ஒரு வீடு பூட்டிக் கிடக்கிறது' முதலான படைப்பாளியின் கரிசனம் வெளிப்படும் கதைகள் இடம்பெற்றிருப்பது தன்னியல்பானது. இந்தத் தேர்விலுள்ள ஒவ்வொரு கதையுடனும் அந்தரங்கமான

ஒரு வரியையோ ஓர் உணர்ச்சியையோ ஒரு நெருக்கத்தையோ இப்போதும் கண்டடைகிறேன்.

ஜெயகாந்தனுக்கு முன்னர் வாசித்த புகழ்பெற்ற எழுத்தாளர் களின் கதைகளில் கிடைக்காத இந்த உணர்வையே இலக்கியம் வாசகனுக்கு அளிக்கும் திறப்பாக அன்று கருதினேன். பிற எழுத்தாளர்களின் கதைகளில் வரும் பாத்திரங்கள் பொம்மை களாகத் தெரிய ஜெயகாந்தனின் கதாபாத்திரங்கள் எதார்த்த வாழ்வில் தட்டுப்படுபவர்களாகக் காட்சியளித்தார்கள். பிற கதைகளின் நடப்புகள் சுவாரசியத்துக்காக உருவாக்கப்பட்ட சம்பவங்களாகத் தோன்றியபோது ஜெயகாந்தனின் கதைத் தருணங்கள் அன்றாட வாழ்வில் காணக் கூடியவையாகத் தென்பட்டன. கதையில் வாசித்ததை வாழ்க்கையில் கண்ட போதும் வாழ்வில் பார்க்க நேர்ந்ததைக் கதையில் படித்தபோதும் ஓர் இணக்கம் உருவானது. படைப்பை ஆழ்ந்து பயில மட்டு மல்லாமல், மனித நடவடிக்கைகளைப் புரிந்துகொள்ள முயற்சி செய்யவும் இந்த இணக்கம் உதவியது.

ஜெயகாந்தனை நான் வாசிக்கத் தொடங்கிய பருவத்தில் அவரது புகழ்பெற்ற கதைகள் பெரும்பான்மையும் இதழ்களில் வெளிவந்து கொண்டாடப்பட்டுவிட்டன. அவரும் சிறுகதைகள் எழுதுவதைக் குறைத்து நாவல்களில் கவனம் செலுத்த ஆரம்பித்திருந்தார். எனது வாசிப்புக்குக் கிடைத்தவை அதிகமும் தொகுப்பாக வெளிவந்திருந்தவையே. பள்ளி நூலகத்தில் ஜெயகாந்தன் நூல்கள் சில இருந்தன. அதுபோன்ற புத்தகங்கள் பெரும்பாலும் வாங்கப்பட்டதுமில்லை. அந்த ஆண்டு நூலகப் பொறுப்பாளராக இருந்த எங்கள் வகுப்பு ஆசிரியர் சோமசுந்தரம் வாங்கிச் சேர்த்தவை அவை. பள்ளிக் கணக்கில் சொந்த வாசிப்புக்காக வாங்கியவை. இடதுசாரி மனோபாவம் கொண்டவ ரான சோமு 'சார்' கிறித்துவப் பள்ளி வளாகத்தில் செய்த 'புரட்சி'களில் ஒன்று அந்தச் செயல். ஒருநாள் கடைசி வகுப்பு முடிந்த பிறகு அவர் மேஜை மீது மறந்து வைத்துப்போன புத்தகம் கண்ணில் பட்டது. 'புதிய வார்ப்புகள்' – ஜெயகாந்தன். சோமு சாரின் செல்ல மாணவர்களில் நானும் ஒருவன். ஆசிரியர்கள் அறையில் இருக்கும் அவரிடம் ஒப்படைத்து நற்பெயர் வாங்கும் எண்ணத்தில் அதை எடுத்தேன். செல்லும் வழியில் புத்தகத்தைப் புரட்டிக்கொண்டே போனதில் முடிவு மாறியது. நான் பார்த்த வார இதழ்களில் அடிக்கடி தென்பட்ட அபிமான எழுத்தாளரின் பெயர். அவர் எழுதிய கதைகளின் தொகுப்பு. புத்தகத்தைக் கையோடு வீட்டுக்குக் கொண்டு போனேன். தொகுப்பிலிருந்த

எட்டோ ஒன்பதோ கதைகளையும் வாசித்து முடித்தபோது இரவு விடிந்திருந்தது. அவற்றுள் 'சாளரம்' என்னை உலுக்கிப்போட்டது. முன்னர் அறியாத பரவசமும் பீதியும் நரம்புகளில் ஓடின. காதுகள் வெம்மையேறின. உடலுக்குள் உலை மூண்டு மூச்சில் அனல் பரவியது. கால்கள் இறுகின. ஒரு பதினான்கு வயதுப் பையன் அனுபவிக்கத் தேவையில்லாத உணர்வாக அது இருந்தது. மறுநாள் புத்தகத்தைத் திருப்பிக் கொடுக்கவில்லை. மீண்டும் படிப்பதற்காகப் பதுக்கிக்கொண்டேன். மறுபடியும் வாசித்தேன். முதல் வாசிப்பில் புரியாமலிருந்த 'திரஸ்காரம்' போன்ற கதைகள் ஓரளவாவது துலங்கின. 'சாளரம்' முழுதாகப் புரிந்தது. இரண்டொரு நாளுக்குப் பின்பு சமர்த்துப் பையனாக அறிவியல் பதிவேடுகளுக்கு இடையில் கண்டுபிடித்ததாகப் புத்தகத்தை சோமு சாரிடம் ஒப்படைத்தேன். நான் ஒரு புத்தகப் புழு என்பது அவருக்குத் தெரியும். எனவே கண்களை நேராக ஏறிட்டுப் புத்தகத்தைப் படித்தாயா என்று கேட்டார். பார்வையைத் தாழ்த்திக்கொண்டு இல்லை என்றேன்.

சில நாட்களுக்குப் பின்னர் ஏதோ தேவையின் பொருட்டு ஆசிரியர்கள் அறைக்குள் நுழைந்தபோது உரத்த விவாதம் நடந்துகொண்டிருந்தது. சோமு சாரும் கைவினைப் பயிற்சி ஆசிரியரும் உச்ச ஸ்தாயியில் வாக்குவாதம் செய்துகொண் டிருந்தார்கள். நெல்லை நல்லியன் என்ற புனைபெயரில் எழுதிக் கொண்டிருந்தவர் கிராஃப்ட் மாஸ்டர். 'மூவருலா' என்ற பெயரில் அவருடைய நாடகமொன்று உள்ளூர் நாளிதழில் தொடராக வெளிவந்துகொண்டிருந்தது. கம்பர், ஒட்டக்கூத்தர், புகழேந்தி ஆகிய மூன்று புலவர்களும் நிகழ்காலத் தமிழ் நாட்டுக்கு மீண்டும் வந்து அதன் அவல நிலையையும் பண்பாட்டு வீழ்ச்சியையும் பார்த்து அங்கலாய்த்துக்கொள்வதுதான் நாடகத்தின் கதை என்பது இப்போதும் நினைவில் இருக்கிறது. இரு ஆசிரியர்களும் ஜெயகாந்தன் கதைகளைத்தான் விவாதித்துக் கொண்டிருந்தார்கள். அதுவும் 'புதிய வார்ப்புகள்' தொகுப்பை முன்வைத்து. முக்கியமாக 'சாளரம்' கதையை ஒட்டி. தனக்குக் கதை புரியவில்லை, பூடகமாக எழுதப்பட்டிருக்கிறது, வாசகர் களுக்கும் புரியாது என்பது நல்லியனின் வாதம். 'கதையில் சித்தரிக்கப்படும் மையக்காட்சியில் என்ன நிகழ்கிறது என்று ஆசிரியர் தெளிவாகச் சித்தரிக்கவில்லை. கதையில் வரும் எழுத்தாளன், சாளரத்தின் வழியாக எதைப் பார்த்தான்? காய்ச்சிய இரும்புக் கம்பியைக் கண்களில் ஆழச் செருகியது போல் என்கிறார் கதையை எழுதியவர். பின்னர் தன்னையே தின்று பசி தீரும் மிருகம் என்றும் சொல்லுகிறார். ஜன்னலுக்கு அந்தப் பக்கம் என்ன நடந்தது என்று தெளிவாகச் சொல்ல வேண்டாமா

அய்யா, படிக்கிறவனுக்கு எப்படிப் புரியும்?' என்று நல்லியன் அடுக்கினார். சோமு சார் மீசையை முறுக்கிவிட்டுக்கொண்டு 'அதெல்லாம் கவனமாப் படிக்கிற வாசகனுக்குப் புரியும்' என்றார். 'எழுதுகிறவனான எனக்கே புரியவில்லை என்றால் சாதாரணமாகப் படிக்கிறவனுக்கு எப்படிப் புரியும்' என்று தொடர்ந்தார். சோமு சார் மறுபடியும் மீசையை முறுக்கியபடி 'எல்லாம் புரியும்' என்று அலுத்துக்கொண்டார். பொதுவாக ஆசிரியர்கள் முன்னிலையில் ஊமைக் கோட்டானாக நிற்பவன் நான். ஆனால் அப்போது நாக்கு துடித்தது. அது ஆசிரியர்கள் அறை என்பதையும் விவாதத்தில் ஈடுபட்டிருப்பவர்கள் எனக்குக் கற்றுக்கொடுப்பவர்கள் என்பதையும் மறந்தேன். 'கதையில் அண்ணனும் தங்கையுமே உடல் உறவு கொள்கிறார்கள். அதை எழுத்தாளர் பார்க்கிறார். செந்நெருப்பாய்க் காய்ச்சிய உலோகக் கம்பியைக் கண்களில் ஆழச் செருகியது போல் என்று அதைத்தான் சொல்கிறார்,' என்று பொழிப்புரையும் சொன்னேன். மேற்கோளாக எடுத்துச்சொன்ன வரியில் இருந்த வசீகரமான வன்முறை உள்ளே பதிந்திருந்தது.

அந்த அறை திகைத்து அமைதியானது. சில நொடிகளுக்குப் பிறகு நல்லியன் 'முளைத்து மூணு இலை விடவில்லை, பாடத்தைப் படிப்பதை விட்டுவிட்டு எதைப் படித்திருக்கிறான் பாருங்கள். அதற்கு விளக்கம் வேறு' என்று சொல்லிக்கொண்டே எழுந்து கைகளை நீட்டி என் காதைப் பிடிக்க வந்தார். சோமு சார் மீசைக்குள் மின்னும் புன்னகையுடன் அவரைத் தடுத்து என்னைத் தள்ளி நிறுத்தினார். 'பதினாலு வயசுப் பையனுக்கும் கதை புரியுது. அப்ப அவன்தான்யா மக்களோட எழுத்தாளன்,' என்று பெருமிதமாகச் சொன்னார். 'நீ கிளாசுக்குப் போடா,' என்று என்னை விரட்டினார். மக்கள் எழுத்தாளன் என்ற பிரயோகம் கொடுத்த கிறக்கத்துடன் வகுப்புத் திரும்பினேன். அன்று பள்ளி முடிந்ததும் சோமு சார் தனியாக அழைத்தார். 'படவா, படிக்கவில்லை என்று பொய்தானே சொன்னாய்?' என்று வலிக்காமல் காதைத் திருகினார். பார்வையைத் தாழ்த்திக் கொண்டு நின்றேன். 'படி, படிப்பது நல்லதுதான். ஆனால் பாடத்தைக் கோட்டை விட்டுவிடாதே,' என்றார். 'இதைப் படித்து விட்டுக் கொடு' என்று புத்தகமொன்றை நீட்டினார். அது ஜெயகாந்தனின் 'ஒரு பிடிச் சோறு'. என் இலக்கியப் பசிக்கான முதல் கவள உணவு.

மனித இணக்கத்தை உணர்த்தியவை ஜெயகாந்தன் கதைகள் என்பதற்கு எனக்கு எடுத்துக்காட்டாக அமைந்த கதையும் 'சாளரம்'தான். எங்கள் தெருவில் தமக்கையும்

தம்பியுமாகத் தனிவீட்டில் குடியிருந்தவர்களைத் தெருவே இளப்பமாகவும் அருவருப்பாகவும் பார்த்தது. சாடையாகக் கேலி செய்தது. அதே உதாசீனம் என்னிடமும் ஒட்டியிருந்தது. தமக்கையுடன் தெருவாசிப் பெண்மணி போட்ட சண்டையில் அவர்களின் தகாத உறவை அங்காடிப் பாட்டாகத் தூற்றினார். பார்த்துக்கொண்டிருந்த எங்களுக்கு வேடிக்கையும் பரபரப்பும் அளித்த காட்சியாக இருந்தது அந்தச் சச்சரவு. அதற்கும் சில நாட்களுக்குப் பிறகு படித்த கதை ‘சாளரம்’. பார்த்ததும் படித்ததும் ஒன்றாக இருந்தது என்பதை உணர்ந்தபோது எழுந்த உடல் நடுக்கத்தை இப்போதும் நினைவுகூர முடிகிறது. அவர்கள் மீதான உதாசீனத்தைக் கதை போக்கியது. அவர்கள் மீது கரிசனம்கொள்ள வைத்தது. தெருவை விட்டு அவர்கள் போகும்வரை அவர்கள் வீட்டுக்கு அடிக்கடி சென்று வந்த ஒரே ஜீவன் நானே என்ற மங்காப் புகழை எனக்குக் கதை வாசிப்பு ஈட்டிக் கொடுத்தது. சண்டையில் பெண்கள் பரிமாறிக்கொண்ட அதே போன்ற வசவுகளைப் பின்பு ‘ஒரு பிடிச் சோற்’றிலும் வாசித்தேன். நான் கண்முன்னால் பார்த்த உலகை மீண்டும் எனக்குக் காட்டியவர் என்று ஜெயகாந்தன் மீதான அபிமானம் கூடியது.

ஜெயகாந்தனை வாசிக்கத் தூண்டிய சோமு சார்தான் அவரைப் பார்க்கவும் அழைத்துப் போனார். சிவப்புக்கொடி கட்டிய கட்டடம் ஒன்றுக்கு முன்னரே அழைத்துச் சென்றிருந்தார். கூட்டிப் போனதன் நோக்கம் என் கையெழுத்து அழகாக இருக்கும்; தட்டி எழுதச் செய்யலாம் என்பது. ஆசிரியர்கள் போராட்டத்துக்கான வாசகங்களை எழுதவும் வைத்தார். அதே கட்டடத்துக்கு மற்றொரு முறையும் அழைத்துப் போனார். உனக்கு வேண்டிய ஒருத்தர் வந்திருக்கிறார் என்றார். பிடறியில் தவழும் சிகை, நீளமான கிருதா, முறுக்கி நிமிர்த்திய மீசை, பெண்பிள்ளை களின் பாவாடைத் துணிபோல பூக்கள் நிறைந்த சட்டை என்று விசித்திரமான தோற்றத்தில் உட்கார்ந்திருந்தவர் உரத்த குரலில் சொற்பொழிவாற்றுவதுபோல பேசிக்கொண்டிருந்தார். ‘யார் தெரிகிறதா?’ என்று சோமு சார் கேட்டார். உற்சாகக் குரலில், ‘நான்தான் படிக்கிறேனே சார், ஜெயகாந்தனைத் தெரியாதா?’ என்றேன். ஜெயகாந்தனிடம் அவரது வாசகன் என்று அறிமுகமும் செய்துவைத்தார். பிடறியைக் கோதிக்கொண்டு ‘ஹூம்‘ என்று உறுமிய ஜெயகாந்தனின் குரலை வெவ்வேறு அர்த்தங்களில் புரிந்துகொள்ள முற்பட்டேன். எழுத்தாளர் ஒருவரை முதன்முதலாக நெருக்கத்தில் பார்த்ததும் அறிமுகம் செய்விக்கப்பட்டதுமான பரவசத்துடன் வீடு திரும்பும்போது தீர்மானம் உருவாகியிருந்தது. ‘என்றாவது எழுத்தாளனாவேன்;

எனில் அப்போது ஜெயகாந்தனைப் போலத்தான் இருக்க வேண்டும்.'

உள்ளூர் நாளிதழின் கலைப் பக்கத்தில் நான் எழுதிய சிறுகதை ஒன்று வெளியானது. கதையுடன் எழுதியவரின் முகவரியும் அச்சிடப்பட்டிருந்தது. எனவே கதையைப் படித்த சில வாசகர்களின் கடிதங்களும் வந்தன. மொத்தம் மூன்று கடிதங்கள் வந்திருந்தன. அவற்றில் ராமு என்பவர் எழுதிய கடிதமும் ஒன்று. உள்நாட்டு அஞ்சல் கடிதத்தின் இரண்டு பக்கங்களில் விரிவாகப் பாராட்டியும் மூன்றாம் பக்கத்தில் கதையில் இருந்த தகவல் பிழையைக் கோடிகாட்டியும் எழுதியிருந்தார். ராமுவின் பாராட்டு வாசகங்கள் புளகாங்கிதம் அடையச் செய்தன. சுட்டிக்காட்டிய குறை ஆத்திரமூட்டியது. நாலு வரி விமர்சனத்துக்குக் கண்டனமாக இரண்டு முழுப் பக்கக் கடிதம் ஒன்றை அவருக்கு எழுதினேன். கடிதம் கிடைத்த மறுநாள் அவரே வீடு தேடி வந்தார். வீட்டருகே இருக்கும் பூங்காவுக்குச் சென்று பேசிக்கொண்டிருந்தோம். 'கதை நன்றாகவே இருக்கிறது. பிழை கதையைப் பாதிக்கவில்லை.' 'ஆனாலும் பிழைதானே? அதற்கு இவ்வளவு காட்டமான கடிதம் தேவையில்லை' என்றார். என் சிறுபிள்ளைத்தனம் அப்பட்டமாக உறுத்தியது. அதை ஒப்புக்கொண்டேன். வருத்தமும் தெரிவித்தேன். அவருக்கு விரிவான வாசிப்பும் நுட்பமான அவதானிப்பும் இருப்பது அவருடைய பேச்சில் தெரிந்தது. பூங்காவில் விளக்கு ஏற்றும்வரை பேசிக்கொண்டிருந்தோம். விடைபெறும் முன்பு 'ஜெயகாந்தன் புத்தகங்களை அதிகம் வாசிப்பீர்களோ? உங்கள் கடிதத்தில் அந்த பாதிப்பு தெரிகிறது. அவர் மாதிரியே வக்காலத்து வாங்கிப் பேசுகிறீர்கள்,' என்றார். வெட்கத்துடன் ஒப்புக்கொண்டேன். 'அவர் அப்படிப் பேசலாம். இருபது இருபத்தைந்து வருடங்களாக எழுதுபவர். நிறைய எழுதி வருகிறவர். வாழ்க்கையிலும் எழுத்திலுமாக அனுபவங்களைத் திரட்டிக்கொண்டவர். அப்படிப் பேசவும் எழுதவும் அவருக்குத் தகுதி இருக்கிறது. ஒரு கதை எழுதி அச்சான உடனே நீங்கள் அவர்போலப் பேசுவது வேடிக்கை இல்லையா?' என்று இதமான குரலில் சொன்னார். குரல்தான் மென்மையாக இருந்ததே தவிர, தொனி கூர்மையாகத் தைத்தது. அவர் விடைபெற்றுப் போன பின்பும் நீண்ட நேரம் அங்கேயே உட்கார்ந்திருந்தேன். வெளியேறி வரும்போது முன்னர் உருவாக்கிய தீர்மானத்தில் திருத்தம் மேற்கொண்டேன். 'ஜெயகாந்தனாக முயற்சிசெய்வது வேண்டாத வேலை. அது நமது சுபாவத்துக்கு ஒவ்வாத பாவனை. அப்படி ஆக முடியாது; ஆக வேண்டியதில்லை.'

முதல் வாசகராக அறிமுகமான ராமு பின்னர் வாழ்க்கையின் திருப்புமுனைப் பருவத்தில் நெருங்கிய நண்பரானார்.

வறுமை பிடுங்கிய நாட்களில் புரவலராகவும் இருந்தார். நட்புத் தழைத்திருந்த சில வருடங்களுக்குப் பிறகு காணாமற் போனார். ஜெயகாந்தன் நூல்களை வாங்கித் தந்து தொடர்ந்து வாசிக்கச் செய்தவர் அவர். 'லட்சாதிபதிகள்' என்ற ஜெயகாந்தன் கதையும் ராமுவின் வாழ்க்கையும் ஒற்றுமை கொண்டவை என்பது பின்னர்தான் தெரிய வந்தது. செல்வக் குடும்பத்தைச் சேர்ந்த ராமு கடைசிவரை வெளிப்படுத்தாத ஏதோ காரணத்துக்காக வீட்டை விட்டு வெளியேறி, கோவை வந்து ஓட்டல் பணியாளராகவும் தொடர்ந்து காசாளராகவும் வேலைபார்த்தார் என்பதை அவர் பிரிந்து சென்று நீண்ட காலத்துக்கு அப்புறம்தான் தெரிந்துகொள்ள வாய்த்தது. 'லட்சாதிபதிகள்' கதை இன்னும் நினைவில் தங்கியிருக்கக் காரணம் அது நண்பரின் கதை போன்றது என்பதா, இல்லை நண்பரின் வாழ்க்கைச் சாயலில் கதை எழுதப்பட்டிருந்தது என்பதா ? ஒரு அவிழாப் புதிரின் சுவாரசியம் அது. இந்தத் தொகுப்புக்கான கதைகளைத் தேர்வு செய்யும்போது 'லட்சாதிபதிகள்' கதையைச் சேர்த்துக்கொள்ளத் தூண்டியதும் அந்த சுவாரசியமே.

இந்தத் தொகுப்பிலுள்ள பெரும்பாலான கதைகள், அவை ஒவ்வொன்றுடனும் பொருத்திப் பார்க்கக் கூடிய நிஜக் கதைகளை நினைவில் கிளர்த்திவிடுகின்றன. இந்தத் தனிப் பட்ட நினைவூட்டலே தேர்வுக்கான முறையும் தொகுப்பின் முறையியலும் என்று எண்ணுகிறேன். இந்தக் கதைகளில் வரும் நிகழ்ச்சிகள் போன்ற ஒன்றை, கதைக்களங்களில் ஓரிடத்தை, கதைமாந்தர்களில் ஒருவரை, முன்வைக்கப்படும் உணர்ச்சிகளில் சிலதை, பேசப்படும் சொற்களில் சிலவற்றை எதார்த்த வாழ்க்கையிலும் எதிர்கொள்ள முடியும் என்ற பாங்குதான் ஜெயகாந்தனைப் பிற எழுத்தாளர்களிடமிருந்து தனித்துக் காட்டியது. பரந்த பொருளில் இந்திய மறுமலர்ச்சிக் கால எழுத்தின் தொடர்ச்சி இது என்று இப்போது சந்தேகமின்றிச் சொல்ல முடியும். இதன் தொடர்ச்சியாகவே தமிழ் முற்போக்கு இலக்கியத்தின் முன்னுதாரணமாக ஜெயகாந்தன் கருதப்படுகிறார் என்று காணவும் முடியும்.

'ஜெயகாந்தன் ஒரு முற்போக்கு எழுத்தாளர்' என்பது அவருக்கு அளிக்கப்படும் பாராட்டாகவும் அவர் மீதான விமர்சனமாகவும் சொல்லப்படுகிறது. கம்யூனிச இயக்கப் பின்னணியிலிருந்து வந்தவர் என்பதால் இந்த அடைமொழி சாத்தப்படுகிறது. உண்மையில் அவருக்கு முன்பு எழுதிய புதுமைப்பித்தன், கு.ப. ராஜகோபாலன், ரகுநாதன் போன்றோரை யும் அவரது சமகாலத்தவர்களும் அவருடையதைப் போன்ற

பின்னணியிலிருந்து எழுதவந்தவர்களுமான சுந்தர ராமசாமி, கி. ராஜநாராயணன் ஆகிய சிறுகதையாளர்களையும் மேற்சொன்ன அடைமொழியுடன் அழைப்பதே பொருத்தமானது. தங்கள் காலத்தில் நிலவிய மதிப்பீடுகள் மனித இணக்கத்துக்கு ஒவ்வாதவை; அவை மாற்றங்களுக்குத் துணை புரியாமல் இருக்கும் நிலைமையை ஆழ நிறுவுவதையே நோக்கமாகக் கொண்டவை என்று அவர்கள் கருதினார்கள். அதற்கு மாற்றான பார்வையை முன்னிருத்தினார்கள். இலக்கியம் என்பது வாழ்க்கையின் கேளிக்கை அல்ல; வாழ்க்கைச் சிக்கலின் கலை என்று நம்பினார்கள். இந்த நம்பிக்கையைப் படைப்பாளர்கள் என்ற நிலையிலேயே அவர்கள் பெற்றிருந்தார்கள். தமக்கு முன்னால் விரிந்துகிடக்கும் வாழ்க்கையை அணுகிப் பெற்ற கரிசனத்தையே கொண்டிருந்தார்கள். கோட்பாட்டின் விளக்கமாக அல்லாமல் வாழ்க்கையுடன் கொள்ளும் உறவின் எதிர்வினையாகவே தமது படைப்புகளைப் பார்த்தார்கள். இந்தக் கரிசனத்தை முன்வைத்தது என்பதனாலேயே தமது காலத்தில் நடைமுறையிலிருந்த இடதுசாரிச் சித்தாந்தத்துடன் சாய்வு கொண்டார்கள். இந்தியா முழுவதும் பரவலாக இருந்த இந்தப் போக்குத்தான் புதிய கலை இலக்கிய உணர்வை முன்வைத்தது. அதன் தமிழக நடைமுறையாளர்களாகவே மேற்சொன்ன படைப்பாளிகளை அடையாளப்படுத்த முடியும். தமது காலத்தில் மனிதாபிமானத்தை வலியுறுத்திய சித்தாந்தம் என்ற நிலையில் கண்ட மார்க்சியம் அதற்கு முரணான நிலைப்பாடுகளுக்கு மாறியபோது இந்தப் படைப்பாளர்கள் விலகினார்கள். இந்தத் தத்தளிப்பான சூழலில் கோட்பாட்டுச் சார்பு சில வகைமாதிரிகளை உருவாக்கின. அவையே முற்போக்கானவை என்று வலியுறுத்தப்பட்டன. பின்னர் கோட்பாட்டுச் சார்பை அறுத்துக்கொண்டாலும் பல படைப்பாளிகள் இந்த வகைமாதிரிகளை முன்னெடுத்துச் சென்றார்கள். தமிழில் இந்த வகை மாதிரிகளை நிலைநிறுத்தியவர் ஜெயகாந்தன் என்று நம்புகிறேன். அவருக்குப் பின்னால் எழுதவந்த பல முற்போக்கு எழுத்தாளர்களிடமும் இந்த வகைமையின் தொடர்ச்சியை எளிதாகக் காண முடியும். அவர்கள் இதை ஒரு சூத்திரமாகப் பாவித்தனர். ஜெயகாந்தன் வகைமையைப் பின் தொடர்ந்தார்; சூத்திரத்தைப் பின்பற்றவில்லை என்பதே அவரைத் தனித்துக் காட்டுகிறது. ஒடுக்கப்பட்டவர்கள், ஏழைகள் சார்பாகப் பேசும் கதைகளில் ஒடுக்குபவர்களையும் செல்வர்களையும் இரக்கமற்றவர்களாகவும் கொடூரர்களாகவும் சித்தரிப்பது சூத்திரம் என்று வைத்துக்கொண்டால் ஜெயகாந்தன் அவை போல எழுதவில்லை. கருப்பு வெள்ளை எதிரிணைகளாக மனிதர்களைப் பார்க்கவில்லை. இதை அவர் மார்க்சியத்தின் மனித சாரத்திலிருந்து பெற்றார் என்பது பொருந்தும்.

மானுடத் துயரத்தில் உழல்பவர்களின் சார்பாகவே ஜெயகாந்தன் எழுதினார். எடுத்துக்காட்டாக இதைச் சொல்லலாம். 'அக்கினிப் பிரவேசம்' கதையில் ஏழைப் பெண்ணை ஏமாற்றுபவன் வசதி படைத்தவன். ஆனால் குற்றம்சாட்டும் முறையில் அவன் கதையில் சித்தரிக்கப்படுவதில்லை. முற்போக்கு வகைமாதிரியைக் கதை கொண்டிருப்பதனாலேயே இந்த இயல்பு உருவாகிறது. முற்போக்குச் சூத்திரப்படி எழுதப்பட்டிருக்குமானால் அவன் காமாந்தகாரனாகச் சித்தரிக்கப்பட்டிருக்கக் கூடும். ஒருவேளை அது கோட்பாட்டுக்கு இசைவானதாக இருந்திருக்கும். ஜெயகாந்தன் கோட்பாட்டை அல்ல, அதன் ஆழத்தில் துடிக்கும் மனித இருப்பையே முதன்மையாகக் கருதினார் என்பது என் எண்ணம். ஜெயகாந்தனின் படைப்பியக்கத்தில் செயல்பட்ட இந்த இயல்பைக் கவனத்தில் கொள்ளாமையே, அவரது பிற்காலக் கதைகளை முன்னிருத்தி அவரைப் பிற்போக்காளர் என்றும் வெகுசன எழுத்தாளர் என்றும் வசை மொழியக் காரணம் என்று தோன்றுகிறது. அதேசமயம் இந்த இயல்பின் புதுமையை முன்னிட்டே அவரை வெகுசன இதழ்களும் வரவேற்றன. அசட்டு உருக்கமும் வாசக ருசிக்கான பதார்த்தத் தயாரிப்புமாக மலிந்திருந்த கேளிக்கை எழுத்துகளின் நடுவே அவரது அதிர்ச்சி தரும் கதைகள் புதிய விற்பனைப் பொருள்களாயின. பெரும்பான்மையினரான வெகுசன வாசகர்களை முன்னிருத்தியே அவரது கதைகளும் எழுதப்பட்டன. இதன் பொருள் அவர்களது ரசனைக்குத் தீனிபோடும் கதைகளை உற்பத்தி செய்தார் என்பதல்ல. பெருந்திரளை நோக்கி உரையாட முற்பட்டார் என்பதே. இதை அவரது இடதுசாரி சமூக மனப்பாங்கின் அடையாளமாகக் காணவே விரும்புகிறேன். ஓர் எழுத்தாளன் என்பதை விடவும் 'பாழ்பட்ட சமூக'த்திடம் அதன் நிலையை எடுத்துச்சொல்ல விரும்பியவராகவே அவரைச் சொல்லலாம். இறுகிக்கிடந்த சமூகத்திடம் மாறிவரும் காலத்தின் சவாலை அவர் சுட்டிக் காட்டினார். அவர் காலத்தில் வெகுசன இதழ்களில் புகழ் பெற்றிருந்த எவருடைய கதைகளுடனும் ஒப்பிட்டுப் பார்த்தால் இது துல்லியமாக விளங்கும். பிற எழுத்தாளர்கள் நிலைபெற்றிருந்த மதிப்பீடுகளின் சரிவைப் பார்த்துப் புலம்பியபோது புதிய மதிப்பீடுகள் உருவாகி வருவதைக் கதைகளில் காட்டினார். 'சுய தரிசனம்', 'அந்தரங்கம் புனிதமானது', 'புதுச் செருப்பு கடிக்கும்', 'யுகசந்தி', 'புதிய வார்ப்புகள்' போன்ற கதைகள் இதன் எடுத்துக்காட்டுகள். இவற்றுள் ஒலிக்கும் தன்னெழுச்சியான படைப்புக் குரலை அந்தக் காலத்துக் கதைகள் எவற்றிலும் கேட்டிருக்க இயலாது. அது ஜெயகாந்தனுக்கே உரியது.

புதுமைப்பித்தனின் வழி வந்தவராகச் சொல்லப்பட்டதை ஜெயகாந்தன் சில சமயங்களில் ஏற்றிருக்கிறார். பல சமயங்களில்

மறுத்துமிருக்கிறார். இந்தத் தொகுப்புக்கான கதைகளை வாசித்துக்கொண்டிருந்தபோது அவர் புதுமைப்பித்தனை நெருங்கும் இடங்களும் விலகிச் செல்லும் இடங்களும் புலப் பட்டன. ஜெயகாந்தன் கதைகளில் துலங்கும் முற்போக்குப் பார்வையின் உறைவிடம் புதுமைப்பித்தன் என்பதை உணர முடிந்தது. நிறுவப்பட்ட மதிப்பீடுகளைக் கேள்விக்குட்படுத்துவதை முற்போக்குக் குணமாக வரையறுத்தால் புதுமைப்பித்தனே ஜெயகாந்தனின் முன்னோடி. புதுமைப்பித்தன் புதிய மதிப்பீடு களையும் சந்தேகத்துடனேயே அணுகினார். அந்தப் புள்ளியில் ஜெயகாந்தன் 'மனம் திருந்திய மைந்தன்'.

'செல்லம்மாள்', 'நினைவுப்பாதை', 'மகா மசானம்' போன்ற குறைந்த எண்ணிக்கையிலான கதைகளைத் தவிரப் பெரும்பாலான புதுமைப்பித்தன் கதைகள் உரத்த தொனியைக் கொண்டவை. ஜெயகாந்தனின் ஏகதேசமான எல்லாக் கதைகளும் உரத்துச் சொல்லப்பட்டவைதாம். 'ஒரு வீடு பூட்டிக் கிடக்கிறது' என்ற கதை அடக்கமான தொனியில் அமைந்திருந்தால் மேலதிகச் செறிவு பெற்றிருக்கும். சிறைக்குச் சென்று திரும்பிய முன்னாள் திருடன் ஒண்டுக்குடித்தனக் குடியிருப்பின் வாடகை வீட்டில் வசிக்கத் தொடங்குகிறான். சக குடித்தனக்காரர்கள் அவனை விரட்டவே முற்படுகிறார்கள். நிஷ்களங்கமான குழந்தை மட்டுமே அவனிடம் மனித வாசனையை உணர்கிறது. விவரமான மனிதர்களின் உதாசீனத்தால் அவன் திரும்ப வராமல் போகிறான். குழந்தையின் வெகுளித்தனம் மாத்திரமே அவனது இழப்புக்கு வருந்துகிறது. மிக நிதானமாகவும் அமைதியாகவும் சொல்லப்பட்டிருக்க வேண்டிய கதை, துணைப் பாத்திரமான குஞ்சுமணியின் ஓங்காரக் குரலிலேயே பெரும்பான்மையும் சொல்லப்பட்டிருக்கிறது. புதுமைப்பித்தனிடம் காணப்பட்ட வெவ்வேறு வகையான உருவங்களும் நடையும் ஜெயகாந்தனிடம் இல்லை. அநேகமாக எல்லாக் கதைகளும் எதார்த்தவாதப் பின்புலத்திலேயே அமைந்தவை. புதுமைப்பித்தனை ஜெயகாந்தன் விஞ்சி நிற்பது 'குருபீடம்' போன்ற கதைகளில் வெளிப்படும் ஆன்மீக நிலையில்தான் என்று தோன்றுகிறது. புதுமைப்பித்தன் ஆன்மீகச் சாயலுள்ள தமது கதைகளில் அதைக் கேலிக்குள்ளாக்கவோ விமர்சிக்கவோதான் செய்கிறார். ஜெயகாந்தன் தமது கதைகளில் ஆன்மீகத்தை ஒருபோதும் நிராகரிப்பதில்லை. அதன் சாரத்தை அறியவோ அதனுடன் சமகால வாழ்வைப் பொருத்திப் பார்க்கவோ எத்தனிக்கிறார். இந்த அம்சத்தை 'குருபீடம்', 'நந்தவனத்தில் ஓர் ஆண்டி' ஆகிய கதைகளில் இனங்காண முடியும்.

புதுமைப்பித்தனையும் ஜெயகாந்தனையும் ஒப்பிடுவதல்ல என் நோக்கம். இரண்டு காலப் பகுதிகளில் தமிழ்ச் சிறுகதை வளத்துக்குப் பங்களித்தவர்களின் பார்வை மாற்றத்தையும் எழுத்து முறையையும் வகைப்படுத்திப் பார்க்கவே இந்த ஒப்பீடு. ஏனெனில் தமிழ்ச் சிறுகதைகளில் மிகக் காத்திரமான பாதிப்புகளை இவர்களே நிகழ்த்தியிருக்கிறார்கள். சிறுகதையைக் கலையாக நம்புகிறவர்கள் புதுமைப்பித்தனின் பாதிப்பையும் அதைக் கருவியாக ஏற்றவர்கள் ஜெயகாந்தனின் பாதிப்பையும் கொண்டவர்கள் என்பது என் அனுமானம்.

எல்லா எழுத்துகளும் சமூகச் சார்பு கொண்டவைதாம். அவை வெளிப்படும் முறையிலேயே வேறுபடுகின்றன. வெளிப் படுத்தும் படைப்பாளியின் பார்வையை ஒட்டி வித்தியாசப்படு கின்றன. சமூக அனுபவங்களிலிருந்து பேசுபவை, சமூகத்தை நோக்கிப் பேசுபவை என்று அவற்றைப் பகுக்கலாம். ஜெயகாந்த னின் எழுத்துகள் இரண்டாவது பகுப்பைச் சேர்ந்தவை. அவரது எழுத்தின் இயல்பாகிப்போன உரத்த குரலும் முழக்கமான உரையாடலும் இந்தப் பகுப்பை நியாயப்படுத்துகின்றன. இடதுசாரிச் சார்பு இதழ்களில் எழுதியபோதும் வணிக இதழ்களில் எழுதியபோதும் அவரது கதைகளில் பெரிய மாற்றங்கள் ஏற்பட்டுவிடவில்லை. ஏனெனில் இரு தரப்பிலும் இருக்கும் பெருவாரியான வாசகர்களை நோக்கிப் பேசும் களமாகவே அவற்றைக் கருதினார். தன்னுடைய வாசகர்களாக அவர் கருதியது சாதாரணப் பெரும்பான்மையைத்தான், சிறுபான்மை இலக்கியத் தீவிரர்களை அல்ல என்று குறிப்பிடுவது முரணாகாது என்று எண்ணுகிறேன். அந்தப் பெரும்பான்மை வாசகர்களிடம் தன்னை முன்னிருத்தவே அவர் விரும்பினார். அவர் போட்டி போட்டது தீவிர இலக்கியக்காரர்களுடன் அல்ல; வெகுஜன எழுத்தாளர்களுடன். ஜெயகாந்தன் மட்டுமல்ல, அன்று சமூகச் சார்பான எழுத்து என்று முன்வந்த திராவிட இயக்கத்தினரும் இடதுசாரியினரும் கைப்பற்ற விழைந்த இடம் வெகுஜன எழுத்தாளர்களின் பீடங்கள்தாம். தமிழ் வாழ்க்கையைத் தாட்சண்ணிய மில்லாமல் கேள்விக்குட்படுத்திய புதுமைப்பித்தனைத் திராவிட இலக்கியவாதிகள் கணக்கில் கொள்ளவில்லை; மாறாக கேளிக்கை எழுத்தில் புகழ்பெற்ற கல்கியைத்தான் முன்னால் கண்டார்கள். இடதுசாரிகள் அகிலன், நா. பார்த்தசாரதி போன்ற இலட்சியவாத எழுத்தாளர்களின் படைப்புகளில் முற்போக்கு அம்சங்களைத் தரிசித்துக்கொண்டிருந்தார்கள். இருதரப்பினரும் காண மறந்த திருப்புமுனையான மையத்தில் செயல்பட்டார் என்பதே ஜெயகாந்தனின் தனித்துவம். அதுதான் இலக்கியத்தை நாடிய தீவிர வாசகனையும் மாறுதலை எதிர்பார்த்த வெகுசன வாசிப்பாளனையும் அவரை நோக்கி இழுத்துவந்தது.

மிகச் சிறந்த கலைச் சாதனைகள் நிரம்பிய சிறுகதை மரபின் வாயிலாக இருந்தவர், இருப்பவர் ஜெயகாந்தன். அவரைத் தொட்டும் கடந்தும்தான் சிறுகதை இலக்கியம் வளம் பெற்றிருக்கிறது. அவரைப் பொருட்படுத்தாமலோ அவரது கதைகளை எடுத்துக்காட்டாமலோ தமிழ்ச் சிறுகதை வரலாறு முழுமை பெறாது என்பதைக் கதைகளைத் தொகுக்கும் பணியின்போது நன்றாக உணர்ந்தேன். இன்றைய படைப்பாளி முன்னுதாரணமாகப் பயிலக்கூடிய பல கதைகளை அவர் எழுதியிருக்கிறார் என்பதைப் புத்துணர்ச்சியுடன் கண்டுபிடிக்கவும் முடிந்தது. எடுத்துக்காட்டாக *1958*இல் எழுதப்பட்ட 'ஒரு பிடி சோறு' கதையைச் சொல்லலாம். விளிம்புநிலை மனிதர்களின் வாழ்க்கையைச் சித்தரிக்கிறது கதை. அவர்களின் வறுமையை, சச்சரவை, வன்மத்தை, பரிவை அது வெளிப்படுத்துகிறது. தலித் என்ற சொல்லே அறிமுகமாகியிராத காலத்தில் அந்த வாழ்க்கையைப் பார்த்து எழுதிய கதை. இன்று தலித் வாழ்க்கை இலக்கியத்தின் பேசுபொருளாக மாறியிருக்கும் நிலையில் புதிய படைப்பாளி தனது வாழ்வனுபவத்தின் பின்புலத்திலிருந்து இந்தக் கதையைப் புத்தாக்கம் செய்ய முடியும். ஆண் பெண் உறவின் சிக்கலை மையமாகக் கொண்ட 'புதுச் செருப்புக் கடிக்கும்' *(1970)* இன்னும் நுண்ணிய தளங்களில் விரிக்க முடியும். அதற்குரிய வலுவை ஜெயகாந்தனின் கதைகள் கொண்டிருக்கின்றன. அவை வேர்கள். அவற்றின் மூலம் ஊட்டம் பெற்றதே இன்றைய புதிய கதைகள். இன்று அவை வெளியே தெரிவதில்லை. அதனால் அவை முதன்மையற்றுப் போய்விடுமா?

திருவனந்தபுரம் **சுகுமாரன்**
25.12.2017

திரஸ்காரம்

ஜன்னலுக்கு வெளியே தெரிந்த ஆலமரத்தைப் பார்த்தவாறே, நரைத்த சிகையை இரண்டு விரல்களால் கோதியவண்ணம் உட்கார்ந்திருந்தார் தணிகாசலம்.

வயது ஐம்பதுக்கு மேலிருக்கும். மூப்பின் கிறுக்கல்கள் முகத்தில் படிந்திருந்தாலும் கண்களில் ஓர் ஒளி; ஒளியின் ஊடே ஒளிந்து கொண்டிருக்கும் ஆழ்ந்த ஏக்கம். நெற்றிச் சுருக்கத்திற்கிடையில் சிந்தனை ரகசியங்கள் மறைந்து கொண்டிருந்தன. முகத்தில் சோகமோ விரக்தியோ தென்படா விட்டாலும் வாழ்க்கையின் நிறைவும் திருப்தியும் துலங்காது வெறிச்சென்று தோன்றியது. எங்கோ ஊடுருவும் அவர் விழிகளின் துறுதுறுப்பிலிருந்து அவர் உள்ளம் எதையோ அலசிக்கொண்டிருக்கிறது என்று ஊகிக்க முடிகிறது, ஆனால் அது என்ன என்று அவருக்காவது தெரியுமா?...

அவரைப் பொறுத்தவரை மனம் ஒரு குரங்கல்ல; அது ஒன்றிலிருந்து ஒன்றுக்குத் தாவினாலும் பிடித்த பிடியை விடாமல் இருப்பதில்லை. தறிகெட்டுத் தன்னிச்சைப்படி ஓடி – கடிவாளமிழந்து கண்டபடி திரிந்து இப்போது கடிவாளத்திற்கு அவசியமில்லாது, கிழடு தட்டிப் போய்த் தளர்ந்து நின்றுவிட்டது அவருடைய மனக் குதிரை. அது தன்னிச்சைப்படி ஒரு குருவியைப்போல் ஆனந்தமாகச் சிறகடித்துப் பறந்து திரிந்த காலமும் உண்டு.

மனசில் ஏதோ முனகிக்கொள்ளும்போதே மெல்லிய சிரிப்பு முகத்தில் நெளிந்து மறைகிறது.

– நெற்றியிலும் ஒரு சுழிப்பு.

ஆலமரப் பொந்திலிருந்து இரண்டு பச்சைக் கிளிகள் வெளிக் கிளம்பி, கிறீச்சிட்டுக் கொண்டு ஒன்றையொன்று துரத்திப் பறந்தன.

'உயிர்களிடத்தில் காதற் கனலை மூட்டிவிடும் காலத்திற்கு மூப்பு கிடையாது. காலம் கந்தர்வ பாலகன் போன்ற ஒரு குழந்தை.'

ஒரு பெருமூச்சு!. . . மனம் பாண்டி விளையாடுகிறது.

இப்பொழுது ஜன்னலுக்கு வெளியே ஆலமரம் இல்லை! அழகிய இளம் பெண் ஒருத்தி அவர் நினைவை வழிமறித்துக் கொண்டு நிற்கிறாள். . ! காலத்தின் கானலில் மறைந்து போன அவர் மனைவி. . . அவளும் அவரும் சேர்ந்து வாழ்ந்த காலம். . !

ஆம்; காலத்திற்கு ஒரு கணக்கு உண்டு. ஆதியும் அந்தமும் புலப்படாது, இடைவெளியில் வரம்பமைத்து, அந்தத் திரிசங்கு நிலைக்கு எல்லை வகுத்த நியமத்தின்படி ஒரு கணக்கு இருக்கிறதல்லவா? இதன்படி அவளும் அவரும் சேர்ந்து வாழ்ந்தது இரண்டு வருஷம்.

அந்த இரண்டு வருஷகாலத்தில் காதல் விளைந்ததா?

"நீங்கள் என்னைக் காதலிக்கிறீர்களா?" – இளைஞன் தணிகாசலத்தைப் பார்த்து அடக்க முடியாமல் ஒரு கேள்வி கேட்டுவிட்டாள் அவன் மனைவி.

"இதுவரை இல்லை. இனிமேல். . ."

"காதலிக்கக் கற்றுக்கொள்ள வேண்டுமா என்ன?" – அவள் படித்த பெண்.

"ஆமாம்; ஒரு பெண்ணின் காதலைப் புரிந்துகொள்ள முடியாத ஒருவன், தனக்குக் காதலிக்கத் தெரியும் என்றோ, காதலிக்கிறேன் என்றோ சொல்லிக் கொள்வது அபத்தம்!"

"நீங்கள் சொல்வது புரியவில்லையே. . ."

"புரியாதுதான். . . புரிய வேண்டாம். என்னைக் கேட்காதே!"

அதன் பிறகு அவள் அவரிடம் கேட்கவில்லை. எதையுமே கேட்கவில்லை. கேட்டுக் கிடைப்பதல்லவே. . .

வாழ்க்கை என்னவோ 'சராசரி ரக'த்தில் கழிந்தது.

– கானல் துடித்துக் கொண்டிருந்தது.

காலம் நகர்ந்துகொண்டிருந்தது. ஹிருதயத்தின் துடிப்பு, ஒவ்வொன்றும் காலத்தின் கானல் வரம்பை நோக்கிச் செல்லும் காலடி ஓசைபோல் நடந்து தொடர்ந்து முடிந்தது. அவள் காலத்தோடு ஐக்கியமாகி விட்டாள்.

'காதல் ஒரு கானல்.'

'. . . காதல் காசுக்குக் கிடைக்குமா?' – அர்த்தமுள்ள கேள்வி; தணிகாசலம் செல்வந்தர் அல்லவா?

பணச்செருக்கு இதயத்தை எடைபோட முயன்றது!

முயன்று . . . முயன்று. . .

அதைச் சொல்ல வேண்டாம்; அதிலேயே பதில் அடங்கி யிருக்கிறது.

தணிகாசலம் தனது இறந்துபோன இறந்த கால அசட்டுத் தனத்தை எண்ணிச் சிரித்துக் கொள்கிறார்.

தணிகாசலம் புருவத்தைத் தேய்த்துக் கொண்டார். ஜன்னலுக்கு வெளியே கண்களுக்கு ஆலமரம் தெரிந்தது. மனம் ஆலமரத்தையும் தொடுவானத்தையும் காலத்தையும் தாண்டி, காலம் விழுங்கிய, ஒரு நிகழ்ச்சியில் லயித்தது!

❍ ❍ ❍

நல்ல மழை! சுவர் கடிகாரம் மனிதனின் கட்டளைக்குப் பணிந்து பயபக்தியுடன் மாத்திரை பிசகாமல் 'டிக். . . டிக்' என்று காலத்தின் கதியைக் கணக்கிட்டுக் கொண்டிருக்கிறது. மேசை விளக்கடியில் விரித்த புத்தகமும் கையுமாக இளைஞன் தணிகாசலம் உட்கார்ந்திருக்கிறான். புத்தகத்தில் எழுத்துத்தான் இருக்கிறது. எழுத்திற்கு அர்த்தமில்லை. எழுத்தை வெறித்தால் அர்த்தம் புலனாகுமா?

கண்களை என்னதான் அகலத் திறந்து விழித்துப் பார்த்தாலும் ஒருவனின் உருவ வரம்புதான் தெரியும். இதய வரம்பு தெரியுமா?

உண்மையில் அவன் பார்த்ததும், பார்க்க முயன்றதும் ஒருவன் அல்ல; ஒருத்தி! பெண்ணின் இதயத்தை அறிந்து விடுவது – அதுவும் ஒரு இளம் பெண்ணின் இதயத்தை – ஒரு வாலிபன். . .

கைகள் புத்தகத்தைப் புரட்டுகின்றன!

– நிச்சயமாக அந்தக் கல்லூரிப் பாடப் புத்தகத்தில் அதற்கு விடை கிடைக்கப் போவதில்லை!

'பெண் ஒரு புதிர்!' – தணிகாசலம் கண்டுபிடித்த அரிய கண்டுபிடிப்பு! அந்தப் 'புதிர்' அறைக்குள் நுழைந்தது.

"தங்கம்?" என்று திரும்பினான் தணிகாசலம்.

"ஆமாங்க... மழை நின்னு இருக்கு. நான் போய் சுருக்கா ஒங்களுக்குச் சாப்பாடு கொண்ணாந்துட்டா, பொழுதோட வூட்டுக்குப் போயிருவேன்" என்று சொல்லிக்கொண்டே நனைந்திருந்த தாவணியின் தலைப்பைப் பிழிந்து விட்டாள் தங்கம். தணிகாசலம் அந்தப் 'புதிரை' வெறித்து நோக்கினான்.

அவன் பார்வை ஒரு புதிரா?... இல்லை, இல்லை. அவளுக்கு அது புதிராகவே இல்லை. அந்தப் புதிருக்குக் காரணமே அவள்தான். ஆனால் அதுவும் அவளுக்குத் தெரியாது.

அவனது துணிமணிகளைத் துவைத்து உலர்த்தி மடித்து வைக்கும்போது தன்னையறியாமல் – அவன் அறியும்படி – அந்தப் புதிரை அதன் மடிப்புகளில் ஒளித்து வைத்தாள் அவள்.

கல்லூரியிலிருந்து வந்ததும் அவசரத்தில் அவன் விட்டெறிந்த புத்தகங்கள் அலமாரியில் வரிசையாக அடுக்கி வைக்கப்பட்டவுடன், அந்தப் புத்தகங்களின் இடைவெளியிலிருந்து அந்தப் புதிர், அவளுக்குத் தெரியாமல் – அவன் அறியும்படி – அவனை எட்டிப் பார்க்கும்.

அந்த மனித மனோநிலையில், வாலிபத்தின் வக்கிரப் போக்கில், இளமையின் அசட்டுத்தனத்தில், பருவத்தின் சபலத்தில், ஏழ்மையின் இழிநிலையில் கிளைத்தெழுந்த கவர்ச்சி காமக் கிளர்ச்சியோ, இச்சாவெறியோ, மோகத் துடிப்போ, விபசார வலைவீச்சோ அல்ல என்று நிரூபிக்கும் சம்பவம் ஒன்று நிகழ்ந்தது.

– அப்பொழுது அவன்தான் 'கபோதி'யானான்!

தங்கம் ஒருநாள் தன்னை 'ஓஹோஹோ'வென்று அலங்கரித்துக்கொண்டாள். அவள் தாய் வேலை செய்யும் ஒரு பணக்கார வீட்டுப் பெண் பழசாகப் போய்விட்டது என்று கொடுத்த நைலான் தாவணியோடு – எங்கோ எப்பொழுதோ சுருட்டிப் போட்டுக் காணாமற்போய், அன்று பூராவும் தேடு தேடென்று தேடிக்கிடைத்த – பட்டுச் சட்டையையும், 'தீவுளி'க்கு அவள் தாய் எடுத்துக் கொடுத்த சீட்டிப் பாவாடையையும் அரைமணி நேரம் சிரமப்பட்டுச் சிரத்தையோடு உடுத்திக் கொண்டாள். இயற்கையாகவே கருமை படர்ந்து மின்னும் புருவக் கொடிகளில் மைதீட்டிக்கொண்டாள். நெற்றியில் வானத்து நட்சத்திரமே உதிர்ந்து வந்து ஒட்டிக்கொண்டதுபோல் ஜிகினா

வைத்த குங்குமத் திலகம். வெற்றிலைச் சாற்றின் காவிக் கறை படிந்த பவள அதரங்களுக்கிடையே அரும்புப் பற்கள் மின்ன தணிகாசலத்தின் அறை வாயிற்படியில் கதவோரமாக வந்து நின்றாள்.

கதவில் முதுகை அழுத்திக்கொண்டு, முன்புறத்தில் நெளிந்து தொய்ந்த கருநாகப் பின்னலை நெருடியவாறு அவள் நின்ற இடத்தில் பூமிதேவி மெய்சிலிர்த்து, ரோமாஞ்சலி செய்வதுபோல். . .

அவள் சிகையிலிருந்த மல்லிகையும் ரோஜாவும் கீழே உதிர்ந்து சிரித்தன.

அவன் திரும்பினான். . !

"நா காத்தாலைக்கு வரமாட்டேனுங்க, எங்கம்மாவோட 'திருநா' பார்க்கப் போறேன். . ."

அதைச் சொல்வதற்குள் திருவிழா பார்க்கப்போகும் எக்களிப்பும் சிரிப்பும் அவள் மனசில் திமிறுகிறது – வெட்கம் வேறு பிடுங்கித் தின்றது.

– ஏன்?

'அவள் அதைச் சொல்லவா வந்தாள்? பெண் ஒரு புதிர்' – இது தணிகாசலத்தின் மனம் செய்த சித்து. முகமெல்லாம் நாணத்தின் செம்மை படர்ந்து நின்றிருந்த தங்கத்தை தணிகாசலத்தின் விழிகள் ஒருமுறை அளந்தன.

'இந்தப் போக்கை வளரவிடக்கூடாது' – இது தணிகாசலத்தின் போலிப் புருஷத்வம் – வெட்டு ஒன்று துண்டு இரண்டாகப் பேசும் சுபாவமுள்ள கண்டிப்பான பேர்வழியாம் அவன். அந்தப் பட்டத்தில் அவனுக்கு ரொம்பப் பெருமை! தணிகாசலத்தின் நெற்றி சுருங்கிற்று.

அவள் உடல் ஒருமுறை குலுங்கிற்று.

"அலங்காரங்கள் பலமாயிருக்கே . . ." அவன் வார்த்தைகள் 'சுருக்'கென அவளுக்குத் தைத்தன. அவள் உள்ளத்தில் குதித்த மகிழ்ச்சி திடீரென பம்மிவிட்டது. தலை தாழ்ந்தது.

– அவன் ரொம்பச் சாதாரணமாய்ச் சிரித்துக்கொண்டேதான் சொன்னான்:

"பட்டுச் சட்டை, சீட்டிப் பாவாடை, அலங்காரம் பிரமாதம்! அதிருக்கட்டும் தங்கம், இன்னொரு விஷயம்..." அவன் குரலை வேண்டுமென்றே கேலி பாவத்தோடு தாழ்த்திக்கொண்டான்.

"இந்தச் சிரத்தையை எல்லாம் அந்தத் தாவணிக்கும் கொஞ்சம் காட்டியிருக்கக்கூடாதா?"

தங்கத்திற்கு நெற்றிப் பொருத்தில் யாரோ அறைந்ததுபோல் இருந்தது. நிலைகுலைந்த விழிகள் அவனை ஏறிட்டு நோக்கின. மேசையிலிருந்த பெரிய கண்ணாடியை அவளுக்கு நேரே அவன் திருப்பினான். அதில் தெரிந்தது தங்கத்தின் பிம்பமா?... வானத்து மோகினியா..? ஆனால்...

–மெல்லிய நைலான் துகிலுக்குள் சௌந்தர்ய விம்மிதம்... வாலிபத்தின் நளினப் பூரிப்பு... பெண்மை வளர்ச்சியின் வசந்த ருது...

'அவள் சௌந்தரியவதிதான்...' தணிகாசலத்தின் மனம் தனக்குள் முனகியது, அவனது பொய்ம்மை வீறாப்பு கபடமற்ற அந்த சௌந்தரியத்தின் முகத்தில் அறைந்தது. அவன் எங்கோ பார்த்தவாறு நின்றிருந்தான். "தங்கம்..." என்று திரும்பிய தணிகாசலம் திகைத்தான். சற்றுமுன் தான்கண்ட தங்கத்தின் தோற்றம் தனது மனப்பிரமைதானோ என்ற பொறி கலக்கம்!

'பாவம்; ஏழைப் பெண்... என்றாலும் இந்தப் போக்கைக் கண்டிக்க வேண்டாமோ? சீச்சீ, இப்படி ஒரு ஜாலம்... தங்கமா?... ஊஹூம்... ஒரு நாளும் இருக்காது, தங்கம் அப்படி நடப்பாளா?'

–தணிகாசலம் தன் இளமை மனத்திற்கேற்ப, தனது செல்வந்த நிலைக்கேற்ப எண்ணமிட்டாலும், மனிதர்க்கு இயற்கையாகவே உடன்பிறந்த நல்ல சுபாவம், உயரிய மனப் பண்பு அதை மறுத்துப் பார்த்தது. என்றாலும், எந்தக் கவலையும் இல்லாது, இளமை வானில் ஆனந்தமாகப் பறக்கும் வாலிபக் காற்றாடி சில சமயங்களில் சூத்திரக் கயிற்றின் திருப்பத்தால் சிக்கலாகி விடுவதும் சகஜம்தானே! சிக்கல் விடுபட்டாலும் படலாம்; காற்றாடியே அறுபட்டாலும் படலாம்.

இளமை மனம் ஒரு அபூர்வமான காற்றாடிதான்.

தங்கத்தைப் பற்றி, காரணமில்லாமலே அவன் மனசில் சிக்கல் விளைந்தது.

அவளைப் பற்றி லேசான ஓரக்கண் பார்வை அவன் மனசில் குடிகொண்டது.

நிச்சயமாகத் தங்கத்திடம் குறை இல்லை!

❍ ❍ ❍

மறுநாள் காலை, தூங்கிக்கொண்டிருந்த தணிகாசலத்தின் தலைமாட்டில் சந்தடி கேட்டது. அவன் தலையை உயர்த்திப்

பார்த்தபோது மண் கூஜாவில் தண்ணீர் நிரப்பிக் கொண்டிருந்தாள் தங்கம்.

அவள் தன் தாயுடன் திருவிழா பார்க்கப் போகவில்லை. பழைய தாவணி, சீட்டிப் பாவாடை, பழைய சட்டை! தங்கம் அதன் பிறகு தன்னை அலங்கரித்துக்கொண்டதே இல்லை. தங்கத்தின் அழகுக்கு அதனால் ஒரு குறையும் நேர்ந்துவிடவில்லை.

"திருவிழாவுக்குப் போகலியா?" படுக்கையில் படுத்தபடியே கேட்டான் தணிகாசலம்.

"இல்லை. . ." வழக்கம்போலப் புன்சிரிப்பு.

"ஏன்?"

". . ."

"நான் நேத்து சொன்னதுக்காக வருத்தப்பட்டியா?" அவன் படுக்கையில் எழுந்து உட்கார்ந்தான்.

"இல்லியே – எனக்கே அது புடிக்கலே. . . அம்மாதான் கட்டிக்கிட சொல்லுச்சி. . ."

– அவள் சொன்னது பொய்தான். என்றாலும் தணிகாசலத்தின் தத்துவப்படி பெண் என்ற புதிரின் சாகஸமோ சாதுரியமோ அல்ல; பெண்மை!

அவள் வழக்கம்போல அவனிடம் நடந்து கொண்டாள். நிச்சயமாக அவளிடம் குறை இல்லை. அந்த உண்மையை அறிந்துகொள்ளும் சக்திதான் அவனுக்கு இல்லை.

'அவனுக்குப் பிடிக்காவிட்டால் என்ன? அதற்காக அவள் ஏன் தன்னை அலங்கரித்துக்கொள்ளக்கூடாது?' – இந்த எண்ணம் அவனுக்கு அப்பொழுது ஏற்படவே இல்லை

❍ ❍ ❍

தணிகாசலம் இளைஞன்; அழகன். பணக்கார இளைஞனின் அழகை ஏழை அழகி ரசிக்கக்கூடாதா? அவன் நடத்தையிலும், உருவத்திலும், பேச்சிலும், கண்டிப்பிலும் லயித்து 'பக்தி' கொள்ளக்கூடாதா? அது ஒரு குறையா? 'ஆம்' என்றால் அந்தக் குறை தங்கத்திடம் இருந்தது.

அவனை அவள் காதலித்தாளா? அவளுக்குத் தெரிந்தவரை அப்படியெல்லாம் இல்லை. அது சம்பிரதாயத்துக்கு விரோதம் என்பது மட்டுமன்று. அவளுக்கு அப்படி ஒரு சம்பிரதாயம் உண்டு என்பதே தெரியாது. ஆனால், அவனுக்குப் பணிவிடை புரிவதிலும், அவனை அவனுக்குத் தெரியாமல் பார்ப்பதிலும் அவளுக்கு ஒரு சுகம், ஒரு ஹிதம் இருக்கத்தான் இருந்தது,

– அது ஆத்மசுகம். ஆத்மா மனிதனின் இச்சைகளையும் நியதிகளையும் மீறியது. அதன் போக்கை உணர்ந்து அதை எதிலும் பற்றில்லாமல் ஆக்கி, ஏகத்தின் தனி நிலையும், எல்லாமும் ஆகிய பரப்பிரும்மத்தோடு ஐக்கியப்படுத்துபவர்கள் ஞானிகள். தங்கம், பாவம், ஏழை வேலைக்காரிதானே!

❍ ❍ ❍

அன்று காலையில் அவன் அவளுக்குச் சம்பளம் கொடுத்தான்.

– மூன்று ரூபாய்.

"அம்மா அஞ்சு ரூபாயா வாங்கியாரச் சொல்லிச்சி . . ."

அவனிடம் பேசும்போது அவளுக்கிருக்கும் மகிழ்ச்சியையும் சிரிப்பையும் அவளால் அடக்க முடிவதில்லை.

அவன் பர்ஸிலிருந்த நோட்டுக்களை எண்ணிக் கணக்குப் பார்த்தான்.

"ஊஹூம். . . இப்ப இல்லை."

அவள் முகத்தில் ஏமாற்றத்தின் சாயல்கூட இல்லை, அதே சிரிப்பு; அதே குதூகலம்; நடையில் அதே துள்ளல். . . மாடிப்படிகளில் 'தடதட'வென்ற காலடியோசை. . .

❍ ❍ ❍

அன்று இரவுதான் அந்த மழை.

சாயங்காலம் ஐந்து மணிக்கு வந்தவள் – இந்நேரம் இரண்டு தடவை வீட்டுக்கு ஓடிப்போய் வந்திருப்பாள். அதற்குள் மழை பிடித்துக்கொண்டது.

மணி ஏழடித்துவிட்டது. மழையும் கொஞ்சம் விட்டிருந்தது. லேசாக ஈரம் பட்டிருந்த தாவணியைப் பிழிந்துவிட்டுக்கொண்டே கேட்டாள்:

"என்னங்க, மழை விட்டிருக்கு, நான் போயி உங்களுக்குச் சாப்பாடு கொண்ணாந்துடறேனே. . ." என்று சொல்லிவிட்டு மூலையிலிருந்த டிபன் காரியரை எடுத்துக்கொண்டு புறப்பட்டாள் தங்கம்.

தணிகாசலம் ஜன்னலுக்கு வெளியே கையை நீட்டிப் பார்த்தான்.

"மழை விட்டிருக்கு; சீக்கிரம் வந்துடு."

அவள் அவனைப் பார்த்துச் சிரித்தாள் – வழக்கம்போல்தான். அவனுக்கு அது என்னவோ போல் இருந்தது.

மாடிப் படிகளில் 'தடதட' வென்ற காலடியோசை. அவள் போனபின் வெகுநேரம் வரை அறை வாசற்படியிலேயே நின்று வீதியை வெறித்து நோக்கிக் கொண்டிருந்தான் தணிகாசலம்.

வீதியில் முனிசிபல் விளக்குகள் ஒன்றுகூட இல்லை. தெருவில் இருள்தான் உலவிக்கொண்டிருந்தது. சாரி சாரியாய் மடிந்திருந்த இருளின் திரட்சி, பூமியையும் வானத்தையும் அடைத்துப் புடைத்து விம்மிக்கொண்டிருந்தது.

சாலையோர மரங்களின்மீது மின்மினிப் பூச்சிகள் மின்னி மறைந்து திரிந்துகொண்டிருந்தன. 'நொய்' என்ற சுவர்க் கோழிகளின் இடையறாத நச்சரிப்பு! தவளைகளின் வருண ஜபம்!

பலகோடி மின்மினிப் பூச்சிகள் அணிவகுத்து நின்று ஜாலம் காட்டி மறைந்ததுபோல் இருள் சிரித்தது!

– மின்னல் சரடு வெட்டி வலித்தது. எங்கோ வெகு தூரத்தில் மழை துரத்திக்கொண்டு சலசலப்பு! ஊதைக் காற்று கட்டியம் கூறிற்று.

"மழை வருமோ?"

மழை வருவதற்குள் அவள் வந்துவிட்டாள்.

இல்லை இல்லை. அவள் வருவதற்குள். . .

அவசர அவசரமாக ஓடிவந்து அறைக்குள் நுழைந்தாள் தங்கம். மழைக்கும் அவளுக்கும் நடந்த போட்டியில் ஒரு மாத்திரையில் அவள் ஜெயித்துவிட்டாள்.

"என்ன மழையா. . ?"

மேகப் பாறைகள் வானவெளியில் முட்டி மோதி சஞ் சரித்தன. அவன் வார்த்தைகள் மழை இரைச்சலில் அவள் காதில் விழவில்லை.

'தபதப'வென மழைத் தாரை வர்ஷித்தது.

வாசல்வரை வந்தவள் மேலே போகாமல் நின்று விட்டாள்.

மழை மானாமாரியாய் 'சோ'வென்று கொட்ட ஆரம்பித்தது. காற்று சுழன்று சீறியது.

மழையில் சிக்கிய சிட்டுக்குருவிபோல் உடலை ஒடுக்கிக் கொண்டு வாசற் கதவோடு ஒட்டிக்கொண்டாள் தங்கம்.

மழைத் தண்ணீர் முகத்தில் வீசி அடித்தது.

“ஏன் அங்கே நிக்கறே?... சாரலடிக்கும். இப்படி வா.” மழை இரைச்சலில் அவன் சப்தம் போட்டுச் சொல்ல வேண்டி யிருந்தது அவள் கால்கள் தயங்கின. மனம் தள்ளியது. அறைக்குள் வந்து கதவைச் சற்றே மூடிவிட்டுக் கதவுக்குப் பின்னால் நின்று கொண்டாள் தங்கம்.

“மழையானாலும் போயிடலாம். ஒரே இருட்டா இல்லே இருக்குது” என்று முனகிக்கொண்டாள் தங்கம்.

போகும் வழியில் ஒரு கல்லறை வேறு இருக்கிறது. அவளுக்கு அதை நினைக்கும்போதே பீதி!

மணி ஒன்பதடித்தது.

மழையும் நிற்கவில்லை.

“நீ எப்பிடிப் போவே! மழையும் நிக்கலே. ஒரே இருட்டு... உம். இங்கேயே சாப்பிட்டு, ஒரு பக்கம் படுத்துக்கோ...”

“...”

அவன் சாப்பிட உட்கார்ந்தான். அவள் வழக்கம்போல் கண்ணாடித் தம்ளரில் தண்ணீர் எடுத்து வைத்தாள்.

அவன் அன்று குறைத்தே சாப்பிட்டான்.

அவன் சாப்பிட்டதும் மீதியாகும் சாப்பாட்டை அவள் வீட்டுக்கு எடுத்துச் சென்று விடுவது வழக்கம். வழக்கத்திற்கு மாறாக அன்று அங்கேயே வைத்துக்கொண்டு சாப்பிட்டுவிட்டாள். அவளுக்கு வெட்கமாக இருந்தது. அடிக்கடி அவனைப் பார்த்துப் பார்த்துச் சிரித்துக்கொண்டே சாப்பிட்டாள்.

வெளியே மழை பொழிந்து கொண்டிருந்தது. ‘தட தட’ வென்ற பேரோசை இடைவிடாமல் தாளலயத்தோடு முனங்கிக் கொண்டிருந்தது.

சில சமயங்களில் ‘ஊ’வென்று காற்று சுழன்று உறுமியது.

முன்புறக் கூடல்வாயிலில் அருவிபோல் மழை நீர் பிரவகித்தது.

தரையெல்லாம் ‘ஜில்’லென்றிருந்தது.

மூலையிலிருந்த பழம் பாயை எடுத்து வாசலுக்கருகில் கதவின் சந்தில் மறைவாக விரித்துக்கொண்டாள்.

அவன் படுத்த பிறகுதான் படுத்துக்கொள்ள வேண்டுமென்ற முடிவு. குளிரில் உடல் நடுங்கியது.

தணிகாசலம் ஜன்னல் கதவுகளை அழுத்தி மூடிவிட்டு மேசைக்கருகில் உட்கார்ந்து படிக்க முனைந்தான்.

கதவோரத்தில் முழங்கால்களைக் கட்டிக்கொண்டு முகவாயை மூட்டுகளில் தாங்கியவாறு அவனையே பார்த்த வண்ணம் உட்கார்ந்திருந்தாள் தங்கம்.

அந்தப் பார்வை அவன் முதுகில் நமைந்தது.

மணி பத்தடித்தது.

மழை இன்னும் நிற்கவில்லை.

குளிர்ந்த காற்று 'சில்'லென வீசியது

அவளுக்குத் தூக்கம் இமைகளில் கனத்தது

குளிரில் ஒரு போர்வைக்குள் உடம்பைப் புதைத்துக் கொண்டு தன் குடிசையின் ஒரு மூலையில் முடங்கிப் படுத்துக் கொண்டால்... என்ற கற்பனையே ரொம்பச் சுகமாக இருந்தது அந்தச் சூழ்நிலையில்.

அதைவிட அதி சுகம் வேறொன்றுமில்லை என்று தோன்றியது

ஒரு நீண்ட கொட்டாவி அவளை யறியாமல் புறப்பட்டது.

அவன் அவளைத் திரும்பிப் பார்த்தான். அவளுக்கு வெட்கமாகப் போய்விட்டது. சிரிப்பும் வந்துவிட்டது.

தலையைக் குனிந்துகொண்டாள்.

தணிகாசலத்தின் தேகமெல்லாம் ரோமாஞ்சலி செய்தது.

மழையின் பேரோசை அவன் மனசில் 'தடதட'த்தது!

இரவின் குளிர் அவன் இதயத்தில் உறைந்தது.

தனிமை உணர்ச்சி நினைவில் கனத்தது.

இளமையின் சிரிப்பு அவனை மயக்கித் தலைகிறங்க வைத்தது. பனிப் பாலைவனத்தில் விறைத்து விட்டவன்போல் அவளை வெறித்து நோக்கியவாறு நின்றான். அவன் விழிகளில் மின்னித் திரிந்த யௌவனம் தன் பிரதிபலிப்பை அவளிடம் கண்டது அவள் மருண்டு விழித்தாள்: உறக்கம் கலைந்தது; கண்கள் 'ஜவ்'வென்று சிவந்தன. முகத்தில் ரத்தம் குழம்பியது அவன் புன்சிரிப்புடன் அவளை வைத்த கண் வாங்காமல் பார்த்தான். அந்தப் பார்வையைச் சமாளிக்க முடியாமல் அவள் முகம் கவிழ்ந்தது. இருவர் உதடுகளும் துடித்தன.

ஜெயகாந்தன் கதைகள்

அவன் அவள் அருகே வந்தான்.

அவள் ஒரு மோகினிப் பெண் போல் எழுந்து நின்றாள்.

"தங்கம்" – அவன் குரல் உடைந்து நொறுங்கியதுபோல் கரகரத்தது

அவள் எச்சிலைக் கூட்டி விழுங்கினாள். கால்கள் வெட வெடத்தன. மனசில் பயம் கவிந்தது; விவரிக்க முடியாத ஒரு புதிய சந்தோஷம் மனசிற்குள் சிறகடித்துப் படபடத்தது. புதிய ஆர்வமும், புதியதோர் துடிப்பும் நெஞ்சிற்குள் புடைத்துக்கொண்டு குதித்தன.

அவன் – அந்தச் செல்வந்தர் வீட்டுச் செல்வன் – அவளிடம், அந்த வேலைக்காரியிடம் எதையோ யாசிப்பவன்போல் பல்லைக் காட்டியவாறு மோக மயக்கத்தில் சிரித்துக்கொண்டே நின்றான்

அவள் தனது பணியாளுக்கு ஏதோ வெகுமானமளிக்க சம்மதம் தெரிவித்த மகாராணிபோல் பெருந்தன்மையோடு அவனைப் பார்த்தாள்.

தணிகாசலம் அவள் கரத்தை இறுகப் பற்றினான்.

அவன் பிடியில் காந்திய வெப்பம் அவளுக்கு ஹிதமாக இருந்தது.

'வெடுக்'கென கையை இழுத்துக்கொண்டாளே, ஏன்?

அவளை அப்படியே தழுவிக்கொள்ள அவன் மனம் துடித்தது.

வாடைக் குளிர் வாட்டுகின்ற மழை இரவின் தனிமையில், யௌவனத்தின் வெப்பத்தைப் பகிர்ந்துகொள்ள இரண்டு இளமை உள்ளங்கள் தவித்தன.

ஆனால் அவர்களுக்குக் குறுக்கே நிற்பது என்ன?

அதுதான் அந்த நிமிஷம் தணிகாசலத்திற்கும் புரியவில்லை.

"தங்கம்…" அவன் அவளை நெருங்கினான்.

அவள் விலகி நின்று கொண்டாள். அவனைக் கண்டிப்பது போலப் பார்த்தாள்.

உண்மையில் அவள் அவனை மறுத்தாளா? – அது வேறு விஷயம்.

"பெண் ஒரு புதிர்!" தணிகாசலத்தின் முடிவு இது.

அவளுக்குத் தெரிந்தவரையில் அவள் அவனைக் காதலிக்கவோ, நம்பவோ இல்லை. ஆனால் அவள் அவனை வெறுக்கவுமில்லை. எனினும் அந்தச் சந்தர்ப்பத்திலிருந்து

தப்பித்துக்கொள்ளவோ, அதைப் புறக்கணிக்கவோ அவள் தயாராக இல்லை. அந்தச் சக்தி அவளுக்கு இல்லை. அவள் தன்னை அவனுக்குச் சமர்ப்பித்துக் கொள்ள அப்போது தயாராகி நின்றாள். . .

– சத்தியமாக, தங்கம் கெட்டவள் அல்ல. தங்கம் பத்தரை மாற்றுப் பொன். ஆனால் பெண்!

தணிகாசலம் சிறிது நேரம் யோசித்தான்.

'அம்மா அஞ்சுரூபாயா வாங்கியாரச் சொல்லுச்சி. . .' அவள் ஏழைமைக் குரல் அவன் மனசில் ஒலித்தது; அவன் இளமைக் கோலம் அவன் முன் நர்த்தனமிட்டது.

அவளை அவன் ஓரக்கண்ணால் பார்த்தான்!

அவன் பணத்திமிர் அவளைத் தன்வயப்படுத்த வழி கண்டுபிடித்து விட்டதாகக் கொக்கரித்தது.

சுவரில் தொங்கிய ஷர்ட்டிலிருந்து பர்ஸை எடுத்தான். தங்கம் எங்கோ இருளில் பார்வையை மேயவிட்டு நின்றாள்.

அவள் நெஞ்சமெல்லாம் விவரிக்க இயலாத பூரிப்பு.

"தங்கம். . ." அவள் தோள்மீது அவன் கைகளை வைத்தான். அவள் திரும்பினாள். அவள் முகத்தில் ஆத்திரமற்ற படபடப்பு. அவள் கையை இறுகப் பற்றினான் அவன்.

"உம், கையை விடுங்கள். . ."–அவள் வார்த்தைகள் குழைந்தன. அவளையறியாமல் அவள் விரல்கள் அவன் விரல்களை நெறித்தன. கண்களை இறுக மூடிக்கொள்வதில் ஒரு சுகம் இருந்தது!

அவள் உள்ளங்கைகளில் எதையோ வைத்து மூடினான் தணிகாசலம்.

அவள் கண் திறந்து பார்த்தாள்.

தங்கத்தின் மனம் சிலுப்பிக் கொண்டது.

பெண்மை விழித்துக் கொண்டது.

அவள் விழிகளில் தாரை தாரையாய்க் கண்ணீர் பெருக்கெடுத்தது. கலங்கிய விழிகள் அவன் முகத்தை உணர்வற்று வெறித்தன! உதடுகள் துடித்தன!

தணிகாசலத்திற்கு ஒன்றும் புரியவில்லை. 'குற்றம் புரிந்து விட்டோமோ' என்ற திகிலுணர்ச்சி. . . தலைகுனிந்தான்.

வெளியே இருளின் சிரிப்பு மின்னித் தெறித்தது.

இடி 'கட கட'த்துக் கைகொட்டி ஆரவாரித்தது.

அவள் கையிலிருந்து கசங்கிய ஐந்து ரூபாய் நோட்டு பிடி நழுவிக் கீழே விழுந்தது.

பயந்து வெளிறிய அவன் முகம் நிமர்ந்தது!

அங்கே அவள் இல்லை!

ஈரம் படிந்த தரையில் ரூபாய் நோட்டு மட்டுமே கசங்கிக் கிடந்தது.

மாடிப் படியில் 'தடதட'வென்ற காலடியோசை அதிர்ந்து ஒலிக்கவில்லை!

"தட் . . . தட். . . தட். . . தட்" ஓசையிலேயே தளர்ச்சி!

தணிகாசலத்தின் உணர்ச்சிகளெல்லாம் மரத்துப் போயின. ஜன்னல் வழியே வீதியைப் பார்த்தான்.

கொட்டுகின்ற மழையில், கன்னங்கனிந்த இருளில், இருளிலிருந்து விலகிச் செல்லும் இருள் பிண்டம் போன்ற கரிய உருவம் ஒன்று அசைந்தது.

அவள் இப்பொழுது இருளுக்கோ போகின்ற வழயில் இருக்கும் கல்லறைக்கோ பயப்படவில்லை!

❍ ❍ ❍

"தங்கம்!" – காலமெல்லாம் அவன் இதயத்தில் அந்தப் பெயர் ஒலித்துக்கொண்டே இருக்கிறது!

'அவளை அதன் பிறகு நான் பார்க்கவே இல்லை... ஐயோ!... எப்படிப் பார்ப்பேன்?'

அவள் நல்ல பெண்.

'விதிதான் அவளை என்னிடமிருந்து காப்பாற்றியது...'

'ஐயோ! தங்கம்... அவள் தன்னையறியாமலே என்னைக் காதலித்தாள். சமூகத்தின் கட்டுகளை மீறி அவள் இதயம் என்னை நாடியது. எந்தப்பிரதியுபகாரமும் கருதாது என்னிடம் பக்தி கொண்டது.'

'அந்தப் புனிதமிக்க ஹிருதயத்தை விலை பேசலாமா?'

'அவள் பெண்மையை என் பாதங்களில் சமர்ப்பிக்கக் காத்திருந்தாள். விற்க விரும்பவில்லை! ஐயோ தங்கம்!'

– காலப்போக்கில் அவள் நினைவில் குழம்பிக் கொண்டிருந்த அவன் இதயத்தில் அவளைப் பற்றிய உண்மைகள் காலம் கடந்து அரும்பின.

'கிடைக்கக்கூடாத மாணிக்கம்; கிடைக்கும் தருவாயில் இழந்து விட்டேன்...'

'மாணிக்கமாய் இருந்தால் மறுபடியும் கிடைக்கும். தங்கம் பெண் அல்லவா..?'

– பெண்தானே?

அதற்கென்ன, தணிகாசலத்திற்கு ஒரு பெண்ணும் கிடைத்தாள். அந்தஸ்தில், அழகில், கல்வியில் எல்லாவற்றிலும் உயர்ந்த பெண்தான்.

அவளுடன் அவனும் வாழ்ந்தான்!

காலம் ஓடியது. அவன் இளமையை, இன்பத்தை, அழகை, மனைவியை எல்லாவற்றையும் இழுத்துச் சென்றது கால வெள்ளம்.

அவன் நினைவை?... அந்தக் காதலை?

'காதலா..?'

– அவன் அனுபவித்தறியாத அவனால் அனுபவிக்க முடியாத ஒரு மாயை அது.

'ஆம்; காதலை நான் திரஸ்கரித்தேன், காதல் என்னைத் திரஸ்கரித்து விட்டது!'

ஜன்னலுக்கு வெளியே தெரிந்த ஆலமரத்தைப் பார்த்து அந்தக் கிழவர் லேசாகச் சிரித்துக் கொண்டார்.

சரஸ்வதி, 1957

ஒரு பிடி சோறு

'ஹேய்...ஹேய்ன்னானாம்!' – அதோ, விரலைச் சொடுக்கிக் கொண்டு குதித்தோடி வருகிறதே, ஒரு 'கரிக்கட்டை' – அவன்தான் ராசாத்தியின் ஏக புத்திரனான மண்ணாங்கட்டிச் சிறுவன்.

தென்னாற்காடு ஜில்லாவாசிகளைத் தவிர மற்றவர்களுக்குப் பெயர் வேடிக்கையாகத்தா னிருக்கும். ராசாத்தியின் இறந்துபோன அப்பனின் பெயர் அது. கிழவன் மீது கொண்ட ஊமைப்பாசம் இப்பொழுது மகன்மீது சொரிகிறது . . .

இப்பொழுது மண்ணாங்கட்டிக்கு ஏகக் குஷி! ஏன் தெரியுமா? அடுத்த அடுப்பிலிருந்த சோற்றைத் திருடித் தின்ற எக்களிப்புத்தான்!

பூட்டா, திறப்பா? – பிளாட்பார வாழ்க்கை தானே? நாய் வந்து வாய் வைத்தாலும் அடித்துத் துரத்துவாரில்லை. அதுவும் இந்தத் திருட்டுக் கொட்டுப் பயல் பிறர் காணும்படியா அந்தக் காரியத்தை நடத்தியிருப்பான்? – பானையோடு தூக்கிக்கொண்டு தெருக்கோடியிலிருக்கும் அந்தப் பாழ் மண்டபத்துக்குத்தான் ஓடியிருப்பான் – அது அவன் வாசஸ்தலம்.

"ஒன்னெ வெட்டி வெக்க... எங்கேடா போயிருந்தே, சோமாறி?" என்று வரவேற்றாள் அவன் தாய் ராசாத்தி.

"யம்மோவ் . . . துட்டும்மா, ஹூம் . . . துட்டு குடும்மா . . ." என்று அவள் சேலை முந்தானையைப் பிடித்துக்கொண்டு குதித்தான் சிறுவன்.

ராசாத்தி நிறைமாசக் கர்ப்பிணி. அவன் இழுப்புக்கெல்லாம் அவள் ஈடு கொடுக்க முடியுமா?அவன் இழுத்த இழுப்பிலே கீழே விழத்தெரிந்தாள்; சமாளித்துக் கொண்டு நின்ற வேகத்தில் ஆத்திரத்துடன் மண்ணாங்கட்டியின் முதுகில் இரண்டு அறை வைத்தாள்.

"ஒன்னெ பாடையிலே வெக்க . . . என்னெ இஸ்துத் தள்ளப்பாத்தியே . . . எங்கனாச்சும் ஒழிஞ்சி தொலையறதுதானே? . . . துட்டு வேணுமாம், துட்டு . . . இவன் அப்பன் இங்கே கொட்டி வச்சிருக்கான் பாரு!"

"ஏம்மா, எங்கப்பன் ஆரும்மா?"

ராசாத்தி என்ன பதில் சொல்லுவாள்? அவளுக்கே தெரியாது. இப்பொழுது வயிற்றிலிருப்பதற்குத் தகப்பன். . ?

ஒரு நிமிஷம் எங்கோ நினைவு கூர்ந்து, சடையம்மன் கோவில் திருவிழாவில் சந்தித்துச் சில நாட்கள் உறவாடியிருந்த அந்தத் தாடிக்கார வளையல் வியாபாரியை, அவன் முகத்தை, அவன் சிரிப்பை, அவனது சேஷ்டைகளையெல்லாம் மனசில் நினைத்து நிறுத்திப் பார்த்தாள்.

அவள் முகத்தில் சிரிப்பு குழம்பியது – அந்த ரகஸியங்கள் ளெல்லாம் மண்ணாங்கட்டிக்குத் தெரியுமா?

"இங்கே வாடா, வாந்தி பேதியிலே போறவனே!" என்று பல்லைக் கடித்துக்கொண்டு அவனை எட்டிப் பிடிக்கக் கையை வீசினாள்.

ஒரே பாய்ச்சலில் அவள் பிடியிலிருந்து விலகி நின்ற சிறுவன், "ஹேய்ன்னானாம்!" என்று இரண்டு கைகளையும் தட்டிக்கொண்டு குதித்தான்.

"வா வா, புண்டம் கொட்டிக்க வருவே இல்லே" என்று விரலை ஆட்டிப் பத்திரம் கூறினாள் ராசாத்தி.

"நான்தான் துன்னுட்டேனே!" என்று வயிற்றில் தாளம் தட்டித் தடவியவாறே 'ஏவ்' என்று பெரிசாக ஒரு ஏப்பம் விட்டுக் காண்பித்தான்.

மண்ணாங்கட்டியின் முதுகில் பின்னாலிருந்து 'பளீ'ரென ஓர் அறை விழுந்தது.

"தேவடியா பெத்த பயலே . . . வெறவு தூக்கிக்கினு போயிருக்கிறவருக்கு சோறு எடுத்துவச்சா . . . அதைத் திருடித் துன்னுட்டு வந்து குதிக்கறதைப் பாரு!" என்று உறுமியவாறே நின்றிருந்தாள் மாரியாயி.

“வாடி, உத்தம பத்தினி . . . பத்தினி படபடா, பானை சட்டி லொடபுடா . . .” என்று பச்சையான ‘பழமொழி’யை நீட்டி முழக்கி, சேலைத் தலைப்பை வரிந்துகொண்டு வந்தாள் ராசாத்தி.

“ஐய, ஒண்ணுங் கெட்ட மூளிக்கி ரோசத்துக்குக் குறைச்ச லில்லே… அப்பபடியே தொங்கத் தொங்கக் கட்டிக்கினு பெத்தவ மாதிரிதான்” என்று முகவாயைத் தோளில் இடித்துக் கொண்டாள் மாரி.

“ஆமா . . . ஒன்னே மாதிரி, தொங்கத் தொங்கக் கட்டிக்கினு ஊர் மேஞ்சா நல்லாத்தானிருக்கும்!” என்று திருப்பியடித்தாள் ராசாத்தி.

“ஆமா . . . நான் போவும்போது இவதான் வந்து வெளக்குப் புடிச்சா!”

மாரிக்குத் தன்னைப் பற்றி யாருக்கும் தெரியாது என்ற துணிச்சல்.

“ஏண்டி, ஒரே முட்டா அலட்டிக்கிறே . . . ஒன் அட்ரஸு பூரா எங்கிட்டே இருக்குடி . . . அன்னிக்கு, சொதந்தரத்துக்கு மொத நாளு மோர்மார்க்கட்டுத் துலுக்கனோட போனியே, எனக்குத் தெரியாதுன்னு நெனைச்சிக்கினியா?”

மாரிக்குச் ‘சுருக்‘கெனப் பொத்துக்கொண்டு கோபம் வந்துவிட்டது. மேலே எதுவும் பேச முடியாமல், ‘இன்னாடி சொன்னே, அவிசாரி முண்டே!’ என்று உறுமிக் கொண்டே ராசாத்தியின் கன்னத்தில் எட்டி அறைந்தாள்.

“அடி, எஞ் சக்காளத்தி” என்று மாரியாயின் கூந்தலை எட்டிப் பிடித்துச் சிம்பினாள் ராசாத்தி.

வலி பொறுக்க மாட்டாமல் ராசாத்தியின் நெஞ்சில் குத்தினாள் மாரி. ராசாத்திக்கு வெறி அடங்கவில்லை. கூந்தலைப் பிடித்த பிடியை விடாமல் சிம்பினாள். மாரியின் கை வீச்சு காற்றைத் துழாவியது. இரண்டொரு குத்து ராசாத்தியின் நெஞ்சில் விழுந்தன. மூன்றாவது குத்து ராசாத்தியின் வயிற்றில் விழுந்தது . . .

“அடியே . . . புள்ளத்தாச்சி டீ . . .” என்ற அலறலுடன் மாரியின் பிடரியில் அறைந்து அவளைப் பிடித்திழுத்தான் அப்பொழுதுதான் அங்கு வந்த மாரியின் புருஷன் மாணிக்கம்.

விலகி நின்ற இருவரின் முகத்திலும் கூந்தல் கலைந்து படிந்திருந்தது . . . ‘மூஸ்’ ‘மூஸ்’ என்று மூச்சு இளைத்தது.

ராசாத்தியின் ரவிக்கை கிழிந்து தொங்க, அங்கமெல்லாம் வெளியே தெரிந்தன. தனது பெரிய வயிற்றை அசைக்க முடியாமல் பெருமூச்செறிந்தாள் ராசாத்தி.

"இன்னாம்மே, நீ என்னா பொம்பளையா, பிசாசா? . . . வாயும் வவுறுமா இருந்துக்கினு இப்பிடி பேயா அடிச்சிக்கிறியே ... படாத எடத்துலே பட்டுதுனா இன்னா ஆவுறது..?"

"நா ஒண்ணுமே பண்ணலே, அண்ணே!" என்று அழ ஆரம்பித்தாள் ராசாத்தி.

காப்பிணியான ராசாத்தி முகம் சிவந்து அழவும் மாணிக்கத்தின் மனசு என்னவோபோல் ஆகிவிட்டது.

"போம்மே, ராச்சஸி!" என்று தன் மனைவியைப் பிடித்துத் தள்ளிக்கொண்டு போனான் மாணிக்கம்.

"நீயும் வேற என்னெ அடிக்கிறியா? . . . அடி. அடி . . . அந்தத் தேவடியா பெத்தது ஒனக்கு வெச்சிருந்த சோத்தைத் துன்னுட்டுப் போயிடுச்சி. அத்தெக் கேக்க வந்தா . . . அவ, என்னெ அங்கே போனவளே இங்கே போனவளேன்னு பேசறா . . . நீ வேற என்னெ அடிக்கிறே . . . நா ஏன்தான் பொண்ணாப் பொறந்தேனோ . . ." என்று நீட்டி முழக்கி ஒப்பாரி வைக்க ஆரம்பித்துவிட்டாள் மாரி.

"அதெ வாரிக்கிட்டுப் பூட . . . அதுதான் திருட்டுக் கொட்டா நிக்குதே. நா, எலும்பெ முறிச்சிப் பாடுபட்டுக் கஞ்சி ஊத்தறேன். இப்பிடித் திருடித் துன்னுட்டு வம்பு வலிச்சிக்கினு வருதே . . . இன்னிக்கு வரட்டும், கழுத்தெ முறிச்சிக் கூவ ஆத்திலே நுந்திடறேன்" என்று கருவினாள் ராசாத்தி.

ராசாத்தியின் அடிவயிற்றில் 'சுருக்'கென வலித்தது. வயிற்றை அழுத்திப் பிடித்துக்கொண்டு தனது கூட்டினுள் போய்ப் படுத்துக் கொண்டாள்.

சட்டைப் பையிலிருந்த இரண்டணாவைத் தடவிப் பார்த்துக்கொண்டே, 'நாஸ்டா' பண்ணுவதற்காக டீக்கடையை நோக்கி நடந்தான் மாணிக்கம்.

இந்தச் சந்தடியில் மண்ணாங்கட்டிப் பயல் எங்கே போனான் என்று யாரும் கவனிக்கவில்லை.

❍ ❍ ❍

ராசாத்திக்கோ, மாரியாயிக்கோ விபசாரம் என்பது தொழிலல்ல; அவர்கள் வாழும் பிளாட்பாரத்தின் எதிர்ப் புறத்திலிருக்கும் விறகுக் கடையில் விறகு சுமந்து செல்வது, லாரியில் வரும் விறகுக்

கட்டைகளை இறக்கிக் கடைக்குள் அடுக்குவது – இவைதான் பிரதான தொழில். அந்த வேலைகள் இல்லாத சமயத்தில் வேறு ஏதாவது கூலி வேலை. அதுவும் இல்லாத சமயத்தில், மிகவும் வறட்சி ஏற்பட்டு நல்ல கிராக்கியும் 'சான்ஸ¬'ம் அடித்தால் . . . வேறு 'ஏதாவது' . . .

கோணி + கந்தல் பாய் + மூங்கில்தட்டி + சினிமா போஸ்டர் = ஒரு கூரை! அந்தக் 'கோழிப்புறை'யில் நீட்டிப் படுத்திருந்த ராசாத்தியின் அடி வயிற்றுக்குள் என்னவோ 'சுருக்'கென்று குத்தி வாங்கியது. ராசாத்தி நெளிந்து கொடுத்தாள். கீழுதடு பற்களுக்கிடையே மடிந்து கொடுத்தது. நெற்றி சுருங்கிற்று.

– வயிற்றில் வலியா, பசியா?

கால்களைச் சற்று அகல விரித்து இடுப்புச் சீலையைத் தளர்த்தி விட்டுக் கொண்டாள். இடுப்பை வளைத்து, நெஞ்சை உயர்த்தி உடலை முறுக்கிக் கொடுத்தாள். பாதங்களைத் தரையில் உரசி உரசி எழுப்பிய ஒலி அவளுக்கு இதமாக இருந்தது. திரும்பவும் தேய்த்துத் தேய்த்துப் பார்த்துக் கொண்டாள்.

வலியைப் பற்றிய நினைவு இல்லை. ஏதாவது கொஞ்சம் சாப்பிட்டால் தேவலாம் போன்ற எண்ணம்.

'கொஞ்சமா? – ஹ்ம் . . . கஞ்சியெக் கண்டு ரெண்டு நாளாச்சு, ஒரு பானை கஞ்சி இருந்தாலும் நெட்டலாம்' – அவள் கண்கள் மூலையில் கவிழ்த்து வைக்கப்பட்டிருந்த மூளிப் பானையை நோக்கின. பக்கத்தில் ஓட்டையான அரிசிப் பானை உருண்டு கிடந்தது.

பசி வயிற்றை மென்றது!

அவளுக்கு எரிச்சல் எரிச்சலாய் வந்தது. ஒற்றைக் காலில் கிடந்த ஈயக் காப்பு 'தரதர'வெனத் தரையில் தேய்ந்து கரையப் பாதங்களைத் தேய்த்துக் கொண்டாள்.

அடி வயிற்றின் ஒரு பக்கத்தில் சில நிமிஷங்களுக்கு ஒருமுறை 'சுருக்'கென்று குத்தல் வேறு.

'உஸ் . . . அம்மாடி!' என்ற பெருமூச்சு.

"ராசாத்தி, ராசாத்தி!" என்ற குரல் கேட்கிறது. மல்லாந்து கிடந்தவாறே தலையை நிமிர்த்திப் பார்க்கிறாள் ராசாத்தி. மாரியாயி குனிந்து நின்றபடி தலையை மட்டும் குடிசைக்குள், நீட்டியவாறு, "என்னா ராசாத்தி. இடுப்பு வலியா?" என்று கேட்டாள்.

"ஊஹூம் . . . அதெல்லாம் ஒண்ணுமில்லே, பசிதான் . . . நேத்து ஒரு வாய்க் கஞ்சி குடிச்சதுதான். இன்னிக்குப் பூரா பட்டினி. அதான் வயத்தை என்னமோ பண்ணுது!"

மாரியாயிக்கு மனசை என்னவோ செய்தது:

"பாவம், வாயும் வயிறுமா இருக்கிற பொம்பளெ பட்டினி கெடக்கலாமா?"

ராசாத்தியின் குடிசைக்குள் நுழைந்து குனிந்து நின்றபடி, ஒரு மருத்துவச்சியைப் போல் அவளுடைய உடலைப் பரிசோதித்தாள் மாரியாயி.

இடுப்புச் சீலையைத் தளர்த்தி, அவிழ்த்து, கருச் சிசுவின் சிரம்முட்டி நிற்கும் அவளுடைய அடி வயிற்றைத் தடவிப் பார்த்தாள் . . . அடி வயிறு கனத்து, உருண்டு திரண்டிருந்தது; மேல் வயிறு தளர்ந்துபோய், சுருங்கி, விரிந்து மேலும் கீழும் ஏறி இறங்கிக் கொண்டிருந்தது.

ராசாத்தியின் அடி வயிற்றைத் தடவிக்கொண்டே இருந்தாள் மாரியாயி. அந்த வயிற்றுக்குள் ஒரு புதிய உயிர், ஒரு பச்சைப் பசும் சிசு இருக்கிறது என்ற உணர்ச்சியால் மாரியாயிக்கு உடல் முழுதும் புல்லரித்தது.

"இது இடுப்புவலி போலத் தானிருக்கு . . . ஆசுபத்திரிக்கிப் போயிடேன்!" என்று கூறினாள் மாரியாயி.

"அட, நீ ஒண்ணு... எனக்குத் தெரியாதா? மாசம் எட்டுதானே ஆச்சி. சடையம்மா கோயிலு திருநா அப்பத்தானே தரிச்சிது... ஆவணி ஒண்ணு, புரட்டாசி ரெண்டு . . ." என்று கணக்குப் போட்டுப் பார்த்துவிட்டு, "அதெல்லாம் ஒண்ணுமில்லே, பசிதான்!" என்றாள் ராசாத்தி.

நா என்ன பண்ண? சோறுகூட இல்லையே . . . அரிசி இருக்கு... அடுப்பைப் பத்தவச்சிக் கஞ்சிகூடக் காச்சிடலாம் . . . லாரி நெறைய வெறவு வந்து நிக்குதே . . . இப்போவிட்டா இன்னும் ரெண்டு நாளைக்குக் காசைக் கண்ணாலே காண முடியாது. . . உம்" என்று முனகிக் கொண்டே நின்றாள் மாரியாயி.

"அரிசி இருக்கா?" என்று தலையை நிமிர்த்தி எழுந்து உட்கார்ந்து கொண்டாள் ராசாத்தி.

"இருக்கு . . . ஒன்னாலே கஞ்சி காச்சிக்க முடியுமா?"

"ஓ! அதெல்லாம் முடியும் . . . சீக்கிரம் கொண்டா!" என்றவாறு சரிந்த கூந்தலை முடிந்துகொண்டாள். கணுக்காலில் ஏறியிருந்த ஈயக்காப்பை இழுத்துவிட்டுக் கொண்டாள். அவிழ்ந்து

திறந்து கிடந்த ரவிக்கையை இழுத்து முடிந்து, உட்கார்ந்தவாறே சேலையையும் இடுப்பில் சுற்றிக் கொண்டாள்.

அந்தக் குடிசையில் நிற்க முடியாது. ராசாத்தி நல்ல உயரம் என்பது மட்டுமல்ல, குடிசையும் ரொம்பத் தாழ்ந்ததுதானே?

உதட்டை மடித்துக் கடித்துக்கொண்டு மெள்ள நகர்ந்து குடிசைக்கு வெளியே வந்ததும் நிமிர்ந்து எழுந்து நின்றாள்.

'அம்மா, வயிறுதான் என்னமாய்க் கனக்கிறது!'

மாரியாயி பழம்பானையில் இருந்த அரிசியை ஒரு தகரக் குவளையில் கொட்டி ராசாத்தியிடம் கொடுத்துவிட்டு மூலைக்கு ஒன்றாய்க் கிடந்த அடுப்புக் கற்களைக் குடிசைக்கு வெளியே சேர்த்து வைத்து, அடுப்புக்குப் பக்கத்தில் கிடந்த சுள்ளிக் கட்டிலிருந்து ஒருபிடி சுள்ளியை இழுத்து எடுத்து ராசாத்தியிடம் கொடுத்தாள். "சீக்கிரம் காச்சிக் குடி... நா போயிட்டு வந்துட றேன்..." என்று குரல் கொடுத்துக் கொண்டே, விறகுக் கடையை நோக்கி ஓடினாள் மாரியாயி.

உருண்டு கிடந்த சோற்றுப் பானையை எடுத்துக் கொண்டு தண்ணீர் பிடிக்கப் போனாள் ராசாத்தி.

குழாயடியில் ஒரே கூட்டம்.

ராசாத்தியினால் நிற்க முடியவில்லை. ஒரு கால் மட்டும் 'வெட வெட'வென நடுங்கிற்று. அடிவயிற்றில் 'சுருக்'கென்ற அந்த வலி...

"அம்மா!" என்று பெருமூச்சு விட்டபடி உட்கார்ந்து விட்டாள்.

"பாவம்! புள்ளைதாச்சிப் பொம்பளே, ஒரு பானை தண்ணிவிடேன்" என்றாள் ஒருத்தி. தண்ணீர் பிடித்துக் கொண்டிருந்த பெண் ராசாத்தியைப் பார்த்தாள்.

"ஒரு பானை வேணாம்... பாதி நெறைஞ்சா போதும்!" என்றாள் ராசாத்தி.

–அவள் பசிக்கு அவ்வளவு நேரம் காத்திருக்க முடியாது என்பது மட்டுமல்ல; அவள் வலிக்கு ஒரு பானை தண்ணீரைச் சுமக்கவும் முடியாது அல்லவா?

"சரி, இந்தா பாவம்! நீ ஏன் காத்துக் கெடக்கணும்!" என்று தன் பானையில் இருந்த தண்ணீரை ராசாத்தியின் பானையின் ஊற்றினாள் அவள்.

பானையைத் தூக்கி இடுப்பில் வைக்கும்போது, ராசாத்தியின் நெற்றி சுருங்கிற்று; பற்களைக் கடிக்கும்போது 'நெறு நெறு'வென்று சப்தம் கேட்டது; ஒரு கால் மட்டும் 'வெட வெட'வென நடுங்கிற்று.

அதோ இன்னும் பத்தடி வைத்தால் அவளுடைய இடத்திற்குப் போய்விடலாம். ஒண்ணு ... ரெண்டு ... மூணு ... ஊஹூம், இடுப்பில் பானை நிற்க மாட்டேன் என்கிறது. கை வலிக்கிறது; காலில் நடுக்கம் அதிகரிக்கிறது.

பானை நழுவிக் கீழே விழுந்து விடாமல் ...

... உம் ... மெள்ள ... மெள்ள ...

"அப்பா!" – பாதி வழியிலே பானையை இறக்கிக் கீழே வைத்துவிட்டு உட்கார்ந்து கொண்டாள்.

தலையை அண்ணாந்து வானத்தை நோக்கி ஒரு பெருமூச்சு! – ஈயக் காப்பு 'தரதர'வென உரசும்படி பாதங்களைத் தரையில் தேய்த்துக்கொள்கிறாள் – லேசாகத்தான்!

"அம்மா!" – வயிற்றில் என்ன, பசியா வலியா?

இரண்டும்தான் ... இல்லை, இல்லை ... பசிதான்!

"அதோ அடுப்பு இருக்கிறது; அரிசி இருக்கிறது; சுள்ளி இருக்கிறது; தீப்பெட்டி ..?"

" ... அந்தத் தட்டியிலே சொருகி வச்சேனே ... இருக்கும். போய்ப் பத்தவச்சி, அரிசியைப் போட்டுக் காச்சி, அந்தக் கஞ்சிக் கலையத்திலே ஊத்தி, உப்பு ..?

"...அதுவும் இருக்கும். அரிசிப் பானையிலே ஒரு பொட்டணம் போட்டு வச்சது எங்கே போயிடும்? ... அது கூடவே, அந்தப் பாதி எலுமிச்ச ஊறுகாய்த் துண்டு – உம் ... அதையும் கடிச்சிக்கினு சூடா ஒரு பல்லா கஞ்சி குடிச்சா ..."

அவள் வாயெல்லாம் நீர் சுரந்தது.

எழுந்தாள்; தண்ணீர்ப் பானையை விசுக்கெனத் தூக்கி இடுப்பில் வைத்துக்கொண்டு நடந்தாள்.

அடுப்பின் மீது பானையை வைத்துச் சுள்ளிகளைப் பற்ற வைத்தாள். அடுப்பு புகைந்தது ... கண்ணெல்லாம் எரிச்சல்.

'... குனிஞ்சி ஊதினா தீப் புடிச்சிக்கும்.'

ஊஹூம் ... அவளால் குனிய முடியவில்லை!

அப்புறம் கஞ்சி ..?

வயிறு பூமியில் படாமல் ஒரு காலை மண்டியிட்டு ஊன்றி ஒரு கையைத் தரையில் தாங்கிக் கொண்டு ஒரு மூச்சு இழுத்து ஊதினாள். 'பக்'கென்று அடுப்பில் தீ சுழன்று எரிந்தது; ஒரு கணம் அவள் தலையும் சுழன்றது.

'அப்பாடா' ஒரு வழியா தண்ணி கொதி வந்திடுச்சி. அரிசியைக் கழுவிக் கொட்டி ஒரு உடைந்த சட்டியினால் பானையை மூடினாள். எரிந்து வெளித்தள்ளிய நெருப்புத் துண்டுகளை மீண்டும் அடுப்பின் வாய்க்குள் தள்ளி மேலும் சில சுள்ளிகளையும் முறித்துச் செருகினாள்.

'பட், பட்'டென்று தீப்பொறிகள் வெடித்துச் சிதறின. அவள் முகமெல்லாம் வியர்வை முத்துக்கள் துளித்து வழிந்தன.

பரட்டைக் கூந்தல் கலைந்து நெற்றியிலும் முகத்திலும் வழிந்த வியர்வையில் ஒட்டிக்கொண்டது.

அவளுக்கு இப்பொழுது அதெல்லாம் கவலை இல்லை. ஒருவாய்க் கஞ்சி, ஒரு பிடி சோறு – 'அப்பாடா' என்று படுத்துக்கொள்ள வேண்டும். அவ்வளவுதான்!

'களபுள'வென்று சப்தம் பானைக்குள்ளிருந்து ஒலித்தது . . . மூடியிருந்த சோற்றுப் பானையின் வாயிலிருந்து பொங்கி வழிந்த நுரைத்த கஞ்சி அடுப்பிற்குள் வடிந்து ஒழுகியது.

“சொர்' என்ற சப்தம் கேட்டதும் ராசாத்தி அவசர அவசரமாய்ப் பானை மூடியை முந்தானையால் பிடித்து எடுத்துக் கீழே வைத்தாள்.

வெண்ணிறக் கஞ்சியில் சோற்றுப் பருக்கைகள் சுழன்று புரண்டு கொதித்துக் கொண்டிருந்தன.

மட்டமான புழுங்கல் அரிசிக் கஞ்சி கொதிக்கும்போது கமழ்ந்து பரவும் மணம் இருக்கிறதே . . .

ஒரு முறை நெஞ்சு விரிய மூச்சை இழுத்து அந்த வாசனையை அனுபவித்தாள் ராசாத்தி.

கஞ்சியின் மணம் அவள் அடிவயிறு வரை சென்று குபு, குபு வெனப் பசியைக் கிளறியது.

'கஞ்சி குடிச்சி மூணு நாளேச்சே . . !'

பரபரவென்று உள்ளே சென்று அரிசிப் பானையில் கிடந்த உப்புப் பொட்டணத்தையும், ஊறுகாய்த் துண்டையும் எடுத்துக்கொண்டு வந்து அடுப்பின் முன்னே வைத்துவிட்டு, மூலையில் உருண்டு கிடந்த கஞ்சிக் கலயத்தை எடுத்துப் பானையிலிருந்த தண்ணீரை ஊற்றிச் சுத்தமாகக் கழுவினாள்.

அடுப்பிலிருந்த சுள்ளியெல்லாம் எரிந்து தணிந்துவிட்டது.

மூங்கில் தட்டி ஓரமாய்ச் சற்று நேரம் சாய்ந்து உட்கார்ந்து கொண்டாள். அங்கமெல்லாம் தளர்ந்து கழன்று விடுவதுபோல் உடல் சலித்தது.

வறண்டு உலர்ந்து போன உதடுகளை நக்கிக் கொடுத்துக் கொண்டாள்.

மெள்ள நகர்ந்து பானையை இறக்கிக் கலயத்தில் கஞ்சியை ஊற்றினாள். சற்று ஆறட்டும் என்று கஞ்சிக் கலயத்தைக் கையிலெடுத்துக் குனிந்து ஊதினாள் ... ஊதும்போது அவள் வாயில் சுரந்த உமிழ்நீர் உதடுகளில் வழிந்தது. பக்கத்திலிருந்த ஊறுகாய்த் துண்டில் கொஞ்சம் தொட்டு நக்கிக் கொண்டாள்.

“த்டா” என்று சப்புக் கொட்டிக் கொண்ட அதே பொழுதில், கீழுதட்டை மடித்துக் கடித்து நெற்றியைச் சுருக்கி இடுப்பை வளைத்து நெளிந்தாள்.

அதென்ன ... பசியா, வலியா?

“ ... ஒரு வாய்க் கஞ்சியைக் குடிச்சி, ஒரு பிடி சோத்தையும் தின்னா எல்லாம் சரியாப் போயிடும். ‘அப்பாடான்னு’ நிம்மதியா தூங்கலாம்.”

ஊறுகாய்ப் பொட்டணத்தைப் பிரித்து வைத்துக்கொண்டு, கஞ்சி நிறைந்த தகரக் குவளையில் வாய் வைத்து உறிஞ்சப்போகும் சமயம் ...

“ஹேய் ... ஹேய்ன்னானாம்!” என்ற குரல் அவளருகே ஒலித்து மென்னியைப் பிடித்து அழுத்தியது.

“எனக்கும்மா ... எனக்கும்மா, கஞ்சி!” என்று அவள் எதிரே நின்று குதிக்க ஆரம்பித்தான் மண்ணாங்கட்டிச் சிறுவன். அவன் கையிலிருந்த கிழிந்த காற்றாடி காற்றில் அடித்துச் சென்றதுகூட அவனுக்குத் தெரியவில்லை.

அவனைக் கண்டவுடன் ராசாத்திக்கு மத்தியானம் நடந்த சம்பவமும், அதன் விளைவாய் எழுந்த சச்சரவும் நினைவுக்கு வரவே ஆத்திரம் குமுறிப் பொங்கியது.

“முடியாது, என் கையாலே ஒனக்கு ஒரு பிடி சோறு போட மாட்டேன் ... எங்கேயாவது ஒழிஞ்சு போ ... மூஞ்சியிலே முழிக்காதே!” என்று ராக்ஷஸி போல் கத்தினாள்.

“உம்உம் ... பசிக்குதும்மா ... கஞ்சி குடும்மா ... ஐய, யம்மா ...” என்று முரண்டினான் மண்ணாங்கட்டி.

"நீ என்ன பண்ணாலும் சரி ஒனக்கு ஒண்ணும் தர முடியாது, போ ... திருட்டு மூதேவி ... எங்கேயாவது போயித் திருடித் துன்னுடா, போ ..."

"ஐய, யம்மா ..."

"முடியாது ... இன்னைக்கி என்ன ஆனாலும் சரி!" என்று கலயத்திலிருந்த கஞ்சியை ஒரு புறம் தள்ளி வைத்து மூடிவிட்டு, காவலுக்கு உட்கார்ந்து கொண்டாள் ராசாத்தி.

"ஐயையோ, பசிக்குதே ... யம்மாடி, பசிக்குதே!" என்று தரையில் புரண்டு அழுது கல்லுளிமங்கத்தனம் பண்ணினான் சிறுவன்.

ராசாத்தியின் ஆத்திரமெல்லாம் பீறிக்கொண்டு வந்தது. பக்கத்திலிருந்த சுள்ளிக் குச்சியை எடுத்துத் தரையில் விழுந்து புரண்டு அழுது கொண்டிருந்த மண்ணாங்கட்டியின் முதுகில் விளாசினாள். சிறுவன் 'குய்யோ, முறையோ' என்று கதறிக்கொண்டு ஓடினான்.

"திரும்பி வந்தா பலி வெச்சிடுவேன் ... எங்கேயாவது ஒழிஞ்சி போ, பொணமே!" என்று கறுவியவாறு குச்சியை விட்டெறிந்தாள்.

அடிவயிற்றில் 'சுருக்'கென்றது; பற்களைக் கடித்துக் கொண்டாள்.

– பசியா, வலியா?

'சனியன் ... தின்றப்போ எமன் மாதிரி மென்னியெப் புடிக்க வந்திடுச்சி!' என்று முனகிக் கொண்டே குடிசையின் தட்டி ஓரமாகத் திரும்பி உட்கார்ந்து கஞ்சிக் கலயத்தை அருகில் இழுத்தாள்.

"யம்மா ... ஹம் ... ஹம் ..." என்று சிணுங்கிக் கொண்டே மறுபடியும் அவள் பின்புறம் வந்து நின்றான் மண்ணாங்கட்டி.

"ஊஹூம், முடியாது!"

அவள் அவனைத் திரும்பிக்கூடப் பார்க்கவில்லை.

மண்ணாங்கட்டிக்குக் கோபம் மூண்டது. அவன் கண்கள் தாயையும் கஞ்சிக் கலயத்தையும் வெறித்து விழித்தன.

"அம்மா ... தர்றியா, மாட்டியா?" என்று அதட்டிக் கூவினான்.

"முடியாது, நீ என்னெக் கொன்னாலுஞ் சரி" – தன் மகனின் அதட்டலை எண்ணி உள்ளூரச் சிரித்துக் கொண்டே கஞ்சிக் கலயத்தில் கையை விட்டுத் துழாவி ஒரு கவளம் சோற்றை வாயருகே கொண்டு போனாள்.

"எனக்கும்மா, எனக்கு!" என்று அவள் கையிலிருந்த கலயத்தைப் பாய்ந்து பிடுங்கினான் மண்ணாங்கட்டி. அவள் தரமறுத்தாள். சோற்றுக் கையால் அவனைத் தள்ளிக் கொண்டே மறு கையால் ஓங்கி ஓங்கி அடித்தாள். அவன் 'ஓ'வென்று அலறியவாறே மண் கலயத்தை விடாப்பிடியாய்ப் பறிக்க முயன்றான் ...

இந்த மல்லுக்கட்டில் கலயத்திலிருந்த கஞ்சியெல்லாம் கீழே கவிழ்ந்து விட்டது.

ஒரு கணம் இருவரும் திகைத்தனர்.

அவனை எட்டிப் பிடிக்க வெறிகொண்டு பாய்ந்தாள் ராசாத்தி; அவன் தப்பிவிட்டான்.

"அடே, நீ அழிஞ்சிபோயிடுவே ... ஒன்னெப் பாம்பு புடுங்கும் ... மண்ணாய்ப் போக! ... சடையம்மாவுக்கு ஒன்னெ வெட்டிப் பலி குடுக்க!" என்று அழுதவாறே சபித்தாள் ராசாத்தி.

அவன் அதையெல்லாம் பொருட்படுத்தாமல், அழுது கொண்டே தரையில் சிந்திய கஞ்சிச் சோற்றைக் கை நிறைய அள்ளிக் கொண்டு எடுத்தான் ஓட்டம்.

"அடே பாவி, நீ அழிஞ்சி போவே!" என்று பற்களைக் கடித்துக் கூவிக் கொண்டே கையிலிருந்த கஞ்சிக் கலயத்தை அவன் ஓடிய திசையில் வீசியெறிந்து 'ஓ'வென்று அலறி அழுதாள். தரையில் மோதிய கலயம் நொறுங்கியது.

"பெத்த வயத்திலே பெரண்டையெ வெக்கோணும் ..." என்று ஒப்பாரி வைத்துக்கொண்டு, 'படார், படார்' என்று முகத்திலும் மார்பிலும் அறைந்து கொண்டாள்.

ஒரு கணம் அவள் விழிகள் வெறித்துச் சுழன்றன.

– உயிரைக் கையில் பிடித்துக்கொண்டு, சிரமப்பட்டுக் காய்ச்சிய கஞ்சியெல்லாம் தரையில் சிதறிப் போய்விட்டதே!

"அட தெய்வமே!" என்று அலறி 'மடா'ரெனச் சாய்ந்தாள்; புரண்டு புரண்டு அழுதாள் ...

திடீரென்று இடுப்புக்குக் கீழே அலகு கொண்டு குத்தி வாங்கியது போன்ற வேதனை!

"ஐயோ!" வென்று அலறிய ராசாத்தி, நிலைமையை உணர்ந்து கொண்டாள்.

– 'இடுப்பு வலிதான் ...'

அவளால் நகர முடியவில்லை!

மார்பில் என்னவோ அடைத்தது. மேல் வயிற்றில் யாரோ மிதிப்பது போல் மூச்சு முட்டியது. வயிற்றில் குடல் எல்லாம் கழன்று சரிவது போல் என்னமோ புரண்டது. காலும் கையும் விறைத்துக் கொண்டன. கால்களைத் தரையில் உதைத்து உதைத்துத் தேய்த்துக் கொண்டாள். கைகளால் தரையைப் பிறாண்டினாள். உதட்டைக் கடித்து கடித்து வாயெல்லாம் ரத்தம்!

"ஐயோ . . . அம்மா . . . கடவுளே . . . சடையம்மா தாயே!" என்று என்னென்னவோ பிதற்றினாள்; பிரார்த்தித்துக் கொண்டாள்.

விறைத்த கால்கள் விலகி விலகிப் பின்னிக் கொண்டன.

பாதங்களைத் தரையில் வெறிகொண்டு தேய்க்கும்போது காலில் கிடந்த ஈயக் காப்பும் இழுபட்டது; தேய்ந்தது.

'இனி பிழைப்பதாவது, செத்துத்தான் போயிடுவோம்' என்று தோன்றியது அவளுக்கு.

ஒரு வாய்க் கஞ்சிக்குத் தான் பெற்ற மகனை அடித்து விரட்டி விட்டா..?

தலையைப் பிய்த்துக்கொண்டு, "அடே, மண்ணாங்கட்டி! எங்கண்ணு . . . நா செத்துப் போயிடுவேன்டா!" என்று உரத்த குரலில் 'ஓ'வெனக் கதறி அழுதாள்.

அந்த ஒரே அலறலில், பின்னிக் கிடந்த அவள் கால்கள் பிய்த்துக்கொண்டு விலகின . . .

அந்த வேகத்தில் ஒற்றைக் காலில் கிடந்த அந்த ஈயக் காப்பு, காலைவிட்டுக் கழன்று உருண்டு ஓடி எங்கோ விழுந்தது . . .

ராசாத்தியின் அலறல் லாரியில் விறகு இறக்கிக் கொண்டிருந்த மாரியாயியின் செவிகளுக்கு எட்டியது. அவ்வளவுதான்; கையில் இருந்த விறகைக் கீழே போட்டுவிட்டு ஓட்டமாய் ஓடி வந்தாள் மாரியாயி. அவளைத் தொடர்ந்து ஒரு சிறு கும்பலே வந்தது.

"ராசாத்தி!" என்று கூவிக்கொண்டே குடிசைக்குள் நுழைந்தாள் மாரியாயி . . .

"ஆம்பளெப் பசங்களெல்லாம் போங்க. உம் . . . ஏ, குட்டி நீ ஏன் நிக்கிறே? . . . போ . . .!" என்று சிறுவர்களை எல்லாம் விரட்டினர் சில பெண்கள்.

"ராசாத்தி, ராசாத்தி!" என்ற குரல்கள்!

பதில் இல்லை.

“ஐயோ ராசாத்தி!” என்று அவள் முகத்தைப் பிடித்துக் கொண்டு அலறினாள் மாரியாயி.

ராசாத்தியின் கண்கள் சற்றே திறந்தன; உதடுகள் கோணிக் கோணி வலித்தன.

“எங் கண்ணூ... மண்ணாங்கட்டி! எங் கண்ணூ மண்ணாங்...”

‘கொளக்’கெனத் தலை சாய்ந்தது. ராசாத்தியின் தலைமாட்டில் விளக்கொன்று ஏற்றி வைக்கப்பட்டது.

அவள் மீதும், அவள் உடலிலிருந்து பெருக்கெடுத்த உதிர வெள்ளத்தில் குழம்பிக் கிடந்த உயிரற்ற பிண்டத்தின் மீதும் அந்த அகல் விளக்கின் ஒளியும், அங்கே சூழ்ந்திருந்த மனிதர்களின் நிழலும் ஆடிச் சிதைந்து படிந்து படர்ந்தன.

திடீரென “அடி, எம் பொறவி ராசாத்தீ ... ஈ ... ஈ ...!” என்ற மாரியாயியின் ஒப்பாரிக் குரல் பயங்கரமாக ஓலமிட்டது.

❍ ❍ ❍

இரவெல்லாம் எங்கோ கிடந்து தூங்கிவிட்டு – பகலெல்லாம் எங்கெங்கோ அலைந்து திரிந்த பின் – மாலையில் தாயிடம் திரும்பிக் கொண்டிருந்தான் மண்ணாங்கட்டி.

தெருமுனையில் வரும்போதே குடிசைக்குப் பக்கத்தில் கூடி நின்ற கூட்டத்தைப் பார்த்துவிட்டு ஓடோடி வந்தான். கூட்டத்தை விலக்கிக் கொண்டு தாயைப் பார்த்ததும், ‘யம்மாவ்!’ என்று அலறி வீழ்ந்தான்.

“யம்மா... யம்மா... யம்மா..!” இதே குரல் நாள் முழுதும் விம்மி விம்மி ஒலித்தது. மண்ணாங்கட்டி சிலையாய் அமர்ந் திருந்தான். கேவிக் கேவி மூச்சு இளைத்தது.

பிரமை தட்டிப் பொறி கலங்கி உட்கார்ந்திருந்த அவனைக் கட்டிப் பிடித்துக்கொண்டு கதறி அழுதாள் மாரியாயி.

அவனைக் கதறக் கதற விட்டுவிட்டு அவன் தாய் போய் விட்டாள்..!

இல்லை, தூக்கிக்கொண்டு போய்விட்டார்கள்!

❍ ❍ ❍

இரவு ...

மாரியாயியின் அடுப்பு புகைந்து அடங்கிவிட்டது. புருஷனுக்குச் சோறு போட்டாள்.

– அவன் மனசில் என்னவோ 'திக்'கென்றது.

"பாவம், இனிமே எங்கே போயி 'அம்மா, பசிக்குது – சோறு போடு!"ன்னு கேப்பான்?... மண்ணாங்கட்டியைப் பார்த்துக் கூட்டியா மச்சான். அவனைப் பார்க்காமெ என்னாலே ஒரு பிடி சோறு துன்ன முடியாது!" என்று அழுதாள் மாரி.

சோற்றுத் தட்டில் கையை உதறிவிட்டு மாணிக்கம் எழுந்து ஓடினான்.

'அதோ... அதோ!'

"டேய், மண்ணாங்கட்டி" என்று கூவிக்கொண்டே ஓடுகிறான்.

ஆனால் அது வேறு யாரோ!

– "டேய், மண்ணாங்கட்டியெப் பாத்தியாடா?"

'இல்லியே...'

'அவனைப் பாத்தியா?'

'ஊஹூம்...'

'நீ பாத்தியா?'

'சுடுகாட்டுக்குப் போறேன்னு போனான்!'

'சுடுகாட்டுக்கா?'

'மண்ணாங்கட்டி, மண்ணாங்கட்டி!'

மாணிக்கம் ஓட்டமும் நடையுமாகச் சுடுகாட்டுக்குச் சென்று கொண்டிருந்தான்.

போகும் வழியில் – அதோ, சடையம்மன் கோயிலில்... யாரது? அவனா? மண்ணாங்கட்டியா?'

'மண்ணாங்கட்டி!'

ஆமாம், அவனேதான்.

ஓடிவந்த மாணிக்கம் அவனை வாரி அணைத்துக் கொண்டான்.

"வாடா, போவோம்!" என்று அவனை இழுத்தான் மாணிக்கம்.

"அம்..மா...வ்..." என்று உணர்ச்சிகள் வெடித்துச் சிதறிக் குழம்பிய குரலில் அலறியவாறே மாணிக்கத்தை இறுகத் தழுவிக் கொண்டான் மண்ணாங்கட்டி.

"எங்கண்ணில்லே, அழுவாதேடா!" என்று ஆறுதல் கூறிய மாணிக்கத்தின் கண்களிலிருந்து நீர் பெருகியது.

○ ○ ○

"சாப்பிடுடா, எங் கண்ணில்லே..."

சட்டியில் சோற்றைப் பிசைந்துகொண்டே கெஞ்சினாள் மாரி.

அவன் மௌனமாய் வானத்தை வெறித்து நோக்கியவாறு அமர்ந்திருந்தான்.

"உம், சாப்பிடும்மா!" என்று ஒரு பிடி சோற்றை அவன் வாயருகே கொண்டு போனாள் மாரி. அவன் அவள் முகத்தை உற்றுப் பார்த்தான் – உணர்ச்சியற்ற, வெறித்த பார்வை.

அவன் கை அவள் கையிலிருந்த ஒரு பிடி சோற்றை வாங்கியது. விழிகள் அந்தக் கவளச்சோற்றை வெறித்தன. வெறித்த விழிகளில் நீர் சுரந்தது...

கையிலிருந்த சோற்றை அருகே இருந்த தகரக் குவளையில் போட்டுக் கந்தல் துணியால் மூடி ஒரு பக்கம் வைத்தான்.

"இன்னாடா இது, எடுத்துத் துன்னு!"

"ஊஹூம்... அது... அது... எங்கம்மாவுக்கு!"

குறும்புத்தனமும் துடிதுடிப்பும் குடியோடிப்போய், சாந்தமும் ஏக்கமும் நிறைந்த அவன் கண்கள் மீண்டும் வானத்தை வெறித்தன. கண்களில் நீர் பளபளத்தது.

"என்னாடா, அப்படிப் பார்க்கறே?" என்று அவனைப் பிடித்து உலுக்கினாள் மாரி.

"அம்மா... ஆ... ஆ..!" – அழுகையில் குரல் கரகரக்க மாரியைப் பிடித்து அணைத்துக் கொண்டு கதறினான் மண்ணாங்கட்டி.

"மவனே!" என்று அவனை உச்சிமோந்து இறுகத் தழுவிக் கொண்டு அழுதாள் மாரி.

"அம்மா... ஆ...!"

"மவனே ..!"

சரஸ்வதி, 1957

சாளரம்

உங்களுக்குத்தான் தெரியுமே, நான் கதை எழுதுகிறவன் என்று. உங்களுக்குத் தெரியாத ஒரு பத்திரிகையில் ஒரு காலத்தில் நான் ஆசிரியனாய் இருந்தேன். பிரபல்யமோ, விளம்பரமோ, மூவர்ண அட்டைப் படமோ இல்லாத ஓர் எளிய பத்திரிகை அது.

ஒரு வீட்டில் முன்புறமுள்ள மாடியறைதான் – அப்பொழுது நான் தங்கியிருந்த இடம் – பத்திரிகை அலுவலகம். மாத வாடகை பதினைந்து ரூபாயை எப்படியோ சிரமப்பட்டுக் கொடுத்துவிட்டு மீதிப் பணத்தில் ஒருவேளை சாப்பாடும் ஒருவேளை பட்டினியாகவும்... உம், காலம் எப்படியோ கழிந்தது.

அந்த வீட்டின் சொந்தக்காரர் ரொம்பவும் தங்கமானவர். வாடகை கொடுத்தபொழுது வாங்கிக் கொள்வார். வீட்டிலும் தொந்தரவு கிடையாது. அவருக்கு எங்கோ ஒரு கம்பெனியில் வேலை. அவரும் அவருடைய விதவைத் தங்கையையும் தவிர வீட்டில் வேறு நபர் கிடையாது. வீட்டுக்கார இளைஞரும் எனது பத்திரிகையின் அபிமானிதான்.

பத்திரிகைக்குக் குறிப்பிட்ட அளவு தரமிக்க வாசகர்கள் இருந்தனர்; புகழும் இருந்தது. அது வியாபார்த்த லாபமாக இல்லாதிருக்கலாம். ஆனால் அதன் மூலம் எனக்கிருந்த கர்வமும், பெருமையும், பெருமிதமும், தெம்பும், எதிர்காலத்தைப் பற்றிய நம்பிக்கையும் பாங்கியில் சேர்த்து வைக்க முடியாத பெருஞ் செல்வங்கள்தான்.

ஆம்; அந்த – எனது – பத்திரிகை தமிழுக்கு, இலக்கிய உலகுக்கு, லட்சிய தாரகையைக் காணும் ஒரு சாளரமாய்த் திகழ்ந்தது என்பது எனது எதிரிகளும் ஒப்புக்கொண்ட உண்மை.

பத்திரிகையின் பெயரே 'சாளரம்'தான்.

அது முழுக்க முழுக்க இலக்கியப் பத்திரிகை ஆனதினால் கதைகளும் கவிதைகளும் அதில் முதல் இடம்பெற்றன. இலக்கிய ஆராய்ச்சிகளும் விமர்சனங்களும் தகுந்த அளவு இடம்பெற்றன. எனக்கு மிகவும் நெருங்கிய நண்பர் ஒருவர், எனக்குச் சற்றும் பற்றோ பரிச்சயமோ இல்லாத அரசியல் விவகாரங்களைப் பற்றிச் சில பக்கங்கள், காரசாரமாய் வரைந்து தள்ளுவார்.

கதை கவிதைகளைப் பொறுத்தவரை மாதாமாதம் எனக்குப் பெரிய சோதனைதான். தபாலில் வந்து குவியும் கதைகளும் கவிதைகளும் – பாரபட்சமில்லாமல் சொல்வதென்றால் – 'வெறும் குப்பையாகத்தான் இருக்கும். சிற்சில சமயங்களில் மணியான கதை வந்து சேரும். அப்பொழுது எனக்கு ஏற்படும் ஆனந்தத்துக்கு எல்லையே இருக்காது. எவ்வளவு நெருக்கடி இருந்த போதிலும் அந்தக் கதாசிரியருக்கு ஒரு ஐந்து ரூபாய் சன்மானம் அனுப்பி வைப்பேன்.

இந்தப் பொன்னான வாய்ப்பு எப்போதும் ஏற்படாது. அப்படி கதை ஒன்றும் வராத காலங்களில் பல அவதாரங்கள் எடுத்து இரண்டு மூன்று கதைகளை எழுதித் தீரவேண்டிய நிர்பந்தம் எனக்கு ஏற்படும்.

ஒரு சம்பவத்தைக் கண்டால், ஒரு வார்த்தையைக் கேட்டால், அது மனத்தில் விழுந்து உறுத்தினால், பாய்ந்து தைத்தால், அதனால் நெஞ்சு புகைந்தால், எரிந்தால், தவித்தால் – கதைக்கு யோகம் புரியாமல், பிரமாதமான கதை ஒன்று எழுதிவிடுவேன் நான்!

கதையின் கருவைச் சிலகாலம் நெஞ்சில் போட்டு ஊற வைப்பதும் உண்டு; சில சமயங்களில்... சீலை நெருப்பை உதறி எறிவதுபோல் – வெறிபிடித்து எழுதி, மன அவசங்களைக் கொட்டி விடுவதும் உண்டு. அப்படிப்பட்ட கதைகளின் விளைவைப் பற்றி நான் யோசிப்பதே இல்லை.

அந்த மாதம் இரண்டு கதைகள் எழுத வேண்டிய நிர்ப்பந்தம்...

2

ஒரு சனிக்கிழமை மத்தியானம்... நல்ல வெயில். நடுவே ஞாயிற்றுக்கிழமை ஒரு பொழுதுதான்... திங்கட்கிழமை காலையிலாவது பிரஸ்ஸுக்கு மேட்டர் கொடுத்தாக வேண்டும்.

கதை எழுத வேண்டும் என்ற நினைவைத் தவிர – செயலற்ற நிலை!

ஏதேதோ பத்திரிகைகளைப் புரட்டியவாறு அமர்ந்திருந்தேன்.

முழங்கையிலிருந்து வழிந்த வியர்வை பத்திரிகையின் மீது வழிந்தது.

'உஸ்... அப்பாடி... என்ன வெயில்!' – துண்டை எடுத்து உடம்பைத் துடைத்துக் கொண்டேன்.

'மொட்டை மாடியில் போய் நின்றால்...?'

'இந்த வெயிலிலா?'

'காற்று வருமே... படிக்கட்டு வாயிலின் ஓரம் கொஞ்சம் நிழல் இருக்கும்...'

துண்டை எடுத்துத் தோள்மீது போட்டுக்கொண்டு மாடிக்குச் சென்றேன். படிக்கட்டெல்லாம் ஒரே புழுதி. என்னைத் தவிர வேறு யாரும் அங்கே போவதில்லை. நானும் கூட எப்பொழுதோ ஒருநாள் ... இரவில் சற்று நேரம் போய் நிற்பேன்...

அன்று என்னவோ ஒரு கிறுக்கு – பகலில் போனேன்.

வெயிலில்தான் என்ன சுகம்! அறைக்குள் கிடந்து வெப்பத்தில் புழுங்குவதைவிட வெட்டவெளி வெயிலில் நிற்பது அதி சுகம். வெப்பம் இருக்கும்... அதனாலென்ன, திடீரென ஒரு காற்று வீசினால்... ஆகா! அந்தக் குளுகுளுப்பின் சுகம் அனுபவித்தவர்களுக்குத்தான் தெரியும்.

எங்கள் வீட்டுக்கு எதிரில் வீடுகள் கிடையாது. வெறும் வெட்டவெளிதான். கண்ணுக்கெட்டிய தூரம் ஒரே திடல். சிற்சில இடங்களில் பசும்புல் திட்டுகள். வெகு தூரத்தில் சில மாடுகள் மேய்ந்து கொண்டிருக்கின்றன. கானல் அலைகள் ஆடித் துடிக்கின்றன. காகம் ஒன்று என் அருகே – இருக்கும் இடம் தெரியவில்லை – கரைகிறது.

வானத்தில் வெள்ளிய சரிகைக்கரை இட்ட திரை போன்று மேகப்படலம் நகர்கிறது. அதன் வெள்ளிய ஓரங்களில்தான் என்ன மினுமினுப்பு!

இந்தப் பக்கம் அந்த அரசமரத்தடியில் ஒரு சிறிய நீர்க்குட்டை. அதில் காக்கைகள் முங்கியெழுந்து உடலைச் சிலுப்பிக்கொள்கின்றன.

அடுத்த வீட்டிலோ எங்கோ, சமீபத்தில் – பெண்கள் தாயம் விளையாடுகிறார்கள் – தாயக்கட்டைகள் உருளும் ஒலி கேட்கிறது.

‘க். . .கூஊய்’ தலைக்கு மேலே கருடன் ஒன்று வட்டமிடுகிறது.

‘பொரி கடலை... பொரிகடலை’ அடுத்த தெருவில் கடலை விற்கும் கிழவன் குரல் கேட்கிறது.

வீதியில் ஆளரவமே இல்லை!

குளிர்ந்த காற்று வீசியது; மனம் ஏனோ, காரணமற்றுக் குதூகலித்தது. என்னதான் வெளியில் தணலாக எரித்தாலும், அதோ தூரத்தில் தெரியும் மரச்செரிவின் பசுமை குறையவில்லையே! அரச மரம் துளிர்விட ஆரம்பித்திருக்கிறது. . . செம்மை படிந்து கொழுந்தோடிப் படர்ந்த அதன் துளிர்கள் இந்த வெம்மையை எப்படித்தான் சகிக்குமோ?

அருகிலிருந்த கல்யாணமுருங்கை மரத்தில் பூத்திருந்த ‘அக்னி மலர்’களால் கண்கள் கூசின...

அங்கு மாடிப்படிக்கு முன்னிருக்கும் சிறு அறை போன்ற தாழ்வாரத்து மூலையில் ஒரு சன்னல் இருக்கிறது. அந்தக் கதவை யாரும் திறப்பதில்லை. ஒரே புழுதி படிந்திருந்த அந்தக் கதவின் தாழ்ப்பாள் துருவேறி இருந்தது. அதைத் திறக்கலாமே என்று தோன்றியது... திறந்தேன்... உள் வீட்டு முற்றம் தெரிந்தது... அந்தச் சாளரத்தினூடே – அகஸ்மாத்தாக, – என் பார்வை உள் முற்றத்தை அடுத்த அந்தச் சிறிய அறையுள் திரும்பியது...

கண்களின் முன்னே போய் நிழல் போல் கரிய இருள் திரை ஒன்று நகர்ந்தது. . . மண்டை சிதறியது போல், கண்கள் குருடானதுபோல், உலகமே தலைகீழாய் உருள்வதுபோல், என் தேகாந்தமும் பற்றி எரிவது போல், செந்நெருப்பாய்க் காய்ச்சிய உலோகக் கம்பியைக் கண்களில் ஆழச் செருகியது போல்... ஆ! அந்தக் காட்சி!... ஐயோ சொல்லக் கொதிக்கிறதே...

‘இன்னும் ஏன் நான் இருக்கிறேன்! உலகம், நியதி, தர்மம், சாஸ்திரம்... சீச்சீ வெறும் கூத்து!... கேலிக்கூத்து!’

வானமெங்கும் தீச்சுவாலைகள் பற்றி எரிகின்றன! மனித இதயம் நிர்வாணகோலமாய் தானே வகுத்துக்கொண்ட சகல கட்டுத்திட்டங்களையும் எரித்துத் தன்னையும் எரித்துப் பொசுக்கிக் கொள்ளும் அந்த விபரீதம்...‘ஐயோ! என் கண்கள் ஏன் இன்னும் குருடாகாமல் இருக்கின்றன. . .’

‘நான் ஏன் ஒரு பிறவிக் குருடனாப் பிறக்காமற் போனேன்..?’

‘ஆ! அந்தக் காட்சி... கண்கள் புரிந்துவிட்ட பாபம்!’

– நான் மரமாய் நின்றேன். புலன்களெல்லாம் உணர்விழந்த நிலையில் சிலையாய் நின்றேன்.

என் உணர்ச்சிகளைக் கொல்ல முயன்றேன்! நான் கண்டதை மறக்க முயன்றேன்...

– கண்களை, கானல் துடிக்கும் வெற்றிடம் நோக்கித் திரும்பினேன்.

வெயில் தீப்பிழம்பாய்த் தகித்தது. வெட்ட வெளியில் கானல் அலை ஆடிப் படர்ந்து உயர்ந்தது.

– அதோ, அது என்ன?

அந்தத் திடலில் ஏன் காகமும் பருந்தும் வட்டமிடுகின்றன.

என்ன கோரம்! தோலுரிந்து வெறும் மாமிச உருவில் ஒரு நாய் செத்து அழுகிக் கிடக்கிறது. செத்துப் போன அந்த நாயை, உயிருள்ள இன்னொரு நாய் கடித்துக் குதறிப் பிய்த்துப் பிடுங்கித் தின்கிறதே. . .

–'சீ, தன்னையே தின்று தன் பசி தீரும் மிருகம்!'

...மிருகம்! மிருகம்!...

எனக்கு வெறி பிடித்தது. ஆவேசம் வந்தவன் போல் என் அறைக்கு ஓடினேன்.

– கதை வந்து விட்டது; ஆம்... கதை வந்துவிட்டது!

– கதைக்குப் பெயர்?

– மிருகம்!

3

அந்த மாத இதழ் 'சாளரம்' வெளிவந்தபோது, அந்தக் கதை – மிருகம் – அதில் இடம் பெற்றது. கதையின் பக்கங்கள் குறைவுதான். கதை எனது சொந்தப் பெயரில்தான் வெளியாயிற்று.

அச்சாகி வந்த இதழ்களை, பார்சல் கட்டி, ரிக்ஷாவில் ஏற்றிக்கொண்டு ரயிலடிக்குப் புறப்படும் நேரம்...

– வீட்டின் வாசற்கதவு திறக்கும். அந்தப் பெண்ணின் கரம் மட்டும் வெளியே நீளும். முகத்தைப் பார்க்கும் முயற்சியில் தோல்வியுற்ற எனது கரத்திலிருக்கும் ஒரு பத்திரிகை அந்தக் கரத்திற்கு மாறும். பிறகு கதவு மூடிக்கொள்ளும்.

– இது மாதாந்திர மாமூல்.

இந்த முறையும் வாசற் கதவு திறந்தது. வெண்மை மிக்க அழகிய அந்தக் கரம் வெளியே நீண்டது.

என் மனம் ஏன் அருவருப்பால் சுருங்க வேண்டும்?

என் கண்கள் அந்த முகத்தைப் பார்க்க வேண்டும் என்று ஏன் பரபரக்கவில்லை?

பத்திரிகையை அவள் கையில் கொடுக்கும்பொழுது என் கை ஏன் அப்படிப் பதறி நடுங்க வேண்டும்?

கரத்திலிருந்து பத்திரிகை கரம் மாறுவதற்குள் – என் கை நடுக்கத்தின் காரணமாகத்தானோ? – கீழே நழுவி விழுந்தது.

கீழே விழுந்த பத்திரிகையின் பக்கங்கள் விரிந்தன...

– அதில், 'மிருகம்!'

4

பத்திரிகை அனுப்பும் வேலைகள் எல்லாம் முடிந்துவிட்டன.

ஒவ்வொரு மாதமும் அதன் பிறகு ஏற்படும் பெரும் நிம்மதி உணர்ச்சி இந்தத் தடவை ஏனோ எனக்கு ஏற்படவில்லை. மனசில் ஒருவித மூங்கைத்தனமான கனம்... காரணமற்ற அர்த்தமற்ற ஒருவகை பீதி! உணர்ச்சி வயப்பட்டு, அசட்டுத் துணிச்சலில் ஒருவனைக் கொலைசெய்து விட்டது போன்ற உணர்வு! கொலை செய்யப்பட்டவனின் பிரேதம் கிடைக்கப்பெற்று, கொலை செய்தது நான் என்றும் தெரிந்த பின் இன்னும் நான் கைது செய்யப்படாமலிருந்தால்..?

ஒவ்வொரு நிமிஷமும் நான் யாரையோ எதிர்பார்க்கிறேனே? அது யார்?

எனக்கு என்ன செய்வதென்று புரியவில்லை.

'அந்தக் கதையை நான் எழுதியிருக்கக்கூடாது.'

'ஏன் எழுதினால் என்ன? இன்னும் கொஞ்ச காலம் கடந்து எழுதி இருக்கலாம்.'

'தப்பு செய்துவிட்டேன்.'

'அந்த மனம் எவ்வளவு புண்படும்! ரத்தம் பீறி ஒழுகும்படி ஒரு இதயத்தைப் புண்படுத்தி விட்டேனே. . .'

'இதயம்! அதுகூட இருக்கிறதா? மிருகங்களுக்குக்கூட இதயமிருக்கலாம்!'

'இதனால் என்ன லாபம்! யாருக்குத்தான் என்ன லாபம்?'

"ஏன் எழுதினேன்... ஏன் எழுதினேன்?"

வாசற் படியிற் காலடி ஓசை கேட்கிறதே! தளர்ந்த நடை... நாலு புறமும் சுற்றி வளைக்கப்பட்ட கொலைகாரன் – குற்றவாளி – எதிரிகளைக் கண்டு அஞ்சி வேறு வழியின்றி சரணடையச் செல்லும் நடை... மனசில் வஞ்சகம்! அந்த நடையின் தளர்ச்சியில், ஒடுக்கத்தில் அது புலப்பட்டது.

'யாரது..?'

'போலீஸ்காரன் வந்துவிட்டான்!'

'நான் யாரையும் கொலை செய்யவில்லையே!'

'வருபவனும் போலீஸ்காரன் அல்ல!'

'இல்லை... வருவது போலீஸ்காரன்தான்.'

'அப்படியானால்... நான் கொலை செய்துவிட்டேன்.'

– மனசிற்குள் ஏற்பட்ட பித்து!

யாரோ என் காலில் சாஷ்டாங்கமாய் விழுவதுபோல் வாசற்படியிலிருந்து ஒரு நிழல் நீண்டு விழுந்தது. அந்த மாதச் 'சாளரத்தை'ப் பிரித்து வைத்துக்கொண்டு மேஜைக்குமுன் உட்கார்ந்திருந்த நான் தலைநிமிர்ந்து பார்த்தேன்.

அங்கே ஓர் உருவம் தலைகுனிந்து நின்றது! சவத்தைப் போல் முகம் வெளிறியிருந்தது.

– அந்த மனிதன் என்மீது பாய்ந்து என் கழுத்தை நெறித்து, கண்டச் சங்கத்தை நொறுக்கி, பிதுங்கிய, ரத்தம் வடியும் எனது விழிகளையும், ரத்தம் பொங்கி, நுரை கக்கி வழியும் என் வாயையும், நாசியையும் கண்டு வெறி தீரச் சிரிக்க வந்திருக்கிறானோ?

நான் குனிந்திருந்த அவரது முகத்தைப் பார்த்தேன்; என் கையில் விரிந்திருந்த பத்திரிகையைப் பார்த்தேன்.

– அதில், 'மிருகம்!'

அந்த உருவம் இன்னும் இரண்டடி முன்னேறி வந்தது. நான் நாற்காலியிலிருந்து மெள்ள எழுந்து,

"வாருங்கள்... ஸார்!" என்றேன். என் குரலில் ஏன் அத்தனை நடுக்கம்?

வந்தவர் வீட்டுக்காரர்!

வந்தவர் பேசாமல் நின்றார்; பிறகு மெள்ளத் தலை நிமிர்ந்து என் முகத்தைப் பார்க்காமல் பேசினார்:

"நீங்கள் வந்து... நீங்கள்..." அவர் குரலில் ஏன் அத்தனை தயக்கம்? குழப்பம்?

"இந்த வீட்டைக் காலி செய்துவிட வேண்டும்... அதைத்தானே சொல்ல வந்தீர்கள்... ஆகட்டும்! இந்த மாதத்தோடு."

நான் சொல்லி முடிக்கவில்லை. அதற்குள் வந்தவர் மறைந்து விட்டார்.

சாதாரணமாக – எனது பத்திரிகை வெளிவந்த மறு நாள், அவர் எனது அறைக்கு வருவார். அந்த இதழில் நான் எழுதிய கதையை என்னிடம் வந்து விமர்சித்துப் பாராட்டி மகிழ்வார்.

இந்த முறை. . ?

என் கையிலிருந்த பத்திரிகையைப் பிரித்தேன்.

– அதில் 'மிருகம்!'

5

மாடிப் படியில் காலடியோசை கேட்டது... உறுதி மிக்கக் கால்களின் உரத்த சப்தம்...

வீட்டில் குற்றம் செய்துவிட்டுத் தப்பி ஓடி ஒளிந்திருக்கும் சிறுவன் பதுங்கி இருக்கும் இடத்தைத் தெரிந்துகொண்டு, 'பயலே, நீ இங்கா இருக்கிறாய்?' என்று பிரம்பைத் தடவிக்கொண்டு வரும் ஒரு தந்தையின் கோபம் – ஏனோ அப்படி ஒரு கற்பனை தோன்றியது எனக்கு.

மாடிப்படிக் கதவில் கம்பீரமான ஒரு நிழலுருவம் நிமிர்ந்து நின்றது.

தலைநிமிர்ந்து பார்த்தேன்; சுமார் நாற்பத்தைந்து வய திருக்கும். கம்பீரமான ஆகிருதி, நரை தட்டிய முறுக்கு மீசை... அவர் கையில் அந்த மாதத்திய 'சாளரம்' இருந்தது!

"வாருங்கள்... என்ன வேண்டும்?" என்று எழுந்து அவருக்கு உட்கார ஒரு நாற்காலியை இழுத்துப்போட்டேன்.

– அவர் உட்காரவில்லை; நின்றவாறே எனது அறையைச் சுற்றிப் பார்த்தார்; கையிலிருந்த பத்திரிகையை விரித்து,

"நான் ஒரு வாசகன்... உங்கள் பத்திரிகையை விரும்பிப் படிப்பவன்..." என்று சுய அறிமுகம் செய்துகொண்டார்.

"மிக்க மகிழ்ச்சி! உட்காருங்கள்..." என்றேன்.

அவர் உட்காரவில்லை.

"இதில் வரும் எந்த விஷயத்தைப் பற்றியும் விமர்சிக்க, கண்டிக்க எனக்கு உரிமை உண்டு" என்றார் அவர்.

"நிச்சயம் உண்டு!" என்றேன்.

அவர் தனது கையிலிருந்த பத்திரிகையைப் பிரித்தார்.

"இந்தக் கதையை எழுதியது யார்?"

— அந்தக் கேள்வி என்னைப் பிடித்து உலுக்கியது.

"யார் எழுதியதாகவும் இருக்கட்டும். நீர்தானே ஆசிரியர்? இந்த அபத்தத்தை நீர் எப்படிப் பிரசுரிக்கலாம்?"

நான் அவரைத் தலைநிமிர்ந்து பார்த்தேன்.

"அந்தக் கதையை எழுதியவனும் நான்தான்."

"நீரா..?" அவர் பார்வை என்னைச் சுட்டுப் பொசுக்கியது.

"உமக்கு இதயம் இருக்கிறதா! இப்படிக் கற்பனை செய்ய... சீச்சீ, நீ ஒரு மனுஷனா?"

— அவர் காறித் துப்பினார்.

எனக்கும் ரோஷம் மூண்டது!

"மனுஷனுக்கும் மிருகத்துக்கும் அதிக வித்தியாசமில்லை என்பதை பண்பு தெரியாமல் பேசும் உம்மைப் பார்ப்பதற்கு முன்பே நான் தெரிந்து கொண்டேன்" என்றேன்.

"பண்பு! அதைப் பற்றிப் பேச உனக்கு என்ன உரிமை இருக்கிறது? உன் கதை பண்போடுதான் இருக்கிறதா? பார்!" என்று பத்திரிகையை என் முகத்தில் விட்டெறிந்தார்.

அவர் கோபத்திலும் ஆத்திரத்திலும் இருந்து நேர்மை உணர்ச்சி — மனித உணர்ச்சி — என்னை ஸ்தம்பிக்க வைத்தது.

என் கண்முன்னே, விழுந்து கிடந்த பத்திரிகையில்... 'மிருகம்'.

"மிருகம், கதை எழுதிவிட்டார். மகா கதை! மிருகமாம், மிருகம்! நீதான் மிருகம்!"

அவருடைய கோபமும், அவருடைய நேர்மை உணர்ச்சியும் எனக்கும் உண்டு அல்லவா?

நானும் உணர்ச்சி வயப்பட்டேன்.

"உருவத்தில் உம்மைப்போல் இருப்பதனால் என்னையும் மிருகம் என்று நினைத்து விடாதீர்!" என்று திருப்பியடித்தேன்...

"பத்திரிகை இருப்பதனால் எதையும் எழுதிவிடலாம் என்று நினைக்கிறீர்... வாய் இருப்பதால் எதையும் பேசிவிடலாம் என்று நினைத்தால்... கையும் இருக்கிறதென்று தெரிந்து கொள்ளும்!" என்று முஷ்டியை முறுக்கிக் காட்டினார் அவர்.

அவர் கைகளில் நரம்புகள் முறுக்கேறி இருந்தன. தடித்த உதடுகளில் கோபச் சிரிப்பு துடித்துக்கொண்டிருந்தது...

"மிருகங்களுக்கு மனிதனைவிட உடல் வலு அதிகம்தான்" என்று வார்த்தையால் குத்தினேன்.

'பளீ'ரென என் முகத்தில் ஓர் அறை விழுந்தது.

... என் கண்கள் ஒரு வினாடி கிறங்கின. என் பார்வையில் கவிந்த இருள் விலகும்போது, அந்த மனிதர் மாடிப்படிகளில் இறங்கிக் கொண்டிருந்தார்.

"ம்... மிருகமாம், மிருகம்!..." என்று தனக்குத்தானே அவர் நொந்துகொண்ட முனகல் என் காதுகளில் விழுந்தது.

முகத்தில் விழுந்த அறையைத் தடவிக்கொண்டேன். அதன் வடு சீக்கிரம் மறைந்துவிடும். ஆனால், அன்று என் நெஞ்சில் விழுந்த அறை!... வளர்ந்து வந்த மனித நாகரிகத்தின் முகத்தில் விழுந்த அறை..?

எனது வாசகர் எந்தக் குற்றத்துக்காக என்னை அறைந்தாரோ, அந்தக் குற்றத்தை அறைவதற்குத்தான் நானும் அந்தக் கதை எழுதினேன்... அது அவருக்குப் புரியவில்லை...

'சாளர'த்தை மூடிவிட்டேன்! இப்பொழுது ஒரே இருள்!

6

இருளோடு இருளாகி மனசையும் இருளாக்கிக் கொண்டு இருண்ட காலத்திலேயே எத்தனை நாள் வாழ்வது? ஏன் அப்படி வாழவண்டும்?

'சாளரத்தைத் திறந்தால்?'

"ஐயோ! அன்றொரு நாள் சாளரத்தைத் திறந்து நான் கண்ட காட்சி..?"

'அது மட்டும்தானா? இன்னும் எத்தனையோ காட்சிகள் இருக்கின்றனவே!... இருளில் கண்கள் குருடாகிவிடும்... எதையுமே பார்க்க முடியாது போய்விடும்.'

'ஆம்! சாளரத்தைத் திற! ஒளி வரட்டும். ஒளியின் வருகைக்குத் தடை விதிக்காதே. புறஒளி இருந்தால்தான் அகஒளி பிறக்கும்; அகஒளி இருந்தால் மட்டுமே ஒரு புற ஒளியைத் தரிசிக்க முடியும்!' என்று என்னுள் ஒரு குரல் கேட்கிறது.

சாளரம் திறக்கப்படத்தான் வேண்டுமா?

'தோலுரித்து வெறும் மாமிச உருவில் செத்து அழுகிக் கிடக்கும் அந்த நாய்... அந்த நாயைக் குத்திக் குதறிப் பிய்த்துப் பிடுங்கித் தின்னும் இன்னொரு நாய்...

'தன் பசி தீர தன்னையே பிடுங்கித் தின்னும் அந்த மிருகம்...'

இதெல்லாம் என்ன? ஏன் இப்படி?

— உங்களுக்குப் புரிகிறதா? புரியாவிட்டால் பாக்யவான்கள்தான் நீங்கள்! புரிந்தால்? நான் என்ன செய்யட்டும்!

சரஸ்வதி, 1958

பிணக்கு

மெட்டியின் சப்தம் 'டக் டக்'கென்று ஒலித்தது. வளையொலி கலகலத்தது.

கூடத்தில் எட்டு வயதுப் பேரன் முத்து வலது புறமும், நான்கு வயதுப் பேத்தி விஜி இடதுபுறமும் நித்திரையில் ஆழ்ந்திருக்க நடுவே படுத்திருந்த கைலாசம் பிள்ளை தலையை உயர்த்திப் பார்த்தார்.

கையில் பால் தம்ளருடன் மருமகள் சரஸா மகனின் படுக்கையறைக்குள் நுழைவது தெரிந்தது. தன்மீது விழுந்த பார்வையால் சரஸாவின் தலை கவிழ்ந்தது!

– கிழவருக்குக் கொஞ்சம் குறும்புதான்.

கைலாசம் பிள்ளையின் பார்வை அவளைப் பின்தொடர்ந்து சென்றது. அவள் அறைக்குள் நுழைந்தாள். 'கிரீச்'சென்ற ஒலியுடன் கதவு மூடியதும் மேலே செல்ல முடியாமல் அவரது பார்வை கதவில் முட்டிக்கொண்டது.

– மூடிய கதவின்மீது ஒரு பெண்ணுருவம் சித்திரம் போல் தெரிந்தது. வயது பதினாறுதான் இருக்கும்.

மழுங்கச் சீவிப் பின்னிய சிகையில் உச்சிவில்லை, தளர்ந்து துவளும் ஜடையில் திருகுவில்லை, நெற்றியில் முத்துச் சுடரை அள்ளி விசிறும் சிட்டியும், பவழ உதடுகளுக்குமேல் ஊசலாடும் புல்லாக்கும், முழங்கை வரை இறங்கிய ரவிக்கையோடு, சரசரக்கும் சரிகை நிறைந்த பட்டுப்புடவை கோலமாக, கருமை படர்ந்து மின்னிய புருவக்கொடிகளின் கீழாய், மைதட்டிப் பளபளக்கும் பெரிய விழிகள் மருண்டு

நோக்க, இளமையும் மருட்சியும் கலந்து இழையும் வாளிப்போடும், வனப்போடும், நாணமும் நடுக்கமுமாய் நிற்கும் அந்தப் பெண் ...

ஆமாம்; தர்மாம்பாள் ஆச்சியின் வாலைப் பருவத் தோற்றம்தான்.

– அது, அந்த உருவம், மூடிய கதவிலிருந்து இறங்கி அவரை நோக்கி வந்தது. வெட்கம், பயம், துடிப்பு, காமம், வெறி, சபலம், பவ்யம், பக்தி, அன்பு,–இத்தனையும் ஓர் அழகு வடிவம் பெற்று நகர்ந்து வருகிறது... கைலாசம் தாவி அணைக்கப் பார்க்கிறார்.

சமையல் அறை வேலையெல்லாம் முடித்துக்கொண்டு, கூடத்திற்கு வந்த தர்மாம்பாள் பேரப் பிள்ளைகளின் அருகே பாயை விரித்தாள்.

அருகே ஆளரவம் கேட்கவே நினைவு கலைந்த பிள்ளை மனைவியைப் பார்த்தார்.

தலை ஒரு பக்கம் கால் ஒரு பக்கமாகப் போட்டபடி உறங்கும் பெரிய பையனைப் புரட்டிச் சரியாகக் கிடத்தினாள்.

"பிள்ளையோ, லெச்சணமோ? பகலெல்லாம் கெடந்து ஆடு ஆடுன்னு ஆடறது, ராவுலே அடிச்சிப் போட்டாப்பிலே பெரக்கனையே இல்லாம தூங்கறது ... அடாடா, என்னா ஆட்டம்!... என்னா குதிப்பு!..." என்று அலுத்துக்கொண்டே பேரனின் முதுகைத் தடவிக் கொடுத்தாள்.

–ஏகபுத்திரன் கண்ணனின் சீமந்தப் புத்திரனல்லவா?

"வயசு எட்டு ஆகுது... வயசுக்குத் தகுந்த வளத்தியா இருக்கு!... சோறே திங்கமாட்டேங்கிறான் ..." என்று கவலையுடன் பெருமூச்சு விட்டாள் தர்மாம்பாள்.

இளையவள் விஜயா நான்கு வயதுச் சிறுமி – எல்லாம் பாட்டியின் வளர்ப்புத்தான் – பாயைவிட்டுத் தரையில் உருண்டு கிடந்தாள். அவளையும் இழுத்துப் பாயில் கிடத்தினாள்.

"ஹம் ... பாட்டி" என்று சிணுங்கினாள் குழந்தை.

"ஒண்ணுமில்லேடி கண்ணூ ... தரையிலே கெடக்கியே உம் ... தூங்கு" என்று முதுகில் தட்டிக் கொடுத்தாள்.

கைலாசம், தனது பசுமைமிக்க வாலிபப்பிராய நினைவுகளில் மனசை மேயவிட்டவராய், மௌனமாக அமர்ந்திருந்தார்.

"நீங்க ஏன் இன்னும் குந்தி இருக்கீங்க ... உங்களுக்கும் ஒரு தாலாட்டு பாடணுமா? ... பாலைக் குடிச்சிட்டுப் படுக்கக் கூடாதா? கொண்டுவந்து வச்சி எத்தினி நாழி ஆவுது ...

ஆறிப்போயிருக்கும்...” என்று சொல்லிக்கொண்டே கலைந்து கிடந்த அவரது படுக்கையை ஒழுங்கு படுத்தினாள்.

“கொஞ்சம் ஒன் கையாலே அந்தத் தம்ளரை எடுத்துக் குடு.”

பால் தம்ளரை வாங்கும்போது அவள் கையைப் பிடித்துக் கொண்டார்.

“ஆமா ... படுத்துத் தூங்குடாங்கிறீயே ... எந்தச் சிறுக்கி மவ எனக்கு வெத்திலை இடிச்சிக் குடுத்தா ...” என்று அவள் கையை விடாமல் சிரித்துக்கொண்டே கேட்டார்.

“சிரிப்புக்குக் கொறைச்சல் இல்லே; பிள்ளை இல்லாத வீட்டிலே கெழவன் துள்ளி வெளையாடினானாம்... கையை விடுங்க.”

“யாருடி கெழவன்? நானா..?” என்று மனைவியின் கன்னத்தில் தட்டியபடி சிரித்தார்.

“இல்லே ... இப்பத்தான் பதினேழு முடிஞ்சி, பதினெட்டு நடக்கு... பொண்ணு ஒண்ணு பாக்கவா?...”

“எதுக்கு, நீதான் இருக்கியே? ...” என்று அவள் முந்தியைப் பிடித்து இழுத்தார்.

“ஐய, என்ன இது?”

– மறுபடியும் சிரிப்புத்தான். கிழவர் பொல்லாதவர்...

பாலைக் குடித்தபிறகு, உடல் முழுதும் வேர்த்தது. துண்டால் உடம்பைத் துடைத்துக்கொண்டு “உஸ்... அப்பால், ஒரே புழுக்கம் ... அந்தப் பாயைக் கொண்டுபோய் முத்தத்திலே விரி... நா வெத்திலைச் செல்லத்தை எடுத்திட்டு வாரேன்” என்று எழுந்தார்.

தர்மாம்பாள் பாயைச் சுருட்டிக்கொண்டு கூடத்து விளக்கை அணைத்தாள். முற்றத்தில் பளீரென்று நிலா வெளிச்சம் வீசிய பாகத்தில் பாயை உதறி விரித்தாள்.

“உஸ்... அம்மாடி, என்னமா காத்து வருது...” என்று காலை நீட்டிப் போட்டு உட்கார்ந்தாள்.

மேலாக்கை எடுத்து, முன் கையிலும், கழுத்திலும் வழிந்த வியர்வையைத் துடைத்துக்கொண்டாள். ரவிக்கையின் பித்தானைக் கழற்றிவிட்டு, முதுகுப் புறத்தை உயர்த்திக் கையிலிருந்த விசிறிக் காம்பினால் பின்புறத்தைச் சொறிந்து கொண்டாள்.

கைலாசம்பிள்ளை, மனைவியின் அருகே அமர்ந்து நிலவெரிக்கும் வான் வெளியை வெறித்துப் பார்த்தார்.

ஆகாச வெளியில் கவிந்து மிதந்து செல்லும் மேகத்திரள்கள் நிலவினருகே வரும்போது ஒளிமயமாயும், விலகிச் செல்கையில் கரிய நிழற்படலங்களாகவும் மாறி மாறி வர்ணஜாலம் புரிந்தன.

இந்த நிலவொளியில் ... ஆம்; இதே நிலவுதான் – காலம் எத்தனையானாலும் நிலவு ஒன்றுதானே. இந்த நிலவில், பாட்டியின் மடியில் அமர்ந்து கதை கேட்டுக்கொண்டு பால் சோறு உண்ட பருவம் முதல், தனக்கு வாய்த்த அருமை மனைவி தர்மாம்பாளின் மடியில் தலை சாய்த்து இன்பக் கனவுகளில் மயங்கியபடியே தாம்பூலம் வாங்கிக் கொண்டதெல்லாம் ...

அந்த நிகழ்ச்சிகளெல்லாம், நிலவில் படிந்த மேகங்கள் ஒளி பெறுவதுபோன்று நினைவில் கவிந்து ஒளி பெற்று ஜ்வலித்து, பிறகு விலகி ஒளி குறைந்து, ஒளி இழந்து கரிய இருள் நிழலாய் மாறி நகர்ந்தன.

மேகம் எங்கே? எங்கோ இருக்கும் நிலவு எங்கே?

நினைவு எங்கே? இப்பொழுது தான் இருக்கும் நிலை எங்கே?

நினைத்தால்தான் நினைவா? நினைக்காதபோது நினைவுகள் எங்கு இருக்கின்றன? – நினைவு ஏன் பிறக்கிறது? எப்படிப் பிறக்கிறது ... நினைவு! ... அப்படியென்றால்? ... நினைப்பதெல்லாம் நடந்தவைதானா? நடக்காதனவற்றை நினைப்பதில்லையா? நினைப்பு என்பது முழுக்கவும் மெய்யா? பொய்யை, ஆசைகளை, அர்த்தமற்ற கற்பனைகளை, அசட்டுக் கற்பனைகளை, நினைத்து நினைத்து நினைவு என்ற நினைப்பிலேயே நிசமாவதில்லையா?

“டொடக் . . . டொடக்”

– தர்மாம்பாளின் கையிலிருந்த பாக்குவெட்டி இரவின் நிசப்தத்தில் பாக்கை வெட்டித் தள்ளும் ஒலி ...

கைலாசம் தன் மனைவியைக் காணும்போது தன்னையும் கண்டார்.

தர்மாம்பாள், உள்ளங்கையில் வைத்திருந்த வெற்றிலையில், உறைந்து போயிருந்த சுண்ணாம்பைச் சுரண்டி வைத்துத் திரட்டி, பாக்கையும் சேர்த்து இரும்புரலில் இட்டு, ‘டொடக் . . . டொடக்’கென்று இடிக்க ஆரம்பித்தாள்.

கைலாசத்தின் நாவு பற்கள் இருந்த இடத்தைத் துழாவின.

‘உம் ... எனக்கு எப்பவுமே பல்லு கொஞ்சம் பெலகீனம்தான் ...’

உடம்பை ஒருமுறை தடவிப் பார்த்துக் கொண்டார். முண்டாவையும் புஜங்களையும் திருகி, கைகளை உதறிச் சொடக்குவிட்டுக் கொண்டார். ரோமம் செறிந்த நெஞ்சிலும் புஜங்களிலும் சருமம் சற்றுத் தளர்ந்திருந்தாலும் தசை மடிப்புக்கள் உருண்டு தெரிந்தன.

கைலாசம் உண்மையிலேயே திடகாத்திரமான மனிதர்தான் . . . உடம்பில் அசுர வலு இருந்த காலமும் உண்டு; இப்பொழுது நிச்சயம் ஆள் வலு உண்டு!

– போன வருஷம்தான் சஷ்டியப்த பூர்த்தி.

தர்மாம்பாளுக்கு ஐம்பதுக்கு மேல் அறுபதுக்குள் . . .

அவளுக்கு மூங்கில் குச்சுபோல் நல்ல வலுவான உடம்புதான் . . . ஒல்லியாயிருந்தாலும் உடலில் உரமும் உண்டு . . . இல்லாவிட்டால் ஏறத்தாழ நாற்பத்தைந்து வருஷமாக அந்த உடம்புக்கு ஈடுகொடுக்க முடியுமா?

கிழவரின் கை மனைவியின் தோளை ஸ்பரிசித்தது . . .

“என்ன? . . . கொஞ்சுறீங்க? – வெத்திலையைப் போட்டுக் கிட்டுப் படுங்க...” என்று இடித்து நசுக்கிய வெற்றிலைச் சாந்தை அவரது உள்ளங்கையில் வைத்தாள் . . . மீதியை வாயிலிட்டுத் குதப்பி ஒதுக்கிக் கொண்டாள்.

தர்மாம்பாளுக்குப் பற்கள் இருக்கின்றன. என்றாலும் புருஷனுக்காக இடிப்பதில் மீத்துத் தானும் போட்டுக் கொள்வதில் ஒரு திருப்தி. ஆறு வருடமாய் இப்படித்தான்.

அந்தத் தம்பதிகளிடையே ஒரு சிறு மனத்தாங்கல்கூட இதுவரை நின்றதில்லை. ஒரு சச்சரவு என்பதில்லை. ‘சீ . . . எட்டிநில்!’ என்று அவர் சொன்னதில்லை. சொல்லி இருந்தால் அவள் தாங்குவாளா, என்பது இருக்கட்டும், அவர் நாவு தாங்காது . . .

சிரிப்பும் விளையாட்டுமாகவே வாழ்க்கையைக் கழித்து விட்டார்கள்.

– கழித்து விட்டார்கள் என்று சொல்லிவிட முடியுமா? இதுவரை வாழ்வை அப்படித்தான் கழித்தார்கள் . . .

நிலவு இருண்டது! எங்கும் ஒரே நிசப்தம். கூடத்தில் படுத்திருந்த முத்து, தூக்கத்தில் ஏதோ முனகியவாறே உருண்டான்.

– அறைக்குள்ளிருந்து வளையல் கலகலப்பும், கட்டிலின் கிரீச்சொலியும், பெண்ணின் முணுமுணுப்பும் . . .

எங்கோ ஒரு பறவை சிறகுகளைப் படபடவென்று சிலுப்பிக் கொள்ளும் சப்தம்... அதைத் தொடர்ந்து வெளவால் ஒன்று முற்றத்தில் தெரிந்த வான்வெளியில் குறுக்காகப் பறந்தோடியது.

முற்றத்தில் ஒரு பகுதி இருண்டிருந்தது!

நிலவு எதிர்ச்சரகக் கூரைக்கும் கீழே இறங்கிவிட்டது. அவர்கள் படுத்திருந்த இடத்தில் நிழலில் இருள் நிலவொளிக்குத் திரையிட்டிருந்தது...

தர்மாம்பாள் தொண்டைக்குள் 'களகள'வென்று இளமை திரும்பிவிட்டது மாதிரி, சப்தமில்லாமல் சிரித்தாள்.

கிழவரின் அகண்ட மார்பில் அவள் முகம் மறைந்தது... பொன்காப்பிட்ட அவளது இரு கரங்களும் கிழவரின் முதுகில் பிரகாசித்தன.

இருளோ நிலவோ, இரவோ பகலோ, இளமையோ, முதுமையோ எல்லாவற்றையும் கடந்ததுதானே இன்பம்!

"ஆம்; அது – இன்பம் மனசில் இருப்பது . . . இருந்தால் எந்த நிலைக்கும்; எந்தக் காலத்துக்கும் யாருக்கும் அது ஏற்றதாகத்தான் இருக்கும். தர்மாம்பாளும் கைலாசமும் மனசில் குறைவற்ற இன்பம் உடையவர்கள் . . . வயசைப்பற்றி என்ன?

❍ ❍ ❍

'டொக்... டொக்...'

– கைலாசம், நிலா வெளிச்சத்தில் பாயை இழுத்துப் போட்டுக்கொண்டு இரும்புரலில் வெற்றிலை இடிக்கிறார்.

அருகே தர்மாம்பாள் படுத்திருக்கிறாள்... தூக்கம் அரைத் தூக்கம்... மயக்கம்தான்!

"நீங்க இன்னம் படுக்கலியா!"

"உம்... நீ வெத்திலை போடுறியா?"

"உம்... அந்தத் தூணோரம் செம்பிலே தண்ணி வச்சேன், கொஞ்சம் கொண்ணாந்து தாரிங்களா? நாக்கை வரட்டுது" என்று தொண்டையில் எச்சிலைக்கூட்டி விழுங்கினாள்.

"எனக்கும் குடிக்கணும்!" என்றவாறு எழுந்துசென்று, செம்பை எடுத்துத் தண்ணீரைக் குடித்துவிட்டுக் கொண்டு வந்தார் கைலாசம்.

அவர் வரும்போது நிலவொளியில், அந்தத் திடகாத் திரமான உருவத்தைக் கண்டு தர்மாம்பாளின் மனம், வாலிபக்

கோலம் பூண்டு, அந்த அழகில் லயித்துக் கிறங்கி வசமிழந்து சொக்கியது.

அவர் அவள் அருகே வந்து அமர்ந்தார்.

தாகம்தீர தண்ணீர் குடித்த தர்மாம்பாள், ஆழ்ந்த பெருமூச்சுடன் அவர்மேல் சாய்ந்தாள். வலுமிக்க அவரது கரத்தை லேசாக வருடினாள். அவளுக்கே சிரிப்பு வந்தது... சிரித்தாள்.

"என்னடி சிரிக்கிறே?"

"ஒண்ணுமில்லே; இந்தக் கெழங்க அடிக்கற கூத்தை யாராவது பார்த்தா சிரிப்பாங்களேன்னு நெனைச்சேன்." அவர் கண்டிப்பதுபோல் அவள் தலையில் தட்டினார். "யாருடி கிழம்?"

கிழவர் சிரித்தார்! அவளும் சிரித்தாள்...

தர்மாம்பாள் எழுந்து உட்கார்ந்து இன்னொரு முறை வெற்றிலை போட்டுக்கொண்டாள். அவள் பார்வை கவிழ்ந்தே இருந்தது.

முதலிரவில் இல்லாத வெட்கமும் நாணமும் அவள் உடம்பையெல்லாம் பிடுங்கித் தின்றது!

– கிழவர் அவள் முகத்தைத் தடவிக் கொடுத்தார். அவள் விழிகளை உயர்த்திப் பார்த்தாள். அவர் அவள் விழிகளுக்குள்ளே பார்த்தவாறு சிரித்தார்.

"சே!... நீங்க... ரொம்ப மோசம்!" என்று வெட்கத்துடன், கண்டிக்கும் குரலில் சிணுங்கினாள் தர்மாம்பாள். அனுபவித்த சந்தோஷத்தால் காரணமற்று, சிரிப்பும் பொத்துக்கொண்டு வந்தது. கிழவருக்குப் பெருமைதாங்க முடியவில்லை.

அவளிடம் ஏதாவது வேடிக்கை பேசி, விளையாடத் தோன்றியது அவருக்கு.

உள்ளங்கையில் புகையிலையை வைத்துக் கசக்கியபடி, தனக்குள் மெல்லச் சிரித்துக்கொண்டே,

"அந்தக் காலத்திலே நான் அடிச்ச கூத்தெல்லாம் ஒனக்கெங்கே தெரிஞ்சிருக்கப் போகுது..." என்று சொல்லிவிட்டுத் தலையை அண்ணாந்து புகையிலையை வாயில் போட்டுக் கொண்டார்.

"ஏன்? சீமைக்கா போயிருந்தீங்க?"

"தர்மு, உனக்குத் தெரியாது. நீ எப்பவும் குழந்தை தான். ஒன்கிட்டே அப்போ நான் சொன்னதே இல்லை. இப்ப சொன்னா என்ன?"

— கிழவர் கொஞ்சம் நகர்ந்து சென்று சாக்கடையில் எச்சில் துப்பிவிட்டு வந்தார்.

"நம்ம சந்நிதித் தெரு கோமதி இருந்தாளே ஞாபகம் இருக்கா?"

கால்களில் சதங்கை கொஞ்ச, கருநாகம்போன்ற பின்னல் நெளிந்து திரும்பி வாலடித்துச் சுழல கண்களும் அதரங்களும் கதை சொல்ல, 'இவர்க்கும் எனக்கும் பெரு வழக்கிருக்கிறது...' என்ற நாட்டிய கோலத்துடன் முத்திரை பாவம் காட்டி, சதிராடி நிற்கும் ஒரு தங்கப்பதுமை போன்ற கோமதியின் உருவம் தர்மாம்பாளின் நினைவில் வந்து நின்றது... ஒரு கணம் மையல் காட்டி மறையாமல் நிலைத்து, நின்றது...

"என்ன ஞாபகம் இருக்கா?... அந்தக் காலத்திலே அவளுக்குச் சரியா எவ இருந்தா?... என்ன இருந்தாலும் தாசின்னா தாசிதான். அவளுகளை மாதிரி சந்தோஷம் குடுக்க வீட்டுப் பொம்பளைங் களாலே ஆகுமா?"

"உம்..." தர்மாம்பாளின் கண்கள் கிழவரின் முகத்தை அர்த்தத்தோடு வெறித்தன.

மனம்..?

'ஓஹோ! அந்தக் காலத்திலே அவ நாட்டியம்னா பறந்து பறந்து ஓடுவாரே... அதுதானா?' என்று பற்பல நிகழ்ச்சிகளை முன்னிறுத்தி விசாரித்துக் கொண்டிருந்தது மனம்.

கிழவர் குறும்பும் குஷியுமாய்ப் பேசிக்கொண்டிருந்தார்.

"என்னை ஒரு தடவை நீலகிரிக்கு மாத்தியிருந்தாங்களே. ஞாபகமிருக்கா? கண்ணன் அப்ப வயத்திலே ஏழு மாசம்... இல்லையா?"

"உம்..." தர்மாம்பாளின் விழிகள் வெறித்துச் சுழன்றன. 'இது சத்தியம்! இது சத்தியம்!' என்று அவளுள் ஏதோ ஒரு குரல் எழுந்தது.

"அப்போ தனியா போனேன்னா நெனைச்சிட்டிருக்கே... போடி பைத்தியக்காரி... அந்தக் கோமதிதான் என்கூட வந்தா... அவ ஒடம்பு செலை கணக்கா இல்லே இருக்கும்... உம்... அவ என்ன சொன்னா தெரியுமா கடைசியிலே..?" கிழவர் தனக்குத்தானே சிரித்துக்கொண்டார்.

"நானும் இதுவரைக்கும் எத்தனையோ பேரைப் பாத் திருக்கேன்... ஆம்பளைன்னா நீங்கதான்னா..." கிழவர் மறுபடி யும் சிரித்தார்.

அது என்ன சிரிப்பு... பொய்ச் சிரிப்பா, மெய்ச்சிரிப்பா..?

தர்மாம்பாளின் நெஞ்சில் ஆத்திரம்,துரோகமிழைக்கப்பட்ட – வஞ்சிக்கப்பட்ட ஏமாற்ற வெறியும் தணலாய்த் தகித்தன.

"நெசந்தானா . . !"

"பின்ன பொய்யா? . . . அதுக்கென்னா இப்போ, எப்பவோ நடந்ததுதானே. . ."

– அடப்பாவி, கிழவா? பொய்யோ மெய்யோ அவள் திருப்திக்காகவாவது மாற்றிச் சொல்லக் கூடாதா?

தர்மாம்பாள் கிழவிதான். கிழவி பெண்ணில்லையா?

'துரோகி... துரோகி...' என்று அவள் இருதயம் துடித்தது. 'ஆமாம்; அது உண்மைதான்... பொய்யில்லை.' ஏனோ அவள் மனம் அதை நம்பிவிட்டது. பொய்யாக இருக்குமோ என்று சந்தேகிக்கக்கூட இல்லை – அதெல்லாம் தாம்பத்திய ரகசியம்!

விருட்டென்று எழுந்து தட்டுத் தடுமாறி நடந்து சென்று கூடத்து இருளில் வீழ்ந்தாள் தர்மாம்பாள்.

"அடடே ... தர்மு ... கோவிச்சுக்கிட்டியா ?... பைத்தியக்காரி ... பைத்தியக்காரி" என்று விளையாட்டாகச் சிரித்துக் கொண்டே பாயில் துண்டை விரித்துப் படுத்தார் கைலாசம் பிள்ளை.

– விளையாட்டா? அது என்ன விளையாட்டோ? . . . கிழவரின் நாக்கில் சனியல்லவா விளையாடி இருக்கிறது!

மணி பன்னிரண்டு அடித்தது! கிழவர் தூங்கிப் போனார். தர்மாம்பாள் தூங்கவில்லை!

❍ ❍ ❍

மறுநாள் ...

மறுநாள் என்ன, மறு நாளிலிருந்து வாழ்நாள் வரை ...

அவருக்கு அவள் தன் கையால் காப்பி கொடுப்பதில்லை; பல் துலக்க, குளிக்க வெந்நீர் கொடுப்பதில்லை. முதுகு தேய்ப்ப தில்லை; சோறு படைப்பதில்லை; வெற்றிலைப் பாக்கு இடித்துக் கொடுப்பதில்லை.

– பாவம்! கிழவர் அனாதைச் சிசுவைப்போல் தவித்தார்.

அவளைப் பொறுத்தவரை, கைலாசம்பிள்ளை என்றொரு பிறவியே இல்லாத மாதிரி, அப்படி ஒருவருக்குத் தான் வாழ்க்கைப் படாததுமாதிரி நடந்துகொண்டாள். அவருடன், யாருடனும் அவள் ஒரு வார்த்தை பேசுவதில்லை.

மகனும் மருமகளும் துருவித் துருவி அவளை விசாரித்தனர்.

– மௌனம்தான்.

கிழவர்? – அவர் வாயைத் திறந்து என்னவென்று சொல்லுவார்?

– மௌனம்தான்.

அன்று இரவு விஜயா கேட்டாள்:

"பாட்டி – நீ தாத்தா வோட 'டூ' வா ..?"

– அவள் ஒன்றும் பேசவில்லை.

"ஏன் தாத்தா, பாட்டி ஒன்னோட பேசமாட்டேங்குது? நீ அடிச்சியா?" – என்று முத்து கிழவரை நச்சரித்தான்.

கிழவரால் பொறுக்க முடியவில்லை.

"என்னடி தர்மு – நான் வெளையாட்டுக்கு, பொய்யிதான் சொன்னேன் – என்னை ஒனக்குத் தெரியாதா?... மனசார ஒனக்கு நா, துரோகம் செஞ்சிருப்பேன்னு நீ நெனைக்கிறியா? இவ்வளவு காலம் என்னோடு வாழ்ந்தும் என்னை நீ தெரிஞ்சுக்கலையா, தர்மு ... தர்மு ..."

'சீ வாழ்ந்தேனா! – ஐயோ, என் வாழ்வே! வாழ்ந்ததாக நெனைச்சி ஏமாந்து போனேன் ...'

இதைக்கூட அவள் வெளியில் சொல்லவில்லை.

குழந்தைகள் தூங்கிவிட்டன.

அவர் தானாகவே அன்று வெற்றிலை இடித்துப் போட்டுக் கொண்டார்.

"தர்மு ... என்னை நீ நம்பமாட்டியா ..." அவர் கை அவள் தலையை வருடியது.

அடிபட்ட மிருகம்போல் உசுப்பிக்கொண்டு நகர்ந்த அவள் உடம்பு துடித்துப் பதைத்தது.

'சீ ...' என்று அருவருப்புடன் உறுமினாள். "தொட்டீங்கன்னா, கூச்சல் போட்டுச் சிரிக்க அடிச்சிடுவேன் ..."

அவளுக்கு மூச்சு இளைத்தது உடல் முழுதும் வேர்த்து நடுங்கியது. அப்படி அவரிடம் அவள் பேசியது அதுவே முதல் தடவை. அவரும் திகைத்துப் போனார்!

கிழவர் மனம் குமுறி எழுந்து நடந்தார்.

'என்னை – என்னை சந்தேகிக்கிறாளே' என்று நினைத்த பொழுது மனசில் என்னவோ அடைத்துக் கண்கள் கலங்கின.

"போறா, நல்ல கதி போகமாட்டா" என்று மனம் சபித்தது.

யாருமற்ற, நாதியற்ற அனாதைபோல் தெருத் திண்ணையில் வெறுந்தரையில் படுத்துக் கொண்டார்.

தர்மாம்பாளைக் கை பிடித்தது முதல் அன்றுதான் முதன் முறையாக அவர் கண்களிலிருந்து கண்ணீர் பெருகி வழிந்தது.

'விதி – விதி!' என்ற முனகல்!

விதிக்கு வேளை வந்து விட்டது!

இரவு மணி எட்டு! தெரு வாசற்படியில் கார் நிற்கிறது.

கூடத்து அறையில் தர்மாம்பாள் படுக்கையில் கிடக்கிறாள். அவளைச் சுற்றிப் பேரனும் பேத்தியும் மகனும் மருமகளும் நிற்கின்றனர். டாக்டர் ஊசி போடுகிறார்.

தெருவில் திண்ணையோரத்தில் நிற்கும் கைலாசம்பிள்ளை பதைக்கும் மனத்தோடு ஜன்னல் வழியாக எட்டி எட்டிப் பார்க்கிறார்.

உள்ளே செல்ல அவருக்கு அனுமதி இல்லை.

டாக்டர் வெளியே வருகிறார். கண்ணன் பெட்டியை எடுத்துக்கொண்டு அவர் பின்னே வருகிறான்.

"டாக்டர்... என் உயிர் பிழைக்குமா?" என்ற கைலாசம் பிள்ளையின் குரல் டாக்டரின் வழியில் குறுக்கிட்டு விழுந்து மறிக்கிறது.

டாக்டர் பதில் கூறாமல் தலையைக் குனிந்தவாறே கைலாசம் பிள்ளையின் சோகத்தை மிதித்துக்கொண்டு போயே விட்டார்...

கிழவர், தன்னை மீறிவந்த ஆவேசத்துடன் உள்ளே ஓடுகிறார்.

'தர்மு... தர்மு... என்னெ விட்டுப் போயிடாதேடி தர்மு...'

நீட்டி விரைத்துக்கொண்டு கட்டிலில் கிடக்கும் தர்மாம்பாளின் உடலில், அங்கங்களில் அசைவில்லை; உணர்வில்லை.

உயிர்?

நெற்றியில் ஒரு ஈ பறந்து வந்து உட்காருகிறது. நெற்றிச் சருமம் – புருவ விளிம்பு நெளிகிறது.

கண்கள் அகல விரிந்து ஒரு முறை சுழல்கின்றன.

கண்கள் கலங்கி கண்ணீர் பெருக, தம்ளரிலிருந்த பாலைத் தாயின் வாயில் வார்க்கிறான் கண்ணன்.

"யாரு... கண்ணா... பாலில்தாண்டா உறவு இருக்கு... அந்த உறவும் ரத்தாயிடும்!"

அதோ, ஸரஸா இப்பொழுது பால் வார்க்கிறாள்...

'ரெண்டு கொழந்தையையும் வச்சுக்கிட்டுத் தவிப்பியேடி கண்ணே!'

பேரன் முத்து... "பாட்டி... பாட்டி..." என்று சிணுங்கிய படியே பாலை ஊற்றுகிறான்.

முத்துவை அள்ளி அணைத்துக்கொள்ளத் துடிப்பது போல் கண்கள் பிரகாசிக்கின்றன...

பயந்து, ஒன்றும் புரியாமல் குழம்பி நிற்கும் விஜியின் பிஞ்சுக் கரங்கள் பாட்டியின் உதடுகளுக்கிடையில் பால் வார்க்கும் போது...

அதில் தனி இனிப்போ?... முகத்தில் அபூர்வக் களை வீசுகிறது... 'மடக் மடக்'கென்று பால் உள்ளே இறங்குகிறது!

மேல் துண்டில் முகத்தை மூடிக்கொண்டு உடல் பதறிக் குலுங்க வந்து நிற்கிறார் கைலாசம்.

'இந்த நிலையிலாவது தன்னை மன்னிக்க மாட்டாளா' என்ற தவிப்பு!

அவர் கைகள் பால் தம்ளரை எடுக்கும்போது நடுங்குகின்றன...

'தர்மு... தர்மு... என்னைப் பார்க்க மாட்டியா, தர்மு..?'

'யாரது?...' அவள் விழிகள் வெறித்துச் சுழல்கின்றன.

தாளாத சோகத்தில் துடிக்கும் உதடுகளில், கண்ணீருடன் புன்சிரிப்பையும் வரவழைத்துக்கொண்டு பால் தம்ளரை அவள் உதட்டில் பொருத்துகிறார் கைலாசம்.

பற்களைக் கிட்டித்துக்கொண்டு வலிப்புக் கண்டதுபோல் முகத்தை வெட்டி இழுத்துக்கொண்ட தர்மாம்பாளின் முகம் தோளில் சரிகிறது.

– கடைவாயில் பால் வழிகிறது!

"ஐயோ மாமீ..." என்ற ஸரஸாவின் குரல் வெடிக்கிறது.

"அம்மா... பாட்டீ... ஹம்..." முத்து தாயைக் கட்டிக் கொண்டு அழுகிறான். விஜி ஒன்றும் புரியாமல் விழிக்கிறாள்.

கண்ணன் தலையைக் குனிந்துகொண்டு கண்ணீர் வடிக்கிறான்.

கிழவர் நிமிர்ந்து நிற்கிறார். அவர் முகம் புடைத்து, கண்களில் கண்ணீரும் கோபமும் குழம்ப, செக்கச் சிவந்து ஜ்வலிக்கிறது!

கைலாசம் கிழவர்தான், என்றாலும் ஆண் அல்லவா!

'இவளுக்கு என் கையாலே கொள்ளிகூட வைக்கமாட்டேன்' – கையிலிருந்த பால் தம்ளரை வீசியெறிந்துவிட்டு அறையைவிட்டு வெளியேறுகிறார்.

முற்றத்து நிலவில், பால் தம்ளர் கணகணவென்று ஒலித்து உருண்டு கிடக்கிறது.

அன்று, அந்தக் கடைசி இரவில், அவர்கள் படுத்திருந்த இடத்தில் கொட்டிக் கிடந்த பாலில் நிலவின் கிரணங்கள் ஒளி வீசிச் சிரித்தன.

ஆம்; அதே நிலவுதான்!

சரஸ்வதி, 1958

நந்தவனத்தில் ஓர் ஆண்டி

தூரத்துப் பார்வைக்கு அது ஒரு நந்தவனம் போல் தோற்றமளிக்கும். உண்மையில் அது ஒரு நந்தவனம் அல்ல; இடுகாடு!

பச்சைக் கொடிகள் பற்றிப் படர்ந்த காம்பவுண்ட் சுவரால் நாற்புறமும் சுற்றி வளைக்கப்பட்ட அந்த இடுகாட்டின் மேற்கு மூலையில், பனை ஓலைகளால் வேயப்பட்ட சின்னஞ் சிறு குடிசை ஒன்று இருக்கிறது.

அதில்தான் ஆண்டி வசிக்கிறான். குடிசைக்கு முன்னே வேப்ப மரக் கிளையில் கட்டித் தொங்கும் தூளியில் அவன் செல்வ மகன் இருளன் சுக நித்திரை புரிகிறான்.

அதோ அவன் மனைவி முருகாயி வேலியோரத் தில் சுள்ளி பொறுக்கிக் கொண்டிருக்கிறாள்.

ஆம்; ஆண்டிக்கு மனைவியும் மகனும் உண்டு. அவன் பெயர் மட்டும்தான் ஆண்டி. அவன் இருக்கும் அந்த இடம் தூரத்துப் பார்வைக்குத்தான் நந்தவனம்.

ஆண்டி ஒரு வெட்டியான். அவன் வாழும் இடம் இடுகாடு. அந்த மயான பூமிக்கு வரும் பிணங்களுக்குக் குழிவெட்டுவது அவன் தொழில். அதற்காக முனிசிபாலிடியில் மாதம் ஏழு ரூபாய் சம்பளமும், அந்த இடுகாட்டிலேயே வசிக்க ஒரு வீடும் தந்திருக்கிறார்கள்.

ஆண்டி 'ஒரு மாதிரியான' ஆள்; பைத்தியம் அல்ல. மகிழ்ச்சி என்பது என்னவென்றே தெரியாத மனிதர்கள், எப்பொழுதும் குஷியாகப் பாடிக்

கொண்டே இருக்கும் அவனை 'ஒரு மாதிரி' என்று நினைத்தார்கள். அவன் உடம்பில் எப்பொழுதும் அலுப்போ, சோர்வோ ஏற்படுவதே இல்லை. வயது நாற்பது ஆகிறது; இருபது வயது இளைஞனைப்போல் துறுதுறு வென்றிருப்பான்.

அர்த்தம் புரிந்தோ புரியாமலோ அவன் வாய், உரத்த குரலில் சதா ஒரு பாட்டை அலப்பிக்கொண்டே இருக்கும்.

நந்தவனத்தில் ஓர் ஆண்டி – அவன்
நாலாறு மாதமாய்க் குயவனை வேண்டிக்
கொண்டு வந்தான் ஒரு தோண்டி – அதைக்
கூத்தாடிக் கூத்தாடிப் போட்டுடைத்தாண்டி...

குழி வெட்டும் வேலை இல்லாத சமயத்தில் அவன் நந்தவன வேலையில் ஈடுபடுவான். அவன் உழைப்பால்தான் அந்த இடுகாடு கூட 'நந்தவன'மாகி இருக்கிறது. அவனுக்குச் சோகம் என்பது என்னவென்றே தெரியாது.

செடிகளுக்குத் தண்ணீர் பாய்ச்சும்போதும் சரி, பிணங் களுக்குக் குழி பறிக்கும்போதும் சரி – சலனமோ, சங்கடமோ ஏதுமின்றி, உரத்த குரலில் கழுத்து நரம்புகள் புடைக்க அந்தப் பாட்டைத் தனது கரகரத்த குரலில் பாடுவான்.

அவனைப் பொறுத்தவரை அந்தப் பாட்டிற்கு அர்த்தம் கிடையாது; வெறும் பழக்கம்தான்.

அது புதைக்கும் இடமாதலால் பெரும்பாலும் குழந்தைகளின் பிரேதம்தான் அங்கு வரும்.

'மூன்றடி நீளம் மூன்றடி ஆழ'க் குழிகள் வெட்டுவது ஆண்டிக்கு ஒரு வேலையே அல்ல.

தலையில் இறுகக் கட்டிய முண்டாசுடன், வரிந்து கட்டிய வேட்டியுடன், கால்களை அகற்றி வைத்துக்கொண்டு நிற்பான். அவன் கையிலுள்ள மண்வெட்டி அனாயாசமாகப் பூமியில் விழுந்து மேற்கிளம்பும். ஒவ்வொரு வெட்டுக்கும் ஈரமண் மடிந்துகொடுக்கும். பூமியே புரண்டு கொடுக்கும்.

"...கொண்டு வந்தான் ஒரு தோண்டி – அதைக்
கூத்தாடிக்... கூத்தாடிப்... போட்டுடைத்தாண்டி..."

அந்தக் 'கூத்தாடி' என்ற வார்த்தையை அழுத்தி அழுத்தி உச்சரித்தவாறு பூமியின் மார்பை அவன் பிளக்கும்போது அவனை யாராவது கண்டால் அந்தப் பாட்டின் பொருள் தெரிந்துதான் அவன் பாடுகிறான் என்றே எண்ணத் தோன்றும்.

உண்மையில் அந்தப் பாட்டுக்கு உரிய பொருள் அவனுக்குத் தெரியவே தெரியாது.

அவன் அந்தப் பாட்டை, எங்கு, எப்பொழுது கற்றுக் கொண்டான்?

நமக்கு தெரிந்த ஒவ்வொரு வார்த்தையையும் எங்கு எப்பொழுது நாம் கற்றுக்கொண்டு முதன் முதலில் உச்சரித்தோம் என்று சொல்ல முடியுமா? ஆனால், ஏதோ ஒரு விசேஷமான வார்த்தையைக் குறிப்பாக எண்ணினோமானால் நம்மில் எவ்வளவோ பேர் சொல்லி விடுவோம்.

ஆண்டி இந்தப் பாட்டை எப்பொழுது எங்கு முதன் முதலில் கேட்டான்? சற்று நினைவு கூர்ந்தால் அவனால் சொல்லிவிட முடியும்

❍ ❍ ❍

ஒரு நாள் காலை, கயிற்றுக் கட்டிலில் உறக்கம் கலைந்து எழுந்த ஆண்டி, தன் கண்களைக் கசக்கிவிட்ட பின் கண்ட காட்சி அவனுக்கு ஆச்சரியமாய் இருந்தது.

குடிசை சாவலில், கிழிந்த கோரைப் பாயில், வழக்கத்திற்கு மாறாக இன்னும் உறக்கம் கலையாமல் தன்னை மறந்து கிடக்கிறாள் முருகாயி.

அவன், தான் எழுந்தபின் அவள் தூங்கிக்கொண்டிருப்பதை, கலியாணம் ஆகி இந்தப் பதினைந்து வருஷ காலத்தில் ஒருநாள் கூடப் பார்த்ததில்லை.

"ஏ... முருவாயி..." என்று குரல் கொடுத்தான்.

அவள் எழுந்திருக்கவில்லை; புரண்டு படுத்தாள்.

அவன் கயிற்றுக் கட்டிலைவிட்டு எழுந்து அவன் அருகே சென்று அமர்ந்தான்.

'உடம்பு சுடுகிறதோ' என்ற நினைப்பில் அவள் நெற்றியில் கைவைத்துப் பார்த்தான். அப்படியெல்லாம் ஒன்றுமில்லை.

"முருவாயி..." என்று மறுபடியும் உலுப்பினான்.

மயங்கிக் கிறங்கிய நிலையில் முருகாயி கண்களைத் திறந்தாள். எதிரில் புருஷன் குந்தி இருப்பதைக் கண்டதும் எழுந்து உட்கார்ந்து பேந்தப் பேந்த விழித்தாள்.

"என்ன முருவாயி... ஒடம்புக்கு என்னா பண்ணுது?" என்று பதறினான் ஆண்டி.

"ஒண்ணுமில்லே... கையி காலெல்லாம் கொடைச்சலா இருக்கு... ஒடம்பு பூரா அடிச்சி போட்ட மாதிரி... கிர்னு

தலை சுத்துது...” என்று சொல்லும்போதே கருத்த இமைகள் ஒட்டி ஒட்டிப் பிரிந்தன.

“கனா ஒண்ணு கண்டேன்.”

“என்ன கனா புள்ளே?”

முருகாயி கண்களைக் கசக்கிவிட்டுக் கொண்டே கொட்டாவி விட்டாள்.

“கனாவிலே ஒரு பூச்சி... கறுப்பா... சின்னதா...” அவள் உடல் ஒருமுறை குலுங்கிற்று.

உம்...”

“சொல்லும்போதே திரேகம் சிலுக்குது மச்சான்... அந்தக் கறுப்புப் பூச்சி நவுந்து நவுந்து வந்து எங் கையிமேலே ஏறிச்சி... ஏறினவுடனே அது மஞ்சளா மாறிறிச்சி — ஊஹூம், மஞ்ச நெறமில்லே... தங்க நெறம்... அப்பிடி ஒரு சொலிப்பு சொலிச்சிது... அது எங் கையிலே வந்து குந்திக்கிட்டு... ‘என்னெத் தின்னிடு... என்னெத் தின்னுடு’ன்னு சொல்லிச்சு.”

“உம், அப்புறம்..?”

“தின்னுடு தின்னுடுன்னு சொல்லிக்கிட்டே எங்கையெ கொறிக்க ஆரம்பிச்சுது. எனக்கு என்னமோ புத்திக் கொளம்பிப் போய் ஒரு ஆவேசம் வந்திடுச்சி... சீ, இந்த அல்பப் பூச்சி வந்து என்ன தைரியமா நம்மகிட்டே வந்து ‘தின்னுடு தின்னுடு’ன்னு சொல்லுது பாத்தியா?... நாம்ப திங்கமாட்டோம்கிற தைரியம் தானென்னு நெனைச்சி...”

— அவள் முகம் சிவந்தது, சுளித்தது!

“ஒடெம்பெல்லாம் கூசுது மச்சான். அந்தப் பூச்சியெ ரெண்டு விரல்லே தூக்கிப் பிடிச்சி வாயிலே போட்டு ‘கசமுசன்’னு மென்னு... வ் ஓ..!”

— அவன் சொல்லி முடிக்கவில்லை, குடலை முறுக்கிக் கொண்டு வந்த ஓங்கரிப்பு பிடரியைத் தாக்கிக் கழுத்து நரம்புகளைப் புடைக்க வைத்தது; தலை கனத்தது; மூச்சு அடைக்க, கண்கள் சிவக்க,

“வ் வோ ஓ..!”

“மச்சான்... மச்சான்... அந்தப் பூச்சி வவுத்துக்குள்ளே ஓடுது மச்சான்...”

மறுபடியும் ஓர் பலத்த ஓங்காரம். அடி வயிற்றைப் பிசைந்து கொண்டே தலை குனிந்து உட்கார்ந்தாள். வாயெல்லாம் வெறும் உமிழ்நீர் சுரந்து ஒழுகியது.

"மச்சான்... வவுத்திலே பூச்சி."

— ஆண்டி புரிந்துகொண்டான். அவன் உடல் முழுதும் இன்பக் கிளுகிளுப்பு ஓடிப் பரவியது.

பதினைந்து வருஷமாய் வாய்க்காதது...

எத்தனையோ காலம் நினைத்து நினைத்துப் பார்த்து, ஏமாந்து ஏமாந்து, இல்லை என்ற தீர்க்கமான முடிவில் மறந்தே போனபின்...

— உடலைக் குலுக்கி, குடலை முறுக்கி ஓங்கரித்தாள் முருகாயி.

— "ஆ... அதுதான்! ஹாஹா... முருகாயி அதுதான்... ஹாஹா." ஆண்டி சிரித்தான்.

'வ்வோஓ..!'

— குத்திட்டுத் தலை குனிந்து உட்கார்ந்திருந்த முருகாயியை உடலோடு சேர்த்து அணைத்துக்கொண்டு ஆண்டி சிரித்தான்.

"ஹாஹாஹ்ஹா... அதுதான் புள்ளே, அதுதான்..."

பலத்த ஓங்கரிப்புடன் வந்த சிரிப்பை தாங்க முடியாது தவித்தாள் முருகாயி.

"மச்சான் வவுத்தைப் பொறட்டுதே. தாங்க முடியலியே. ஐயோ..!" என்று பதறினாள்.

"சும்மா, இரு புள்ளே, நம்ப வடிவேலு வைத்தியர்கிட்டே போயி எதனாச்சும் மருந்து வாங்கியாறேன்" என்று மேல் துண்டை உதறித் தோள் மீது போட்டுக்கொண்டு கிளம்பினான் ஆண்டி.

முருகாயி சிரித்தாள்.

"ஏ! சும்மாத்தானே இரு மச்சான். யாராவது சிரிக்கப் போறாங்க."

"நீ படற அவஸ்தையைப் பார்க்க முடியலியே புள்ளே..."

"நீ ஏன் பாக்கிறே?... அந்தாலே தள்ளிப்போய் நின்னுக்க ..."

ஆண்டி மனசுக்குள் கும்மாளியிடும் மகிழ்ச்சியுடன் இடுகாட்டின் கேட்டருகே நின்றான்.

அப்போதுதான் அந்தச் சாலை வழியே சென்ற காவிதரித்த பண்டாரம் ஒருவன் தன்னை மறந்த லயத்தில் அந்தப் பாட்டைப் பாடியவாறு நடந்தான்.

"நந்தவனத்தில் ஓர் ஆண்டி–அவன்
நாலாறு மாதமாய்க் குயவனை வேண்டிக்
கொண்டு வந்தான் ஒரு தோண்டி–அதைக்
கூத்தாடிக் கூத்தாடி போட்டுடைத்தாண்டி"

இதுவரை அனுபவித்தறியாத ஒரு புதிய உணர்வில், மகிழ்ச்சியில் லயித்து தன் நிலை மறந்து நின்ற ஆண்டியின் மனத்தில், தாளலயம் தவறாமல் குதித்தோடி வந்த அந்தப் பாட்டின் ஒவ்வோரு வார்த்தையும் ஆழப்பதிந்தன.

அதைப் பதிய வைப்பதற்காகவே பாடுவதுபோல் அந்தப் பண்டாரம் அந்த நான்கு வரிகளையே திரும்பத் திரும்பப் பாடிக் கொண்டு நடந்தான்.

அன்று முதல் தன்னையறியாமல் ஆண்டியும் அந்தப் பாடலைப் பாடிக் குதிக்க ஆரம்பித்தான்.

"நந்தவனத்தில் ஓர் ஆண்டி. . ."

ஆயிரக்கணக்கான மனித உடல்கள் மாண்டபின் புதையுண்ட அந்த மயான பூமியில் ஒரு மனிதன் பிறந்தான்.

ஆண்டிக்கு ஒரு மகன் பிறந்தான்.

தாயின் கருவில் அவன் ஜனித்த அந்த நாளில் பிறந்த குதூகலம் ஆண்டிக்கு என்றும் மறையவில்லை.

பொழுதெல்லாம் தன் செல்வ மகனைத் தூக்கி வைத்துக்கொண்டு கூத்தாடினான்.

நூற்றுக்கணக்கான குழந்தைகளின் சவங்களுக்கு குழிபறித்த ஆண்டியின் கரங்கள் தன் செல்வ மகனை மார்போடு அணைத்து ஆரத் தழுவின.

தனது மதலையை மார்புறத் தழுவி மகிழ்ந்த ஆண்டியின் கரங்கள் ஊரார் பிள்ளைகளின் சவங்களுக்குக் குழிபறித்தன.

ஊராரின் புத்திர சோகம் அவனுக்குப் புரிந்ததே இல்லை.

ரோஜாச் செடிக்குப் பதியன் போடும் சிறுவனைப்போல் பாட்டுப் பாடிக்கொண்டே குழி பறிப்பான்.

அருகிலிருக்கும் அந்தப் பச்சைச் சிசுவின் பிரேதத்தைப் பார்த்தும்–அதோ பக்கத்தில், பீறிவரும் அழுகையை அடக்கிக்

கொண்டு நிற்கும் அந்தத் தகப்பனைப் பார்த்தும் – நெஞ்சில் ஈரமில்லாமல் பசை இல்லாமல் பாடிக் கொண்டிருக்கிறானே..!

சீசீ, இவனும் ஒரு மனிதனா..! அதனால்தான் அவனை எல்லோரும் 'ஒரு மாதிரி'என்று சொல்ல ஆரம்பித்தார்கள்.

குழிபறித்து முடித்த பின் நேரே தன் குடிசைக்கு ஓடுவான். தூழியில் உறங்கும் இருளனைத் தூக்கி வைத்துக்கொண்டு கொஞ்சுவான்; கூத்தாடுவான்.

அந்த மகிழ்ச்சிக்கு, குதூகலத்திற்கு, பாட்டிற்கு, கும்மாளத்துக் கெல்லாம் காரணம் இருளன்தானா?

இரண்டு ஆண்டுகளுக்குப் பின்...

எத்தனையோ பெற்றோரின் ஆனந்தத்துக்கு, கனவுகளுக் கெல்லாம் புதை குழியாயிருந்த அந்த இடுகாட்டில், மரணம் என்ற மாயையை மறந்து, ஜனனம் என்ற புதிரில் மட்டும் லயித்துக் கொண்டிருந்த ஆண்டியின்... ஆண்டியின்...

– சொல்ல என்ன இருக்கிறது?

இருளன் ஒருநாள் செத்துப்போனான்.

வாடியிருந்து வரம் கேட்டு, காத்திருந்து தவமிருந்து, காலம் போன ஒரு நாளில், எதிர்பாராமல் – நினைவின் நப்பாசை கூட அறுந்துபோன ஒரு காலமற்ற காலத்தில், வாராமல் வந்து அவதரித்து, ஆசை காட்டி, விளையாடி கனவுகளை வளர்த்த இருளன், எதிர்பாராமல் திடீரென்று இரண்டு நாள் கொள்ளையிலே வந்ததுபோல் போய்விட்டான்.

ஆசைகளையும் கனவுகளையும், பாழூக்கும் பொய்ம்மைக்கும் பறி கொடுத்த முருகாயி வாயிலும் வயிற்றிலும் அடித்துக்கொண்டு புரண்டு புரண்டு அழுதாள்.

எத்தனையோ சோகங்களின் திரடுகள் கரடு தட்டி மேடிட்டுப் போன அந்த மயான பூமியில் தனது பங்கிற்காக அந்தத் தாய் ஒப்பாரி வைத்து அழுதாள்.

வேப்ப மரத்தடியில், கட்டித் தொங்கும் வெறும் தூளியினருகே, முழங்கால்களில் முகம் புதைத்துக் குந்தி இருக்கிறான் ஆண்டி.

எங்கோ வெறித்த விழிகள்... என்னென்னமோ காட்சிகள்... எல்லாம் கண்டவை... இனி, காண முடியாதவை...

அதோ இருளன்!

வேலியோரத்தில் தவழ்ந்து சென்றதும் ...தூளியிலிருந்து உறக்கம் கலைந்தபின் தலையை மட்டும் தூளிக்கு வெளியே

தள்ளித் தொங்கவிட்டுக்கொண்டு, கன்னம் குழையும் சிரிப்புடன் 'அப்பா'வென்று அழைத்ததும்...

செடிக்குத் தண்ணீர் ஊற்றிக்கொண்டு இருக்கும்போது அவனறியாமல் பின்னே வந்து, திடீரென்று பாய்ந்து புறம்புல்லி உடலைச் சிலிர்க்கவைத்து மகிழ்வித்ததும்...

எதிரிலிருக்கும் தட்டத்துச் சோற்றில், வேகமாய்த் தவழ்ந்து வந்து – தனது பிஞ்சுக் கைகளை இட்டுக் குழப்பி, விரல்களுக் கிடையே சிக்கிய இரண்டொரு பருக்கைகளை வாயில் வைத்துச் சுவைத்துச் சப்புக்கொட்டி, கைதட்டிச் சிரித்துக் களித்ததும்... நெஞ்சோடு நெஞ்சாய்க் கிடந்து இரவு பகல் பாராமல் நாளெல்லாம் உறங்கியதும்...

– பொய்யா?... கனவா?... மருளா?... பித்தா?... பேதைமையா?

ஆண்டி சித்தம் குலைவுற்றவன் போல் சிலையாய் உட்கார்ந்திருந்தான்.

இருளன் தவழ்ந்து திரிந்த மண்ணெல்லாம், அவன் தொட்டு விளையாடிய பொருளெல்லாம், அவன் சொல்லிக் கொஞ் சிய சொல்லெல்லாம் ஆண்டியின் புலன்களில் மோதி மோதி சிலிர்க்க வைத்துக் கொண்டிருந்தன.

அதோ குடிசையினுள்ளே அந்தச் சிறு பாலகனின் சடலம் ஊதிப்புடைத்துக் கிடக்கிறது. வாயிலும் கண்களிலும் ஈக்கள் மொய்க்கின்றன. நெற்றியில் சாந்துப் பொட்டு; கறுத்துப்போன இதழ்களுக்கிடையே பால்மணம் மாறாத இளம் பற்கள் மின்னித் தெரிகின்றன. கையையும் காலையும் அகல விரித்துக்கொண்டு...

– ஆழ்ந்த நித்திரையோ..?

'இல்லை. செத்துப் போய்விட்டான்.'

முருகாயி அவன் கைகளை மார்பின்மீது கோத்து வைத்தாள். முகத்தில், கண்களில் மொய்த்த ஈக்களை விரட்டினாள். பிணத்தின்மீது ஒரு துணியை எடுத்துப் போர்த்தி மூடினாள்...

கடைசியில்...

கடமை என்று ஒன்று இருக்கிறது அல்லவா?

○ ○ ○

சிவந்த கண்கள் நீர்த்தாரை பொழிய, தலையில் மேல் துண்டை எடுத்துச் சுற்றிக்கொண்டான் ஆண்டி. மூலையில் கிடந்த

மண்வெட்டியை எடுத்துத் தோளில் மாட்டிக்கொண்டான். நனைத்து வைத்திருந்த மஞ்சள் துணியில் இருளனைச் சுருட்டி எடுத்து மார்போடு சேர்த்து அணைத்துக்கொண்டு புறப்பட்டான்.

"ஐயோ!... என் ராசா" என்ற குரல் வெடித்தது – முருகாயி கதறிக்கொண்டே பூமியில் விழுந்து துடித்தாள். ஆண்டியின் கால்களைச் சேர்த்துக் கட்டிக்கொண்டு அவனைப் போகவிடாமல் இழுத்தாள்.

கையில் ஒரு சோகம்; நெஞ்சில் ஒரு சோகம்; காலைப் பிடித்துக்கொண்டு ஒரு பெரும் சோகம்...

– ஐயோ, அவன் என்ன செய்வான்? நின்ற நிலையில் தவித்தான். எல்லா சோகத்துக்கும் குழி பறிக்க, தோளில் தொங்குகிறதே அந்த மண்வெட்டி, அதனால் முடியுமா..?

ஒரு கை பிணத்தை அணைத்தது. மறு கை மண்வெட்டியின் பிடியை இறுகப் பற்றியது...

"முருகாயி... அழுவாதே புள்ளே..." என்று சொல்லிக் கொண்டே அவனும் அழுதான்.

அவள் 'ஓ'வென்று கதறியழுதாள்.

அவள் பிடியிலிருந்த தன்னை விலக்கிக்கொண்டு நடந்தான் ஆண்டி.

– அவனுக்கு இத்தனை நாளாய் பிணங்கள்தான் தெரியும். அந்தப் பிணங்களின் பின்னே இத்தனை சோகமா..?

'ஐயோ!...'

О О О

அன்று அந்த நந்தவனத்துக்கு என்ன பூரிப்போ..? மரங்களும் செடிகளும் புதுமலர்க் கொத்துக்களை அந்த மயான பூமியெங்கும் சிதறிச் சொரிந்துகொண்டிருந்தன.

– ஆண்டி தனது இழந்த கனவைக் கைகளில் ஏந்தி நடந்தான்.

'அந்தப் பன்னீர் மரத்தடியில் இருளனுக்குக் குழி தோண்ட வேண்டும். அந்த மரம் அவன்மீது எப்பொழுதும் அதன் வாசமுள்ள மலர்களைப் பொழிந்து நிற்கும்.'

மகனின் சடலத்தை மண்மீது கிடத்தினான். தோளில் கிடந்த மண்வெட்டியைக் கையில் ஏந்தி மரமாய் நின்றான்.

அவனது கண்கள் சூனியமான வானவெளியை வெறித்து விழித்தன. வெறித்த விழிகள் சிவந்து கண்ணீர் பெருக்கின.

நாசியும் உதடுகளும் தாளாத சோகத்தில் துடித்தன. நெஞ்சில் என்னவோ அடைத்தது.

மனசை இரும்பாக்கிக்கொண்டு மண்வெட்டியை ஓங்கினான். ஓங்கிய கைகள் நடுங்கின. கால்கள் பூமியில் நிலைக்காமல் தடுமாறின.

உயர்த்திப் பிடித்திருந்த மண்வெட்டியை உதறி எறிந்துவிட்டு 'மவனே' என்று அலறியவாறு சடலத்தின்மீது விழுந்தான். 'ஓ'வென்றுக் கதறி அழுதான். அழுது சோர்ந்தான்...

வெகுநேரம் தன் செல்வ மகனின் – இனிமேல் பார்க்க முடியாத மகனின் – முகத்தை வெறித்துப் பார்த்தவாறே உட்கார்ந் திருந்தான்.

வேர்வைத் துளிகள் நெற்றியில் சரம்கட்டி நின்றன.

மார்பை அழுத்திப் பிடித்துக்கொண்டு மண்வெட்டியை எடுத்தான். கால்களை அகட்டி நின்று, கண்களை மூடிக்கொண்டு மண்வெட்டியை ஓங்கி, பூமியில் பதித்தான்.

'நந்தவனத்தில் ஓர் ஆண்டி!'

அந்தப் பாட்டு..! அவன் பாடவில்லை.

ஊரார் பிணத்துக்குக் குழி பறிக்கும்போது மனசில் அரிப்போ கனமோ இல்லாமல் குதித்து வருமே அந்தப் பாட்டு...

'பாடியது யார்?'

மீண்டும் ஒருமுறை மண்வெட்டியை உயர்த்தி, பூமியைக் கொத்தினான்...

'நந்தவனத்தில் ஓர் ஆண்டி..!'

மீண்டும் அந்தக் குரல்..!

'யாரது?'

புலன்களை எல்லாம் அடக்கிக்கொண்டு மீண்டும் மண்வெட்டியால் பூமியை வெட்டினான்.

மீண்டும் ஒரு குரல்:

"நந்தவனத்தில் ஓர் ஆண்டி – அவன்
நாலாறு மாதமாய்க் குயவனை வேண்டி..."

'ஐயோ! அர்த்தம் புரிகிறதே..!'

– ஆண்டி மண்வெட்டியை வீசி எறிந்துவிட்டுத் திரும்பிப் பார்த்தான்.

தூணைப் பிளந்து வெளிக் கிளம்பிய நரசிம்மாவதாரம் போன்று பூமியை, புதை குழி மேடுகளைப் பிளந்துகொண்டு ஓர் அழகிய சின்னஞ்சிறு பாலகன் வெளி வந்தான்.

கைகளைத் தட்டித் தாளமிட்டவாறே ஆண்டியைப் பார்த்துச் சிரித்துக்கொண்டே பாடியது சிசு!

"நந்தவனத்தில் ஓர் ஆண்டி – அவன்
நாலாறு மாதமாய்க் குயவனை வேண்டி
கொண்டு வந்தான் ஒரு தோண்டி – அதைக்
கூத்தாடிக் கூத்தாடிப் போட்டுடைத்தாண்டி..."

குரல்கள் ஒன்றாகி, பலவாகி, ஏகமாகிச் சங்கமித்து முழங்கின.

அந்த மயான பூமியில் எத்தனையோ காலத்திற்குமுன், புதையுண்ட முதற் குழந்தை முதல் நேற்று மாண்டு புதையுண்ட கடைசிக் குழந்தைவரை எல்லாம் உயிர்பெற்று, உருப்பெற்று ஒன்றாகச் சங்கமித்து விம்மிப் புடைத்து விகஸித்த குரலில் – மழலை மாறாத மதலைக் குரலில் – பாடிக்கொண்டு கைத்தாளமிட்டு அவனைச் சுற்றிச் சூழ நின்று ஆடின. வானவெளியெல்லாம் திசைகெட்டு தறிகெட்டுத் திரிந்து ஓடின.

ஆண்டி தன்னை மறந்து வாய்விட்டுச் சிரித்தான்.

அதோ, அவன் இருளனும் அந்தப் பாலகர் நடுவே நின்று நர்த்தனம் புரிகிறான்; தாளம் போடுகிறான்.

பாட்டுப் பாடுகிறான்.

என்ன பாட்டு தெரியுமா..?

"நந்தவனத்தில் ஓர் ஆண்டி...'

அடைத்துப் புடைத்து நெருக்கிக்கொண்டு ஓடும் சிசுக்களின் மகா சமுத்திரத்தில் தன் இருளனைத் தாவி அணைக்க அவன் ஓடினான்...

இருளனைக் காணோம்... தேடினான், காணோம். இருளனை மட்டும் காணவே காணோம்...

அந்தச் சிசுக்கள் யாவும் ஒன்றுபோல் இருந்தன.

என்னுடையது என்றும், இன்னொருவனுடையது என்றும், அவன் என்றும், அதுவென்றும் இதுவென்றும் பேதம் காண முடியாத அந்தச் சமுத்திரத்தில் இருளனை மட்டும் எப்படி இனம் கண்டுவிட முடியும்!

ஆண்டி தவித்தான்!

ஆ!... என்ன தவிப்பு... என்ன தவிப்பு!

❍ ❍ ❍

பன்னீர் மரத்தடியில் பிள்ளையின் பிணத்தருகே முகம் புதைத்து வீழ்ந்து கிடக்கும் ஆண்டியைக் கண்டு பதறியடித்துக்கொண்டு ஓடினாள் முருகாயி.

அவனைப் புரட்டி நிமிர்த்தி மடிமீது வைத்துக்கொண்டு கதறினாள்.

அவன் விழிகள் மெல்லத் திறந்தன.

– தெய்வமே! அவனுக்கு உயிர் இருந்தது: அவன் சாகவில்லை. இன்னும்கூட அவன் அந்த 'நந்தவன'தில்தான் வாழ்கிறான். ஆனால் முன்போல் இப்போதெல்லாம் பாடுவதில்லை.

இடுகாட்டிற்கு வரும் பிணங்களைப் பார்க்கும் போதெல்லாம் 'கோ'வென்று கதறி அழுகிறான். ஊராரின் ஒவ்வொரு சோகத்திற்கும் அவன் பலியாகிறான்! ஆனால் இப்பொழுதும் ஊரார் அவனை 'ஒருமாதிரி' என்றுதான் சொல்லுகிறார்கள்!

***சரஸ்வதி,* 1958**

தேவன் வருவாரா?

பொழுது சாய்ந்து வெகு நேரமாகிவிட்டது. கூலி வேலைக்குப் போயிருந்த 'சித்தாள்' பெண்கள் எல்லோரும் வீடு திரும்பிவிட்டார்கள். இன்னும் அழகம்மாளை மட்டும் காணவில்லை.

குடிசைக்குள் – தனக்கும் அழகம்மாளுக்கும் சோறு பொங்கி, குழம்பு காய்ச்சும் வேலையில் – அடுப்புப் புகையில் குனிந்திருந்த கிழவி ஆரோக்கியம் முந்தானையில் முகத்தைத் துடைத்துக்கொண்டு, குடிசைக்கு வெளியே வந்து தலை நிமிர்ந்து பார்க்கும்போது நிலவு கிளம்பி இருந்தது.

"நேரம் இருட்டிப் போச்சுதே, இந்தப் பொண்ணு எங்கே போனா?" – கிழவிக்கு நெஞ்சு படபடத்தது.

இவ்வளவு நேரமாகியும் அவள் வீடு வந்து சேராமலிருந்ததில்லை.

சேரித் தெருவில் யாரோ போவது தெரிந்தது.

"அதாரு? சின்னப் பொண்ணு... ஏ, சின்னப் பொண்ணு! எங்க அழகம்மா எங்கே? உங்க கூட வரலியா..?"

"நாங்கல்லாம் ஒண்ணாத்தான் வந்தோம் ஆயா... வழியிலே எங்கனாச்சும் பூட்டாளோ என்னமோ, தெரிலியே..."

குடிசையின் கதவை இழுத்து மூடிவிட்டு, தெருவில் இறங்கி நடந்தாள் ஆரோக்கியம். எதிரில் வரும் பெண்களை எல்லாம் நிறுத்தி விசாரித்தாள்.

"எங்க அழகம்மாளைப் பார்த்தீங்களா... அழகம்மாவை?"

எல்லோரும் பார்த்ததாகத்தான் சொன்னார்கள். அவள் எங்கே என்றுதான் யாருக்கும் தெரியவில்லை.

சேரித் தெரு முனையில் உள்ள சாயபுக் கடையில் ஒரே கும்பல். 'அந்தக் கும்பலில் இருப்பாளோ?' – கிழவி சாயபுக் கடையை நோக்கி ஓடினாள். கடையில் பெண்கள் கூட்டம் நிறைந்திருந்தது. அழகம்மாளைத்தான் காணோம்.

"ஏ ஐயா, கடைக்கார ஐயா... எங்க அழகம்மா இந்தப் பக்கம் வந்தாளா, பாத்திங்களா ஐயா..?"

"அட போம்மா, ஒனக்கு வேறே வேலையில்லே... நீ ஒரு பைத்தியம், அந்தப் பைத்தியத்தைத் தேடிக்கிட்டுத் திரியறே? எங்களுக்கு வேறே வேலையில்லியா?" என்று எரிந்து விழுந்தான் கடைக்கார சாயபு. அவனுக்கு வியாபார மும்முரம்.

பைத்தியம்! – அந்த வார்த்தையைக் கேட்டதும் கிழவிக்கு நெஞ்சில் உதைத்தது போலிருந்தது.

ஆமாம்; இரண்டு மாதத்துக்குமுன் அழகம்மாள் பைத்திய மாகத்தான் இருந்தாள். இதே தெருவில், குப்பைத் தொட்டிகளைக் கிளறிக்கொண்டு, எச்சில் இலை நக்கிப் பசி தீர்த்துக்கொண்டு, 'ஆடை பாதி, ஆள் பாதி'க் கோலத்துடன் பைத்தியமாய்த் திரிந்து கொண்டிருந்தவள்தான் அழகம்மாள்.

'இப்ப இல்லியே ... ...இப்பத்தான் அழகம்மாளுக்குப் பைத்தியம் தெளிஞ்சுப் போச்சுதே!' கிழவியின் உதடுகள் முணுமுணுத்தன. எப்படித் தெளிந்தது? கிழவிக்கு மட்டுமல்ல; எல்லோருக்கும் அது ஓர் புரியாத, நம்ப முடியாத புதிர்; பேராச்சரியம்!

இரண்டு மாதங்களுக்கு முன் ஒரு ஞாயிற்றுக்கிழமை காலையில் கிழவி ஆரோக்கியம் மாதாகோயிலுக்குப் போகும் போது, மாதாகோயில் சாலையின் ஓரத்தில் உள்ள மணல் திடலில், ஓங்கி வளர்ந்திருந்த இரண்டு ஒதிய மரங்களுக்கிடைவெளியில் உடலை மறைத்துக்கொண்டு 'ஆயா ஆயா' என்று பரிதாப மாகக் கூவினாளே அழகம்மாள்–அதன் பிறகுமா அவளுக்குப் பைத்தியம்?

"ஆயா, நானும் உன்னை மாதிரி ஒரு மனுசப் பிறவிதானே? ... ஒரு பொம்பளைப் பொண்ணு கட்டத் துணி இல்லாம முண்டமா நிக்கிறேனே, பாத்துக்கிட்டே போறியே ஆயா..." என்று கதறியழுதாளே அழகம்மாள்–அதன் பிறகுமா அவளுக்குப் பைத்தியம்?

அழகம்மாளின் அத்தக் குரல் – பத்து வருஷங்களுக்கு முன் தன்னை வெறுத்துவிட்டு யாருடனோ எங்கோ ஓடிப்போய் விட்ட மகள் இஸபெல்லாவின் நினைவைக் கொண்டுவந்தது.

கிழவி குரல் வந்த திக்கை வெறித்துப் பார்த்தபோது, இடுப்புக்குக் கீழே ஒரு முழக் கந்தைத் துணியை, எட்டியும் எட்டாமலும் இருந்ததால் பக்கவாட்டில் முடிந்து கட்டிக் கொண்டு, காதலனைத் தழுவுவதுபோல் மரத்தோடு மார்பைச் சேர்த்து இணைத்து மறைத்தவாறு, தலையை மட்டும் திருப்பிக் கழுவில் ஏற்றிய குற்றவாளி போல் நின்று கதறும் அவள் இஸபெல்லாவா? அழகம்மாளா? யாராயிருந்தால் என்ன? பெண்!

கிழவி அன்று மாதாகோயிலுக்குப் போகவில்லை. குடிசைக்கு ஓடோடியும் வந்து தன்னிடமிருந்த கந்தல் புடவை ஒன்றை எடுத்துக் கொண்டுபோய் அவளிடம் கொடுத்தாள். உடுத்திக்கொண்டதும் கண்கள் கலங்க, கரம் கூப்பிக் கும்பிட்டவாறு, "ஆயா, நீதான் எனக்குத் தாய், தெய்வம் . . ." என்று கூவிக் காலில் விழுந்தாளே, அழகம்மாள் – அதன் பிறகுமா அவளுக்குப் பைத்தியம்?

ஆரோக்கியம் அழகம்மாளை வாரி அணைத்துக்கொண்டு, "நீதான் எனக்கு மகள்..." என்று கண்கள் தாரை தாரையாய்க் கண்ணீர் பொழியக் கூறினாளே . . .

இருவர்க்கும் இருவர் துணையாகி, நாளெல்லாம் மாடாய் உழைத்து, பிச்சை எடுத்துக் கால்வயிறு கழுவிக் கொண்டிருந்த கிழவி ஆரோக்கியத்திற்கு முழு வயிறு சோறு போடுகிறாளே, அவளா பைத்தியம்?

'இல்லை; என் அழகம்மா பைத்தியமில்லை' என்று தீர்மானமாய்த் தலையை ஆட்டிக்கொண்டாள் கிழவி. பிறகு மாதாகோயில் சாலைவழியே தன் அழகம்மாளைத் தேடி நடந்தாள்.

அந்த இடம் ரொம்ப அழகான பிரதேசம். பிரபலமாகப் பேசப்படும் காஷ்மீராகட்டும், கன்னியாகுமரியாகட்டும் அல்லது உலகின் பேர்போன எந்த உல்லாசபுரியாகட்டும் – அங்கெல்லாம் பிறக்காத ஒரு லயிப்பு, ஒவ்வொரு மனிதனுக்கும் ஏதாவது ஒரு வறண்ட பிரதேசத்திலோ, சந்து பொந்திலோ ஏற்பட்டுவிடத்தான் செய்யும். மற்றவர் கண்ணுக்கு இது என்ன அழகு என்று தோன்றும் அந்த இடம் ஒருவனுக்கு இந்திரலோகமாகத் தோன்றும். அழகம்மாளுக்கும் அப்படித்தானோ? அவள் பைத்தியமாக இருக்கும்போதுகூட அந்த இடத்தில்தான் அடிக்கடிக் காணப்படுவாள். மரங்களும், சிறு கற்பாறைகளும், மணற் குன்றுகளும் நிறைந்த அந்தத் திடலில், கண்ணுக்கெட்டிய தூரம் காடாகக் கிடக்கும் அந்தத் திடலின் ஒரு ஓரத்தில், இரண்டு ஒதிய மரங்கள் ஒன்றில் ஒன்று இணைந்து வளர்ந்திருக்கும்

அந்த இடத்தில் அவள் சாய்ந்தும், கிடந்தும், இருந்தும், நின்றும் பொழுதைக் கழிப்பாள்.

அதோ...

நிலா வெளிச்சத்தில் சாலையோரத்தில் நெருங்கி வளர்ந்து நிற்கும் இரட்டை மரத்தில் சாய்ந்திருப்பது யார்?

"அழகம்மா... அழகம்மா..."

பதிலில்லை.

கிழவி மரத்தினருகே ஓடினாள். அழகம்மாளேதான்! கன்னிமேரித்தாய் போல, தெய்வீக அழகாய் நின்றிருந்தாள் அழகம்மாள். ஆரோக்கியம் வந்ததைக் கூடக் கவனிக்காமல் சந்திரனில் என்னத்தைத் தேடுகிறாள்? அவள் முகத்தில் புன்னகையும் நிலவும் பொங்கி வழிகின்றன.

"அழகம்மா..." கிழவி அவள் காதருகே குனிந்து மெல்ல அழைத்தாள்.

"ஆயா..." நிலவில் பதிந்த பார்வை பெயராமல் குரல் மட்டும் வந்தது; கிழவிக்கு உயிரும் வந்தது.

'தெய்வமே, அவளுக்குப் புத்தி பேதலித்து விடவில்லை...' கிழவி தன் உடலில் சிலுவைக் குறி இட்டுக்கொண்டாள்.

"ஆயா!" இப்பொழுதும் பார்வை நிலவில்தான் இருந்தது.

"என்னடி கண்ணே..?"

"அதோ, நெலாவிலே பாரு..." கிழவியின் வரி விழுந்த முகத்தில் இடுங்கிக் கிடந்த ஒளியிழந்த விழிகள் நிலவை வெறித்து விழித்தன.

"அதோ நெலாவிலே பாரு... நான் தெனம் ஒன்னைக் கேப்பேனே, தேவன் வருவாரான்னு..." – கிழவிக்குத் தினசரி தன்னிடம் அவள் கேட்கும் அந்தக் கேள்வி ஞாபகத்துக்கு வந்தது. பல மணி நேரம் மௌனமாய் இருந்துவிட்டுத் திடீரென அவள் கேட்பாள் – "ஆயா, தேவன் மறுபடியும் வருவாரா?..." அதற்குக் கிழவி பதில் சொல்வாள்: 'வருவார் மகளே, வருவார்... பெரியவங்க அப்படித்தான் சொல்லி இருக்காங்க...' என்று.

"சரி; அதற்கு இப்பொழுது என்ன வந்தது?"

அவள் முகம் புன்னகையில் மலரக் கண்கள் ஜொலிக்கப் பேசிக்கொண்டேயிருந்தாள்.

“அதோ நெலாவிலே பாரேன்... அன்னக்கி என் தேவன் அங்கேருந்துதான் இறங்கி வந்தார்... ஆயா, அந்தத் தேவனோட ஒடம்பு தங்கம் மாதிரி சொலிச்சிது... அவரு நெலாவிலேருந்து எறங்கி வந்து என் கிட்டே பேசினார். நான் இந்த மரத்தடியிலே படுத்திருந்தேன் – அவரைப் பார்த்துச் சிரிச்சேன்... நெலவுக்கும் தரைக்குமா, சரிவா ஒரு பாலம் மாதிரி போட்டிருந்தது... அவரு வரும்போது வந்த பாதை மறைஞ்சிப் போச்சு... ஒவ்வொரு அடி எடுத்து வைக்கும்போதும் அந்தப் பாலம் ஒவ்வொரு அடி மறைஞ்சிப் போச்சு... அதைப் பார்க்கும்போது கண்ணும் நெஞ்சும் நெறைஞ்சி எனக்கு மூச்சே நின்னுபோற மாதிரி இருந்தது. அவரு எனக்குப் பணம் காசெல்லாம் தர்ரேன்னாரு... ... நான் வேணாம்னு சொல்லிட்டேன். ஒனக்கு என்ன வேணும்னு கேட்டாரு... நீங்கதான் வேணும்னு சொன்னேன் – அந்தத் தேவனோட நெழல் என்மேலே விழுந்தது; நிலாவிலேயும் விழுந்தது – நிலா கறுப்பாயிடுச்சி – என் ஒடம்பும் இருண்டு போயிடுச்சு. நான் கண்ணை மூடிக்கிட்டேன் – நூறு நூறா, நூறா? ஆயிரம், கோடி... ... மானத்திலே நட்சத்திரமில்லே, அந்தமாதிரி நிலாக்கூட்டம் எங் கண்ணுக்குள்ளே சுத்திச் சுத்தி வந்தது. வெளியே ஒலகம் பூராவும் ஒரே இருட்டு. என் உடம்புக்குள்ளே மட்டும் வெளிச்சம், வெளிச்சம், ஒரே வெளிச்சம்! வெளியிலேருந்த வெளிச்சமெல்லாம் என் உள்ளே புகுந்துக்கிட்டுது. அந்த வெளிச்சம் கொஞ்சம் கொஞ்சமா ஒடம்பு பூரா பரவிக்கிட்டிருந்தது. அப்பறம் லேசாக் கண்ணைத் தெறந்து பாத்தா, நெலாவும் இல்லே, தேவனும் இல்லே; இருட்டும் இல்லே, வெளிச்சமும் இல்லே – சூரியன் பொறப்படற நேரம்; ஆகாசம் பூரா ஒரே செவப்பு நெறம். நெருப்பு மாதிரி இருந்தது. கண்ணெல்லாம் எரிச்சல். அப்பத்தான் நான் இருந்த நெலையைப் பார்த்தப்ப எனக்கு வெக்கமா இருந்துது ... அந்தத் தூங்கு மூஞ்சி மரத்திலிருந்து ரெண்டு மூணுப் பூவு, முண்டக் கட்டையாக் கெடந்த என் உடம்பிலே உதுந்து கெடந்தது. எனக்கு ‘ஓ’ன்னு அழணும்போல இருந்துது... அப்ப யாரோ ஒரு சின்னப் பொண்ணு அந்தப் பக்கமா வந்துது ... என்னைப் பாத்து ‘நீயாரு’ன்னு கேட்டுது... அது என்னா கேள்வி?... நான்தான் அழகம்மான்னு சொன்னேன். ஒனக்கு அப்பா அம்மா இல்லியான்னு கேட்டுது. அந்தக் கேள்வியை யாரும் என்னைக் கேக்கக் கூடாது, தெரியுமா? கேட்டா கொன்னுப் போடலாம் போல ஒரு கோவம் வரும் எனக்கு. ஆமாம்; அப்படித்தான். அந்தப் பொண்ணு பயந்து போயி ஒரே ஓட்டமா ஓடிடுச்சு. அதுக்கு அப்புறம் நீ வந்தே, ஆயா... ஆயா, அந்தத் தேவன் இன்னொரு தடவை வருவாரா..?”

கிழவிக்கு ஒன்றும் புரியவில்லை! 'கிறுக்குக் குட்டி என்னமோ உளறி வழியுது' என்று நினைத்துக்கொண்டு "சரி சரி, வா நேரமாச்சு. போவலாம்... இந்தமாதிரி நேரத்திலே நீ தனியா இங்கெல்லாம் வரக்கூடாது, வாடி கண்ணு போவலாம்..." என்று கையைப் பிடித்திழுத்தாள். அழகம்மாள் அப்பொழுதுதான் சுயநினைவு பெற்றாள்.

"ஆயா" என்று உதடுகள் துடிக்க, பரக்கப் பரக்க விழித்து உறக்கம் களைந்தவள் போன்று கண்களைக் கசக்கி விட்டுக் கொண்டாள் அழகம்மாள்.

"ஆயா ... என்னெ நீ ரொம்ப நாழி தேடினியா? என்னமோ ஒரே மயக்கமா இருந்தது... இங்கேயே உக்காந்திட்டேன்... நேரம் ரொம்ப ஆவுது இல்லே... இந்தாப் பணம்..." என்று தனது உழைப்பால் கிடைத்த கூலியை முந்தானை முடிச்சிலிருந்து அவிழ்த்துக் கொடுத்தாள் அழகம்மாள்.

கிழவி, அழகம்மாளின் நெற்றியையும் கன்னத்தையும் தொட்டுப் பார்த்தாள். 'ஒடம்புக்கு ஒண்ணுமில்லை... பசி மயக்கமா இருக்கும்.'

'காத்தாலே பழையது சாப்பிட்டதுதானே... வா வூட்டுக்குப் போயி சோறு திங்கலாம்...'

வீட்டுக்கு வந்ததும், அடுப்பில் போட்டுவிட்டுப் போயிருந்த ஒரு பானை வெந்நீரை எடுத்து ஊற்றி அழகம்மாளை 'மேல் கழுவ' வைத்து, வேறு உடை கொடுத்து, தட்டத்துக்கு முன் உட்கார வைத்துச் சோறு பரிமாறினாள் கிழவி.

அழகம்மாள் எங்கோ கூரை முகட்டைப் பார்த்தபடி, தட்டிலிருக்கும் சோற்றில் விரலால் கோலம் போட்டவாறு குந்தி இருந்தாள்.

"என்னாடி பொண்ணே... சோறு திங்காம குந்தி இருக்கியே?" என்றாள் கிழவி.

"ஆயா, என் தேவன் வருவாரா?"

"வருவாரம்மா, நீ சாப்பிடு"

"எனக்குச் சோறு வாணாம் ஆயா..."

"நாள் பூரா எலும்பை ஒடிச்சிப் பாடுபட்டுட்டு வாரியே ... ஒருவேளைகூட நல்லா சாப்பிடல்லேன்னா இந்த ஒடம்பு என்னாத்துக்கு ஆவும்... எங் கண்ணுல்லே, சாப்பிடு" என்று அழகம்மாளின் முகவாயைப் பிடித்துக்கொண்டு கெஞ்சினாள் கிழவி.

கிழவியின் முகத்தை உற்றுப் பார்த்தாள் அழகம்மாள். ஒரு புன்முறுவல். "சரி, சாப்பிடறேன் ஆயா... கொஞ்சம் தண்ணி குடு."

இரண்டு கவளம் சாப்பிட்டாள். மூன்றாவது வாய்க்கு ஒரு குவளை தண்ணீரையும் குடித்தாள். அடுத்த கவளம் வாயருகே வரும்போது குடலை முறுக்கிற்று... அழகம்மாள் வயிற்றை அழுத்திப் பிடித்துக்கொண்டு எழுந்து குடிசைக்கு வெளியே ஓடிவந்தாள். ஓடி வந்து குனிந்து நின்று 'ஓ' வென்ற ஓங்கரிப்புடன் வாந்தியெடுத்தாள்.

அடுத்த நாள் அழகம்மாள் வேலைக்குப் போகவில்லை; சாப்பிடவுமில்லை. மயங்கிக் கிடந்தாள். இரண்டு மூன்று நாட்களுக்குப் பிறகு ஒருவாறு எழுந்து நடமாடினாள்; வேலைக்குப் போனாள்.

அழகம்மாளுடன் வேலை செய்யும் பெண்கள் தனியே என்னவோ கூடிக்கூடிப் பேசுகிறார்களே, அது என்ன பேச்சு?

இவளைக் கண்டவுடன் பேச்சு நின்றுவிடுகிறதே, ஏன் அப்படி?

அழகம்மாளுக்குப் புரியாத முறையில் குறும்பாகச் சிரித்துக் கொண்டு என்னென்னவோ கேட்கிறார்களே, அதெல்லாம் என்ன கேள்விகள்?

இவளால் முன்போல் ஓடியாடி வேலை செய்ய முடியவில்லையே, ஏன் அப்படி?

இப்பொழுதெல்லாம் அழகம்மாள் வரும் வரை அவளுக்காகக் காத்திராமல் எல்லோரும் வந்துவிடுகிறார்கள். அவள் மட்டும் கடைசியில் தனியாக வருகிறாள். அழகம்மாளுக்கும் கொஞ்ச நாளாய், இருந்த வாயும் அடைத்துப் போயிற்று. அவள் யாரிடமும் பேசுவதில்லை. வேலை செய்யும்போதும், சும்மாயிருக்கும்போதும் அவள் மனம் அந்த ஒரே வார்த்தையை ஜெபித்துக்கொண்டிருக்கும் – 'என் தேவன் வருவாரா? என் தேவன் வருவாரா?'

அன்று இரவு வழக்கம்போல ஆரோக்கியத்திடம் கேட்டாள் அழகம்மாள்: "ஆயா, தேவன் வருவாரா?"

"போடி, புத்திக் கெட்டவளே! தேவனாம் தேவன்! அவன் நாசமாப் போக! எந்தப் பாவிப் பயலோ ஒண்ணுந்தெரியாத பொண்ணைக் கெடுத்துட்டுப் போயிருக்கான். மானம் போவுதுடி பொண்ணே, மானம் போவுது" என்று தலையிலடித்துக்கொண்டு அழுதாள் கிழவி.

கிழவி கோபமாகப் பேசியதைத் தாள முடியாமல், அழகம்மாள் முகத்தை மூடிக்கொண்டு அழுதாள். விம்மி விம்மி, கதறிக் கதறிக் குழந்தைபோல் அழுதாள். அவள் அழுவதைப் பார்த்து மனம் பொறுக்காமல் கிழவியும் அழுதாள். கிழவியின் நினைவில் பத்து வருஷத்துக்கு முன் யாருடனோ, எங்கோ ஓடிப்போன இஸபெல் நின்றாள்.

"மகளே . . . இஸபெல்! நீயும் இப்படித்தான் ஏதாவது கெட்ட பேருக்கு ஆளாகி என் மொகத்திலே முழிக்க வெக்கப்பட்டுக் கிட்டு ஓடிப் போனியா?... ஐயோ!... இவளும் அந்த மாதிரி ஓடிப் போவாளோ?" – கிழவிக்கு மார்பில் பாசம் பெருகி வந்து அடைத்தது.

"என் இஸபெல் எங்கேயும் ஓடிப் போகல்லே... இதோ இருக்காளே... இதோ, இங்கேயே இருக்கா" – கிழவியின் பார்வை அழகம்மாளின் மேல் கவிழ்ந்திருந்தது.

"மகளே..." என்று அழகம்மாளை அணைத்துத் தேற்றினாள்!

"வருத்தப்படதே அழகம்மா... எந்திரிச்சி வந்து சாப்பிடு..."

"போ!... நீதான்... நீதான் என் தேவனை நாசமாப் போகன்னு திட்டினியே... நா சாப்பிடமாட்டேன்... ஊம்... ஊம்..." என்று குழந்தைபோல் கேவிக் கேவி அழுதுகொண்டே சொன்னாள் அழகம்மாள்.

"தெரியாத்தனமாய் திட்டிட்டேன்டி கண்ணே... வா, எந்திரிச்சி வந்து சாப்பிடு... இனிமே உன் தேவனைத் திட்டவே மாட்டேன்."

அழகம்மாள் அழுது சிவந்த கண்களால் கிழவியைப் பார்த்தாள். கண்ணீருடன் புன்முறுவல் காட்டி, "சோறு தின்னும்மா" என்று கெஞ்சினாள்.

"சொல்லு ஆயா... தேவன் வருவாரா?"

"வருவான்"

"போ ஆயா, வருவான்னு சொல்றியே?"

"இல்லேயில்லே, வருவாரு!"

"ஆயா எம்மேலே கோவமா?"

"இல்லேடி தங்கம்... நீ சாப்பிடு..."

"கொஞ்சம் ஊறுகாய் வெச்சாத்தான்..."

"வெக்கிறேன், உனக்கு இல்லாததா?"

"ஆயா..."

"மகளே..."

"ஆ... யா..."

"மகளே..."

– இருவர் கண்களிலும் கண்ணீர் வழிய ஒருவரை ஒருவர் இறுகத் தழுவிக்கொண்டு ... அதென்ன? அழுகையா? ... சிரிப்பா?

அழகம்மாளுக்குக் குழந்தை பிறக்கப் போகிறது. அந்த மகிழ்ச்சி அல்லது துயரம் அழகம்மாளுக்கு இருந்ததோ என்னவோ, ஆரோக்கியத்திற்கு முதலில் இரண்டும் இருந்தது. பிறகு தனக்கு ஒரு பேரனோ பேத்தியோ பிறக்கப் போகும் ஆனந்தம் ஏற்பட்டு, அந்த ஆனந்தத்திலேயே அவள் இப்பொழுது திளைத்துக்கொண்டிருக்கிறாள் என்பது மட்டும் உண்மை!

ஆமாம்; இஸபெல்லுக்குப் பிறகு அந்தச் சின்னஞ்சிறு குடிசையில் சில மாதங்களில் ஒரு குழந்தை தவழப் போகிறதே!

கொஞ்ச நாளாய் அழகம்மாள் வேலைக்குப் போவதில்லை. எப்பாடு பட்டோ கிழவி அவளுக்கு மூன்று வேளையும் வயிறாரச் சோறு போடுகிறாள். தனக்கு ஒரு வேளைக்கு இல்லாவிட்டாலும் சகித்துக்கொண்டு பிள்ளைத்தாய்ச்சிப் பெண்ணைக் கண்ணுக்குக் கண்ணாய்க் காப்பாற்றுகிறாள் கிழவி.

"என் மகள் ஒரு கொறையுமில்லாமல் பெற்றுப் பிழைக்க வேண்டு"மென்று நாள்தோறும் கர்த்தரை ஜெபிக்கிறாள்.

அழகம்மாளைக் கூட்டிக்கொண்டு போய் தினசரி சர்க்கார் ஆஸ்பத்திரியில் மருந்து வாங்கிக் கொடுக்கிறாள். சேரியிலுள்ளவர்கள் அழகம்மாளோடு சேர்த்து ஆரோக்கியத்தையும் பைத்தியம் என்கின்றனர். அதைப் பற்றிக் கிழவிக்கென்ன கவலை?

கிறிஸ்மஸுக்கு இரண்டு நாட்களுக்குமுன் அழகம்மாளைச் சர்க்கார் ஆஸ்பத்திரியில் சேர்த்துவிட்டு அந்தப் பிரிவைத் தாங்கமுடியாமல் கண்ணைத் துடைத்துக்கொண்டு, திரும்பித் திரும்பிப் பார்த்தவாறு தனியே வந்தாள் கிழவி. அழகம்மாளே ஆஸ்பத்திரி பெஞ்சின் மீது எங்கோ வெறித்த பார்வையுடன் சலனமின்றி உட்கார்ந்திருந்தாள். கொஞ்ச நாளாகவே அவள் நிலை அப்படித்தான் இருந்தது.

'கிறிஸ்மஸுக்குள் குழந்தை பிறந்துவிடும் ... குழந்தைக்கு ஒரு புதுச் சட்டை தைக்கணும்' என்று நினைத்த கிழவிக்கு ஆனந்த மேலீட்டால் உடல் பதறிற்று. கர்த்தரை ஜெபிக்கும் உதடுகள்

துடித்தன. உடலில் சிலுவைக் குறி இட்டுக்கொள்ளும்போது விரல்கள் நடுங்கின.

மாலை மணி நாலுக்கு, பிரசவ வார்டில் பேச்சும் கலகலப்பு மாக இருந்த நேரத்தில் – பக்கத்தில் இருந்த குழந்தை 'வீல் வீல்' என்று அலறும் சப்தத்தில் கண் விழித்தாள் அழகம்மாள்.

ஆமாம்; விடியற்காலை நேரத்தில், கிறிஸ்மஸ் தினத்தன்று அவளுக்குக் குழந்தை பிறந்திருந்தது; ஆண் குழந்தை! கழுத்தில் கிடக்கும் ரோஜா மாலை சரிந்து கிடப்பதுபோல் அந்தப் பச்சைச் சிசு அழகம்மாளின் மார்போடு ஒட்டிக் கிடந்தது. அழகம்மாளின் பார்வை ஒரு வினாடி குழந்தையை வெறித்துச் சுற்றும் முற்றும் பரபரக்க விழித்துச் சுழன்றது.

"ஏது இந்தக் குழந்தை!"

"ஏ, பொம்பளே... புள்ளை கத்துது, பேசாம பாத்துக்கினு இருக்கியே... பால் குடு" என்று அதட்டினாள் ஒரு கிழவி.

"இது என் குழந்தையா? எனக்கேது குழந்தை?" – அவளுக்கு ஒன்றுமே புரியவில்லை. குழந்தை வீரிட்டது!

"ஆமாம்; இது என் குழந்தைதான்... என் மகன்தான்." குழந்தையை எடுத்து மார்பில் அணைத்துத் துணியால் மூடிக்கொண்டாள்.

"பையனைப் பாரு, அப்பிடியே அப்பனை உரிச்சிக்கிட்டு வந்திருக்கான்" என்ற குரல் கேட்டுத் திரும்பிப் பார்த்தாள் அழகம்மாள். அடுத்த கட்டிலினருகே ஒரு கிழவியும் இளைஞனும் நின்றிருந்தனர்.

"அந்தக் குழந்தைக்கு அவன் அப்பனாம்; என் குழந்தைக்கு?"

"ஒவ்வொரு கட்டிலினருகிலும் ஒவ்வொரு அப்பன், தன் குழந்தையைப் பார்க்க வந்து நின்றிருக்கிறானே... என் குழந்தையைப் பார்க்க அவன் ஏன் வரவில்லை! என் மகனுக்கு அப்பன் எங்கே? அவன் எப்பொழுது வருவான்?" கண்ணில் படும் ஒவ்வொரு மனிதனையும் உற்று உற்றுப் பார்த்தவாறு உட்கார்ந்திருந்தாள் அவள்.

குழந்தை மீண்டும் அழுதது.

"ஏண்டா அழறே? உன்னைப் பார்க்க உன் அப்பா வரலேன்னு அழறியா? இரு இரு; நான் போயி உன் அப்பாவைக் கூட்டியாறேன்" என்று குழந்தையை எடுத்துப் படுக்கையில் கிடத்தினாள் அழகம்மாள்.

ஜெயகாந்தன் கதைகள்

கிறிஸ்மஸுக்காகக் குழந்தைக்குச் சட்டை தைத்துக்கொண்டு ஆஸ்பத்திரிக்கு வந்த ஆரோக்கியத்திற்குத் தலையில் இடி விழுந்தது போலிருந்தது.

கட்டிலின்மீது குழந்தை கிடக்கிறது. அழகம்மாளைக் காணோம். எல்லோரும் தேடுகிறார்கள்.

கிழவி நெஞ்சைப் பிடித்துக்கொண்டு உட்கார்ந்து விட்டாள். அப்பொழுது திடீரென அவளுக்கு முன்பொரு நாள் அழகம்மாள் காணாமற் போய்க் கண்டுபிடித்த நிகழ்ச்சி நினைவுக்கு வந்தது. உடனே எழுந்து மாதாகோயில் சாலையிலிருக்கும் அந்த இரட்டை மரத்தை நினைத்துக்கொண்டு ஓடினாள்.

ஆனால்... ஆஸ்பத்திரியை விட்டு வெளியே வந்ததும் அதற்கு மேல் நகர முடியாமல் திகைத்து நின்றாள் கிழவி. எதிரிலிருக்கும் பஸ் ஸ்டாண்டில் நின்றிருக்கும் அழகம்மாளைக் கண்டுவிட்ட ஆனந்தத்தில் விளைந்த திகைப்பா?

பஸ் ஸ்டாண்டில் நின்றுகொண்டிருக்கும் அந்த மனிதரிடம் அழகம்மாள் என்ன பேசிக்கொண்டிருக்கிறாள்?

“சீ சீ, போ” என்று விரட்டுகிறாரே அந்த மனிதர்.

பிச்சையா கேட்கிறாள்? என்ன பிச்சை? கிழவி மகளை நெருங்கி ஓடினாள். அதற்குள் அழகம்மாள் சற்றுத் தள்ளி நின்றிருந்த இன்னொரு இளைஞனை நெருங்கி என்னவோ கேட்டாள். அவள் குரல் இப்பொழுது கிழவியின் செவிகளுக்குத் தெளிவாகக் கேட்டது.

“என்னாங்க . . . என்னாங்க . . . உங்க மகனைப் பாக்க நீங்க ஏன் வரலை? . . . அப்பாவைப் பாக்காம அவன் அழுவுறானே... வாங்க; நம்ப மகனைப் பாக்க வாங்க...” என்று அந்த வாலிபனின் கையைப் பிடித்துக்கொண்டு கெஞ்சுகிறாள். அவன் பயந்து போய் விழிக்கிறான்.

“மகளே...” என்று ஓடி வந்தாள் கிழவி.

திரும்பிப் பார்த்த அழகம்மாள் கிழவியை அடையாளம் கண்டு கொள்ளாமல் விழித்தாள். “என் குழந்தைக்கு அப்பா எங்கே, அப்பா?” அந்த ஒரே கேள்விதான்!

“நீ வாடி கண்ணே என்னோட... இதோ பாத்தியா. உன் மகனுக்குப் புதுச் சட்டை” என்று மடியில் வைத்திருந்த சட்டையை எடுத்துக் காண்பித்தாள் கிழவி. அழகம்மாள் ஒரு வினாடி சட்டையை உற்றுப் பார்த்தாள்! “நல்லா இருக்கு;

பையனுக்குப் போட்டுப் பார்ப்பமா?" என்றாள் புன்னகையுடன். அடுத்த நிமிஷம் அவள் முகம் வாடிக் கறுத்தது.

"போ, என் மகனுக்குச் சட்டை வேணாம்; அப்பாதான் வேணும்" என்று சிணுங்கினாள்.

"மகளே! உனக்குத் தெரியலியா? முன்னே எல்லாம் நீ சொல்லிய 'தேவன்'னு... அந்த தேவன்தான் இப்ப வந்து உன் வயித்திலே மகனாப் பிறந்திருக்கான்... ஆமாண்டி கண்ணே! இன்னொரு விஷயம் உனக்குத் தெரியுமா?... கர்த்தருக்குக் கூட அப்பா கிடையாது... நீ கவலைப்படாதே மகளே!"

கிழவியின் வார்த்தைகள் அழகம்மாளுக்கு ஆறுதல் அளித்திருக்குமா? அவள் பார்வை...

அழகம்மாளின் பார்வை, உலகத்திலுள்ள ஒவ்வொரு ஆணும் என் குழந்தைக்குத் தகப்பன்தான் என்று கூறுவது போல் எதிரில் வரும் மனிதர்கள் நடுவே தன் குழந்தைக்கோர் அப்பனைத் தேடி அலைந்துகொண்டுதான் இருந்தது.

தேவனே எதிரில் வந்திருந்தால்கூட அவளால் அந்த ஒரே கேள்வியைத்தான் கேட்கமுடியும் – "என் குழந்தைக்கு அப்பா எங்கே, அப்பா?"

அமுதசுரபி, **1959**

சிலுவை

டிரங்க் ரோடில் பேரிரைச்சலோடு அந்தப் பஸ் போய்க்கொண்டிருந்தது. தனக்கு நேர் எதிரில் மூன்று வரிசைகளுக்கு அப்பால் நான்காவது வரிசையில் சன்னலோரமாக உட்கார்ந்திருக்கும் அந்த வாலிபனின் பக்கம் தன் பார்வை திரும்பக் கூடாது என்ற சித்த உறுதியுடன், ஓடுகின்ற பஸ்ஸின் சன்னல் வழியாக, சாலையோரக் காட்சிகளைப் பார்த்துக்கொண்டிருந்த அந்த இளம் கன்னிகாஸ்திரீ யின் பார்வையில் அந்தக் காட்சி பட்டது.

தலையில் புல்லுக் கட்டு; இடுப்பிலிருக்கும் கைக்குழந்தை அந்த விவசாயப் பெண்ணின் திறந்த மார்பில் முகம் புதைத்து உறங்கிக் கொண் டிருந்தது. தாயிடம் பால் குடித்துக்கொண்டே தூங்கிப்போயிருக்கும். சாய்ந்து வீசும் மாலைவெயில் கண்ணில் படாதவாறு ஒரு கையால் குழந்தையை அணைத்துக்கொண்டு மற்றொரு கையை நெற்றிக்கு நேரே பிடித்து, சாலையில் ஓடிவரும் பஸ்ஸைப் பார்த்துக்கொண்டிருந்த அவளை பஸ் கடந்த பின்தான் இந்தக் கன்னிகாஸ்திரீ பார்க்க முடிந்தது. அந்த இரண்டு கன்னிகா ஸ்திரீகளுமே பஸ் போகிற பக்கம் அல்லாமல் பின்புறம் நோக்கி உட்கார்ந்திருந்தனர்.

அந்த விவசாயப் பெண், குழந்தையோடு நின்றிருந்த அந்தக் காட்சி, இந்த இளம் கன்னிகா ஸ்திரீக்கு என்ன சுகத்தைத் தந்ததோ – முகத்தில் ஒரு புதிய ஒளி வீச, சன்னலுக்கு வெளியே கொஞ்சம் தலையை நீட்டி எட்டிப் பார்த்தாள். நீலநிறத் தலையணி வஸ்திரம் கன்னத்தில் படபடத்தது; தன்னை இவள் பார்ப்பதை அறிந்த விவசாயப் பெண் புன்னகை பூத்தாள். இவளும் பதிலுக்குத் தலை அசைத்தாள்...

கருவிலாக் கருத்தரித்துக் கன்னித் தாயாகி உருவிலானை மனித உருவினில் உலகுக் களித்த...

அவள் உதடுகள் முணுமுணுத்தன. மனசில், அந்த விவசாயப் பெண்ணின் தோற்றம், தங்கள் மடத்து வாயிலில் கையில் தெய்வ குமாரனை அரவணைத்து நிற்கும் புனிதமேரிச் சிலைபோல் பதிந்தது. பார்வையில் அந்த விவசாயப் பெண்ணின் உருவம் மறைய மறைய, பார்வை கொஞ்சம் கொஞ்சமாய் பஸ்ஸின் போக்கில் திரும்பி மீண்டும் நான்காவது வரிசையில் உட்கார்ந்திருக்கும் அந்த வாலிபனின் முகத்தில் வந்து நின்றது.

அவன் அவளையே – அந்தக் கன்னிகா ஸ்திரீயின் வட்ட வடிவமாய், நீலமும் கறுப்பும் கலந்த அங்கிக்கு வெளியே தெரியும் முகத்தை மட்டுமே – பார்த்துக் கொண்டிருந்தான்.

அவளுக்கு உடம்பு சிலிர்த்தது. கண்கள் படபடத்தன. சடக்கென்று முகத்தைத் திருப்பிக்கொண்டாள்.

"ஏன்? அவன் அழகாகத்தானே இருக்கிறான்! அழகு இருந்தால்?... அதுதான் பாபம். பாபத்தின் விளைவு – பாப மூட்டைதான்! மனித உரு உலகில் பிறப்பதே – பிறவியே – பாவத்தின் பலன்தானே? விலக்கப்பட்ட கனியை விரும்பித் தின்னாமலிருந்தால்... ஆதாம் ஏவாளின் சந்ததி ஏது? ஆதாமும் ஏவாளும் பிதாவால் புனிதமாகப் படைக்கப்பட்டனர்.

"ஆனால் அவர்கள்? விலக்கப்பட்ட கனியை உண்டதன் பலனாய்ப் பாபிகளானார்கள். அவர்களது பாபத்தின் விளைவாய், இந்த மனிதர்கள் அனைவரும் – நானும், என் பக்கத்தில் உட்கார்ந்திருக்கிறார்களே... யாரோ பெற்றெடுத்து எங்கோ எறிந்துவிட்டுப் போன மூன்று நாள் வயதான அநாதைச் சிசுவான என்னை எடுத்து மடத்தில் சேர்த்து வளர்த்துத் தன்னைப்போல் ஒரு கிறிஸ்துவ கன்னிகா ஸ்திரீயாக்கிய என் தாய் இன்விலடாவும், சற்று நேரத்துக்கு முன் பார்த்த அந்தக் கிராமத்து ஏழைத் தாயும், அவள் கையிலிருந்த சிசுவும், அதோ என்னையே பார்த்துக்கொண்டிருக்கின்றானே அந்த இளைஞன் – அவனும், பிறந்திருக்கிறார்கள். பாவிகள்... மனிதர்கள் பாவிகள்! விலக்கப்பட்ட விஷக்கனியில் புழுத்த புழுக்கள்! விஷப் புழுக்கள்! விரியன் பாம்புகள்..!

பஸ் கடகடத்து ஓடிக்கொண்டே இருந்தது.

அவள் கண்கள் மறுபடியும் பஸ்ஸிற்குள் திரும்பும்போது அந்த வாலிபன் மீது விழுந்து, உடனே விலகி மறுபுறம் திரும்பியபோது அவள் எதிரே அமர்ந்திருந்த ஒரு பெண்ணின் மடியில் உட்கார்ந்திருந்த ஒரு வயதுக் குழந்தையொன்று தன் அழகிய சிரிப்பால் அவள் நெஞ்சைக் குழைத்தது.

அவள் குழந்தையைப் பார்த்துச் சிரித்தாள். குழந்தை அவளை நோக்கித் தாவியது. தாயின் மடியைவிட்டு இறங்கி அவள் பக்கத்திலிருந்த கிழவி இன்விலடாவின் முழந்தாளைப் பிடித்துக்கொண்டு கிழவியின் முகத்தைப் பார்த்தது. கிழவி இன்விலடா தன் கழுத்திலிருந்து தொங்கும் மணிமாலையில் கோர்த்திருந்த சிறிய சிலுவை உருவத்தில் லயித்திருந்தாள்.

அவள் எப்பொழுதும் அப்படிப்பட்ட பழக்கத்தையே கைக்கொண்டவள் என்று பஸ்ஸில் ஏறியது முதல் அவளைக் கவனித்துக் கொண்டிருந்தவர்களுக்குத் தெரியும். கிட்டத் தட்ட இரண்டு மணி நேரமாய் அவள் அந்தச் சிலுவை உருவத்தில் குனிந்த பார்வையை மாற்றாமல் உட்கார்ந்திருந்தாள். அந்த வெள்ளிச் சிலுவையில் ஏசு உருவம் இருந்தது.

கிழவி குழந்தையின் மோவாயை நிமிர்த்திப் புன்முறுவலித்துக் கொஞ்சினாள். குழந்தை அவள் கையிலிருந்த சிலுவையைப் பிடித்திழுத்தது. சிலுவையைக் குழந்தையிடம் கொடுத்துவிட்டு, "ஸ்தோத்திரம் சொல், ஆண்டவனே ! ... ஸ்தோத்திரம் சொல்லு ..." என்று இரண்டு கைகளையும் இணைத்துக் கும்பிடக் கற்றுக் கொடுத்தாள்.

குழந்தை கும்பிட்டவாறு இளம் கன்னிகா ஸ்திரீயின் பக்கம் திரும்பி, கன்னங்கள் குழியச் சிரித்துக்கொண்டு தாவியது. அவள் குழந்தையைத் தூக்கி மார்புறத் தழுவிக் கொண்டாள். நெஞ்சில் என்னவோ சுரந்து பெருகி மூச்சை அடைப்பது போலிருந்தது. கண்கள் பனித்து அவளது இமைகளில் ஈரம் பாய்ந்தது.

கிழவி இன்விலடா மீண்டும் சிலுவை உருவத்தில் ஆழ்ந்தாள்.

"காதரின் ! மணி என்ன ?" – சிலுவையைப் பார்த்துக்கொண்டே கேட்டாள் இன்விலடா. அந்தக் குழந்தையின் ஸ்பாஞ்சு போன்ற கன்னத்தில் தன் கன்னத்தைப் புதைத்துக்கொண்டு அந்த இன்பத்தில் தன்னையே மறந்திருந்த அவள் காதுகளில் கிழவியின் குரல் விழவில்லை.

"காதரின்! காதரின் ! ... தூங்குறியா ? ... குழந்தையைப் போட்டுடப்போறே? ... மணி என்னா ?"

"அம்மா !... மணி, அஞ்சு" என்று கிழவியிடம் சொல்லி விட்டுக் குழந்தையை மடியைவிட்டுக் கீழே இறக்கி, "ஸ்தோத்திரம் சொல்லு, ஆண்டவனே ! ..." என்று கொஞ்சினாள் காதரின். குழந்தை கும்பிட்டது. அவளும் கும்பிட்டாள். அவள் பார்வை மீண்டும் எப்படியோ அந்த நாலாவது வரிசையில் சன்னலோரத்தில் உட்கார்ந்திருக்கும் அந்த வாலிபன் மீது விழுந்தது.

இந்தத் தடவை, அவள் பார்வையை மாற்றாமல் அமைதியான விழிகள் அவனை நோக்கி நிலைத்திருக்க அவனில் லயித்துவிட்டாளா என்ன?

அவனுக்கு இருபது வயசிருக்கும். நல்ல சிவப்பு நிறமும், உடல் வலிவும், கம்பீரமும் சாந்தமும் கூடிய தோற்றம். சன்னலோரத்தில் பஸ் போகும் திக்குநோக்கி அமர்ந்திருந்ததால் அவனது வெள்ளை ஷர்ட்டின் காலரோடு, அந்த நீல நிற சில்க் டையும் படபடத்துக் கழுத்தில் சுற்றியது; கிராப் சிகை கலைந்து நெற்றியில் சுருண்டு கேசம் புரண்டது. அவள் தன்னையே பார்ப்பது கண்டு அவன் உதடுகள் லேசாக இடைவெளி காட்டின. அப்பொழுது அவனது தூய வெண் பற்களின் வசீகரம் அவளையும் பதிலுக்குப் புன்முறுவல் காட்டப் பணித்தது.

காதரீன் சிரித்தபொழுது தேவமகள் போலிருந்தாள். 'உயிர்களிடமெல்லாம் கருணை காட்டவேண்டும். மனிதர்களை யெல்லாம் நேசிக்க வேண்டும்' என்ற பண்பினால் ஏற்பட்ட தெய்வீகக் களை அவள் முகத்தில் ஒளி வீசிக்கொண்டிருந்தது.

'அவன்—அந்த மனிதன்—என்னைப்பற்றி என்ன நினைப்பான்' என்று நினைத்தாள் காதரீன். 'ஓ !... அது என்ன பார்வை ...' – காதரீனின் முகம் சிவந்து உதடுகள் துடித்தன. அவளுக்கு அழுகை வந்தது. உதட்டைக் கடித்துக்கொண்டாள். அவனும் கீழுதட்டை லேசாகக் கடித்துக்கொண்டான். காதரீனின் இமைகளின் ஓரத்தில் உருண்டு வந்த இரண்டு முத்துக்கள் யாருக்கும் தெரியாமல் அவளது தலையணியில் படிந்தன. அவன் மட்டும் அதைப் பார்த்துக் கொண்டிருந்தான்.

'அவன் என்னைப்பற்றி என்ன நினைப்பான்? இவள் ஏன் இப்படி ஆனாள் என்று நினைப்பானோ? உணர்ச்சிகளைக் கட்டுப்படுத்திக்கொண்டு தனது கடமையை நிறைவேற்ற முடியாது தவிக்கும் பேதை என்று நினைப்பானோ? பாபத்தைப் பற்றிச் சிந்திக்காமலிருக்கும் வல்லமையில்லாத கோழை என்று நினைப்பானோ?' – அவள் சட்டென்று முகத்தைத் திருப்பிக் கிழவி இன்விலடாவைப் பார்த்தாள். அவள் இந்தப் பிரபஞ் சத்தின் நினைவே அற்றவள் போல் கையிலிருந்த சிலுவையைப் பார்த்துக்கொண்டிருந்தாள். அவள் முகத்தில் லேசான புன்னகை தவழ்ந்து கொண்டிருந்தது. சில சமயங்களில் பிரார்த்திப்பது போல் உதடுகள் அசைந்து முனகிக் கொண்டிருந்தன.

காதரீனின் மனம் தன்னையும் தன் தாய் இன்விலடாவையும் ஒப்பிட்டுப் பார்த்தது.

'ஓ!... அவர்கள் எங்கே! நான் எங்கே..!'

இந்தப் பதினெட்டு வயசிற்குள் தான் எத்தனை தடவை பாவமன்னிப்புக்காகப் புனிதத் தந்தையிடம் மண்டியிட்டது உண்டு என்று எண்ணிப் பார்த்தாள் காதரீன்.

"அம்மா ..?"

"என்ன காதரீன்..." – சிலுவையில் முகம் குனிந்துகொண்டிருந்த இன்விலடா சுருக்கம் விழுந்த முகத்தை நிமிர்த்திக் காதரீனைப் பார்த்தாள்.

"அம்மா! நீங்கள் 'கன்பெஷன்' செய்துகொண்டதுண்டோ..?

"உம்; உண்டு மகளே! நாமெல்லாம் பாவிகள்தானே? ஆனால் நமது பாவங்களை மனம் திறந்து கர்த்தரிடம் கூறிவிட்டால் நாம் ரக்ஷிக்கப்படுகிறோம். நமது பாவங்களையெல்லாம் கர்த்தர் சுமக்கிறார். அதனால்தானே நாம் இரவில் படுக்கச் செல்லுமுன் நமது அன்றாடப் பாவங்களைக் கடவுளிடம் ஒப்புவிக்கிறோம்? அதன் மூலம் நமது ஆத்மா பரிசுத்தப்படுகிறது. அதற்குமேலும் நம் இதயத்தை நமது பாவங்கள் உறுத்திக் கொண்டிருப்பதால்தான் நாம் புனிதத் தந்தையிடம், அவர் செவிகொடுக்கும்போது நமது பாவங்களைக் கூறி மன்னிப்புப் பெறுகிறோம். நமது தந்தை நமக்காகக் கர்த்தரை ஜபிக்கிறார். அப்படிப்பட்ட பாவங்களை நானும் செய்தது உண்டு..." என்று கிழவி கண்களைத் துடைத்துக் கொண்டாள்.

காதரீனுக்கு ஆச்சரியமாக இருந்தது. 'இன்விலடாவும் ஒரு பிராயத்தில் தன்னைப்போல் இருந்திருக்கிறார்களோ?' என்று வியந்தாள்.

"காதரீன்! ... அப்போ எனக்கு உன் வயசு இருக்கும்; நான் ஒரு கனவு கண்டேன் – எனக்குக் கல்யாணம் நடப்பதுபோல் ஒரு கனவு. என்ன பாவகரமான கனவு! விழித்துக்கொண்டு இரவெல்லாம் அழுதேன். கனவு காணும்போது அந்தக் கல்யாணத்தில் நான் குதூகலமாக இருப்பதுபோல் இருந்தது. அதை நினைத்தே அழுதேன். ஒரு கன்னிகா ஸ்திரீ அப்படிக் கனவு காணலாமா? மறுநாள் அந்தப் பாவத்திற்காகப் புனிதத் தந்தையிடம் மன்னிப்புப் பெற்றேன். அன்று பூராவும் தண்ணீர் குடிக்காமல் விரதம் இருந்து கடவுளை ஜபித்துக் கொண்டிருந்தேன்."

கிழவி குரலைத் தாழ்த்திக் காதரீனிடத்தில் மெதுவாகப் பேசினாள்: "அப்புறம் ஒரு பெண்ணை வகுப்பில் அடித்து விட்டேன்... கன்னத்தில் ஸ்கேலால் அடித்து, சிவப்புத் தழும்பு ஏற்பட்டுவிட்டது. அன்று பூராவும் அதை நினைத்து நினைத்து வருந்தினேன். அதற்காகவும் 'கன்பெஷன்' செய்து கொண்டேன். இந்தமாதிரி ஐந்தாறு தடவை."

'இவ்வளவுதானா? இவர்கள் செய்த பாவமெல்லாம் இவ்வளவுதானா? நம்பக்கூட முடியவில்லையே!' என்று தவித்தாள் காதரீன்.

'ஒருவேளை எதையும் மறைக்கிறார்களோ?' என்ற சந்தேகம் கூட வந்தது. காதரீனின் சந்தேகத்துக்குப் பதில் சொல்வதுபோல் இன்விலடா கூறினாள்:

"பாவத்தை மறைப்பதுதான் சைத்தானின் வேலை. பாவத்தை மனம் திறந்து கடவுளிடம் ஒப்புவிப்போம். கடவுளிடமிருந்து எதையும் நாம் மறைக்க முடியாது."

"ஆமாம்; கடவுளிடமிருந்து நாம் எதையுமே மறைக்க முடியாது..." என்று காதரினும் தலையாட்டினாள். பிறகு தன் கைப்பையிலிருந்து ஒரு புத்தகத்தை எடுத்து வைத்துப் பிரித்துக்கொண்டு படிக்க ஆரம்பித்தாள். அவள் பார்வை ஒருமுறை சன்னல் பக்கம், நாலாவது வரிசையில்...

அவன் அவளையே பார்த்துக்கொண்டிருந்தான்...

'ஓ! அது என்ன பார்வை!' – அவன் புத்தகத்தைப் படிக்க ஆரம்பித்தாள்:

'ஒரு ஸ்திரியை இச்சையோடு பார்க்கிற எவனும் தன் இருதயத்தில் அவளுடன் விபசாரஞ் செய்தவனாகிறான். உன் வலது கண் உனக்கு இடறல் உண்டாக்கினால், அதைப் பிடுங்கி எறிந்து போடு; உன் சரீரம் முழுவதும் நரகத்தில் தள்ளப்படுவதைப் பார்க்கிலும் உன் அவயவங்களில் ஒன்று கெட்டுப்போவது உனக்கு நலமாயிருக்கும் . . .'

காதரினால் அதற்குமேல் படிக்க முடியவில்லை. கண்களை மூடிக்கொண்டாள். புத்தகம் திறந்திருந்தது; கண்கள் மூடி இருந்தன...

'இதென்ன, பாப எண்ணங்கள்?' என்று மனம் புலம்பியது. இவன் ஏன் இன்னும் இறங்காமல் உட்கார்ந்திருக்கின்றான்? சாத்தானின் மறு உருவா? என்னைச் சோதிக்கிறானா? இவனைப் பற்றி எனக்கென்ன கவலை?... ஓ! பிதாவே !'

அவள் திடீரென்று உடலில் சிலுவைக் குறியிட்டுக் கொண்டு மனசிற்குள்ளாக ஜபிக்க ஆரம்பித்தாள்: 'பரமண்டலங்களி லிருக்கிற எங்கள் பிதாவே!... எங்களைச் சோதனைக்குட்படப் பண்ணாமல் தீமையினின்றும் எங்களை இரட்சித்துக்கொள்ளும் ... ஆமென்.'

ஆனாலும் என்ன? அவள் விழிகளைத் திறந்தபோது அவனையே அவளது பார்வை சந்தித்தது.

‘மனிதன் பாபத்திலிருந்து தப்பவே முடியாதா? ஆதாமுக்காகக் கடவுள் படைத்த சுவர்க்க நந்தவனமாகிய ஏதேன் தோட்டத்தில் சர்ப்பமும் விலக்கப்பட்ட விருட்சமும் எப்படி உண்டாயின? கடவுள் மனிதனையும் படைத்து, பாபத்தையும் ஏன் படைத்தார்..? பாபத்தில் இன்பமிருப்பது வெறும் பிரமையா? இன்பமே பாபமா? – உலகத்தில் கோடிக்கணக்கான மக்கள் நரகத்துக்குத்தான் போவார்களா? நான் மட்டும் ஏன் பாபங்களுக்காகப் பயப்படுகிறேன்? இதோ, இந்த அழகான வாலிபன் தன் உயிரையே கண்களில் தேக்கி என்னைப் பார்க்கிறானே!... மனிதர்கள் எல்லாம், பெண்கள் எல்லாம் உருவத்தில் என்னைப்போல்தானே இருக்கிறார்கள்..?’

காதரின் தனக்கு நேரே இரண்டாவது வரிசையில் உட்கார்ந்திருந்த அந்த இளந்தம்பதிகளைப் பார்த்தாள். அவள் கர்ப்பிணி. மயக்கத்தினலோ, ஆசையினாலோ கண்களை மூடிக்கொண்டு கணவனின் தோள்மீது சாய்ந்திருந்தாள். அந்தக் காட்சியைப் பார்த்தபோது காதரினின் உள்மனத்தில் சைத்தானின் குரல் போல் ஓர் எண்ணம் எழுந்தது.

‘அவளுக்கும் எனக்கும் பேதம் இந்த உடையில்தானே? இந்தக் கோலத்தைப் பிய்த்தெறிந்துவிட்டு ஓடிப்போய் அந்த இளைஞனின் தோளில் சாய்ந்துகொண்டால்..?’

‘ஐயோ; பிதாவே! நான் அடுக்கடுக்காகப் பாபங்களைச் சிந்திக்கின்றேனே! என்னை ரட்சியும்...’

பஸ் நின்றது. பஸ் ஸ்டாண்டில் ஒரே கூட்டம். அந்த இரைச்சலில் பஸ்ஸிலிருந்து இறங்கிக்கொண்டிருக்கும் கும்பலின் பேச்சுக் குரலும் சங்கமித்தது. எல்லோரும் இறங்கும் வரை கிழவி இன்விலடாவும் காதரினும் காத்திருந்தார்கள். கடைசியாக இருவரும் கீழிறங்கினர்.

ஜட்கா வண்டிக்காரன் ஒருவன் ஓடிவந்தான்.

“மடத்துக்குத்தானே அம்மா? வாங்க வாங்க” என்று வண்டிக்கருகே அழைத்துக்கொண்டு போனான்.

அப்பொழுது, மாலை மயங்கும் அந்தப் பொன்னொளியில் நீலநிற சூட்டும், வெள்ளை ஷர்ட்டும், நீல டையுமாகக் கையில் ஒரு ஸூட் கேஸுடன் அவன் – அந்த இளைஞன், அழகன் – சாத்தானின் தூதுவன் போன்று நின்றிருந்தான்.

காதரினுக்குக் காதோரம் குறுகுறுத்தது; புன்முறுவல் காட்டினாள். அவனும் சிரித்தான். அவர்களை நெருங்கி வந்து முதலில் இன்விலடாவை நோக்கி, “ஸ்தோத்திரம் மதர்” என்று கை கூப்பினான்.

"ஸ்தோத்திரம் ஆண்டவனே!" என்று கிழவி கைகூப்பினாள்.

"ஸ்தோத்திரம் . . ." என்று காதரினை அவன் பார்க்கும் போது பதிலுக்கு வணங்கிய காதரினின் கைகள் நடுங்கின.

"ஸ்தோத்திரம் . . ." என்று கூறும்போது குரல் கம்மி அடைத்தது. கண்கள் நீரைப் பெருக்கின.

இவர்கள் இருவரும் வண்டியில் ஏறி அமர்ந்ததும் அவன் தலைக்கு மேல் கைகளை உயர்த்தி ஆட்டிய வண்ணம் விடையளித்தான்; அவளும் மனம் திறந்து சிரித்தவாறு கைகளை ஆட்டினாள் . . . வண்டி விரைந்தது; அவன் உருவம் மறைந்தது. அவள் கைகள் துவண்டு விழுந்தன; நெஞ்சு விம்மியது.

"காதரின்! யாரது? எனக்குத் தெரியவில்லையே" என்றாள் இன்விலடா.

"ஹ்ஹோ . . ." என்று கைகளை நெரித்தவாறு ஒரு பொய்ச் சிரிப்புடன் காதரின் சொன்னாள்:

"அம்மா! முதலில் எனக்கும்கூடத் தெரியவில்லை. என் கிளாஸில் படிக்கிறாளே இஸபெல் – அவளோட அண்ணன்."

"ஓ . . ."

'பிதாவே! என்னை ரட்சியும். எவ்வளவு பாபங்கள்! எவ்வளவு பாபங்கள் . . !' என்று மனசில் முனகிக்கொண்டாலும் காதரினின் கண்கள் அவன் புன்னகை பூத்த முகத்தோடு கைகளை ஆட்டி விடை பெற்றுக்கொண்ட அந்தக் காட்சியையே கண்டு களித்துக் கொண்டிருந்தன.

'அவர் யாரோ? மறுபடியும் அவரைக் காணும் அந்தப் பாக்கியம் . . . பாக்கியமா? . . . இல்லாவிட்டால் அந்தப் பாபம் – மறுபடியும் எனக்குக் கிட்டுமா?' என்று மனம் ஏங்கியது . . .

பாபம் செய்யக்கூடத் தனக்கு நியாயமில்லையே என்று நினைத்தபொழுது கண்கள் கலங்கின; தொண்டையை அடைத்துக்கொண்டு அழுகை பீறிட்டது. அவள் அழ முடியுமா? அழக்கூட அவளுக்கேது நியாயம் . . ?

தலையணி காற்றில் பறந்து முகத்தில் விழுந்தது வசதியாய்ப் போயிற்று. அந்த நீலத் துணிக்குள் அவள் உடலும் மனமும் முகமும் பதைபதைத்து அழ, வண்டி ஓடிக்கொண்டிருந்தது.

கிழவி இன்விலடா கையிலிருக்கும் சிறிய சிலுவையில் ஆழ்ந்து மனசிற்குள் கர்த்தரை ஜபித்துக்கொண்டிருந்தாள்.

2

அன்று இரவெல்லாம் காதரின் உறக்கமில்லாமல் படுக்கையில் கிடந்து தனது பாபங்களுக்காகக் கடவுளிடம் மன்றாடிக் கொண்டிருந்தாள்.

சில நேரங்களில் அந்த இளைஞனின் முகத்தை, புன்னகையை எண்ணிப் பெருமூச்செறிந்தாள்.

பிறகு அயர்ந்து உறங்கிப்போன பின் ஒரு கனவு கண்டாள்.

கனவில் . . .

. . . ஒரு பெரிய சிலுவை, கிழவி இன்விலடா அதைத் தூக்கித் தோள்மீது சுமந்துகொண்டு நடக்கிறாள். வெகுதூரம் நடந்தபின் இன்விலடாவின் உருவம் மாதாகோயில் மாதிரி மிகப் பெரிய ஆகிருதியாகிறது; தோள்மீது சுமந்து வந்த பிரம்மாண்டமான சிலுவை அவள் உள்ளங்கையில் இருக்கிறது. அதைப் பார்த்துக் கொண்டே மெல்லிய புன்னகையோடு கர்த்தரை ஜபித்துக் கொண்டிருக்கிறாள் இன்விலடா . . .

மாதாகோயில் மணி முழங்குகிறது. வானத்திலிருந்து புனித ஒளி பாய்ந்து வந்து இன்விலடாவின் மேனியைத் தழுவுகிறது . . .

மாதாகோயில் மணி முழங்கிக்கொண்டிருக்கிறது...

இன்னொரு பெரிய சிலுவை. அதைச் சுமப்பதற்காகக் காதரின் வருகிறாள். குனிந்து புரட்டுகிறாள். சிலுவையை அசைக்கக்கூட அவளால் முடியவில்லை... திணறுகிறாள்... அவள் முதுகில் கசையாலடிப்பது போல் வேதனை... சிலுவையைப் புரட்ட முடியவில்லை...

அப்பொழுது தூரத்தில் ஒரு குரல் கேட்கிறது:

“காதரின்! . . . என் அன்பே! . . . காதரின் . .!”

திரும்பிப் பார்க்கிறாள்; அந்த இளைஞன் ஓடி வருகிறான். காதரினும் சிலுவையை விட்டுவிட்டு அவனை நோக்கித் தாவி ஓடுகிறாள். அவனது விரித்த கரங்களின் நடுவே வீழ்ந்து அவன் மார்பில் முகம் புதைத்துக்கொண்டு அழுகிறாள். அவன் அவள் முகத்தை நிமிர்த்தி அவளது உதடுகளில் முத்தமிடுகிறான்...

ஆ! அந்த முத்தம்..!

‘இது பாபமா?... நான் பாபியாகவே இருக்க விரும்பு கிறேன் ..?” என்று அவனை இறுகத் தழுவிக் கொள்ளும்போது...

மாதாகோயில் மணி முழங்குகிறது.

விழிப்பு; கண்ணீர்; குற்றம் புரிந்த உணர்ச்சி!

தலை குனிந்துகொண்டு எல்லோருடனும் சேர்ந்து முழந்தாளிட்டுக் கர்த்தரை ஜபிக்கும்போது...

ஐயோ! பாவம் . . . மனமாரக் கண்ணீர் வடிக்க முடிந்தது.

நெஞ்சில் கனக்கும் பாவச் சுமை கண்களின் வழியாகக் கண்ணீராய்க் கரைந்து வந்துவிடுமா ..?

3

அன்று புனிதத் தந்தையிடம் பாப மன்னிப்புக்காகச் சென்றாள் காதரின்.

தூய அங்கி தரித்து, கண்களில் கருணையொளி தவழ, குழந்தை போல் புன்னகை காட்டி அழைக்கும் அவரது முகத்தைப் பார்த்து அருகில் நெருங்குவதற்குக் கூசிக் கூசிச் சென்றாள் காதரின்.

"Father"

"மகளே!..." – அவர் அவளுக்குச் செவி சாய்த்தார்.

"நான் மகாபாபி!... பெரிய பாபம் செய்துவிட்டேன்!... நான் பாபி!..."

"பாபிகளைத்தான் கடவுள் ரட்சிப்பார் மகளே!... 'இயேசு நீதிமான்களை அல்ல – பாபிகளையே மனம் திரும்புவதற்காக அழைக்க வந்தேன்' என்றார் – என்று நீ படித்ததில்லையா? . . . உன் பாபங்களை உன் வாயாலேயே கூறி வருந்தினால் இரட்சிப்பு ஆயத்தமாயிருக்கிறது மகளே!"

காதரின் அவர் காதுகளில் குனிந்து உடல் பதைக்க, கண்கள் கலங்கிக் கலங்கிக் கண்ணீர் பெருகக் கூறினாள். வார்த்தைகள் குழைந்தன; பாதிரியார் திகைத்தார்.

அவள், "Father... நான் செய்த மகாபாபம், மன்னிக்க முடியாத பாபம்!... ஓ!... கன்னிகாஸ்திரீயாக நான் மாறிய பாபம்... ஓ ஓ ..!" – அவள் விக்கி விக்கி அழுதாள். தன்னையே சிலுவையில் அறைந்தது போல் துடித்தாள்.

***தாமரை*, 1960**

யுகசந்தி

கௌரிப் பாட்டி பொறுமையாய் வெகு நேரம் பஸ்ஸிற்குள் நின்றிருந்தாள். எல்லோரும் இறங்கிய பின், தனது காக்கி நிறப் பையின் கனத்தை இடுப்பில் ஏற்றிக் கொண்டு கடைசியாக வந்தாள்.

"பாட்டி ... பாட்டி! பையைத் தூக்கியாரட்டா? ஓரணா குடு பாட்டி."

"வண்டி வேணுங்களா அம்மா?"

"புதுப்பாளையம் வக்கீல் குமாஸ்தா ஐயர் வீடுதானுங்களே... வாங்க, போவோம்" என்று பல்வேறு வரவேற்புக் குரல்களுடன் அவளை இறங்கவிடாமல் தடுத்து நின்ற வண்டிக்காரர்களையும், கூலிக்காரச் சிறுவர்களையும் பார்த்துக் கனிவோடு சிரித்துவிட்டுப் பாட்டி சொன்னாள்:

"எனக்கு ஒண்ணும் வேண்டாம்பா... சித்தே வழியை விட்டேள்னா நான் மெள்ள நடந்தே போயிடுவேன்... ஏண்டாப்பா, வீட்டெக் கூடத் தெரிஞ்சு வெச்சிருக்காய்... நான்தான் மாசம் ஒரு தடவை வர்றேனே, என்னிக்கு வண்டியிலே போனேன்?" என்று ஒவ்வொருவருக்கும் ஒவ்வொரு பதிலைச் சொல்லி, அவர்களை விலக்கி வழியமைத்துக் கொண்டு தணலாய்த் தகிக்கும் வெயிலில், முக்காட்டை இழுத்துவிட்டுக் கொண்டு, இடுப்பில் ஏற்றிய சுமையுடன் வறுத்துக் கொட்டிய புழுதி மண்ணை அழுந்த அழுந்த மிதித்தவாறு ஒரு பக்கமாய்ச் சாய்ந்து சாய்ந்து நடந்தாள் பாட்டி.

பாட்டிக்கு வயது எழுபது என்றாலும் சரீரம் திடமாய்த்தான் இருக்கிறது. மூப்பினால் ஏற்பட்ட

ஸ்தூலமும், அதனால் விளையும் இளைப்பும் வீட்டுக்குப் போன பின்தானே தெரியும்?

அவள் கணிப்பில் நேற்றுப் பிறந்த குழந்தைகளெல்லாம்... அதோ ரிக்ஷாவிலும், ஜட்காவிலும், சைக்கிளிலும் பறந்து பறந்து ஓடுகிறார்கள்.

மழையும் வெயிலும் மனிதனை விரட்டுகின்ற கோலத்தை எண்ணி பாட்டி சிரித்துக் கொண்டாள்.

அவளுக்கு இதெல்லாம் ஒரு பொருட்டா? வெள்ளமாய்ப் பெருகி வந்திருந்த வாழ்வின் சுழிப்பிலும், பின் திடீரென வறண்ட பாலையாய் மாறிப்போன வாழ்க்கை நெருப்பிலும் பொறுமையாய் நடந்து பழகியவளை, இந்த வெயிலும் மழையும் என்ன செய்யும்? என்ன செய்தால்தான் என்ன?

தகிக்கின்ற புழுதியில் பாதங்கள் அழுந்தி அழுந்திப் புதைய, அசைந்து அசைந்து நடந்துகொண்டிருந்தாள் பாட்டி.

வழியில் சாலையோரத்தில், நான்கைந்து மனிதர்கள் நின்று சுகம் காண வாகாய் முளைத்த பெருங் குடைபோல் நிழல் பரப்பிக் கொண்டிருந்தது ஒரு சிறிய வேப்பமரம்.

அந்த நிழலில் ஒற்றையாய்ச் சற்றே நின்றாள் பாட்டி.

எரிந்து தகிக்கும் அவ்வெம்மையின் நடுவே சுகம் தரப் படர்ந்த அந்த நிழல் போலும், யந்திரங்களைத் தவிர எதையுமே நம்பாத இவ்விருபதாம் நூற்றாண்டில், சென்ற நூற்றாண்டின் சின்னமாய்த் தன் சொந்தக் கால்களையே நம்பி நிற்கும், காண்பதற்கரிதான அந்தக் கிழவியின் பிரசன்னம் போன்றும் மெல்லென வீசிய குளிர்காற்றில் வேப்பங் குழைகள் சிலிர்த்தன.

"என்னப்பனே மகாதேவா!" என்று கடவுளுக்கு நன்றி தெரிவித்துக்கொண்டு அந்தக் குளுமையை அனுபவித்தாள் பாட்டி.

பாட்டியின் முக்காடிட்ட வட்டமான முகத்தில் ஒரு குழந்தையை குடிகொண்டிருந்தது. இந்த வயதிலும் அவள் சிரிக்கும்போது வரிசைப் பற்கள் வடிவாய் அமைந்திருந்தது ஓர் ஆச்சரியமே! அவள் மோவாயின் வலது புறத்தில் ஒரு மிளகை விடவும் சற்றுப் பருத்த அழகிய கறுப்பு மச்சம்: அதன்மீது மட்டும் கருகருவென இரண்டு முடி – இவ்வளவையும் ஒருசேரப் பார்த்தவர்கள், இவள் இள வயதில் எப்படி இருந்திருப்பாள் என்று எண்ணாமல் இருக்க முடியாது.

பாட்டியின் பொன்னிறமான மேனியில் அதிக நிறபேதம் காட்டாத நார்ப்பட்டுப் புடவை காற்றில் படபடத்தது; புடவையி லிட்ட முக்காட்டின் விளிம்பெல்லாம் குத்துக் குத்தாய் லேசாகத் தலைகாட்டும் – மழித்து நாளாகிவிட்டதால் வளர்ந்திருக்கும் – வெள்ளி முடி. கழுத்தில் ஸ்படிக மாலை. நெற்றியில் வியர்வையால் கலைந்த விபூதிப்பூச்சு. புடவைத் தலைப்பால் முகத்தையும், கைகளையும், மார்புக்குவட்டின் மடிப்புகளையும் அழுந்தத் துடைத்து விட்டுக்கொண்டாள். அப்போது வலது விலாப்புறத்தில் இருந்த சிறிய பவழம் போன்ற சிவப்பு மச்சம் வெளித் தெரிந்தது.

– மீண்டும் நிழலிலிருந்து வெயிலுக்கு வந்து புழுதி மண்ணிலிருந்து, பழுக்கக் காய்ந்த கெடில நதிப் பாலத்தின் கான்கிரீட் தளவரிசையில் பாதங்களை அமைதியாகப் படிய வைத்து, அசைந்து அசைந்து அவள் வரும்போது . . .

பாலத்தின் மீது கிராதியின் ஓரமாக, பாட்டியம்மாள் மீது பட்டுவிடக் கூடாதே என்ற பய உணர்வோடு ஒதுங்கி நின்று, கையிலுள்ள சிறு தகரப்பெட்டியுடன் கும்பிட்டான் ஒரு பழைய பழகிய – நாவிதன்

"பாட்டிம்மா. . . எங்கே, நெய்வேலியிலிருந்தா ?" என்று அன்புடன் விசாரித்தான்.

"யாரு வேலாயுதமா. . ? ஆமா ! . . . உன் பொண்டாட்டி குளி குளிச்சுட்டாளா ?" என்று ஆத்மார்த்தமாய் விசாரித்தாள் கிழவி.

"ஆச்சுங்க. . . ஆம்பளைப் பையன் தான்."

"நல்லாயிருக்கட்டும். . . பகவான் செயல்! இது மூணாது பையனா ?"

"ஆமாமுங்க" என்று பூரித்துச் சிரித்தான் வேலாயுதம்.

"நீ அதிர்ஷ்டக்காரன்தான். . . எந்தப் பாடாவது பட்டுப் படிக்க வச்சுடு, கேட்டியா ?" என்றதும் வேலாயுதம் குடுமியைச் சொறிந்தவாறு சிரித்தான்.

"அட அசடே, என்ன சிரிக்கிறாய்? காலம் வெகுவாய் மாறிண்டு வரதுடா; உன் அப்பன் காலமும் உன் காலமும்தான் இப்படிப் பொட்டி தூக்கியே போயிடுத்து. . . இனிமே இதொண்ணும் நடக்காது . . . புருஷாள் எல்லாம் ஷாப்புக்குப் போறா. . . பொம்மனாட்டிகள்லேயும் என்னை மாதிரி இனிமே கெடையாதுங்கறதுதான் இப்பவே தெரியறதே . . . ம், எல்லாம் சரிதான்; காலம் மாறும்போது மனுஷாளும் மாறணும் . . . என்ன, நான் சொல்றது ?" என்று கூறி ஏதோ ஹாஸ்யம் பேசிவிட்ட மாதிரி பாட்டி சிரித்தாள். பதிலுக்கு அவனும் சிரித்தான்.

“இந்தா, வெயிலுக்கு ரெண்டைக் கடிச்சிண்ட போ’ என்று இடுப்பிலிருந்த பையில் பிதுங்கி நின்ற இரண்டு வெள்ளிரிப் பிஞ்சுகளை எடுத்து அவனது ஏந்திய கைகளில் போட்டாள்.

“பஸ்லே வரச்சே அணாவுக்கு நாலுன்னு வித்தான்... கொழந்தைங்களுக்கு ஆகுமேன்னு ஒரு நாலணாவுக்கு வாங்கினேன்” என்று அவள் சொன்னதும், வேலாயுதம் ஒரு கும்பிடு போட்டுவிட்டு, தன்னை அவள் கடக்கும் வரை நின்று, பின்னர் தன் வழியே நடந்தான்.

சிதம்பரத்தில் பிறந்து வளர்ந்த கௌரியம்மாள், தனது பத்து வயதில் இந்தக் கடலூரில் நன்கு செயலில் இருந்த ஒரு குடும்பத்தில் வாழ்க்கைப் பட்டாள். பதினாறு வயதில் கையிலொரு குழந்தையுடன் கைம்மைக் கோலம் பூண்ட பின், இத்தனை காலமாய்த் தன் மகனையும், தன் புருஷன் பங்கில் கிடைத்த வீட்டையும் விட்டு எந்த ஊருக்கும் சென்றதில்லை.

எனினும் தன் மகன் வயிற்றில் பிறந்த மூத்த மகள் கீதா, மணக்கோலம் பூண்டு பத்தே மாதங்களில், தரித்திருந்த சுமங்கலி வேடத்தை, நாடகப் பூச்சைக் கலைப்பது போல் கலைத்து விட்டுக் குடும்பத்தை அழுத்தும் பெருஞ் சோகமாய்க் கதறிக்கொண்டு தன் மடியில் வந்து வீழ்ந்து குமுறியழுத நாள் முதல், தனது வாழ்க்கையில் நிகழ்ந்த கடைசி சோகமாய் அவளைத் தாங்கிக் கொண்டாள் கௌரிப் பாட்டி. தன் அரவணைப்பில், தன் அன்பில், தனது கண்ணீரில், தனது ஒட்டுதலில் அவளை இருத்திக் கொள்வதையே தன் கடமையாக ஏற்றுக்கொண்டாள். அதுவரை கீதாவின்மீது, மகன் பெற்ற குழந்தை என்ற பாசம் மட்டுமே கொண்டிருந்த பாட்டி – கணவனை இழந்த நாள் முதல் தன் உயிரையே மகன் மீது வைத்திருந்த அந்தத் தாய் – அதை மாற்றிக் கொண்டது கீதாவுக்கு வெறும் ஆறுதல் தரும் பொருட்டன்று.

கௌரிப் பாட்டி தனது இறந்த காலத்தின் நிகழ் காலப் பிரதிநிதி யெனத் தன்னையே அவளில் கண்டாள்.

பாட்டியின் மகன் கணேசய்யர் தந்தையின் மரணத்தை – அதனால் விளைந்த அத்யந்த சோகத்தை உணராதவர். அவரது மனைவி பார்வதி அடிக்கடி ரகசியமாகக் கடிந்துகொள்வதற்கு ஏற்ப அவர் ஒரு ‘அம்மாப் பிள்ளை’தான்.

விதவையாகிவிட்ட கீதாவைப் பற்றிப் பலவாறு குழம்பிக் குழம்பிப் பின்னொரு நாள் ஹைஸ்கூல் படிப்போடு நின்றிருந்த அவளை, உபாத்திமைப் பயிற்சிக்கு அனுப்ப யோசித்து, தயங்கித் தயங்கித் தன் தாயிடம் அபிப்பிராயம் கேட்டபோது, அவரது

முடிவை வெகுவாகப் பாராட்டி அவள் ஏற்றுக் கொண்டதும், கௌரிப் பாட்டியை அவரால் அளக்கவே முடியவில்லை.

– பாட்டியம்மாள், மாறிய காலத்தில் பிறந்த கீதாவின் பாக்கியத்தை எண்ணி மனத்துள் பூரித்தாள்.

பயிற்சி முடித்துப் பல காலம் உள்ளூரிலே பணியாற்றி வந்த கீதாவுக்குப் போன வருஷம் – புதிதாகப் பிறந்து வேகமாக வளர்ந்து வரும் தொழில் நகரமாகிய – நெய்வேலிக்கு உத்தியோக மாற்றல் வந்தபோதும் கணேசய்யர் குழம்பினார்.

“அதற்கென்ன? நான் போகிறேன் துணைக்கு” என்று, பாட்டியம்மாள் இந்தத் தள்ளாத காலத்தில் மகனையும் குடும்பத்தையும் துறந்து தனிமைப்பட தானே வலிய முன் வந்ததற்குக் காரணம், எங்கே முப்பது வயதைக் கூட எட்டாத தன் கீதா வைதவ்ய இருட் கிடங்கில் அடைபட்டுப் போவாளோ என்ற அச்சம்தான்.

இந்த ஒரு வருஷ காலத்தில், நீண்ட விடுமுறைகளின் போது இருவரும் வந்து தங்கிச் செல்வது தவிர சனி ஞாயிறுகளில் நினைத்தபோது புறப்பட்டு வந்துவிடுவாள் பாட்டி. அதற்கு முக்கியமான காரணங்களில் ஒன்று அவளது வாடிக்கையான நாவிதன் வேலாயுதத்தையும், அதற்கு முன் அவன் அப்பனையும் தவிர, வேறு எவரிடமும் பாட்டியம்மாள் தலை மழித்துக்கொள்ளப் பழக்கப் படாததுமாகும்.

இப்போது வழியில் எதிர்ப்பட்ட வேலாயுதம், நாளைக் காலை அவள் வீட்டில் வந்து நிற்பான் என்று பாட்டிக்குத் தெரியும். வரவேண்டும் என்பது அவனுக்கும் தெரியும். அது வாடிக்கை.

ஒரு மைலுக்குக் குறைவான அந்தத் தூரத்தை அரை மணி நேரமாய் வழி நடந்து அவள் வீட்டருகே வந்தபோது கணேசய்யர் முகத்தில் தினசரிப் பத்திரிகையைப் போட்டுக் கொண்டு முன் கூடத்து ஈஸிச்சேரில் சாய்ந்து உறங்கிக்கொண்டிருந்தார். பக்கத்தில் திறந்து வைத்த தகர டின்னும் முறத்தில் கொட்டிய உளுத்தம் பருப்புமாய், மூக்குத்தண்டில் கண்ணாடியை இறக்கி விட்டுக் கொண்டு கல் பொறுக்கிக் கொண்டிருந்தாள் மருமகள் பார்வதி அம்மாள். கம்பி அழி வைத்து அடைத்த முன்புறக் குறட்டின் ஒரு மூலையில், வெயிலுக்கு மறைவாய்த் தொங்கிய தட்டியோரமாய்ச் செருப்புகள் இறைந்து கிடக்க, வாய்க்குள் ஏதேதோ பொருளற்ற சம்பாஷணைகளைத் தான்மட்டும் ராகமிழுத்து முனகியவாறு

குடும்ப விளையாட்டு நடத்திக்கொண்டிருந்தாள் கடைசிப் பேத்தியான ஆறு வயது ஜானா.

பாட்டி வந்து நின்றதை யாருமே கவனிக்காதபோது, கம்பிக் கதவின் நாதாங்கியை லேசாக ஓசைப்படுத்த வேண்டியிருந்தது. அந்தச் சிறு ஒலியில் விளையாட்டு சுவாரஸ்யத்தோடு திரும்பிப் பார்த்த ஜானா, அன்பில் விளைந்த ஆர்வத்தோடு 'பாட்டி' என்ற முனகலுடன் விழிகளை அகலத் திறந்து முகம் விகஸித்தாள்.

"கதவெத் தெறடி" என்று பாட்டி சொல்வது காதில் விழுமுன், "அம்மா அம்மா... பாட்டி வந்துட்டாம்மா, பாட்டி வந்துட்டா!" என்று கூவியவாறு உள்ளே ஓடினாள் ஜானா.

கதவைத் திறக்காமல் தன் வரவை அறிவித்தவாறு உள்ளே ஓடும் குழந்தையைக் கண்டு பாட்டி சிரித்தாள்.

கணேசய்யர், முகத்தின் மேல் கிடந்த பத்திரிகையை இழுத்துக் கண் திறந்து பார்த்தார். குழந்தையின் உற்சாகக் கூப்பாட்டால் திடீரென்று எழுந்து சிவந்த விழிகள் மிரண்டு மிரண்டு வெறிக்க ஒரு விநாடி ஒன்றும் புரியாமல் விழித்தார் அவர். அதற்குள் "ஏண்டி சனியனே இப்படி அலறிண்டு ஓடிவறே!" என்று குழந்தையை வைதுவிட்டு "வாங்கோ... வெயில்லே நடந்தா வந்தேள்... ஒரு வண்டி வெச்சுக்கப் படாதோ?" என்று அங்கலாய்த்தவாறே மரியாதையோடு எழுந்தோடி வந்து கதவைத் திறந்தாள் பார்வதி.

"இதோ இருக்கிற இடத்துக்கு என்ன வண்டியும் வாகனமும் வேண்டிக் கெடக்கு? அவனானா பத்தணா குடு, எட்டணா குடும்பான்..." என்று சலித்துக் கொண்டே படியேறி உள்ளே வந்த தாயைக் கண்டதும் "நல்லவெயில்லே வந்திருக்கயே அம்மா... பார்வதி! அம்மாவுக்கு மோர் கொண்டுவந்து கொடு" என்று உபசரித்தவாறே ஈஸிசேரிலிருந்து எழுந்தார் கணேசய்யர்.

"பாவம். அசந்து தூங்கிண்டிருந்தே . . . இன்னும் செத்தே படுத்திரேன் . . ." என்று அவரைக் கையமர்த்தியவாறே, ஈஸிசேரின் அருகே கிடந்த ஸ்டூல் மீது பையை வைத்துவிட்டு முற்றத்திலிறங்கித் தொட்டித் தண்ணீரை அள்ளிக் கை கால் முகம் அலம்பி, தலையிலும் ஒரு கை வாரித் தெளித்துக் கொண்டாள் பாட்டி. பிறகு முந்தானையால் முகத்தைத் துடைத்துக்கொண்டு கூடத்து ஸ்டாண்டிலிருந்த சம்புடத்தை எடுத்து "என்னப்பனே... மகாதேவா" என்று திருநீற்றையணிந்துகொண்டு திரும்பி வரும் வரை, கணேசய்யர் ஈஸிசேரின் அருகே நின்று கொண்டிருந்தார்.

அந்த ஈஸிசேர் பாட்டிக்கு மட்டுமே உரிய சிம்மாசனம். அவள் வீட்டிலில்லாத போதுதான் மற்ற யாரும் அதில் உட்காருவது வழக்கம். அவள் ஈஸிசேரில் வந்து அமர்ந்தபின் பக்கத்தில் ஒரு நாற்காலியை இழுத்துப் போட்டு உட்கார்ந்துகொண்டு விசிறினார் கணேசய்யர். அதற்காகவே காத்துக்கொண்டிருந்தவள் போல் பாட்டி உட்கார்ந்ததும் அவள் மடியில் வந்து ஏறினாள் ஜானா.

"பாட்டி வெயில்லே வந்திருக்கா... சித்தே நகந்துக்கோ.. . வந்ததும் மேலே ஏறிண்டு..." என்று விசிறிக் கொண்டிருந்த விசிறியால் ஜானாவைத் தட்டினார் கணேசய்யர்.

"இருக்கட்டும்டா... கொழந்தை! நீ உக்காந்துக்கோடி" என்று குழந்தையை மடிமீது இழுத்து இருத்திக் கொண்டாள் பாட்டி.

'இப்ப என்ன பண்ணுவியாம்' என்று நாக்கைக் கடித்து விழித்துத் தந்தைக்கு அழகு காட்டினாள் ஜானா.

ஜானாவை மடியில் வைத்துக்கொண்டே பக்கத்தில் ஸ்டூலின் மேலிருந்த பையை எடுத்து அதனுள்ளிருந்த வெள்ளிரிப் பிஞ்சுகளை வரிசையாகத் தரையில் வைத்து ஜானாவின் கையில் ஒன்றைத் தந்தாள். முறுக்கிச் சுருட்டி வைத்திருந்த மாற்றுப் புடவையை கொடியில் போடுவதற்காகப் பக்கத்தில் சற்றுத் தள்ளி வைத்தாள். பிறகு பையைத் தலை கீழாகப் பிடித்து அதனுள்ளிருந்த மூன்று படி பச்சை வேர்க் கடலையைக் கொட்டியபோது, அதனூடே ஒரு கவர் விழுந்தது.

"ஆமா, மீனாவும் அம்பியும் எங்கே காணோம்?" என்று சுற்றும் முற்றும் பார்த்தவாறு "இதெ உன்கிட்டே குடுக்கச் சொன்னா கீதா" என்று கவரை நீட்டினாள் பாட்டி.

இருபது வயது நிறைந்த பெண்ணை அம்பியின் துணையோடு மாட்டினி ஷோ பார்க்க என்னதான் பக்கத்திலிருந்தாலும் – எப்படி சினிமாவுக்கு அனுப்பலாம் என்று தாய் கோபித்துக் கொள்வாளோ என்ற அச்சத்தோடு கவரை வாங்கியவாறே, "ஏதோ அவள் படிச்ச நல்ல நாவலாம். படமா வந்திருக்குன்னு காலையிலேருந்து உசிரை வாங்கித்து ரெண்டு சனியன்களும். மாட்டினி ஷோ'தானே... போகட்டும்னு அனுப்பி வெச்சேன்" என்றார் கணேசய்யர்.

"ஓ! தொடர் கதையா வந்துதே ... அந்தக் கதைதானா அது? ... பேரைப் பார்த்தேன்." என்று ஒரு பத்திரிகையின் பெயர், ஓர் எழுத்தாளனின் பெயர் முதலியவற்றைக் குறிப்பாகக் கேட்டாள் பாட்டி. "இதுக்காகப் போய் ஏன் கொழந்தைகளை

சனியன்னு திட்டறாய்?... நோக்கும் எனக்கும் சினிமான்னா என்னன்னே தெரியாது... இந்தக் காலத்துப் பிள்ளைகளுக்கு சினிமாவைத் தவிர வேற ஒண்ணும் தெரியாது. நம்ம கொழந்தைகள் எவ்வளவோ பரவாயில்லைன்னு நெனச்சிக்கோ..." என்று மகனுக்குப் புத்தி சொல்லிவிட்டு, "கவர்லே என்ன சொல்லு. அவளைக் கேட்டப்போ, 'அப்பா சொல்லுவா'ன்னு பூடகமா குடுத்து அனுப்பிச்சாள்" என விளக்கினாள் பாட்டி.

கண்ணாடியை எடுத்து மாட்டிக்கொண்டு கவரை உடைத்து, அதனுள்ளிருந்த ஒரே காகிதத்தில் சுருக்கமாக எழுதியிருந்த வாசகங்களைப் படிக்க ஆரம்பித்ததும் கணேசய்யரின் கைகள் நடுங்கின; முகமெல்லாம் 'குப்'பென வியர்த்து உதடுகள் துடித்தன. படித்து முடித்ததும் தலை நிமிர்ந்து எதிர்ச் சுவரில் தொங்கிய கீதாவின் மணக்கோல போட்டோவை வெறித்துப் பார்த்தார்.

தாயினருகே அமர்ந்து இனிமையான சூழ்நிலையில் மகிழ்ச்சியுடனிருந்த கணேசய்யரின் முகம் திடீரென இருளடைந்தது நாற்காலியின் கைப்பிடியை இறுகப் பற்றிக் கொண்டு தாயின் முகத்தை வெறித்துப் பார்த்தார். அவர் கையிலிருந்த கடிதம் கீழே நழுவியதைக் கூட அவர் கவனிக்கவில்லை.

'என்ன விபரீதம்!' என்று துணுக்குற்ற பாட்டியம்மாள், தரையில் விழுந்த அந்தக் கடிதத்தை வெளிச்சத்தில் பிடித்துக் கொண்டு படிக்க ஆரம்பித்தாள். அவளால் கண்ணாடியில்லாமலே படிக்க முடியும்!

"என் அன்பிற்குரிய அப்பா, அம்மா, பாட்டி ஆகியோருக்கு...

இந்தக் கடிதத்தை எழுதுகையில் ஆறு மாதங்கள் தீர்க்கமாய் யோசித்து தீர்மானமான ஒரு முடிவுக்கு வந்தபின் தெளிந்த மனத்தோடுதான் எழுதுகிறேன். இந்தக் கடிதத்திற்குப் பிறகு உங்களுக்கும் எனக்கும் கடிதப் போக்குவரத்தோ, முகலோபனமோ கூட அற்றுப் போகலாம் என்பதும் தெரிந்தே எழுதுகிறேன்.

என்னோடு பணி புரியும் ஹிந்தி பண்டிட் திரு ராமச்சந்திரன் என்பவரை வருகின்ற ஞாயிறன்று நான் பதிவுத் திருமணம் செய்துகொள்ள நிச்சயித்து விட்டேன். நான் விதவை என்பது அவருக்குத் தெரிந்ததுதான். ஆறுமாத காலமாய் நான் எனது உணர்ச்சிகளோடு – இது பாபகரமான காரியம் என்ற ஓர் அர்த்தமற்ற உணர்ச்சியோடு – போராடித்தான் இம் முடிவுக்கு வந்தேன். உணர்வுபூர்வமான வைதவ்ய விரதத்துக்கு ஆட்பட முடியாமல் வேஷங் கட்டித்திரிந்து, பிறகு அவப் பெயருக்கு ஆளாகிக் குடும்பத்தையும் அவமானப் படுத்தாமல் இருப்பதே

சிறந்த ஒழுக்கம் என்று உணர்ந்திருக்கிறேன். இந்த முப்பது வயதில் – இவ்வளவு சோதனைகளைத் தாங்காமல் – இன்னும் ஐந்தாண்டுகளுக்குப் பின் இதே முடிவுக்கு வர நேரிடுமோ என்ற அச்சமும் பிறந்தே, இப்போதே செய்தல்சரி என்ற முடிவுக்கு வந்து விட்டேன்.

என் காரியம் என் வரைக்கும் சரியானதே!

நான் தவறு செய்வதாகவோ, இதற்காக வருந்த வேண்டு மென்றோ, உங்களிடம் மன்னிப்புக் கோர வேண்டுமென்றோ கூட எனக்குத் தோன்றவில்லை. எனினும் உங்கள் உறவை, அன்பை இழந்து விடுகிறேனே என்ற வருத்தம் சில சமயங்களில் அதிகம் வாட்டுகின்றது... இருப்பினும் ஒரு புதிய வாழ்க்கையை, புதிய வெளிச்சத்தைப் பெற்று, ஒரு புதுயுகப் பிரஜையாகச் சஞ் சரிக்கப் போகிறேன் என்ற லட்சிய நிறைவேற்றத்தில் நான் ஆறுதலும் மட்டற்ற ஆனந்தமும் கொள்கிறேன்.

இந்தக் காலத்தில் யார் மனம் எப்படி மாறும் என்று சொல்ல முடியாது. ஒரு வேளை நீங்கள் என் முடிவை ஆதரித்தால் – இன்னும் ஒரு வாரமிருக்கிறது – உங்களை, உங்கள் அன்பான வாழ்த்தை எதிர்பார்க்கிறேன். இல்லையெனில் உங்களைப் பொறுத்தவரை 'கீதா செத்துவிட்டாள்' என்று தலை முழுகி விடுங்கள்.

ஆமாம்; ரொம்பச் சுயநலத்தோடு செய்த முடிவுதான். எனக்காகப் பாட்டியைத் தவிர வேறு யார்தான் தங்கள் நலனைத் துறந்து 'தியாகம்' செய்துவிட்டார்கள்? ஏன் செய்ய வேண்டும்?

உங்கள் மீது என்றும்
மாறாத அன்பு கொண்டுள்ள
கீதா."

"என்னடா ... இப்படி ஆயிடுத்தே?" என்பதைத் தவிர வேறு ஒன்றும் சொல்லவோ செய்யவே சக்தி யிழந்தவளாய் ஏக்கம் பிடித்து வெறித்து விழித்தாள் பாட்டி.

"அவ செத்துட்டா ... தலையெ முழுகிட வேண்டியதுதான்" என்று நிர்த்தாட்சண்யமான குரலில் உறுதியாகச் சொன்னார் கணேசய்யர்.

பாட்டி திகைத்தாள்!

தாயின் யோசனைக்கோ, பதிலுக்கோ, கட்டளைக்கோ, உத்தரவுக்கோ காத்திராமல் அந்த 'அம்மாப் பிள்ளை' முதன் முதலில் தானே ஒரு தீர்மானத்துக்கு வந்தது இதுதான் முதல் தடவை.

"அப்படியாடா சொல்றே?" என்று கண்களிரண்டும் நீர்க்குளமாக, வயோதிக நெஞ்சு பாசத்தால் துடிக்க, நெஞ்சில் கை வைத்துக் கேட்டாள் பாட்டி.

"வேறே எப்படிம்மா சொல்லச் சொல்றே?... நீ பிறந்த வம்சத்திலே இந்தக் குடும்பத்திலே... ஐயோ!" என்று இந்த அவலத்தைக் கற்பனை செய்ய முடியாமல் பதறினார் கணேசய்யர்.

'நான் பிறந்த யுகமே வேறேடா' என்ற வார்த்தை பாட்டிக்கு வாயில் வந்து நின்றது. அப்பொழுதுதான் பாட்டிக்கு ஓர் அரிய உண்மை இவ்வளவு காலத்திற்குப் பின் புரிந்தது:

'என் மகன் எனது சொல்லுக்கும் எனது உத்தரவுக்கும் காத்திருந்தது வெறும் தாயன்பால் மட்டுமல்ல; நான் ஒரு யுகத்தின் பிரநிதி. அது ஆசாரமான யுகம். நான் பிறந்தது சாஸ்திரத்துக்கு அஞ்சி நடந்த குடும்பத்தில். அதுபோல் தன் குடும்பமும் நடக்க – நடத்தி வைக்கத் தன்னால் ஆகாவிடினும் என்னால் ஆகும் என்ற நம்பிக்கையில் – அந்த யுகத்தை அந்த ஆசார ஜீவிதத்தைக் கௌரவிப்பதன் பொருட்டே என் சொல்லை, என் வார்த்தையை அவன் எதிர்பார்த்திருந்தான்.' என்று தன்னைப் பற்றியும், தன் மகனின் மூர்க்கமான தீர்மானம் பற்றியும், தனித்துப்போன அன்பிற்குரிய கீதாவைப் பற்றியும் எண்ணி மௌனமாய் வாயடைத்து உட்கார்ந்திருந்தாள் பாட்டி.

அப்போது அங்கு வந்து அவர்களை விபரீதச் சூழ்நிலைக்கு ஆட்படுத்தியிருக்கும் அந்தக் கடிதத்தை எடுத்துப் படித்த பார்வதி, "அடி பாவி மகளே... என் தலையிலே தீயை வெச்சுட்டியேடி!" என்று தலையிலடித்துக் கொண்டு அழுதாள்.

பாட்டி, தன் இயல்புக் கேற்ற நிதான புத்தியுடன் அந்தக் கடிதத்தை மீண்டும் கையிலெடுத்து அந்தக் கடைசி வரிகளைப் படித்தாள்.

'ரொம்பச் சுயநலத்தோடு செய்த முடிவுதான். எனக்காகப் பாட்டியைத் தவிர வேறு யார்தான் தங்கள் நலனைத் துறந்து, 'தியாகம்' செய்துவிட்டார்கள்?' – பாட்டிக்குச் 'சுருக்' கென்றது; உதட்டைக் கடித்துக் கொண்டாள்.

இந்த வார்த்தைகளின் அர்த்தம் மற்றவர்களுக்குப் புரியாது. பாட்டிக்குப் புரியும்.

கீதா, பதினெட்டு வயதில் நெற்றியிலிடும் திலகத்தை மறந்தது போல், கூந்தலில் சூடும் பூவைத் துறந்தது போல், 'அது அவள் விதி'யென்று சொல்லி அவள் சோகத்தையே மறந்துவிடவில்லையா அவளைப் பெற்ற தாயும் தந்தையும்?...

கீதா இப்படியாகி வந்த பிறகுதானே பார்வதி, அம்பியையும் ஜானாவையும் பெற்றெடுத்தாள்!...

அதற்கென்ன அதுதான் வாழ்கின்றவர்களின் வாழ்க்கை இயல்பு.

வாழாத கீதாவின் உள்ளில் வளர்ந்து சிதைந்து, மக்கி, மண்ணாகிப் பூச்சி அரிப்பது போல் அரித்து அரித்துப் புற்றாய்க் குவிந்திருக்கும் உணர்ச்சிகளை, நினைவுகளை, ஆசைகளை, கனவுகளை அவர்கள் அறிவார்களா?

ஆனால்...

கீதாவைப் போல் – அவளை விடவும் இள வயதில் அரை நூற்றாண்டுக்கு முன் நிலவிய ஹிந்து சமூகத்தின் வைதவ்யக் கொடுந் தீயில் வடுப்பட்டு வாழ்விழந்து. அந்த நினைவுகளை யெல்லாம் கொண்டிருந்த, அந்தக் கனவுகளை யெல்லாம் கண்டிருந்த, அந்த ஆசைகளை யெல்லாம் கொன்றிருந்த கௌரிப் பாட்டி, அவற்றை யெல்லாம் கீதாவிடம் காணாமலா, கண்டுணராமலா இருந்திருப்பாள்?

அதனால்தான் கணேசய்யரைப் போலவோ, பார்வதி அம்மாளைப் போலவோ – கீதா இப்படி நடந்துகொள்ளப் போவதை அறிந்து – அவளை வெறுத்து உதறவோ, தூஷித்துச் சபிக்கவோ முடியாமல் 'ஐயோ! என்ன இப்படி ஆய்விட்டதே!... என்ன இப்படியாய்விட்டதே' என்று கையையும் மனசையும் நெறித்துக்கொண்டு தவியாய்த் தவிக்கிறாள் பாட்டி.

பொழுது சாய்ந்து விளக்கு வைக்கும் நேரத்தில் மாட்டினி ஷோவுக்குப் போயிருந்த மீனாவும் அம்பியும் வீடு திரும்பினார்கள். வாசற்படியில் கால் எடுத்து வைத்த அம்பி, கூடத்து ஈஸி சேரில் சாய்ந்து படுத்து ஆழ்ந்த யோசனையில் அமிழ்ந்திருக்கும் பாட்டியைக் கண்டதும் சட்டென்று நின்று திரும்பிப் பின்னால் வரும் மீனாவிடம்,

"பாட்டிடீ . . ." என்று ரகசியமாக எச்சரித்தான்.

"எங்கே? உள்ளே இருக்காளா, கூடத்திலே இருக்காளா?" என்று சற்றுப் பின் வாங்கி நின்றாள் மீனா.

"சிம்மாசனத்தில்தான் சாஞ்சிண்டு தூங்கறா..." என்றான் அம்பி.

மீனா தோள் வழியே 'ஸ்டைலாக' கொசுவித் தொங்க விட்டிருந்த தாவணியை ஒழுங்காய்ப் பிரித்து, இழுத்து இடுப்பில் செருகிக் கொண்டு, மேலாடை ஒழுங்காக இருக்கிறதா என்று

ஒருமுறை கவனித்த பின் தலையைக் குனிந்து சாதுவாய் உள்ளே நுழைந்தாள்.

உள்ளே வந்த பின்தான் பாட்டி தூங்கவில்லை என்று தெரிந்தது. அப்பா ஒரு பக்கம் நாற்காலியிலும், அம்மா ஒரு பக்கம் முகத்தில் முந்தானையைப் போட்டுக்கொண்டு விம்மியவாறு ஒரு மூலையிலும் விழுந்து கிடப்பது என்ன விபரீதம் என்று புரியாமல் இருவரும் திகைத்து நின்றனர்.

அப்போது ஜானா சிரித்துக்கொண்டே அம்பியிடம் ஓடி வந்தாள். "பாட்டி வெள்ளிரிப் பிஞ்சி வாங்கியாந்தாளே..." என்ற ஜானாவின் குரல் கேட்டுப் பாட்டி திரும்பிப் பார்த்தாள் மீனாவை.

'எப்ப வந்தேள் பாட்டி?" என்று கேட்டுவிட்டு 'என்ன விஷயம்? இதெல்லாம் என்ன?' என்று சைகையால் கேட்டாள் மீனா.

பாட்டியின் கண்கள் குளமாயின.

மீனாவைப் பார்க்கும்போதுதான் அவளுக்கு இன்னொரு விஷயமும் – கணேசய்யர் கீதாவைத் தலை முழுகச்சொல்வதன் காரணம், பார்வதியம்மாள் கீதாவைச் சபிப்பதன் நியாய ஆவேசம் இரண்டும் – புரிந்தது பாட்டிக்கு.

அங்கே கிடந்த அந்தக் கடிதத்தை மீனா எடுத்துப் படித்தாள்.

'அதை நீ படிக்க வேண்டாம்' என்று தடுக்க நினைத்தாள் பாட்டி. பிறகு ஏனோ 'படிக்கட்டுமே' என்று எண்ணி மீனாவின் முகத்தையே உற்றுக் கவனித்தாள்.

மீனாவின் முகம் அருவருப்பால் சுளித்தது.

"அடி நீ நாசமாப் போக" என்று அங்கலாய்த்தவாறே தொடர்ந்து கடிதத்தைப் படித்தாள். அவள் தோள் வழியே எக்கி நின்று கடிதத்தைப் படித்த அம்பி கூட விளக்கெண்ணெய் குடிப்பது போல் முகத்தை மாற்றிக் கொண்டான்.

வீடே சூன்யப்பட்டது. ஊரெல்லாம் பிளேக் நோய் பரவிக் கிடக்கும்போது வீட்டில் ஒரு எலி செத்து விழக்கண்டவர்கள் போல் ஒவ்வொருவரும் மிகுந்த சங்கடத்தோடு இன்னொருவர் முகத்தைப் பார்த்தனர்.

இரவு முழுதும் கௌரிப் பாட்டி தூங்கவில்லை; சாப்பிட வில்லை. கூடத்து ஈஸி சேரை விட்டு எழுந்திருக்கவும் இல்லை.

மகனைப் பார்த்தும், மருமகளைப் பார்த்தும், மற்றப் பேரக் குழந்தைகளைப் பார்த்தும், கீதாவை நினைத்தும் பெருமூச்செறிந்து கொண்டிருந்தாள்.

'வழக்கத்துக்கு விரோதமாய் என்னை வழியனுப்ப பஸ் ஸ்டாண்டுக்கு வந்து, பஸ் புறப்படும்போது முந்தானையால் கண்களைக் கசக்கிக் கொண்டாயடி கீதா? இப்போதல்லவா தெரிகிறது ... பாட்டியை நிரந்தரமாப் பிரியறமேன்னுட்டு, பாவம் கொழந்தெ கண்கலங்கி நின்னிருக்கேன்னு ... இப்பன்னா புரியறது ... கண்ணிலே தூசு விழுந்திருக்கும்னு நினைச்சேனே பாவி.'

'என்னடி இப்படி பண்ணிட்டியே!' என்று அடிக்கடி தன்னுள் குமுறிக் குமுறிக் கேட்டுக் கொண்டாள் பாட்டி.

விடிகின்ற நேரத்துக்குச் சற்று முன்பு தன்னையறியாமல் கண்ணயர்ந்தாள். கண்மூடிக் கண் விழித்தபோது மாயம் போல் விடிவு கண்டிருந்தது.

தெரு வாசற்படியின் கம்பிக் கதவோரமாக கைப் பெட்டியுடன் வந்து காத்திருந்தான் வேலாயுதம்.

கண் விழித்த பாட்டி – நடந்ததெல்லாம் கனவாகி விடக் கூடாதா என்று நினைத்து முடிக்குமுன் 'இது உண்மை' என்பது போல் அந்தக் கடிதம் ஸ்டூலின்மீது கிடந்தது.

அந்தக் கடிதத்தை எடுத்து மீண்டும் படித்தாள் பாட்டி. அப்போது அறைக்குள்ளிருந்து வந்த கணேசய்யர், இரவெல்லாம் இதே நினைவாய்க் கிடந்து மருகும் தாயைக் கண்டு தேற்ற எண்ணி "அம்மா வேலாயுதம் வந்திருக்கான்... அவள் செத்துட்டானு நெனைச்சித் தலையை செரைச்சி தண்ணிலே போயி முழுகு ..." என்றார்.

"வாயை மூடுடா..." என்று குமுறி எழுந்தாள் பாட்டி. "காலங் கார்த்தாலே அச்சான்யம் பிடிச்ச மாதிரி என்ன பேச்சு? இப்ப என்ன நடந்துட்டுதுன்னு அவளைச் சாகச் சொல்றே..?" என்று கேட்டுவிட்டு, தாங்க முடியாத சோகத்துடன் முகமெல்லாம் சிவந்து குழம்பக் கதறியழுதாள் பாட்டி. பிறகு சிவந்த கண்களைத் திறந்து ஆத்திரத்துடன் கேட்டாள்:

"என்னடா தப்புப் பண்ணிட்டா அவ?... என்ன தப்புப் பண்ணிட்டா, சொல்லு."

தன் தாய் கேட்பதைக் கண்டு, கணேசய்யருக்கு ஒரு விநாடி ஒன்றுமே புரியவில்லை.

"என்ன தப்பா?... என்னம்மா பேசறே நீ? உனக்குப் பைத்தியம் புடிச்சிடுத்தா?" என்று கத்தினார் கணேசய்யர்.

அடுத்த விநாடி தன் சுபாவப்படி நிதானமாக மகனின் முகத்தைப் பார்த்தவாறு, அமைதியாக யோசித்தாள் பாட்டி. தன் மகன் தன்னிடம் இப்படிப் பேசுவது இதுவே முதல் தடவை.

பாட்டி மெல்லிய குரலில் நிதானமாய்ச் சொன்னாள்: "ஆமாம்டா ... எனக்குப் பைத்தியந்தான் ... இப்பப் பிடிக்கலைடா... இது பழைய பைத்தியம். தீரமுடியாத பைத்தியம்... ஆனால் என்னோட பைத்தியம் என்னோட போகட்டும் ... அந்தப் பைத்தியம் அவளுக்குப் 'படீர்'னு தெளிஞ்சிருக்குன்னா! அதுக்கு யார் என்ன பண்றது?... அவதான் சொல்லிட்டாளே – என் காரியம் என் வரைக்கும் சரி, வேஷம் போட்டு ஆடி அவப் பேரு வாங்காம விதரணையா செஞ்சிருக்கேன்னு..."

"அதனாலே சரியாகிடுமா அவ காரியம்?" என்று வெட்டிப் பேசினார் கணேசய்யர்.

"அவ காரியம் அவ வரைக்கும் சரிங்கறாளே அவதான் ... அதுக்கென்ன சொல்றே?" என்று உள்ளங்கையில் குத்திக் கொண்டாள் பாட்டி.

"சாஸ்திரம் கெட்ட மூதேவி. ஆசாரமான குடும்பத்துப் பேரைக் கெடுத்த சனி – செத்துத் தொலைஞ்சுட்டானு தலையை முழுகித்தொலைன்னு சொல்றேன்" என்று பல்லைக் கடித்துக்கொண்டு கத்தினார் கணேசய்யர். பாட்டியம்மாள் ஒரு விநாடி தன்னையும் தன் எதிரே நிற்கும் மகனையும் வேறு யாரோ போல் விலகி நின்று பார்த்துவிட்டு, ஒரு கைத்த சிரிப்புடன் கூறினாள்:

"நம்ம சாஸ்திரம்... ஆசாரம்! அப்படீன்னா நீ என்ன பண்ணியிருக்கணும் தெரியுமா? என்னை என்ன பண்ணித்து தெரியுமா அந்த சாஸ்திரம்?... அப்போ நீ பால் குடிக்கிற கொழந்தைடா ... எனக்குப் பதினைஞ்சு வயசுடா! என் கொழந்தை, என் மொகத்தெப் பார்த்துப் பேயைப் பார்த்தது போல் அலறித்தேடா..! பெத்த தாய் கிட்டே பால் குடிக்க முடியாம குழந்தை கத்துவே; கிட்டே வந்தா மொட்டையடிச்ச என்னைப் பார்த்து பயத்துலே அலறுவே... அப்படி என்னை, என் விதிக்கு மூலையிலே உட்காத்தி வெச்சாளேடா! அந்தக் கோரத்தை நீ ஏண்டா

பண்ணலே கீதாவுக்கு? ஏன் பண்ணலே சொல்லு”, என்று கண்களில் கண்ணீர் வழியக் கேட்கும்போது, கணேசய்யரும் கண்களைப் பிழிந்துவிட்டுக் கொண்டார்! அவள் தொடர்ந்து பேசினாள்:

“ஏண்டாப்பா, உன் சாஸ்திரம் அவளைக் கலர் புடவைக் கட்டிக்கச் சொல்லித்தோ? தலையைப் பின்னிச் சுத்திண்டு பள்ளிக்கூடம் போய்வரச் சொல்லித்தோ? தன் வயித்துக்குத் தானே சம்பாதிச்சுச் சாப்பிடச் சொல்லித்தோ? இதுக்கெல்லாம் நீ உத்தரவு கேட்டப்போ நான் சரின்னேன். ஏன்?... காலம் மாறிண்டு வரது; மனுஷாளும் மாறணும்னுதான்! நான் பொறந்த குடும்பத்தலேன்னு சொல்றயே ... எனக்கு நீ இருந்தே! வீடும் நெலமும் இருந்தது. அந்தக் காலமும் அப்படி இருந்தது. கீதா பண்ண காரியத்தை மனசாலேகூட நெனக்கமுடியாத யுகம் அது. அப்போ அது சாத்தியமாவும் இருந்தது. இப்போ முடியலியேடா... எனக்கு உன் நிலைமையும் புரியறது. நீ பிள்ளையும் குட்டியுமா வாழ்றவன்... அதுகளுக்கு நாளைக்கு நல்ல காரியங்கள் நடக்கணும்... எனக்குப் புரியறது – அவளும் புரிஞ்சுதானே எழுதி இருக்கா... உன் சாஸ்திரம் அவளை வாழ வைக்குமாடா? அவளுக்கு அது வேண்டாம்னுட்டா... ஆனா, டேய் கணேசா... என்னெ மன்னிச்சுக்கோடா ...எனக்கு அவ வேணும்! அவதாண்டா வேணும்... எனக்கும் இனிமே என்ன வேண்டி இருக்கு! என் சாஸ்திரம் என்னோடேயே இருந்து இந்தக் கட்டையோடே எரியும்... அதனாலே நீங்க நன்னா இருங்கள்... நான் போறேன்... கீதாவோடேயே போயிடறேன் ... அதுதான் நல்லது. அதுக்காக நீ உள்ளூறத் திருப்திப் படலாம் – யோசிச்சுப் பாரு. இல்லேன்னா அவளோட சேத்து எனக்கும் ஒரு முழுக்குப் போட்டுடு! நான் வர்ரேன்” என்று கூறியவாறே மாற்றுப் புடவையைச் சுருட்டிக் காக்கிப் பைக்குள் திணித்தவாறு எழுந்தாள் பாட்டியம்மாள்.

“அம்மா! ஆ ...” என்று கைகளைக் கூப்பிக்கொண்டு தாரை தாரையாய்க் கண்ணீர் வடித்தார் கணேசய்யர்.

“அசடே ... எதுக்கு அழறே? நானும் ரொம்ப யோசிச்சுத்தான் இப்படி முடிவு பண்ணினேன்... என்ன பண்ணினாலும் அவ நம்ம கொழந்தெடா” என்று மெதுவாய்ச் சொல்லிவிட்டு உட்புறம் திரும்பிப் பார்த்தாள். “பார்வதி நீ வீட்டெச் சமத்தாப் பார்த்துக்கோ ...” என்று எல்லோரிடமும் விடை பெற்றுக்கொண்டு புறப்பட்டாள் பாட்டி.

“எனக்கு உடனே போயி கீதாவைப் பார்க்கணும்” என்று தானே சொல்லிக்கொண்டு திரும்பும்போது, வாசற்படியில் நின்றிருந்த வேலாயுதத்தைக் கண்டாள் பாட்டி.

“நீ போடாப்பா ... நான் அவசரமாப் போறேன் நெய்வேலிக்கு” என்று அவனிடம் நாலணாவைத் தந்து அனுப்பினாள்.

‘இனிமேல் இவனுக்கு இங்கு வேலை இல்லை – அதற்கென்ன? உலகத்தில் என்னென்னமோ மாறுகிறது! நான் ஒரு நாவிதனைக்கூட மாற்றிக்கொள்ளக் கூடாதா?’ என்று எண்ணிச் சிரித்துக்கொண்டாள். இடுப்பில் பையை வைத்துக்கொண்டு வாசற்படியிலிறங்கிய பாட்டி, ஒருமுறை திரும்பி நின்று “நான் போயிட்டு வரேன்” என்று மீண்டும் விடை பெற்றுக்கொண்டாள்.

அதோ, காலை இளவெயிலில், சூடில்லாத புழுதி மண்ணில் பாதங்கள் அழுந்தி அழுந்திப் பதிய ஒரு பக்கம் சாய்ந்து சாய்ந்து நடந்துகொண்டிருக்கும் பாட்டியின் தோற்றம்...

வேகமாய் ஆவேசமுற்று வருகின்ற புதிய யுகத்தை, அமைதியாய் அசைந்து அசைந்து நகரும் ஒரு பழைய யுகத்தின் பிரதிநிதி எதிர்கொண்டழைத்துத் தழுவிக்கொள்ளப் பயணப்படுவததென்றால்..?

ஓ, அதற்கு ஒரு பக்குவம் தேவை!

***ஆனந்த விகடன்,* 1963**

இருளைத் தேடி...

பத்து வருடங்களுக்குப் பின், சிறிதும் எதிர்பாராத நிலையில், சற்று முன் பட்டணத்துச் சந்தடியில் சந்திக்க நேர்ந்துவிட்ட பட்டுவும் ருக்குவும் அந்த ஓட்டலின் தனியறையை நாடி வந்தனர். காப்பி குடிக்கவும், கொஞ்சம் உட்கார்ந்து மனம்விட்டுப் பேசவும் அது வசதியான இடம்.

வாழ்க்கைச் சந்தியில் இருவர் சந்தித்து இணைய முடிவது எவ்வளவு சாதாரணமும் இயல்புமாகுமோ, அதே அளவு இயல்பானதுதான் இருவர் சந்தித்துப் பிரிந்து விலகிப் போய்விடுவது...

இந்தப் பத்தாண்டுகளில் இருவருக்குமே எத்தனையோதரப்பட்ட, வகைப்பட்ட சிநேகிதிகள் கிடைத்திருப்பர். வாழ்க்கையும் எத்தனையோ தரத்தில், வகையில் பேதமுற்று வேறுபட்டிருக்கும்... விலகிப் போன அந்த நட்பின் நினைவு கொஞ்சம் கொஞ்சமாய்த் தேய்ந்து அல்லது புதிய புதிய வாழ்க்கையின் மாற்றங்களினால், அறிமுகங்களினால் மூடப்பெற்று உள்ளே புதைந்து கொண்டிருந்த சமயத்தில், சற்று நேரத்துக்கு முன் திடீரென்று அவர்கள் இருவரும் வாழ்க்கைச் சந்தியின் சாதாரண இயல்புக்கேற்பவே – பட்டணத்துச் சந்தடியின் நடுவே, இதற்கு முன் பார்த்தறியாத எத்தனையோ புதிய முகங்கள் ஆயிரக்கணக்கில் நிமிஷத்துக்கொரு அலையாய்க் கடந்து மறைந்து கொண்டிருக்கும் யந்திர இயக்கத்தில் எதிர் எதிரே மோதிக்கொள்வது போல் எதிர்பட்டு, மோதலைத் தவிர்க்க நின்று, நேருக்கு நேர் முகம்பார்த்த போது அந்தச் சந்திப்பு நிகழ்ந்தது...

யந்திரம்போல் இயக்கம் கொண்டுவிட்டதனால் மட்டும் மனித ராசி யந்திரமாகிவிடுமா..?

அந்தச் சந்திப்பைத் தவிர்க்க நினைத்தவள்போல் தன்னை யறியாமல் முகம் திரும்பிய பட்டு, அரை விநாடி நிலை குலைவுக்குப் பின்னர், நிலைமையைச் சமாளித்தவளாய் அந்த எதிர்பாராத சந்திப்பின் சந்தோஷ உணர்வை ஏற்றுக் கொண்டாள். அப்படித்தான் அவளால் முடிந்தது; அடுத்த விநாடியே அவ்விதத் தயக்கத்திற்காக அவள் உள்ளூற வருந்தினாள்.

மகிழ்ச்சியால் விளைந்த திகைப்பு என்றே அதை எண்ணினாள் ருக்கு. இந்த நிமிஷம் அதுதான் உண்மை...

இருவரும் பேசும் திறன் இழந்து, பாசத்தோடு ஒருவர் கையை மற்றவர் பற்றிக் கொண்டனர்.

'பட்டு...', 'ருக்கு...' என்று ஒருவர் பெயரை மற்றவர் மௌனமாக அழைத்துக் கொள்ளும்போது, பரஸ்பரம் இருவர் முகத்திலும் மனம் நிறைந்த புன்னகையின் விகஸிப்பும் கைகளின் இணைப்பில் படிப்படியான இறுக்கமும் விளைந்தன.

சிறிது நேரம் கும்பலிலிருந்து ஒதுங்கி ஓர் ஓரமாய் நின்ற இருவரும் ஒருவரைப் பற்றி ஒருவர் அறிந்து கொள்ளும்முறையில் சில வார்த்தைகள் பேசிக் கொள்கையில், தங்களில் யாருக்குமே அவசர காரியம் ஏதுமில்லை என்று உணர்ந்தபின், வசதியாய் இருந்து பேச இடம் தேடியே அந்த ஹோட்டலுக்குள் நுழைந்தனர்.

ஓட்டலில் தனியறையில் வந்து எதிர் எதிரே அமர்ந்தபின் ஒருவரையொருவர் தீர்க்கமாயும் அவசரமில்லாமலும் பார்த்துக் கொள்ள முடிந்தது; அத்துடன் கண்ணாடியில் தெரியும் தத்தமது உருவங்களுடன் பக்கத்திலுள்ள ஒருவரை ஒருவர் ஒப்பிட்டுப் பார்த்துக்கொள்ளவும் நேர்ந்தது.

திடீரென இருவரும் ஒரே சமயத்தில் ஒருவரைப் பார்த்து ஒருவர் பலமாகச் சிரித்துக் கொண்டனர். அந்தச் சிரிப்பின் இறுதியில் இருவர் முகத்திலும் உள்ளார்ந்த ஒரு சோகமே படர்ந்தது.

அவர்கள் இருவரிடத்தும் மகிழ்ச்சிக்குரிய மாற்றங்கள் ஏதும் இல்லை. ருக்குவின் – முந்தானையால் இழுத்து மூடப்பட்டிருந்த – கழுத்து வெறிச்சென்றிருந்தது. பட்டுவின் கழுத்தில் பகட்டானதும் மட்டமானதுமான முத்துமாலை கிடந்தது. ருக்குவின் நெற்றியில் வட்டமான குங்குமப்பொட்டு, பட்டுவின் நெற்றியில் செஞ் சாந்துத் திலகம். இருவர் அணிந்திருந்ததும் சாதாரண வாயில் புடவைகளே; எனினும் உடுத்தியிருந்த விதத்தில்தான் எத்தனை

வித்தியாசம்! சாயம் போன தனது நீலப் புடவையினால் போர்வையிட்டது போல் உடலை மூடி மறைத்திருந்த ருக்கு சேலைத் தலைப்பை இடுப்புச் செருகலில் இருந்து எடுத்து, பிடரியிலும் கழுத்துக்கடியிலும் கசிந்திருந்த வியர்வையைத் துடைத்துவிட்டுக் கொண்டபின் தன் கையில் நீண்ட சுருணை யாக வைத்திருந்த ஒரு காகிதத்தை மேஜையின் மேல் வைத்து விட்டு, தலைக்குமேல் சுழலும் மின்சார விசிறியின் காற்றை அநுபவித்தாள். அவள் முகம் சுத்தமாய், வெண்மையாய், மங்கி ஒளியிழந்திருந்தது.

பட்டுவின் முகத்தில் அப்பியிருந்த பௌடரின் மேல் வியர்வை பூத்திருந்ததால் முகமெல்லாம் திட்டுத் திட்டாய் இருந்தது. அவள் அணிந்திருந்த கறுப்பு நிறப் புடவையில் பளபளக்கும் வெள்ளிப் பூக்கள் மின்னின. பட்டுவின் தலையலங்காரம் ருக்குவின் பின்னலைப் போல் ஒழுங்காக இல்லை. . . கூந்தல் கலைந்தது போலவே வாரப்பட்டிருந்தது; காதோர முடி மட்டும் கவனத்தோடு சுருளாக்கப்பட்டிருந்தது. கழுத்துப் பக்கம் இறங்கிய ரவிக்கைவெட்டு; வயிறும் புஜங்களும் வெளித் தெரிய அணிந்த சேலைக் கட்டு; இவை இருவருக்குமுள்ள வித்தியாசங்கள்.

எவ்வளவுதான் வாட்டமுற்றிருந்த போதிலும் மாறாத பொன்னிறம், இருபத்தைந்து வயதுக்கு மேல் பிராயம் தோற்கும் முகப் பொலிவு, மலர்ந்த விழிகள், கருத்தடர்ந்த கூந்தல்– இவையாவும் இருவருக்குமுள்ள ஒற்றுமைகள்.

பட்டுவின் சிறப்பு, அந்த நீண்ட மோவாய்; வனப்புடன் மெலிந்து அழகுற உயர்ந்த உருவம்.

ருக்குவுக்கு, வடிவாயமைந்த அதரங்கள்; வசீகரமிக்க புன்னகை; சிலைபோன்ற சிற்றுருவத் தோற்றம் – மற்றபடி ஓர் இளம் விதவையைப் போன்ற எளிமை – அதுவே ருக்குவின் சிறப்பு.

பேசுவதற்கு நிறைய இருப்பதனாலேயே, என்ன பேசுவது என்ற ஒரு பிரமிப்புடன் இருவரும் மௌனமாய் ஒருவரை ஒருவர் அளப்பது போலும், ஒப்பிடுவது போலும் பார்த்துக் கொண்டிருந்தனர்.

ருக்கு அன்பு வழியச் சிரித்தவாறே பேச்சை ஆரம்பித்தாள்: "பாட்டி. .?" என்று அவள் இழுக்கவும், பட்டு தோள்களை உயர்த்தி உதட்டைப் பிதுக்கினாள்: "ரெண்டு வருஷமாச்சு."

"அப்ப நீ தனியாகவா இங்கே இருக்கே?... நீ எப்ப, யாரோட பட்டணத்துக்கு வந்தே?" என்று பரபரப்போடு கேட்டாள் ருக்கு.

"பாட்டி செத்தப்புறம், அங்கே ஊர்லே யாரு இருக்கா எனக்கு?... நம்ம அரசமரத்தாத்து மாமிதான் அவா வீட்டிலே என்னை அழைச்சிண்டு போயி வெச்சிருந்தா... தேனொழுகப் பேசி, வெயர்வை வழிய வேலை வாங்கறதிலே மாமி ரொம்பக் கெட்டிக்காரி. அதனாலே என்னன்னுதான் இருந்தேன்... ரெண்டுவேளை சப்பாட்டுக்கும் துணிக்கும் மட்டுமில்லே, கௌரவமா ஒரு குடும்பத்தோட இருக்க மேன்னுதான்... ஆனா அவாளும் நொடிச்சுப் போனா... அந்த மாமா யாருக்கோ ஜாமீன் கையெழுத்துப் போட்டு, அவன் மோசம் பண்ணிப்பிட்டானாம்... எல்லாம் போச்சு!... அப்பதான் மாமியோட சொந்தக்காரர் யாரோ வந்து 'பொண்ணே எங்களோட அனுப்புங்கோ'ன்னு சினிமாவிலே சேத்து விடறதா அழைச்சுண்டு வந்தா... அதெல்லாம் ஒண்ணும் சரிப்பட்டு வரலே... இப்ப நான் ஒரு சிநேகிதியோட தனியா இருக்கேன்" – அவள் பேச்சே யார் மீதோ குற்றப்பத்திரிகை வாசிப்பது போல் இருந்தது.

பட்டு பேசுகின்ற பேச்சிலிருந்த தயக்கமும் வரட்சியும் அவள் பொய் கூறுவதுபோல் புரிந்தது ருக்குவுக்கு.

"இப்ப யாரோடயோ இருக்கேன்னியே, யாரந்த சிநேகிதி?"

"ம்... உனக்குத் தெரியாது" என்று, கறாராய், 'நீ தெரிந்து கொள்ள வேண்டியதுமில்லை' என்பது போல் கூறினாள் பட்டு.

'இந்தப் பத்து வருடங்களில் எனக்குத் தெரியாத, என்னிலும் அந்நியோன்யமான சிநேகிதிகள் இவளுக்கு ஏற்பட்டிருக்கக்கூடும்! சரி, அதனால் என்ன? அதனால் என்னைப் பற்றித் தெரிந்து கொள்ள வேண்டும் என்று இவளுக்குத் தோன்றாதா? நான்தான் அவளைப் பற்றிக் கேட்கிறேன்... அவளுக்கு என்னைச் சந்தித்த தில் மகிழ்ச்சியில்லையோ?' என்று ருக்கு எண்ணமிட்டுக் கொண் டிருந்த நேரத்தில், "உன் அப்பாவுக்கு உடம்பு குணமாயிடுத்தா? ... அவருக்கு வைத்தியம் பார்க்கத்தானே நீங்க ரெண்டு பேரும் ஊரைவிட்டு இங்கே யாரோ சொந்தக்காரர் வீட்டுக்கு வந்தீங்க?" என்று பட்டு கேட்டதும், தன்னைப் பற்றி இவ்வளவு ஞாபகத்தோடு விசாரிக்கும் பட்டுவை ஒரு கணத்தில் தான் தவறாக எண்ணிவிட்டதைக் குறித்து வருத்தமுற்றாள் ருக்கு. எனினும் அடுத்த கணமே பட்டுவின் முகத்தில் தோன்றிய ஒரு வெறும் புன்னகையைக் கண்டதும் ருக்குவுக்குத் தோன்றியது: 'இவள் இரண்டு மன நிலையில், இரண்டு ஆளாய், இரண்டுங் கெட்டவளாய் இருக்கிறாள்...'

எனினும் அவள் கேள்விக்குப் பதில் சொன்னாள் ருக்கு. "அப்பவே–வந்து கொஞ்ச நாளைக்கெல்லாம் அப்பா

காலமாயிட்டா..." – அப்போது ஓட்டல் சர்வர் அறையின் கதவுக்கு மேல் தலைநீட்டிப் பார்த்து உள்ளே வந்தான்.

"என்ன சாப்பிடுவோம்..?" என்றாள் ருக்கு.

"வெறும் காப்பி..."

"ரொம்ப அழகா இருக்கு... இவ்வளவு காலத்துக்கப்புறம் பார்த்திருக்கோம்" என்று ஒரு குதூகலச் சிரிப்புடன், "ரெண்டு ஸ்பெஷல் ஸ்வீட் கொண்டு வாங்கோ" என்று சர்வரைப் பார்த்துச் சொன்னாள் ருக்கு.

ருக்கு, சர்வரிடம் சொல்லிக்கொண்டிருந்த அந்தச் சிறிய இடை நேரத்தில் பட்டு தன் மயமாகி, ஏதோ சிந்தனையுடன் தலை குனிந்திருந்தாள். சர்வர் போனபின், அவள் நிலையை அனுதாபத்தோடு, என்னவென்று புரிந்துகொள்ள முடியாமல் வெறித்துப் பார்த்தாள் ருக்கு.

திடீரெனத் தலைநிமிர்ந்தாள் பட்டு. ருக்குவைப் பார்த்து மீண்டும் ஒரு வெற்றுப் புன்னகை காட்டினாள்... முகத்தில் ஒரு பொய்ப் பொலிவுடன் "ம்... நீ இப்ப அதே – அந்த சொந்தக்காரர் வீட்டிலேதான் இருக்கியா?"

"ஆமாம், அந்த வீட்டிலேதான் இருக்கேன்... ஆனா தனியா இருக்கேன்."

"தனியாவா? அப்படீன்னா ஏதாவது உத்தியோகம் பாக்கறயா?"என்று கேட்டவாறே ருக்குவின் கையருகே மேசையின் மேலிருந்த நீண்ட காகிதச் சுருணையை எடுத்து "பார்க்கலாமா?" என்றாள் பட்டு.

லேசான தலையசைப்பால் அனுமதியளித்த ருக்கு, பட்டுவை உள்ளும் புறமும் அளப்பதுபோல் தீர்க்கமாய்ப் பார்த்துக் கொண்டிருந்தாள்.

அப்போது சர்வர் இரண்டு தட்டுகளில் ஸ்வீட்டைக் கொணர்ந்து வைத்தான்; காபியும் காரமும் சொல்லி அவனை அனுப்பினாள் ருக்கு.

அந்தக் காகிதச் சுருணையைப் பிரித்துப் பார்த்த பட்டு அருவருப்பும் கலவரமும் அடைந்தவளாய், கையில் விரிந்திருந்த அந்த அகலமான காகிதத்துக்கு மேலாய்த் தலையை உயர்த்தி ருக்குவைப் பார்த்தாள்.

ருக்கு அமைதியாய்ச் சிரித்தாள்.

அப்போது அங்கே காலடி ஓசை கேட்கவே மீண்டும் அவசர அவசரமாக அந்தக் காகிதத்தைச் சுருட்டினாள். பாதி

சுருட்டிய காகிதத்துடன் திருடியைப் போல் பட்டு விழித்துக் கொண்டிருக்கையில், அந்த சர்வர் கொண்டு வந்த பலகாரங்களை மேசையின் மீது வைத்துவிட்டு வெளியேறினான்.

அவன் தலை மறைந்தவுடன் படபடத்த குரலில் கேட்டாள் பட்டு: "என்னடி இது அசிங்கம்?"

ருக்கு அவளைப் பார்த்துப் பெருந்தன்மையுடன் சிரித்தவாறே சொன்னாள்: "இது அசிங்கம்னா நீயும் நானும் – உலகமே அசிங்கம்தான்... அதை நன்னா உத்துப்பார்... பார்க்கவே ஏன் பயப்படறே!... தெளிவான மனசோட பார்..." என்றாள்.

பட்டு மீண்டும் சுளித்த புருவங்களுடன் அந்தச் சித்திரத்தாளை விரித்துப் பார்த்தாள்.

அதில் பிறந்த மேனியாய் ஒரு பக்கம் சாய்ந்து மண்டியிட்டு உட்கார்ந்திருந்தது ஒரு பெண்ணின் உருவம்.

முதலில் பார்க்கும்போது பழக்கமற்ற கண்களுக்கு அந்த ஓவியம், மனத்திலிருந்த அழுக்கின் காரணமாய் 'சீ' என்று தோன்றியது. அதே படம் இப்போது சற்றுப் பொறுமையாய்ப் பார்க்கையில் – உட்கார்ந்திருக்கும் அந்தத் தோற்றமும், இடதுபுறம் மண்டியிட்டு நீண்டு கிடக்கும் முழங்கால்களின் அமைப்பும், இடுப்பின் வளைவும், வலது கையைத் தரையில் ஊன்றி, வலதுபுறக் கழுத்தை வலிந்து திருப்பி, தோளின் மேல் முகம் புதைந்து கிடக்கும் சிரமும், வயிறும் மார்பும், மதர்ப்பும் மடிப்பும், வரியும் நிழலும் – பார்க்கப் பார்க்க, சித்திரத்தின் அமைப்பும் அழகும் மட்டுமில்லாமல், அந்தத் தோற்றமே எதிரில் உட்கார்ந்திருக்கும் ருக்குவினுடையது என்றும் பட்டுவுக்குத் தெளிவாயின. பட்டு இரண்டுமுறை படத்தின் முகவிலாசத்தையும் ருக்குவின் முகத்தையும் ஒப்பிட்டுப் பார்த்தாள்.

"இது நீதானே" என்ற பட்டுவின் கேள்விக்குப் பெருமிதத்துடன் தலையசைத்தாள் ருக்கு.

"இதை வரைஞ்சது ஒரு ஆம்பிள்ளையா, பொண்ணா?"

ருக்கு லேசாகச் சிரித்தாள்: "இதை வரைஞ்சது ஒரு ஆர்ட்டிஸ்ட். இப்படிச் சொன்னா உனக்குத் திருப்தி ஏற்படாது இல்லையா?" என்று மீண்டும் சிரித்து "ஆம்பிள்ளைதான்" என்றாள் ருக்கு.

"இதுக்காக, உனக்கு அவன் பணம் தருவானா?"

"ம்... தருவா... எனக்கு உத்தியோகம் என்னன்னு கேட்டியே, உத்தியோகம் இதுதான்" என்று ருக்கு

சொல்லிக்கொண்டிருக்கையில், பட்டு ருக்குவையே வெறித்துப் பார்த்தாள். அவள் முதுகுக்குப் பின்னால் கண்ணாடியில் தெரியும் தன்னையும் பார்த்தாள். 'தன்னை விடவும் எளிமையும் நல்ல குணமும் கொண்ட ருக்கு, கழுத்தையும் முதுகையும் வெளியில் வரும்போது இழுத்துப் போர்த்திக்கொண்டுவரும் ருக்கு, வயிற்றுக்காக எவன் முன்னாலோ போய் நிர்வாணமாய் நிற்கிறாளே' என்று நினைத்த பட்டுவின் கண்களில் நீர் சுரந்தது.

"ஆமா. . . நீ என்ன செய்துண்டு இருக்கே? அந்த சிநேகிதி என்ன உத்தியோகம் பண்றாள்னு நான் தெரிஞ்சிக்கலாமா?" என்று ருக்கு கேட்கவும் பட்டுவுக்குத் துயரம் நெஞ்சில் அடைத்தது; உதட்டில் அழுகை துடித்தது.

ஆரம்பத்தில்—சந்தித்தவுடன்—தன்னைப் போலல்லாமல் கௌரவமாக வாழ்க்கை நடத்துகிறாள் ருக்கு என்று எண்ணிய பட்டு, அவளிடம் தன்னைக் காட்டிக்கொள்ளமல், அந்தரங்கமாய் விலகி விலகியே பேசிவந்தாள். இப்போது தன்னைப் போலவே இவளும் கௌரவமற்ற, அவமானகரமான பிழைப்பு நடத்து கிறவள்தான் என்று தோன்றியபோது பட்டுவின் மனம் ருக்குவை நெருங்கி வந்தது. கௌரவமாய்ப் பிரிந்த தாங்கள் இருவரும் இவ்வளவு கேவலமாய்ச் சந்திக்க நேர்ந்த கசப்பில், திக்கற்ற தனக்கு ஒரு துணையாகவும், வெட்கப்படத்தக்க தன் தொழிலுக்கு ஓர் இணையாகவும் தன்னோடு மீண்டும் உறவுகொண்டுவிட்ட ஒரு பழைய நட்பின் புதிய நிர்மாணத்திற்காக அவள் துயரம் கலந்த மகிழ்ச்சியே கொண்டாள்.

இருப்பினும் 'நீ என்ன செய்துண்டு இருக்கே?' என்ற ருக்குவின் கேள்விக்குரிய பதிலை எண்ணிப் பார்த்தபொழுது பட்டு அவமதிப்பால் தலை குனிந்தாள்.

'பட்டு, வருத்தப்படறியா? உன்னை வருத்தப்படற மாதிரி நான் ஒண்ணும் கேட்கலே. முடியுமானா என்னாலான உதவியைச் செய்யலாம்னுதான் கேட்டேன், எங்கே என்னைப் பாரு. . ." என்று மேஜையின் குறுக்காக கை நீட்டிப் பட்டுவின் குனிந்த முகத்தை – அதன் அழகை ரசித்தவாறு – அவளது அழகிய நீண்ட மோவாயைப் பற்றி நிமிர்த்தினாள் ருக்கு. மையால் கரையிட்டு, சிவந்து மலர்ந்திருந்த விழிகளில் கண்ணீர் நிறைந்து இமை ரோமங்கள் நனைந்திருந்தன.

பட்டு திடீரென முகத்தை மூடிக்கொண்டு அழுதாள். ருக்குவுக்கு அவள் நிலைமை நன்கு புரிந்தது. சிறிது நேரத்தில் முகத்தைத் துடைத்துக்கொண்டு, கம்மிய குரலில் பட்டு கூறினாள்: "ருக்கு, நான் என்னைப்பத்தி உன்கிட்டே மறைச்சு மறைச்சுதான் பேசினேன். யாரோ ஒரு குடும்பத்தோட வந்ததாப் பொய்தான்

சொன்னேன். நம்ம ஊர்க்காரன் ஒருத்தனை நம்பி, சினிமாவிலே சேரலாம்னு நானேதான் அரசமரத்தாத்து மாமிகிட்டே சொல்லிக்காம ஓடி வந்தேன். அந்தத் துரோகத்துக்கு வேணுங்கறதை இந்த ஒரு வருஷமா அனுபவிச்சுட்டேன்... நான் என்ன தொழில் செய்து பிழைக்கிறேன்னு சொல்லிக்க நாக்கு கூசறது. ஒவ்வொரு நிமிஷமும் அந்த இடத்திலேயிருந்து ஓடிடணும்னுதான் மனசு துடிக்கிறது. எங்கே போவேன்? சொல்லு. . . ம். . . தலைவிதியம்மா, தலைவிதி" என்று மேலே பேச முடியாமல் பெருமூச்சுவிட்டாள் பட்டு.

ருக்கு மௌனமாய் ஏதோ யோசித்தவாறு தட்டிலிருந்ததைச் சாப்பிட்டாள். "ம். . . சாப்பிடு" என்று பட்டுவிடம் சொன்னாள். இருவரும் மௌனமாகவே டிபனைச் சாப்பிட்டனர்.

திடீரென்று ருக்கு சொன்னாள்: "...தலைவிதிதான்; அதுக்கு யார் என்ன செய்யமுடியும்? தலைவிதி நம்மை ஏழையாப் பொறக்க வெச்சுடுத்து. நம்மை அநாதையாகவும் ஆக்கிடுத்து. ஒரு வேளை சாப்பாட்டுக்கும் ஒரு நல்ல புடவைக்கும் கூட வழியில்லாம நிர்க்கதியாகவும் நின்னிருக்கோம். தலைவிதியினாலே ஒரு பொண்ணு எளிமையா இருக்கலாம்; கேவலமா ஆயிடக்கூடாது. தலைவிதியின் பேராலே என்ன வேணும்னாலும் செஞ்சுடக்கூடாது. நீ ஏழையானத்துக்குத் தலைவிதிதான் காரணம்னு சொல்லு; நீ கேவலமானத்துக்குக் காரணம் தலைவிதியில்லே; நீதான்!" என்ற ருக்குவின் நயமான உறுதியான பேச்சைக் கேட்டு உதட்டைக் கடித்தவாறு குற்ற உணர்ச்சியோடு தலை குனிந்தாள் பட்டு.

ருக்கு தொடர்ந்து சொன்னாள்: "வறுமையில்தான் செம்மை வேணும். பலஹீனப்பட்டுப்போன உடம்பை நோய்க் கிருமிகள் வந்து தாக்கறமாதிரி, மனசை பலவீனப்படவிட்டா எல்லாக் குணக்கேடுகளும் வந்துடும். வறுமையினாலே மனம் பலப்படணும்; கஷ்டம் வந்துட்டுதுன்னு தப்பான வழியிலே போய் வாழ்க்கையை கெடுத்துக்கறதனாலே கஷ்டம் கொறைஞ்சுடுமா? அப்படி கெட்டுப் போறதே ஒரு கையாலாகாத்தனம், இல்லையா? இவ்வளவும் ஏன் சொல்றேன்னா, இப்படிப்பட்ட நிலைக்கு நானும் ஆளாகயிருக்கலாம். . ." என்று எதையோ அவள் விவரிக்க நினைத்தபோது, சர்வர் குறுக்கிட்டான்.

"அப்புறம் காப்பிதானே?" என்று அறைக் கதவின் அப்புறத்திலேயே நின்று கேட்ட சர்வரிடம் 'ஆம்' என்று தலையாட்டினாள் ருக்கு.

அதே நேரத்தில் பட்டு யோசித்தாள்: 'ஒரு பெண் எளிமையாக இருக்கலாம்; கேவலமா ஆயிடக்கூடாதுன்னு நியாயம்

பேசற இவளும் கேவலமான காரியத்தைத்தானே தொழிலா வெச்சிருக்கா...' என்ற நினைப்போடு கையில் சுருட்டி வைத்திருந்த அந்தச் சித்திரத்தாளை மீண்டும் ஒருமுறை கொஞ்சம் பிரித்துப் பார்வையைச் செலுத்திய பட்டு, உதட்டோரத்தில் லேசாகச் சிரித்துக்கொள்ளுவதை ருக்குவும் கண்ணுற்றாள்.

அந்தப் படத்தையே வெறித்துப் பார்த்தவாறு கைத்துப்போன உணர்ச்சியுடன் சொன்னாள் பட்டு: "நீ எப்பவும் எதையும் ஆற அமர யோசிக்கறவ; அடக்கமானவ; என்னெ மாதிரி படபடன்னு நிக்கறவ இல்லை. இவ்வளவும் சொல்ற உன் கதியும் இப்படித்தானே கேவலமா ஆயிடுத்து?" என்று கூறி விஷமத்தோடும் துயரத்தோடும் தலை நிமிர்ந்து ருக்குவை ஏறிட்டு நோக்கியபோது, பட்டுவின் அறியாமைக்கு வருந்துகிறவள் மாதிரி அவளுடைய அபிப்பிராயத்தை மறுக்கும் முறையில் தலையாட்டினாள் ருக்கு.

"நான் கேவலமான வாழ்க்கை நடத்தறேன்னு நீ சொல்றத்துக்காக நான் வருத்தப்படலே. ஏன் தெரியுமா? நானும் ஆரம்பத்திலே இதெப்பத்தி அப்படித்தான் நெனச்சேன். சாதாரண மனுஷா யாருமே அப்படித்தான் முதல்லே நெனைப்பா..." என்று சொல்லி நிறுத்தியபோது சர்வர் காப்பி கொணர்ந்தான். காப்பியையும் 'பில்'லையும் மேசையின்மேல் வைத்து அவன் வெளியேறிய பிறகு – தன் மனத்தில் உள்ள – தன் தொழில் கேவலமானதல்ல; கௌரவமானதே – என்ற பலமான தீர்மானத்தைப் பக்குவமாய் இவளுக்குப் புரியவைக்கத் திறனில்லாமல் வார்த்தைகளைத் தேடி மௌனமாயிருந்த ருக்கு, சில விநாடிகள் இடது கரத்தால் புருவத்தையும் கண்களையும் சேர்த்து மூடிக்கொண்டிருந்தாள்.

ருக்கு அழுகிறாளோ என்ற அச்சம் பிறந்து அவளையே பார்த்துக் கொண்டிருந்தாள் பட்டு. ஆனால் சிறிது நேரத்தில் ஒரு புன்னகையுடன் கூறினாள் ருக்கு: "நீ உன்னைப்பத்தி மறைச்சு மறைச்சு என்கிட்டே பேசினதா சொன்னே, இல்லையா? பொய்கூட சொன்னதாகச் சொன்னே இல்லையா? ஆனா, நான் உன்கிட்டே எதையும் மறைக்கல்லே; நான் செய்கிற தொழில் கேவலம்னு என் மனசிலே தோணியிருந்தா, இந்தப் படத்தை நீ பார்க்கவே அனுமதிச்சிருக்கமாட்டேன். அதில் இருக்கிறது நான்தான்னு ஒப்புத்திண்டிருக்கவும் மாட்டேன். நான் கௌரவமாகத்தான் வாழ்றேன் – ஆனா ஆரம்பத்திலே... எனக்கு... இந்த யோசனையைக் கேட்டப்போ உடம்பெல்லாம் கூசிக் குறுகித்து; அழுகையே வந்தது" என்று சொல்லும்போது ருக்குவின் குரல் அடைத்தது; மொழி குழறியது.

சற்று மௌனமாய்க் காப்பியை ஆற்றி ஒரு மிடறு பருகியபின் தெளிவான குரலில் பேசலானாள் ருக்கு.

“அப்பா செத்துப்போனதும் நானும் உன் மாதிரி அநாதையாயிட்டேன். ‘ஊருக்குப் போயி, தெரிஞ்சவா நாலு பேரு வீட்டிலே ஒழைச்சுச் சாப்பிடேன்; பட்டணத்தில் உனக்கு என்ன வெச்சிருக்கு’ன்னு இடிச்சு இடிச்சு சொல்ல ஆரம்பிச்சா அந்த வீட்டிலே. எனக்குன்னா தெரியும்: அந்த ஊர்லேயும் ஒண்ணும் எனக்கு வெச்சில்லேன்னு. அப்பதான் நெனச்சுண்டேன்: ‘அவசரப்பட்டு, எட்டாங் கிளாசோட படிப்பெ நிறுத்தினோமே’ன்னு. அந்த மாதிரி சந்தர்ப்பங்கள் வர்ரபோது தனக்குத்தானே உழைச்சுச் சாப்பிட்டுப் பழக்கமில்லாத ஓர் அநாதையான வயசுப் பொண்ணுக்கு உலகம் ரகசியமா ஓடிவந்து செய்யற உதவி – உனக்குக் கெடச்சிருக்கிற தொழில்தான். ஒரு தடவை எக்ஸிபிஷன்லே ஒரு ஸ்டால்லே வேலைக்கிப் போனேன். ஒரு நாளைக்கு இரண்டு ரூபா சம்பளம்னு கேட்டப்போ எனக்கு மனசு குளிர்ந்தது. அங்கே எனக்கு ஒரு வேலையும் இல்லை; வர்ரவா கேக்கற அவசியமுள்ள, அவசியமில்லாத அநாவசியக் கேள்விகளுக்கெல்லாம் சிரிச்ச முகத்தோட பதில் சொல்லிண்டு இருக்கணும்.

“நான் வேலைக்குப் போனது ஒரு பவுடர் ஸ்னோ ஸ்டால். வேலைக்குப்போன அடுத்த நாள் அந்த ஸேல்ஸ் மேனேஜர் என்னைக் கூப்பிட்டுச் சொன்னார் – ‘நம்ம ஸ்னோவையும் பவுடரையும் மத்தவாளை உபயோகிக்கணும்னு சொல்றதுக்கு முன்னே நாமும் கொஞ்சம் உபயோகிக்கணும்’னு. அதனாலே நான் அலங்காரமும் செய்துண்டேன். இதெப் பார்த்து அந்தச் சொந்தக்கார மனுஷாள் எல்லாம் தப்பாத்தான் பேசினா. அப்புறம்தான் அந்த வீட்டிலேயே ஒரு ரூமை வீட்டுக்காரங்க கிட்டே கேட்டு வாடகைக்குப் பிடிச்சிண்டு தனியாவே வாழறதுன்னு ஒரு முடிவு பண்ணினேன்.

“ரெண்டு மாசம் எக்ஸிபிஷன் முடியற வரைக்கும் என் வாழ்க்கை கஷ்டமில்லாம ஓடித்து. எக்ஸிபிஷன் முடியறதுக்கு முதல் நாள் அந்த ஸேல்ஸ் மானேஜர் என்கிட்டே வந்து ரொம்ப ஆதரவோட என்னெப்பத்தி விசாரிச்சார். வயசிலே எனக்குத் தகப்பனார் மாதிரி இருந்ததாலே என்னோட நிராதரவான நெலமையை அவர் கிட்டே சொன்னேன். அவர் ஓர் அட்ரஸ் கொடுத்து மறுநாள் அங்கே வந்து சந்திக்கச் சொன்னார். மறுநாள் நான் அங்கே போனா... ம்ஹூம்! என்னத்தைச் சொல்றது? அவர் எனக்குக் காட்டின வழியே, இப்ப நீ இருக்கியே இந்தப் பிழைப்புத்தான். நான் யோசிச்சேன்: ‘இது தானா வழி...

இது ஒண்ணுதானா வழி... வேற வழியே கிடையாதா வாழறத்துக்குன்னு?' யோசிச்சேன்! இப்படி ஒரு வழி இருக்கிறதா நெனைச்சாலே வேற வழி புலப்படாது. பட்டினி கெடந்து அநாதைப் பொணமா சாகிறதானாலும் சரி, இந்தப் பிழைப்பே எனக்கு வாண்டாம்னு வந்துட்டேன்" என்று சொல்லி தம்ளரில் ஆறிக்கொண்டிருந்த காப்பியை மடமடவெனக் குடித்தாள் ருக்கு.

"நான் இருக்கிற வீட்டிலே மாடிமேலே ஒருத்தர் குடியிருந்தார்" என்று கூறுகையில் அவள் குரலில் ஒரு மாற்றமும், முகத்தில் ஒரு மலர்ச்சியும், கண்களில் ஒரு கலக்கமும் பிறந்ததைப் பட்டு கவனித்தாள்.

"நான் கஷ்டப்படறபோதெல்லாம், நிராதரவாய்க் கண்கலங்கி நிற்கும்போதெல்லாம், அந்தச் சொந்தக்கார மனுஷா என்னைச் சுடு சொற்களாலே வடுப்படுத்தின நேரத்திலே எல்லாம், அவர் என்னெப் பார்க்கிற பார்வையிலே எனக்கு ஒரு ஆறுதல் இருந்தது. அவர் எனக்கு உதவி செய்ய முடியும்னும் செய்வார்னும் தோணித்து. அன்னிக்கு ஸேல்ஸ் மானேஜரைப் போய்ப் பார்த்துட்டு மனம் உடைஞ்சு திரும்பி வர்ரபோது அவரை வழியிலே பார்த்தேன்... என் நம்பிக்கைக்குத் தகுந்தமாதிரி அவர் உதவி செய்ய முன் வந்தார்... 'நீங்க எங்கே போயிட்டு வர்ரீங்கன்னு எனக்குத் தெரியும்'னு அவர் என்கிட்டே பேச ஆரம்பிச்சார். 'ஐயோ தெய்வமே! என்னைப்பத்தி அநியாயமா இவர் தப்பா நெனைக்கும்படி ஆயிடுத்தே'ன்னு நெனைச்சப்போ, எனக்கு அழுகைய அடக்க முடியலே...

"ஆனா அவர் சிரிச்சுண்டே சொன்னார்: 'அதனாலே ஒண்ணும் தப்பில்லே. உங்களுக்குத் தெரியாமல்தான் நீங்க போயிருக்கீங்க; தெரிஞ்சவுடனே மனசுக்குப் பிடிக்காம திரும்பி வந்துட்டீங்கன்னும் எனக்குத் தெரியும். அடுத்தபடி என்ன செய்யப் போறீங்க?'ன்னு கேட்டார். என்னைப்பத்தி அவ்வளவு அக்கறை எடுத்துண்டு என்னை அவர் கவனிச்சுண்டு வரார்ன்னு தெரிஞ்சப்ப 'நீங்க சொல்றபடி கேக்கறேன்'னு சொல்லணும் போலத் தோணித்து. ஆனா என்னாலே ஒண்ணுமே சொல்ல முடியல்லே – பேசாம நின்னேன். அவரே பேசினார்: 'உங்களை, உங்க மனசை, அறிவை நான் நன்னா புரிஞ்சிண்டிருக்கிறவன், சொன்னா உங்களுக்கு ரொம்ப ஆச்சரியமா இருக்கும். எதையும் தப்பா நெனைச்சுக்க மாட்டீங்கன்னு நம்பறேன்; நாளைக்கு காலையிலே என்னோட வர்ரதானா உங்களை ஒரு கௌரவமான காரியத்தில் ஈடுபடுத்தலாம்னு ஆசைப்படறேன்'னு அவர் சொன்னப்ப, என் வாழ்க்கைக்கே விடிவு வந்துட்டதுன்னு நெனைச்சுப் பூரிச்சுப் போனேன்..." என்று சொல்லி நெஞ்சுவிரிய ஒரு நெடுமூச்சிழுத்தாள் ருக்கு.

அப்போது மீண்டும் சர்வர் வந்து எட்டிப் பார்க்கவே "என்ன பட்டு, இன்னொரு காப்பி சாப்பிடுவோமா" என்று வினவினாள் ருக்கு.

"எனக்கு வேண்டாம்..." என்று பட்டு மறுத்ததும், "காப்பிக்காக இல்லை... இன்னும் கொஞ்ச நேரம் இருந்து பேசலாம்... அதுவுமில்லாம முதல் காபி ரொம்ப ஆறிப் போச்சு ஒரு காபியை ஆளுக்குப் பாதி சாப்பிடலாமே – ம்.' ஒரு காபி கொண்டு வாங்க" என்று அவளிடத்தில் பேசி, சர்வரிடம் கூறினாள் ருக்கு.

"அடுத்த நாள் அவரோட, அவர் அழைச்சிண்டு போன இடத்துக்குப் போனேன்... அதுவரைக்கும் எனக்குத் தெரியாது அவர் ஒரு பெரிய 'ஆர்டிஸ்ட்'னு. அந்த இடமே ஒரு புனிதமான கோவில் மாதிரி இருந்தது. 'சித்ர, சில்ப கலாசாலை'ன்னு கேள்விப்பட்டிருக்கியோ?... அங்கேதான் போனேன். வெளி வராந்தாவிலே பத்து இருபது மாணவர்கள் மெழுகிலே சிலைகள் செய்துண்டிருந்தா... உள்ளே ஒரு ஹால்லே 'கிளாஸ்' நடந்துண்டிருந்தது. என்னை மேல் மாடிக்கு அழைச்சிண்டு போனார். அங்கே சுவரிலே மாட்டியிருந்த படங்களைப் பார்க்கறச்சே எனக்கு உடம்பெல்லாம் கூசித்து...

"'இதெல்லாம் பார்த்துண்டு இருங்கோ'ன்னு சொல்லிட்டு அவர் கீழே போனார். நான் அந்த ஹாலை நன்னா சுத்திப் பார்த்தேன்... ஹால் நடுவிலே ஒரு பெரிய மேடை மாதிரி இருந்தது. அதுக்கு நாலு பக்கமும் – மேலே பெரிய லைட்டுகள்... அந்த மேடை இஷ்டப்படி திருப்பக்கூடிய சுழல்மேடை; அதைச் சுத்திலும் ஸ்டாண்டுகளும் பக்கத்தில் ஸ்டூல்லே சித்திரம் தீட்டறதுக்கான வர்ணம், பென்சில், பிரஷ் என் னென்னவோ இருந்தது. அந்தப் படங்கள் எல்லாம் இப்ப நீ பாத்தியே இதைவிடப் பெரிசா, வர்ணம் தீட்டியும் – கரிக்கோட்டிலே வரைஞ்சதும் – பெண்கள், ஆண்கள் எல்லாமே நிர்வாணத் தோற்றமாவே இருந்தது... அதில் ஆபாசம் இருக்கிறதாக அப்ப தோணினது ஒரு பிரமைன்னு இப்ப புரியறது; ஆனா அப்ப எனக்கு ஒண்ணுமே புரியல்லே. அந்தப் படத்துக்குக் கீழே ஒரு ஓரமா 'ருத்ரா'ன்னு எழுதி இருந்தது. ஆமா, அவர் பேரு அதுதான்...

"கொஞ்ச நேரத்துக்கெல்லாம் ரெண்டு கையிலேயும் ஐஸ்கட்டி மெதக்கற கூல்டிரிங்ஸ் தம்ளரை ஏந்தி என்னைப் பார்த்துச் சிரிச்சிண்டே அவர் வந்தார். எனக்கு அவரை தப்பாவோ அசிங்கமாவோ நெனைக்க முடியல்லே...

"அவர் என் கையிலே ஒரு தம்ளரைக் குடுத்துட்டு தன் கையிலே இருந்ததைக் குடிச்சிண்டே அங்கே இருந்த படங்களை எல்லாம் கவனமாப் பார்த்தார்... 'இவங்க எல்லாம் உங்களை மாதிரி கௌரவமான பெண்கள்தான்'னு சொன்னார்... நான் பதிலே பேசல்லே... அவர் சொன்னார்: 'இது ஒரு கோயில் மாதிரி. இங்கே அழகே தெய்வம். இயற்கையே அழகு. அழகான பசுவுக்கோ, மயிலுக்கோ, காளைக்கோ, மானுக்கோ பத்து முழத் துணியைச் சுத்தி வெச்சா அந்த அழகுகள் எல்லாம் எவ்வளவு ஆபாசமாயிடும்னு கற்பனை செய்து பாருங்கோ'ன்னார்...

"...மனிதனின் அழகே அவன் உடுத்திக்கற 'துணி அழகாப்' போயிடுத்தே!... துணிக்குத் தனியா அழகு உண்டு... இங்கே அதுக்கே ஒரு வகுப்பு இருக்கு; அங்கே டிசைன்ஸ், 'எங்கிரேவிங்ஸ்' எல்லாம் படிக்கறா; மனிதனின் அழகுங்கறது துணியோட அழகு இல்லை... இன்னும் சொல்லப் போனா துணியும் மணியும் நகைகளும் சிங்காரங்களும்தான் ரொம்ப ஆபாசம்... அழகைக் கெடுக்கறதுக்குப் பேருதானே ஆபாசம்? இப்படி நான் சொல்லும் போது நீங்க ஒரு விஷயத்தைத் தெளிவா புரிஞ்சுக்கணும். இந்த நிர்ணயிப்புகள் எல்லாம் கலைச்சுடரின் முன்னே... அவை இந்த ஹாலின் புனிதத் தன்மைக்கு அப்பால் செல்லாது; செல்லவும் வேண்டாம்.

'கலைஞனின் இதயம் ஒளிமயமானது. உலகத்தின் இதயம் கபடும் சூதும் பொய்யும் நிறைஞ்சது. இந்த அழகின் பேரொளியை அந்தக் கண்கள் தாங்காது. ஆகையால் கள்ள மனம் படைச்சவங்களுக்கு அழகை ரசிக்கத் தெரியாது. இங்கே அழகு ஆராதனைக்கே தேவைப்படுகிறது. அங்கே 'தேவை'ன்னா எல்லா ஆபாசங்களும் – அது தேவைன்னா– 'அழகா'யிடறது. நல்லா யோசிச்சுப் பாருங்கோ... நிர்வாணம் ஓர் ஆபாசமா? யோசிச்சிப் பாருங்கோ, உங்க உடம்பின் அழகை நீங்க ரசிச்சதில்லையா, தனிமையிலே..? அந்த ரசனையில் ஆபாசமிருந்ததா நினைக்கிறீங்களா? இல்லையே... அந்த ஒருமை நிலையை உங்களோட – பிரபஞ்சத்தோட– கலைஞன் ஏற்படுத்திக் கொள்கிறான்... அதுக்கப்புறம் 'நான் – நீ'ங்கற பேதமில்லை. நித்தியமில்லாத பொய்யான அழகிலிருந்து நித்தியமான ஒரு பிரதிமையை உருவாக்கவே கலைஞன் அழகை வழிபடுகிறான். மெய்யாய்த்தோன்றும் உங்கள் உடலழகு நிலையில்லாத ஒரு பொய்... பொய்யாய்த் தோன்றும் இந்த ஓவியம் சாஸ்வதமான–நித்தியமான ஒரு மெய்! நீங்கள் கடவுளின் சிருஷ்டி; ஆனா கடவுள் சிருஷ்டிக்க முடிஞ்சது ஒரு பொய்யைத்தான். அதிலேயிருந்து மெய்யை வளர்த்தது மனுஷனின் கைகள்... மனிதன் சிருஷ்டிச்ச கலைதான் மெய்!...

இப்படிப்பட்ட ஒரு மகத்தான பணியிலே அற்பமான எண்ணங்களுக்கு இடமே இல்லை. அந்த அற்ப விஷயங்கள் ஒரு பொருட்டுமில்லை. தீயில் விழுந்த சருகு மாதிரி அதெல்லாம்.

'இதோ இந்த மேடை மேலே நீங்க ஏறினவுடனேயே இயற்கையின் ஓரம்சமாய் மாறிடறீங்க. அப்போது உங்களுக்கு ஆடையிருக்கலாம்; இல்லாமல் போகலாம். அது பொருட்டல்ல. இங்கே அழகே ஓர் ஆடை! கலைஞனின் கடமை அதன்மீது ஆசைப்படுவதல்ல. அந்த பொய்யிலிருந்து மெய்யைப் படைக்க வேண்டியது அவன் கடமை. அப்போ பால் உணர்ச்சி அற்றுப் போகிறது. நீங்க ஒண்ணுமே தெரியாத குழந்தைபோல உட்கார்ந்தோ படுத்துக்கொண்டோ இருக்கீங்க; குழந்தை நிர்வாணமாய்த்தான் இருக்கும். குழந்தை ஓர் ஆபாசமில்லை. உங்கள் உருவத்தை வரைகின்ற கலைஞர்களில் யாராவது ஒருத்தன் முழுமையான கலைஞனாய் இல்லாமல் ஆபாச மனம் படைச்சிருந்தால்தான் என்ன? எதன் பேரில்தான் உலகத்தில் தப்பு நடக்கல்லே? குழந்தையைப் பார்த்தும் கூட சில வக்கரித்த மனம் படைத்தவர்கள் ஆபாச ரசனையில் ஈடுபடலாம். அது குழந்தையின் பிரச்னையல்ல. அது குழந்தையை எந்த விதத்திலும் பாதிக்கிறதுமில்லே. அது அவனையே பாதிக்கும்...'

– இப்படி, ரொம்பநாழி பல விஷயங்களே அவர் விளக்கினார் நான் ஒரு பதிலும் பேசலே. ஆனா வந்தவுடனே இருந்தது மாதிரி குனிஞ்ச தலையோட நிற்காம, நிமிர்ந்து அங்கிருந்த படங்களைப் பார்த்தேன். மனசிலே கூச்சமில்லே. அந்த அழகு எனக்குப் புரிஞ்சுது.

"கடைசியிலே அவர் சொன்னார்: இது ஒரு தொழில் இல்லே... இது ஓர் உயர்ந்த கலைப்பணி. அதனாலேதான் அப்படிப்பட்ட ஓர் உயர்வான காரியத்துக்கு உங்களைப் பயன்படுத்திக் கொள்ளலாம்னு நெனைச்சேன். இதுக்கு நாங்க தர்ர பணம் ஒரு கலைஞருக்குத் தரும் சன்மானம் தானே ஒழிய, விலையோ சம்பளமோ இல்லே. இதை நீங்க புரிஞ்சிண்டு ஒரு 'மாடலா' இருக்க சம்மதிச்சா இருக்கலாம். இல்லேன்னாலும் இங்கே வேறே ஏதாவது ஒரு உத்தியோகத்துக்கு முயற்சி பண்ணிவிடலாம்னுதான் அழைச்சிண்டு வந்தேன். நீங்க இப்ப இல்லேன்னாலும் கொஞ்ச நாள்லே இந்தக் கலையைப் புரிஞ்சுண்டா இந்தக் கலைக்கு உதவ முடியும்'னு சொன்னப்ப, ஒரு விநாடி கூடத் தயங்காம 'இந்தக் கலைக்கு நான் உதவமுடியும்னா அதைப் பெருமையா நெனச்சி, ஒரு 'மாட'லா இருக்கச் சம்மதிக்கிறேன்னு' சொன்னேன்."

– அப்போது காப்பி வந்தது. காப்பியை மேசையின் மீதுவைத்து விட்டு, சர்வர் முதலில் கொண்டு வந்த பில்லை

எடுத்துத் திருத்தி எழுதி வைத்தான். ருக்கு பழைய நினைவுகளைப் பற்றிப் பேசிய ஆர்வத்தில் முகமெல்லாம் வியர்த்திருந்தாள். அவள் காப்பியை ஆற்றிப் பாதியாய்ப் பகிர்ந்து பட்டுவிடம் தம்ளரை வைத்து வட்டையில் இருந்ததை அருந்தினாள். ஒன்றுமே புரியாமல், திகைத்தவள் போன்று ஆழ்ந்த சிந்தனை யுடன் உட்கார்ந்திருந்தாள் பட்டு. அவள் மனத்தில் நிறைக்கப் பட்ட உண்மையானதும், புனிதமானதுமான செய்திகள் சுமையாய்க் கனத்து, சொல்லிழக்க வைத்திருந்தது அவளை. தன்னைப்போல் ருக்குவையும் கேவலமாய் நினைத்துப் பேசியதை எண்ணி வருந்தினாள் பட்டு. அவ்விதம் பேசியும் தன்மீது வருத்தம் கொள்ளாத ருக்குவின் பெருந்தன்மையையும் எண்ணி வியந்தாள். எல்லாவற்றுக்கும் மேலாக அவளது தனித்த, சொந்த பிரச்சனைகள் வேறு மனத்துள் குமைந்தவாறே இருந்தன. இவளைச் சந்தித்த பின்பு மீண்டும் அந்தக் கேவலமான இருட்டறைக்குத் திரும்பிப் போவதை எண்ணுகையில் தன் தலைவிதிக்கு ஒரு முறை குரலெடுத்து அழவேண்டும் போலிருந்தது. அந்த உணர்ச்சியை விழுங்கியதால் அவள் முகமெல்லாம் சிவந்து கழுத்து நரம்புகள் புடைத்துக் கண்கள் கலங்கி இருந்தன.

காப்பியைக் குடித்துக்கொண்டே ருக்கு சொன்னாள்: "ஏதோ ஒரு புனித உணர்ச்சியிலே தைரியமாச் சொல்லிட்டேனே ஒழிய, முதல் நாள் பத்துப் பதினைஞ்சு 'ஆர்டிஸ்ட்'டுகள் மத்தியில், மேடையிலே போயி, லைட்டையும் 'ஆன்' பண்ணி, அங்கியைக் கழட்டிப் போடச் சொன்னவுடனே உதற ஆரம்பிச்சுது. ஓடி வந்துடலாம்னு கூடத் தோணிச்சு, ஆனா அதுவும் முடியல்லே. காலே நகரல்லே... அந்தச் சமயத்திலேதான் அவர் சொன்ன வார்த்தைகளை நினைச்சுண்டேன்.

"...'இங்கே அழகே ஓர் ஆடை: ஒரு மகத்தான பணியில் அற்பமான எண்ணங்களுக்கு இடமே இல்லை. அந்த அற்ப விஷயங்கள் இங்கே ஒரு பொருட்டும் இல்லை. தீயில் விழுந்த சருகு மாதிரி அதெல்லாம். இதோ, இந்த மேடையிலே நீங்க ஏறினவுடனே, இயற்கையின் ஓரம்சமா மாறிடறீங்க.' அந்த வார்த்தைகளை முழுமையான மனசோட ஏத்துண்டப்புறம் என் உடம்பிலே நடுக்கம் குறைஞ்சுது. என் காரியத்தைப் பத்தி நெனைக்க எனக்கு வெட்கமோ அவமானமோ இல்லை; அவர் சொன்னது உண்மை. இது கேவலமான ஒரு தொழிலில்லே; உயர்ந்த கலைப்பணி" என்று கூறி, மௌனமாய் மேலே பேச யோசித்தவாறு இருந்தாள் ருக்கு.

இவ்வளவு நேரம் பேசாதிருந்த பட்டு 'சரக்'கென்று புதுத் துணியைக் கிழித்தது போல் ஒரு வார்த்தையைக் குத்தலான

அழுத்தத்துடன் கூறினாள்: "எல்லாம் வயித்துக்காகத்தானே? கலை – அது இது – அப்படி இப்படின்னு நீ என்ன பேசினாலும் வயிறுதானே உன்னைப்போயி அங்கே நிர்வாணமாய் நிக்க வெக்கிறது?... ம்... நீ அதையே கௌரவமா பேசிக்கலாம். அதே காரணத்தாலேதான் நானும்..." என்று சொல்ல வந்ததை விழுங்கினாள் பட்டு.

"ஆமாம், நீ இருட்டிலே நிக்கறே! நான் வெளிச்சத்திலே நிக்கறேன்!... இருட்டுக்கும் வெளிச்சத்துக்கும் வித்தியாசம் உண்டுன்னு சொன்னால் போறுமா? இதுக்கு அது பூரணமாகவே மாறுபட்டது இல்லையா? அதனாலேதான் ஒண்ணு கௌரவம்; இன்னொண்ணு கேவலம். அது சரி; 'எல்லாம் வயித்துக்காக'ன்னு ஒரேயடியா முடிவு செய்து விடாதே! கலைஞன் வயித்துக்கு இல்லாம காய்ந்தே போகலாம்; இல்லாட்டா அவன் கலையின் மூலம் கோடி கோடியாய்ப் பணத்தைச் சம்பாதிக்கலாம். என்னை யாரும் கட்டாயப்படுத்தல்லே, யரையும் திருப்திப்படுத்தறத்துக்காக அந்தக் காரியத்தை நான் செய்யல்லே. அப்படிச் செய்ய முடியாதுடி! அதன் ஆத்மாவை புரிஞ்சுக்கணும். அப்படித்தான் முடியும்.

"இன்னிக்கி நான் அங்கேயே உத்தியோகம் பண்ணிண்டிருக்கேன். இப்பவும் 'மாடலா' போயி நிக்கறதிலே எனக்கு ஓர் உன்னதமான சந்தோஷமிருக்கு. அது என்னிக்கும் இருக்கும். காரிலே வந்து இறங்கி 'மாடலா' நிக்கற பெரிய மனுஷாளும் உண்டு. உனக்கு வயிறே பிரச்னைனா, கலை உன் வயித்தையும் நிரப்பும். ஆனால் கலையின் நோக்கமே கலைஞனின் வயித்தை நெரப்பறது இல்லே" என்று ருக்கு சொல்லிக்கொண்டிருக்கும்போது பட்டு பொல பொலவென்று கண்ணீருகுத்து அழுதாள். ருக்குவின் கையைப் பிடித்துக்கொண்டு சொன்னாள்: "எனக்கு என்ன தெரியும்? அறியாத்தனத்தாலே, நான் தப்பா ஏதாவது சொல்லியிருந்தால் மன்னிச்சுடு ருக்கு..." என்று அவள் பரிதாபமாய்க் கேட்டபோது, ருக்கு அவள் கரத்தை அழுந்தப் பற்றி "அடி அசடே... என்ன பேசறே? உனக்கு நன்னாப் புரியும்படி விளக்கறதுக்குத்தான் இவ்வளவும் நான் சொல்றேன். உன் மேலே எனக்கு வருத்தம் உண்டாகுமா, என்ன?" என்று தணிந்த குரலில் சிரித்தாள்.

"நீ கல்யாணத்தைப் பத்தி யோசிக்கவே இல்லையா?" என்று பேச்சை மாற்றினாள் பட்டு. ருக்கு ஒரு நிமிஷம் யோசித்துவிட்டுச் சொன்னாள்: "இல்லே... அப்படி ஒரு ஆணை நான் இன்னும் சந்திக்கவே இல்லை."

ருக்குவின் பேச்சையும் அவளது நிலையையும் பார்க்க, பட்டுவுக்கு உள்ளூறப் பெருமிதமாய் இருந்தது.

“சரி, என்னோட துணையாய் நீ வந்து இரேன். இந்த உத்தியோகத்தைச் சரியா நீ புரிஞ்சுண்டா, நாளைக்கே உன்னை நான் அழைச்சிண்டு போவேன், சம்மதமா?” என்று வினவினாள் ருக்கு.

தாழ்ந்துபோன பெண் ஜன்மமான தன் எதிரே, ஆண் வாடையே படாத, ஒளி மிகுந்த பெண்மைச் சுடராய் நின்று, உதவிக்குக் கரம் நீட்டும் அந்த அழைப்பைப் பட்டுவால் மறுக்க முடியவில்லை.

புனிதமானதும் உயர்வானதுமான அந்த சித்ரசில்ப கலாசாலையின் மாடியிலுள்ள விசாலமான ஹாலுக்குள், பயந்து கூசித் தலை குனிந்து நடந்தாள் பட்டு.

தலை நரைத்து, பட்டை பிரேம் கண்ணாடியணிந்து, நீண்ட அங்கியைப் போன்ற ஜிப்பாவுடன் எழுந்து வந்த அவர் – ‘புரபஸர் ருத்ரா’ – அவளைப் புன்னகையுடன் வரவேற்று ஹாலுக்குள் அழைத்துச் சென்றார். அந்த மேடைக்குப் பின்னாலிருந்த ஸ்கிரீன் மறைவுக்குப் போய், தனது உடைகளைக் களைந்துவிட்டு, அங்கிருக்கும் நீண்ட அங்கியை அணிந்துகொள்ள வேண்டும் என்று ருக்கு அவளுக்கு விளக்கியிருந்தாள்.

அதன்படி அவள் ஸ்கிரீனுக்குப் பின்னால் மறைந்ததும் வெளியே மணியடித்தது.

தடதடவென மாடிப் படிகளில் மாணவர்கள் வரும் சப்தம் கேட்டது.

ஸ்கிரீனுக்குப் பின் நின்றிருந்த பட்டு தலை நிமிர்ந்து சுவர்களிலிருந்த சில ஓவியங்களைப் பார்த்தாள். அவளுக்குக் கண்கள் கூசின. அந்த உருவங்கள் அழகாக இருப்பதுபோல் தோன்றினாலும் ‘அப்படிப்பட்ட அழகோ, தகுதியோ தனது உடலுக்கு இல்லையே’ என்ற தாழ்வுணர்ச்சியால் அவள் மனம் வதங்கியது. அவள் ருக்குவைப் பற்றி எண்ணிப் பார்த்தாள். ‘புனிதமான தன் மேனியைப் பற்றி அவளுக்கு இருக்கும் பெருமிதம் தனக்கு இல்லையே’ என்று அவசியமில்லாமல் மனம் குமைந்தாள் பட்டு.

அப்போது அவர் ஸ்கிரீன் கதவில் மெள்ளத் தட்டி ஓசைப்படுத்தினார்.

அவள் தனது உடைகளைக் களைந்து அங்கியை எடுத்து அணிந்து கொள்ளப்போன நேரத்தில் மேடைக்குப் பக்கத்திலிருந்து

ஒளி சொரியும் விளக்குகள் எரிந்தன! அவற்றுக்கு 'ஷேடு'கள் வைத்து நிழலும் ஒளியும் கலந்து விழுவதற்கான ஏற்பாடுகள் நடந்து கொண்டிருந்தன.

'ஐயோ! இவ்வளவு வெளிச்சமா?' என்று பதைத்து நின்றாள் பட்டு. ஸ்கிரீனின் இடைவெளியில் முகம் பதித்து ஒரு கண்ணால் வெளியே பார்த்தாள். இருபதுக்கு மேற்பட்ட ஆண்கள் உட்கார்ந்திருந்தனர்.

பட்டுவின் உடலில் நடுக்கமும், மனத்தில் கலக்கமும் அதிகமாயின. 'தன்னால் அவ்விதம் நிற்க முடியாது, அந்தச் சக்தி தனக்கு இல்லை' என்று தீர்மானமாகத் தோன்றியது அவளுக்கு. ஒளி சொரியும் விளக்குகள் பொருத்தப்பட்ட பின் மீண்டும் ஒரு முறை அவர் கதவைத் தட்டியதும்,

அவள் வெளியே வந்தாள்...

உள்ளே போகும்போது அணிந்திருந்த ஆடைகளையே மீண்டும் அணிந்து தலையைக் குனிந்துகொண்டே அவள் வெளியே வந்தாள்.

"என்னை மன்னிச்சிடுங்க... என்னாலே முடியல்லே" என்ற வார்த்தைகளை யாருக்கும் புரியாமல் குழறிவிட்டு, அவள் விடுவிடென்று அந்த வகுப்பறையினின்றும் வெளியேறி மாடிப்படிகளில் இறங்கும்போது கீழே நின்றிருந்த ருக்குவைப் பார்த்தாள்.

"பட்டு... பட்டு" என்று அழைத்தவாறே ஓடி வந்தாள் ருக்கு.

"என்னை மன்னிச்சுடு ருக்கு... நான் போறேன். என்னாலே முடியலேடி... ரொம்ப வெளிச்சமாயிருக்கு..." என்று சொல்லிக்கொண்டே ஓடினாள் பட்டு.

"ஓ! முடியல்லேன்னா பரவாயில்லே. இப்ப நீ எங்கே போறே?" என்று அவளைத் தடுத்தாள் ருக்கு.

"நான் போறேன்... என் தலைவிதிப்படி" என்று கூறிவிட்டு ருக்குவின் பதிலைக்கூட எதிர்பார்க்காமல் காம்பவுண்டைக் கடந்து தெருவில் இறங்கி ஓடினாள் பட்டு.

அவள் பின்னால் தொடர்ந்து செல்லவிருந்த ருக்குவின் எதிரே அவர் – ருத்ரா – வந்தார்.

"ப்ளீஸ் ஹெல்ப்! அங்கே ஸ்டூடன்ஸெல்லாம் காத்திண்டிருக்கா – நீங்களாவது வரணும்" என்று அழைத்ததும், ருக்கு மாடிப்படியேறி மேலே போனாள்.

ஜெயகாந்தன் கதைகள்

சற்று நேரத்திற்குப் பின் அழகையே ஆராதிக்கும் அந்தக் கலாசந்நிதியில் இருபுறத்திலிருந்தும் பிரகாசமாய்ப் பொழியும் ஒளி வெள்ளத்தில் அழகையே ஓர் ஆடையாய்த் தரித்து, பலர் முன்னே தன் சுடர் மேனியைக் காட்டி நின்றிருந்தாள், ருக்கு.

அதே நேரத்தில் இருளைத் தேடி, அந்தப் போர்வையில் எவனோ ஒருவனோடு தன்னை மறைத்துக்கொள்ள நகரத்தின் ஓர் இருண்ட பகுதியை நோக்கி ஓடிக்கொண்டிருந்தாள் பட்டு.

ஆனந்த விகடன், 1964

சுய தரிசனம்

அந்த வாரப் பத்திரிகையில் தனக்கு உதவி ஆசிரியர் உத்தியோகம் என்று கௌரவமாகச் சொல்லிக்கொண்டு – ஒவ்வொரு நாளும் வந்து குவியும் கதைகளுக்கெல்லாம் அனுப்பியவர்களின் விலாசங்களைப் பதிவு செய்தும், பிரசுரிக்காமல் தள்ளப்பட்ட கதைகளை 'வருந்துகிறோம்' ஸ்டாம்பு குத்தித் திருப்பி அனுப்பியும் – விலாச மெழுதிக் கொண்டிருப்பதையே பணியாகக் கொண்டுள்ள சிவராமனுக்கு, இன்று அவன் பெயருக்கே ஒரு கடிதம் வந்திருக்கிறது. அந்த நீளக் கவரின்மீது 'சிவராமன், உதவி ஆசிரியர்' என்று குறிப்பிடப்பட்டிருப்பதைக் கண்டத்தில் அவனுக்குச் சற்றுப் பெருமிதம்தான்!

அந்த நீளக் கவரின் வாய்ப்புறத்தை இரண்டு விரல்களால் பிடித்து லாவகமாக வளைவு வளைவாய்க் கிழித்துப் பிரிக்கிறான் சிவராமன். அதனுள் ஒரு கத்தைக் காகிதமிருந்தும் அதன் நடுவே இருந்து 'இது கடிதம்' என்று சொல்வது போல் தனியாக விழுந்த ஒரு காகிதத்தை எடுத்துப் படிக்கிறான் அவன்.

'சிரஞ்சீவி சிவராமனுக்கு அநேக ஆசீர்வாதம். பகவான் கிருபையால் உனக்கு சகல சௌபாக்கியங் களும் உண்டாகணும்.

'உங்கள் எல்லாரையும் பார்த்து நேரிடையாகச் சொல்லிண்டு வராமப் போனதை நெனைச்சா கஷ்டமாத்தான் இருக்கு... இருந்தாலும் பரவா யில்லை. யோசிச்சுப் பார்க்கச்சே, ஆசையும் உறவும் மனசிலே ஆழமா இருந்தா, உதட்டோட சொல்ற

வார்த்தையெல்லாம் அநாவசியம்னு தோண்றது. ஆனாலும் அப்படியெல்லாம் நெனைச்சுண்டு ஒரு தீர்மானத்தோட நான் சொல்லிக்காம வந்துடல்லே. சொல்லிக்கறதுக்கு எனக்குத் தைரியம் வரலே... சொல்லிக்க முடியல்லே... அவ்வளவுதான்; வந்துட்டேன். ஆமாம்; எதையுமே சொல்றதுதான் கஷ்டமாயிருக்கு... அதான் சிரமம். நன்னா யோசிச்சுப்பாரு. நீ யோசிக்கிறவன்; கதை எழுதறவன்... நல்லதும் கெட்டதுமா எத்தனையோ விஷயங்களைச் செஞ்சுடறோம்... அதை யெல்லாம் அலசிப் பிச்சுச் சொல்றதுன்னா முடியற காரியமா? நான் இப்படி ஓடி வந்துடறதுன்னு முடிவு பண்ணிண்டு உங்ககிட்டேயெல்லாம் சொல்லிண்டு போக வந்திருந்தேன்னா... சொல்லி இருப்பேன் – கடைசியிலே மனசு கேக்காம அங்கேயே உக்காந்துண்டிருந்திருப்பேன். எனக்குத் தெரியும்; நான் போறேன்னா நீங்க யாரும் அழமாட்டேள்னு... ஆனா நான் அழுவேனே..! உன் ஆத்துக்காரி என் காதிலே விழட்டும்னே, நான் இருக்கிறது தெரியாத மாதிரி சொல்லுவாளே 'அசட்டு பிராம்ணன்'னு... அது நெஜந்தான்! சரி. இப்ப நான் வந்துட்டேன். எங்கே இருக்கேன், என்ன பண்றேன்னு எல்லாம் தெரிஞ்சுக்க உன் மனசிலே ஒரு துடிப்பு இருக்கும்னு எனக்கு புரியறது. இந்தக் கடுதாசியோட ஒரு கத்தைக் காகிதம் கிறுக்கி அனுப்பி இருக்கேனே... அதை எப்பவாவது போது இருக்கச்சே – போது போகலேன்னா படிச்சுப்பாரு. என்னை, என் மனச்சாட்சியை நீ புரிஞ்சுக்கலாம். நீ புரிஞ்சுப்பேன்னு நினைக்கறேன்... நீ புரிஞ்சுண்டாலும் புரிஞ்சுக்கல்லேன்னாலும் எனக்குக் கவலை இல்லே... இந்த ஒரு மாசமா உனக்கு ஒரு கடுதாசி எழுதணும் எழுதணும்னு ஏனோ தோணிண்டே, எழுதலியேன்னு உறுத்திண்டே இருந்தது. சத்தியமாச் சொன்னா இந்தக் கடுதாசியைத் தவிர மீதி இருக்கற ஒரு கத்தைக் காகிதத்தை உனக்காக நான் எழுதல்லே... நானா, எனக்குத் தோணினதெ யெல்லாம் எதுக்குன்னு தெரியாமலே எழுதிண்டே இருந்தேன்; இன்னும் எழுதிண்டிருக்கேன்... இது என்னை நானே பார்த்துக்கற பார்வை, சுயவிமரிசனம்... இல்லே, சுயதரிசனம்! திடீர்னு என்னமோ தோணித்து; எழுதின வரைக்கும் அந்த நோட்டு புக்கிலிருந்து பிச்சு எடுத்து உனக்கு அனுப்பறேன். என்னமோ தோணித்து; அனுப்பறேன். இதுவும் ஒரு அசட்டுத்தனமோ என்னமோ? ஆனா ஒண்ணு, உன் ஆத்துக்காரியிடம் சொல்லு: 'அசட்டு பிராம்ணனா இருக்கப்படாது; அசடா இருந்தா அவன் பிராமணன் இல்லே; பிராமணன்னா ஞானப் பொக்கிஷம்னு அர்த்தம்'... அந்தக் குலத்திலே பொறந்து, 'கணபதி'ன்னு பெத்தவா சூட்டினபேரை இழந்து 'அசட்டு சாஸ்திரி, தத்தி சாஸ்திரி'ன்னே அறுபது

வருஷமா பட்டம் வாங்கிண்டு இருந்திருக்கேன். சரி போனது போச்சு. இப்ப நான் சந்தோஷமா கௌரவமா – அறுபது வயசுக்கப்பறம் – இப்பத்தான் சந்தோஷமா இருக்கேன். ப்ராப்தம் இருந்தால் எங்கேயோ எப்பவோ நாம சந்திக்கலாம். என்னை நீங்கல்லாம் மறந்துட்டாலும் பாதகமில்லை. என்னால் எதையுமே மறக்க முடியல்லே...

இப்படிக்கு உன் தகப்பனார்
கணபதி...'

– கையெழுத்திட்ட இடத்தில் கணபதி சாஸ்திரிகள் என்று எழுதி, சாஸ்திரிகள் என்ற வார்த்தை அடித்து நைக்கப்பட்டிருக்கிறது.

கவருக்குள்ளிருந்து அந்த ஒரு கத்தைக் காகிதத்தைப் பத்திரிகை ஆசிரியர் தோரணையில் கையில் எடுத்து எத்தனை பக்கங்கள் என்று அறிய அவன் கடைசித் தாளை நீக்கிப் பார்க்கிறான். அதில் பக்க எண் எதுவுமில்லை. அந்தக் காகிதங்கள் அனைத்தும் ஒரு நோட்டுப் புத்தகத்திலிருந்து பிய்த்தெடுக்கப்பட்டிருந்ததால் ஓரத்தில் ஒழுங்கற்ற பிசிருகளுடன் இருக்கின்றன. அவற்றில் சில பக்கங்களில் பென்சிலாலும் சில பக்கங்களில் பேனாவாலும் – தீர்க்கமான சிந்தனையோடு பல காலம் மனசில் ஊறிவரும் தெளிவு மிகுந்த கருத்துக்களானதால் – அடித்தல் திருத்தல் ஏதுமின்றி எழுதப்பட்டிருக்கிறது. அவற்றை ஒரே மூச்சில் படித்துவிட வேண்டும் என்ற ஆர்வமிருந்தும் ஆபீசில் அதற்கு நேரமில்லாது வேலை குவிந்திருப்பதால் அந்தக் கடிதத்தைப் பத்திரமாக மடித்துத் தன் கைப்பையில் வைத்துக் கொள்கிறான் சிவராமன். அதைப் பைக்குள் வைக்குமுன் அந்தக் கடிதம் எங்கிருந்து வந்திருக்கிறது என்றறிய உறையையும் கடிதத்தையும் திருப்பித் திருப்பிப் பார்க்கிறான். அனுப்பியோர் விலாசம் ஏதும் அதில் இல்லை. எனினும் தபால் முத்திரையிலிருந்து அக்கடிதம் புது டில்லியிலிருந்து வந்திருப்பதைக் கண்டு ஒரு வினாடி பிரமித்து விழிக்கிறான் சிவராமன்.

'இந்த அப்பா என்ன துணிச்சலோடு இவ்வளவு தூரம் சொல்லாமல் கொள்ளாமல் ஓடிப் போயிருக்கிறார்! என்று எண்ணியபோது, கள்ளங் கபடு அறியாத அந்த அப்பாவி உள்ளம் இந்த வாழ்க்கையில் எந்த அளவுக்குக் கைத்து நொந்து போயிருக்கும் என்ற – அறிவில் விளையாத, மனத்தில் சுரந்த – உணர்வில் அவனது கண்கள் கலங்குகின்றன.

– அந்த வினாடி அவன் தனது தந்தையின், அந்த அசட்டுப் பிராம்மணரின் – தாடி மழிக்காத, நரைத்த ரோமக்கட்டை அடர்ந்த, முன்பல் விழுந்த, அம்மைத் தழும்புகள் நிறைந்த,

மாறுகண் பார்வையோடு கூடிய கரிய முக விலாசத்தைக் கற்பனை செய்து கண்ணெதிரே காண்கிறான்.

2

கணபதி சாஸ்திரிகள் போன மாசம் அமாவாசைக்கு அடுத்த நாள் திடீரென்று காணாமற் போய்விட்டார்...

முதல் இரண்டு நாட்கள் அவரது குடும்பத்தினர் – குடும்பத்தினர் என்றால் வேறு யார்? அவரது இரண்டு பிள்ளைகளான சிவராமனும் மணியும்தான் அதற்காக அதிகம் கவலை கொள்ளவில்லை.

நான்கைந்து சாஸ்திரிகளோடு அவர் காஞ்சிபுரம் போயிருப்பதாக யாரோ சொல்லக் கேட்டு, "போகிற மனுஷர் ஆத்திலே வந்து ஒரு வார்த்தை சொல்லிட்டுப் போகப்படாதோ? நெனச்சப்போ வரதும் போறதும்... இது என்ன சத்திரமா சாவடியா?" என்று மொறுமொறு வென அவரைத் திட்டித் தீர்த்துக் கொண்டிருந்தாள் அவரது மாட்டுப்பெண் ராஜம். ஆனால் சில நாட்களுக்குப் பிறகு அந்த நான்கு சாஸ்திரிகளும் திரும்பி வந்து கணபதி சாஸ்திரிகள் தங்களுடன் வரவில்லை என்று தெரிவித்த அந்த நிமிஷமே ராஜம் ஒரு வினாடி திகைத்து, அந்தத் திகைப்புக்குப் பின்னர் அவரைத் திட்டுவதை நிறுத்திக் கொண்டாள்.

'எங்கே போயிருப்பார்? எங்கே போயிருப்பார்?' என்று தனக்குத்தானே புலம்பிக்கொண்டாள். வேறு மகளோ, அவரை மதித்து அன்புடன் உபசரிக்கும் உறவினரோ யாருமில்லாத அவரது நிலையை எண்ணி யெண்ணித் தனக்குள் பெருமூச்செறிந்தாள். சிவராமனின் மனத்திலும் லேசான கலக்கம் குடிகொண்டது.

தினசரி மாலையில் ஆபீசிலிருந்து வரும்போது, வழியில் உள்ள தெப்பக்குளச் சுவரின்மீது வரிசையாய் உட்கார்ந்து உரத்த குரலில் வாக்குவாதங்களில் ஈடுபட்டிருக்கும் சாஸ்திரிகளின் சபையில் தன் தகப்பனார் இருக்கிறாரா என்று சிவராமனின் கண்கள் அலைந்து அலைந்து தேடி ஏமாந்தன.

– அவனுக்குத் தெரியுமா, ஊரில் இருக்கும்போதுகூட இந்தக் கூட்டத்திலிருந்து ஒதுங்கித் தனித்தே அவர் நிற்பார் என்பது... அது சரி, அந்த அசட்டு பிராம்மணரை யார்தான் சேர்த்துக்கொள்வார்கள்?

நாளுக்கு நாள் தன் தந்தையின்மீது 'அவர் என்ன ஆனாரோ, எங்கே நிற்கிறாரோ, அல்லது வேறு ஏதாவது' என்று எண்ணியெண்ணி அவர்பால் தன்மனத்துக்குள் ஒரு ரகசியமான

ஏக்கம் மிகுந்து கனப்பதை அவன் உணர ஆரம்பித்தான். எனினும் அதுபற்றி வெளிப்படையாய் விசாரிக்கவோ பேசவோ அவன் வெட்கப்பட்டான். தன் மனைவி ராஜம் 'லோகத்திலே இல்லாத அப்பாவைப் படைச்சுட்டேளே... ஒரேயடியாக உருகிப் போகாதேங்கோ' என்று எரிந்து விழுவாளோ என்று அஞ்சினான். தன் தம்பியும் தன்னைப் போலவே உள்ளூர அப்பாவுக்காக ஏங்குகிறானோ அல்லது 'அந்த அசட்டுக் கிழம் எங்கே தொலைந்தால் என்ன?' என்று அசட்டையாக இருக்கிறானோ என்று அறிய முடியாமல் தவித்தான். அப்படி அசட்டையாக இருந்தால் அது மகா பாவம் என்று தோன்றியது. சின்ன வயசில் – சின்ன வயசில் என்ன, இப்போதுகூடத்தான் – அவரை அப்பா என்று சொல்லிக்கொள்ளவே தானும் தன் தம்பியும் வெட்கப்பட்ட நிகழ்ச்சிகள் எல்லாம் அவன் நினைவுக்கு வந்தன.

கணபதி சாஸ்திரிகள் போன்ற ஓர் அழகற்ற கறுப்புப் பிராம்மணர் அசட்டுச் சிரிப்புடன், மாறு கண் பார்வையோடு எதிரில் வந்து நின்றால் யாருக்குமே மதிப்பான எண்ணம் பிறக்காதுதான். அவரைப் பார்த்தால் சிலருக்கப் பரிதாபமாக இருக்கும்; சிலருக்குப் பரிகாசமாக இருக்கும். அவரும் 'ஈஈ' என்று ஓட்டை வாய்ச் சிரிப்புடன் குழந்தைபோல் எதையாவது பேசுவார். பேச்சில் பொதிந்துள்ள அர்த்தத்தை யார் கவனிக்கிறார்கள்? ஆகவே அது பலருக்கு ஒரு, 'போரா'கவே இருக்கும். பரிதாபத்துக்கும் பரிகசிப்புக்கும் ஆளாகிக் கொண்டிருக்கும் தன்னை அப்பா என்று சொல்லிக்கொள்ளவே தன் பிள்ளைகள் வெட்கப்படுவதில் ஒரு நியாயமிருப்பதாகக் கருதி வந்தார் கணபதி சாஸ்திரிகள். மொத்தத்தில் கணபதி சாஸ்திரிகளை ஊரில் யாரும் மதித்ததில்லை. சில சமயங்களில் அவமதித்ததுண்டு.

மற்ற சாஸ்திரிகளுக்கு எதையாவது பேசி அவர் வாயைக்கிளறி மகிழ அவர் ஒரு பொழுதுபோக்குச் சாதனம். வீட்டில் அவரது பிள்ளைகளுக்கு அவரால் அவமானம்; வெட்கம். அவரது மாட்டுப் பெண்ணுக்கு அவர்மீது வெறுப்பு!

ராஜத்துக்கு அவர் மீது தனியாக விசேஷமான வெறுப்பு ஒன்றும் கிடையாது. சதா நேரமும் சிடுசிடுத்துக் கொண்டிருப்பது அவள் சுபாவம். அந்தச் சிடுசிடுப்பில் அடிக்கடி வந்து சிக்கிக் கொள்பவர் அவர்தான் என்றால் அதற்கு அவளா பழி?

இவ்விதம் யாருக்கும் வேண்டாதவராயிருந்த கணபதி சாஸ்திரிகள் எங்கோ ஓடிப்போனதில் யாருக்கு என்ன நஷ்டம்?

"இன்னியோட பத்து நாளாச்சு. இருபது நாளாச்சு..." என்று அவர்கள் ஏன் நாளை எண்ணிக் கொண்டிருக்கிறார்கள்?

“இப்படி நம்ம தலையிலே பழியைப் போடணும்னு காத்துண்டு இருந்திருக்கார் மனுஷர். ஊர்லே என்னைத்தானே சொல்லுவா? நான் அவரை ஒரு வார்த்தை பேசினது உண்டா? மனுஷன் இருந்தும் என் பிராணனை வாங்கினார். இப்போ இல்லாமலும் என் பிராணனை வாங்கறார்” என்று பொழுது விடிந்து பொழுது போனால் தன் மாமனாரின் பிரிவுக்காக அவளும் தன் சுபாவப்படி ஏங்கிக்கொண்டுதானிருந்தாள்...

–அவர் இருக்கும்போது, ஒரு வார்த்தைகூட அவரைக் கடிந்து தான் பேசினதில்லை என்று நிஜமாகவே நினைக்கிறாள் ராஜம்.

இந்த ஒருமாதப் பிரிவின் காரணமாக, தங்களை விட்டு விலகிப் போன கணபதி சாஸ்திரிகள் உயிருடனாவது இருக்கிறாரா என்று அறிந்துகொள்ள விரும்பும் துடிப்பில் அவர் குடும்பத்தினருக்கு அவர்மீது ஒருவித ஏக்கமும் அன்பும் பிறந்திருக்கிறது. அவர் இப்படி எங்கோ அனாதை போலப் போய்விட்டதை எண்ணியெண்ணி ‘அவர் எங்கே அனாதைப் பிணமாகக் கிடக்கிறாரோ’ என்ற பயங்கரமான கற்பனைகளில் சிக்கிக்கொண்டு, ‘இந்தப் பாபத்துக்கு நான்தான் காரணமோ?’ என்று உள்ளூர விளைந்த நடுக்கத்துடன் ரகசியமாகக் கண்ணீர் வடிக்கிறாள் ராஜம். இந்த விஷயம் சிவராமனுக்கோ மணிக்கோ தெரியாது.

❍ ❍ ❍

பத்து நாட்களுக்கு முன்பு ஆபீசில் இருந்து வருகின்றபோது, தெப்பக்குளக் கரையில் கூடி நின்ற சாஸ்திரிகள் கும்பலில் சிவராமனின் பார்வை–கட்டை குட்டையாய்க் கன்னங்கரேலெனத் துண்டாகத் தென்படும்–தன் தந்தையைத்தேடி வழக்கம்போல் துழாவியபோது அவனைப் பார்த்துவிட்டார் வெங்கிட்டுவையர்... அவனைப் பின் தொடர்ந்து கடைத் தெரு வரை வந்தார்... பிறகு தன் பின்னால் யாரும் வருகிறார்களா என்று சுற்றும் முற்றும் பார்த்துக்கொண்டு “என்னடா சிவராமா...” என்றழைத்தார்.

சிவராமன் திரும்பினான்.

“என்ன, உங்கப்பாவைப் பத்தின தகவல் ஏதாவது கிடைச்சுதோ?” என்று நெருக்கமாய் வந்து கேட்டார். வெங்கிட்டுவையர், கணபதி சாஸ்திரிகளின் பால்ய சிநேகிதர்; ஒத்த வயது.

சிவராமனுக்கு ஏனோ தான் பெரிய தவறு புரிந்துவிட்டது போன்ற உணர்ச்சி ஏற்பட்டுக் குனிந்த தலையோடு “ஒரு தகவலும் இல்லை... எங்கே போயிருப்பார்ன்னு தெரியல்லே... ஏன்

போனார்னும் தெரியல்லே... ஆத்திலே கூட ஒண்ணும் வருத்தம் இல்லே... ம்... உங்களுக்குத் தெரியாதா நாங்க எப்படி அவரை வெச்சிருந்தோம்னு" என்று மென்று மென்று விழுங்கினான் சிவராமன். அவனுக்குக் குற்றமுள்ள மனசு குமைந்தது.

"அட அசடு... அதுக்கு நீ என்ன செய்வே..? அப்படியே இருந்தாலும் தோப்பனுக்கும் மகனுக்கும் ஆயிரம் இருக்கும்... அதுக்காக ஒருத்தன் ஆத்தை விட்டே போயிடுவானோ? அது சரி, உனக்கு விஷயமே தெரியாதா..?" என்று சுற்றுமுற்றும் பார்த்தார். பிறகு குரலைத் தாழ்த்தி "இப்படி வா சொல்றேன்" என்று நடுத் தெருவிலிருந்து ஓரமாய், பஜனை மடத்தருகே அவனை அழைத்து வந்தார் வெங்கிட்டுவையர்.

கணபதி சாஸ்திரிகள் ஊரைவிட்டே ஓடிப் போவதற்கு முதல் நாள் தெப்பக்குளக் கரையில் நடந்த சம்பவத்தை அவர் நினைத்துப் பார்த்தார்.

தெரு ஓரமாய் இருவரும் வந்து நின்றபின், தனது இடுப்பில் செருகி இருந்த பொடி மட்டையை எடுத்து ஒரு சிமிட்டா பொடியை விரல்களில் இடுக்கியவாறு அவர் சொன்னார்: "அவனுக்கு மனசே வெறுத்துப்போச்சுடா. அவனை அப்பிடி அவமானப்படுத்திட்டார்... வேறே யாரு, சுந்தரகனபாடிகள்தான்..." என்று சொல்லி விட்டுக் கையிலிருந்த பொடியைக் காரமாய் உறிஞ்சினார் வெங்கிட்டுவையர். பொடியின் காரத்தில் கலங்கிய கண்களோடு சிவராமனை வெறித்துப் பார்த்தார்.

சிவராமனுக்கு ஒன்றும் புரியவில்லை. சுந்தரகனபாடிகள் கணபதி சாஸ்திரிகளை அவமானப்படுத்தினாரா?... ஏன்?

சிவராமனுக்கும் அவன் குடும்பத்தினருக்கும் சுந்தர கனபாடிகள் மீது அளவற்ற மரியாதையும் பக்தியும் உண்டு. கணபதி சாஸ்திரிகளின் குருநாதர் அவர்தான். அந்தக் காலத்தில் மகா பண்டிதராய் விளங்கிய கணபதி சாஸ்திரிகளின் தந்தையான பரமேஸ்வர கனபாடிகளின் உயிருக்கு உயிரான சீடர் சுந்தரகனபாடிகள் என்கிற விஷயம். ஒரு குடும்பப் பெருமையாய்ப் போற்றிவந்த செய்தி. அவரிடம்தான் கணபதி சாஸ்திரிகள் வேதம் பயின்றார். 'எழுபத்தைந்து வயதுக்கு மேலாகிப் பழுத்த பழமாய்ப் பார்த்தவர் வணங்கும் தோற்றமும் தன்மையும் பொருந்திய கனபாடிகள், பாவம், தன் தந்தையை என்ன காரணத்தினால் அவமானப்படுத்தி இருக்க முடியும்? அப்படியே கொஞ்சம் முன்கோபியான கனபாடிகள் ஏதாவது சொல்லியிருந்தாலும், யார் என்ன கூறிப் பழித்தாலும் அதனைப் பொருட்படுத்தாத 'பரப்பிரம்மமான' தன் தந்தை, அதற்காகவா ஊரை விட்டு ஓடிப்போயிருப்பார்?' என்றெல்லாம் யோசித்த தயக்கத்துடன்

"நீங்க என்ன சொல்றேள்?" என்று வெங்கிட்டுவையரின் முகத்தைப் பார்த்தான் சிவராமன்.

"நான் பார்த்ததைத்தாண்டா சொல்றேன். நேக்கென்னடா பயம்? மத்தவாள்ளாம் ஒரு கட்சி மாதிரி, இந்த அநியாயத்தைப் பத்தி ஒரு வார்த்தை பேச மாட்டேங்கறாளே... சுந்தரகனபாடிகள் ரொம்பப் பெரியவர்தான்... நான் இல்லேங்கலே... ஆனாலும் அவருக்கு இந்த வயசிலே இப்படி ஒரு கோபம் கூடாது... மனுஷன் என்ன, இப்படியா அசிங்க அசிங்கமாப் பேசுவார்? இவர் தகுதிக்கு ஆகுமா... சீ!" என்று படபடவென்று பேசி அலுத்துக் கொண்ட வெங்கிட்டுவையர், அதற்குமேல் விஷயத்தை அறிந்துகொள்ள அவன் ஆர்வம் காட்டுகிறானா என்று அறிய மௌனமாய் சிவராமனின் முகத்தைப் பார்த்தார்.

"என்னதான் நடந்தது... எனக்கு ஒண்ணுமே தெரியாதே!" என்று பதைத்தான் சிவராமன்.

"எனக்கும்தான் தெரியாது... நான் கோயில்லேருந்து வந்துண்டிருந்தேன். குளத்தங்கரையிலே ஒரே சத்தமா, ஏக களேபரமா இருந்தது. பார்த்தா உங்கப்பன் – கணபதி தேமேன்னு நின்னுண்டிருக்கான். கனபாடிகள் அடிக்கப்போறவா மாதிரி கையைக் கையை ஓங்கிண்டு ஆவேசம் வந்த மாதிரி குதிக்கறார். அவனை அவர் அடிக்கக்கூடப் பாத்தியதை உள்ளவர்தாண்டா, நான் இல்லேங்கல்லே... ஆனாலும் கன்னா பின்னான்னு – சீ! ஒரு பிராமணன் பேசக்கூடிய பேச்சா? அப்பிடி அசிங்க அசிங்கமா திட்டினார்... கணபதி அப்படியே கூனிக் குறுகி நின்னுண்டிருந்தான். கடைசியிலே – அவன் மட்டும் என்ன மனுஷன் இல்லியா? நேக்கே தோணித்து... அதை அவன் கேட்டுட்டான்; அப்பபடி ஒண்ணும் தப்பா பேசிடலே. 'ஓய்... இப்படி அசிங்க அசிங்கமா பேசறீரே... நீர் ஒரு பிராமணனாய்யா'ன்னு கேட்டான்...! எவ்வளவு பேச்சுக்குத்தான் ஒரு மனுஷன் பேசாம இருப்பான்? நறுக்குன்னு கேட்டான் ... அவ்வளவுதான்! அந்தக் கிழவரைப் பார்க்கணுமே... கணபதி கழுத்திலே போட்டிருந்த துண்டை இழுத்து முறுக்கிப் பிடிச்சுண்டார்... ஆவேசம் வந்ததுமாதிரி காயத்திரி மந்திரத்தைக் கூவினார்.

"சொல்லுடா, இதுக்கு அர்த்தம் சொல்லு. நீ பிராமண னுக்குப் பொறந்தவனானா சொல்லுடா... என்னைப் பார்த்தா கேட்டே... பிராமணனான்னு ..? இவன் பிராமணனான்னு எல்லாரும் கேளுங்கோ..."ன்னு அசிங்க அசிங்கமாத் திட்டினார் – ஒரே கும்பல் கூடிடுத்து... நான் போய் விலக்கப் பார்த்தேன். அந்தக் கிழவனுக்குத்தான் என்ன பலமோ? என்னைப் பிடிச்சு

ஒரு தள்ளு தள்ளினார் பாரு... நான் போயி குளக்கரை சுவர் மேலே விழுந்தேன்... தள்ளிட்டுக் கத்தறார்... மனுஷனுக்கு வெறி! ஒண்ணு மந்திரத்துக்கு அர்த்தம் சொல்லு... இல்லேன்னா 'நான் பிராமணன் இல்லே'ன்னு ஒத்துக்கோ... என்னெக் கேட்டியேடா, என்ன தைரியம்?" என்று உறுமினார். அவர் பிடியிலே பாவம், கணபதிக்கு உடம்பே நடுங்கறது. நாங்க அவர்கிட்டே பேச முடியல்லே... அந்தக் கெழம்தான் மூர்க்கமாச்சேன்னு கணபதிகிட்டே கெஞ்சினோம்... 'சொல்லுமேய்யா... மந்திரத்துக்கு அர்த்தம் சொல்லிட்டுப்போமே... பிடிவாதம் பிடிக்காதீர்'ன்னு நானும் கிட்டே போயி சொன்னேன்... கணபதி என் மூஞ்சியை வெறிச்சுப் பார்த்தான். பார்த்துட்டு 'ஓ'ன்னு கொழந்தை மாதிரி அழுதான்.

"'நேக்கு மந்தரம்தான் தெரியும்... அர்த்தம் தெரியாதே'ன்னு அவன் அழறப்போ, அம்பது வருஷத்துக்கு முந்தி நானும் அவனும் ஒண்ணா படிச்சதெல்லாம் நேக்கு ஞாபகம் வந்து நானும் அழுதுட்டேன்.

"திடீர்னு உங்கப்பன் கனபாடிகள் கையைத் தள்ளி உதறினான். எல்லாரும் என்ன நடக்கப் போறதோன்னு திகைச்சுப் போனோம். பல்லைக் கடிச்சுண்டு உடம்பிலேருந்த பூணூலை வெடுக்குனு பிச்சு அறுத்து, கனபாடிகள் மூஞ்சிலே எறிஞ்சுட்டு 'போங்கோ... நான் பிராமணன் இல்லே... நான் பிராமணன் இல்லே'ன்னு கோஷம் போடற மாதிரிக் கத்திண்டு ஓட்டமும் நடையுமா நாலுவீதியும் சுத்திண்டு அப்போப் போனவன்தான்; என்ன ஆனானோ, எங்கே போனானோன்னு உன்னண்டை வந்து விசாரிக்கணும்னுதான் நெனைச்சிண்டிருந்தேன்... நீ என்னடான்னா இந்த விஷயமே தெரியாதுங்கறே..?" என்று, தான் சம்பந்தப்படாத – இந்தக் காலத்து பிராமணர் களாகிய தாங்கள் யாருமே சம்பந்தப்படாத –கணபதி சாஸ்திரி என்ற தனிப்பட்ட ஒருவனின் விவகாரம்போல் அன்று நடந்த நிகழ்ச்சியை விளக்கினார் வெங்கிட்டுவையர்.

வெங்கிட்டுவையர் விவரித்த சம்பவத்தில் பொதிந் துள்ள ஒரு சமூகச் சீரழிவின் கொடுமையை ஆழ்ந்து உணர்ந்த வேதனை யில் வாய்மூடி மௌனியானான் சிவராமன். அவரிடமிருந்து விடைபெற்றுக் கொள்ளாமலேயே குனிந்த தலையோடு, கலங்குகின்ற கண்களோடு அவன் வீடு நோக்கி நடந்தான்.

வீட்டிற்குப் போனதும் ஒரு மூலையில் கவிழ்ந்து படுத்துக் கதறி அழவேண்டும் என்று வழியெல்லாம் நினைத்துக்கொண்டே நடந்தான்...

ஆனால் அன்று அவன் வீடு சென்றதும் அவ்விதம் செய்யவில்லை. தந்தையின் பிரிவை எண்ணித் தான் அழுவதைக் கண்டு 'அவள்' கோபிப்பாள் என்றஅச்சத்தில் அவன் அந்த 'ஆசை'யைக் கைவிட்டு விட்டான்...

– தாழ்ந்த குலத்தில் பிறந்த கொடுமைக்கு அழுதால் அதற்கு ஓர் அர்த்தமும் இருக்கும்; அனுதாபமும் கிடைக்கும். உயர்ந்த குலத்தில் பிறந்தும் கலியின் விளைவால் விபரீதமாய்ப் போன இந்தக் கொடுமைக்கு அழத்தான் முடியுமா? அனுதாபந்தான் கிடைக்குமா?

3

சிவராமன் ஆபீஸிலிருந்து வரும்போது வழியில் குறுக்கிட்ட தெப்பக்குளக்கரை சாஸ்திரிகள் கூட்டத்தில் அவன் பார்வை இன்று யாரையும் தேடவில்லை. வீடு சென்றதும் தபாலில் வந்த அந்தக் காகிதக் கத்தையில் பென்சிலாலும் பேனாவாலும் எழுதப்பட்டிருக்கும் செய்திகளை, காலத்தின் அடியை நெஞ்சில் ஏற்றதால் ஒரு வயோதிக இதயத்திலிருந்து தெறித்து விழுந்த ரகசியமான உதிரத் துளிகளின் அர்த்தத்தை அறிந்து கொள்ள வேண்டு என்ற அவசரத் துடிப்பில் நடந்து கொண்டிருந்த அவன், அந்தக் கூட்டத்தையே கவனிக்கவில்லை.

சிவராமன் வீட்டை அடையும்போது ராஜம் அடுக்களையில் இருக்கிறாள். மணி இன்னும் வீட்டுக்கு வரவில்லை. அவனுக்கு மவுண்ட் ரோடிலுள்ள ஒரு பெரிய பாதரட்சைக் கடையில் சேல்ஸ்மேன் உத்தியோகமானதால், இரவு எட்டு மணிக்குமேல் கடை அடைந்த பின்பே வீட்டுக்கு வரமுடியும்...

தனது அறையில் சென்று உடைகளைக் களைந்தபின் முதல் வேலையாகக் கைப் பையைத் திறந்து அந்த நீளக் கவரின் உள்ளே இருந்த காகிதக் கத்தையை எடுத்து அந்தரங்கமாய்ப் படிக்க ஆரம்பிக்கிறான் சிவராமன்.

அவன் படித்த முதல் வரியே ஒரு மகத்தான இலக்கியத்தின் ஆரம்ப வாசகம்போல் அமைந்து இருக்கிறது:

"இதோ! என் கண்முன்னே ஆயிரக்கணக்கான மனுஷா சஞ்சரிச்சுண்டிருக்கா. ஒவ்வொரு மனுஷாளும் ஒவ்வொரு விதமா இருக்கா. ஒருவிதம் மாதிரி இன்னொரு விதம் இல்லே. ஆயிரமும் ஆயிரம் விதம்! இந்த மைதானத்திலே எனக்கு முன்னேயும் எனக்குப் பின்னேயும் ஆயிரம் ஆயிரமா மனுஷா போயிண்டும் வந்துண்டும் இருக்கா. . . சின்ன வயசிலே குடை ராட்டினத்திலே முதல் தடவை சுத்தினப்ப ஏற்பட்ட மயக்கம்

மாதிரி இந்த நிமிஷம் என்னைச் சுத்தி ஆயிரம் ஆயிரமா ஜனங்கள் சுத்திண்டு இருக்கச்சே ஒரு பிரமை தட்டறது. நானும் திருவிழாக் கும்பல்லே வழி தவறிச் சிக்கிண்ட கொழந்தெ மாதிரி திருதிருன்னு முழிச்சுப் பாக்கறேன். இந்த ஆயிரக்கணக்கான மனுஷா முகத்திலே ஒண்ணுகூட தெரிஞ்ச முகமா இல்லே. என்னைக் கவனிக்கிற முகம் இதிலே ஒண்ணுகூட இல்லேங்கறதை நெனச்சுப் பார்க்கறப்போ பரம சுகமா இருக்கு.

"இந்த டில்லி இருக்கே, ரொம்ப புராதன நகரம். அசோகன் என்ன, பாதுஷாக்கள் என்ன, வெள்ளைக்காரா என்ன – இந்த தேசத்தையே எத்தனையோ வருஷங்களா ஆண்டு வர்ர நகரம் இது. இன்னிய தேதியிலே நாமெல்லாம் உக்காந்துண்டு சொந்தம் கொண்டாடறோம். எத்தனை தலைமுறைகளை இந்த லோகம் பார்த்துண்டே இருக்கு. இந்த நிமிஷம் உயிர் வாழற மனுஷ ஜாதியிலே ஒரு நபர்கூட இருநூறு வருஷத்துக்கு முன்னாலே இல்லை; இருநூறு வருஷத்துக்கு முன்னாலே வாழ்ந்த மனுஷ ஜாதியின் ஒரு ஜீவன்கூட இப்போ இல்லே. அது ஒரு பிரிவு; இது ஒரு பிரிவு. அந்தப் பிரிவு எப்போ எப்படிப் போயி இந்தப் பிரிவு எப்போ எப்படி வந்ததுன்னு யார் சொல்ல முடியும்? இது மட்டும் சத்தியம். அது முழுக்கப் போயிடுத்து, இது முழுக்க வந்துடுத்து. ஆழமா யோசிக்காம எடுத்த எடுப்பிலே பார்த்த உடனே இந்த உலகத்திலே உள்ள எல்லாமே ஒரு அதிசயமாகத்தான் இருக்கு. அதுமாதிரிதான் இந்த விஷயமும் – இருநூறு வருஷத்துக்கு முன்னாடி இருந்தவா முழுக்கப் போனதும், இப்ப உள்ளவா முழுக்க வந்துட்டதும் ஆச்சரியமாத்தான் இருக்கு – அவா கொஞ்சம் கொஞ்சமா போனா; இவா கொஞ்சம் கொஞ்சமா வந்தா. இதுமாதிரித்தான் போறதும் வர்ரதும். கடவுள் விதிப்படி இந்தக் காரியம் தடங்கல் இல்லாமல்தான் நடக்குது. மனுஷ விதிப்படியும் இப்படித்தான் நடக்கணும்; நடக்கும்.

"இயற்கையிலே ஒரு சிக்கலும் இல்லை. சிக்கலே இல்லேன்னா அது செயற்கையே இல்லை. இப்படி ஒரு செயற்கையான சிக்கல்லேதான் நான் சிக்கிண்டேன். அப்படி சிக்கிக்கறதுதான் வாழ்க்கை... சிக்கல் விடுபடலேன்னா அதுக்கு நாமதான் பொறுப்பு..."

அந்தக் காகிதங்களில் இதுவரை பென்சிலால் எழுதப்பட்டிருக்கிறது. இதற்குப் பிறகு ஆரம்பமாகிற பக்கங்கள் பேனாவால் எழுதப்பட்டிருக்கின்றன. இந்த வித்தியாசத்தை ஒரு அத்தியாயப் பிரிவுபோல் உருவகித்துக்கொண்டு, தான் படித்த கனமான விஷயங்களைக் கருத்தூன்றிச் சிந்திக்கிறான் சிவராமன்...

அவனது சிந்தனைகளை மறித்துக்கொண்டு 'இந்த அசட்டு அப்பாவா இப்படியெல்லாம் சிந்திக்கிறார்' என்ற வியப்புணர்ச்சியே மேலிடுகிறது.

இந்த வினாடி அவன் தனது தந்தையின், அந்த அசட்டுப் பிராமணரின், தாடி மழிக்காத ரோமக்கட்டை அடர்ந்த, முன் பல் விழுந்த, அம்மைத் தழும்பு நிறைந்த, மாறுகண் பார்வையோடு கூடிய கரிய முக விலாசத்தைக் கற்பனை செய்து கண்ணெதிரே காண்கிறான்.

எழுத்தைத் தொழிலாகக் கொள்ளவேண்டும் என்ற ஆசையோடு ஒரு பத்திரிகையில் பணியாற்றும் தனது சிந்தனையில் ஏற்பட முடியாத எண்ணங்களும், தன்னால் எழுத்தில் வடிப்பதற்குக் கைவரப் பெறாத கலையும் – காலமெல்லாம் எல்லோருடைய கேலிக்கும் அவமதிப்புக்கும் ஆளான அந்த அப்பாவி பிராமணனுக்கு எப்படி சித்தியாயிற்று என்ற பிரமிப்பில் விளைந்த நடுக்கத்தோடு அவன் தொடர்ந்து படிக்க ஆரம்பிக்கிறான்.

"என் தகப்பனாரின் முகம்கூட எனக்கு ஞாபகம் இல்லே. சாகறப்ப எனக்கு வயசு ஒன்பது; நியாயமா அது எனக்கு ஞாபகம் இருக்கணும். நான்தான் அசடாச்சே, மறந்துட்டேன். ஆனா வயசு ஆக ஆக அவரைப் பத்தி எல்லாரும் பேசிக்கிறதிலே இருந்து நானும் அவரைப்பத்தி ரொம்பத் தெரிஞ்சுண்டேன். அவர் மகா பண்டிதர். எந்த அளவு அவருக்கு சம்ஸ்கிருதத்தில் பாண்டித்தியம் உண்டோ அந்த அளவுக்குத் தமிழிலும் உண்டாம். சுந்தர கனபாடிகள் மாதிரி பெரியவாள்ளாம் அவர்கிட்டே படிக்கக் கொடுத்து வச்சவா. எனக்குத்தான் கொடுத்து வைக்கல்லே. அம்மா சொல்லுவா: அப்பா மாதிரி நானும் மகா பண்டிதனாகணும்னு. அதுதான் அப்பாவுக்கும் ஆசையாம்; ம், அதெல்லாம் அந்தக் காலத்துப் பிராமணத் தம்பதிகளின் லட்சியம்: தன் பிள்ளை பிராமண தர்மத்தின் பிரதிநிதியா ஆகணும்கறது. இந்தக் காலத்திலே எவன் இருக்கான்? நான் ஏன் எவனையோ தேடணும்? அப்படிப்பட்டவாளுக்குப் பொறந்த நானிருந்தேனா அவா மாதிரி..?

"நான் எவ்வளவோ சொன்னேன்: அந்த செருப்புக் கடை வேலை வாண்டாம்னு, இந்த மணி கேட்டானா..? 'உனக்கு ஒண்ணும் தெரியாது. இதுக்கே நான் என்ன சிரமப்பட்டிருக்கேன்... மாசம் இருநூத்தைம்பது ரூபா சம்பளம். வருஷத்திலே மூணு மாச போனஸ். இந்த வேலைக்கு என்ன குறைச்சல்! அங்கே ஒண்ணும் மாட்டை அறுத்துத் தோல் எடுத்துச் செருப்புத் தைக்கிற வேலை இல்லே. டப்பாவிலே

வர்ர செருப்பை எடுத்து விக்கறதுதான். உனக்கு ஒண்ணும் தெரியாது, நீ ஒரு பஞ்சாங்கம். . . சும்மா இரு'ன்னு என் வாயை அடைச்சுட்டுப் போயிட்டான் அந்த வேலைக்கு.

"அது அவன் தப்பா? இல்லை, அது ஒரு தப்பான்னு யோசிச்சுப் பார்த்தா இந்தக் கலியிலே எல்லாம் சரிதான்னு தோணறது. ஏன்னா, என் பிள்ளைகள் என்னைப் போல குடுமி வச்சுண்டு, உடம்பிலே சட்டையும், கால்லே செருப்பும் போட உரிமை இல்லாம – இந்தக் காலம் பார்த்து பரிகசிக்கிற ஒரு ஒதுக்கப்பட்ட கூட்டமா வாழணும்னு நான் ஆசைப்படலே. அதனாலேதான் அவாளை இங்கிலீஷ் படிக்கவச்சேன். கிராப்பு வச்சுக்கச் சொன்னேன். இதுக்கு அர்த்தம் என்ன? நான் எப்படி இருக்கணும்னு ஆசைப்பட்டு என்னாலே இருக்க முடியலையோ அப்படியெல்லாம் அவாளை ஆக்கித் திருப்தி பட்டுண்டேனா? ஆமாம்; 'ஒதுங்கிப்போ ஒதுங்கிப்போ'ன்னு சொல்லிச் சொல்லி நானேதான் ஒதுங்கிப் போயிட்டேனே! . . . ஒரு ஜாதி தாழ்ந்தது எவ்வளவு பொய்யோ அவ்வளவு பொய் இன்னொரு ஜாதி உயர்ந்ததும். இது எப்போ தெரியறதுன்னா தாழ்த்தி ஒதுக்கப்பட்ட ஜாதியைப் போலவே உயர்ந்து ஒதுங்கிப் போன ஜாதியும் படற கஷ்டத்திலே எனக்குத் தெரியறது. என் பிள்ளைகள் பேருக்கு உயர்ந்த ஜாதின்னு சொல்லிண்டாலும், ஊருக்குப் பூணூல் போட்டுண்டாலும் – நல்ல வேளை! – என்னைப் போல ஒதுங்கிப்போன ஜாதி ஆயிடலே. ஆனா அவாகூட என்னை ஒதுக்கி வச்சிட்டாளே. என்னை அப்பான்னு சொல்லிக்க, அவா சமமா பழகறவா மத்தியிலே என்னை அப்பான்னு காட்டிக்க எவ்வளவு வெக்கப்பட்டாங்கறதை நான் எத்தனையோ தடவை பார்த்திருக்கேன்.

"ம்... முகம் தெரியாத அப்பாவை நெனச்சு நெனச்சு நான் பெருமைப் பட்டுண்டிருக்கேன்... கண்ணெதிரே இருக்கிற அப்பனைப் பார்த்து என் பிள்ளைகள் வெக்கப்பட்டுண்டிருக்கு! அது சரி, நானே என்னை நெனைச்சு வெக்கப்படறச்சே, அவா படறது தப்பா?"

– மீண்டும் இந்த இடத்திலிருந்து பென்சில் எழுத்துக்கள் ஆரம்பமாகின்றன. சிவராமனின் கண்களில் சுரந்த கண்ணீரால் அந்த எழுத்துக்களும் மறைகின்றன. அவன் சில விநாடிகள் மேல்துண்டால் முகத்தை மூடிக் கொள்கிறான். அழுகிறானா? பிறகு ஒரு முறை பெருமூச்செறிந்து சிவந்த கண்களும் துடிக்கின்ற உதடுகளுமாய்த் தொடர்ந்து படிக்கிறான்:

"பாரதியார் ரொம்ப கோபத்தோடு கடுமையாய்த் தான் சொல்லியிருகார்: 'அர்த்தம் தெரியாம மந்திரம் சொல்றதைவிட

செரைக்கப் போகலாம்'னு. ஒரு பத்து வருஷத்துக்கு முன்னே இதை எங்கேயோ படிச்சேன். நான் சொல்ற மந்திரத்துக்கெல்லாம் எனக்கு அர்த்தம் தெரியுமான்னு நான் யோசிச்சுப் பார்த்தேன். அன்னிக்குப் பூரா முகந் தெரியாத என் தகப்பனாரை – அந்த மகா பண்டிதரை நெனச்சு, நெனச்சு, நான் அழுதேன். அந்த மகா பண்டிதரிடம் – என் தகப்பனாரிடம் – படிச்ச சுந்தர கனபாடிகளும் மகா பண்டிதர்தான். அவரிடம் படிச்சவன் நான். ஆனா எனக்கு அவர்கிட்டே ஆசான் என்கிற பக்தியைவிட 'அடிப்பாரே' என்கிற பயம்தான் அதிகமாக இருந்தது. ஒரு தடவைக்கு மேலே கேட்டா அவருக்கு பொல்லாத கோபம் வரும். அந்தப் பயத்திலே அவர் ஒரு தடவை சொல்றதைக்கூட நான் ஒழுங்காப் புரிஞ்சுக்கல்லே. நான் கிளிப்பிள்ளைமாதிரி வேதம் படிச்சேன். அப்போ அது எனக்கு தப்புன்னு தோணலே...

"... மந்திரங்கள் தெய்வீகமான, புனிதமான, பவித்திரமான விஷயங்களைப்பத்திப் பேசறதுங்கற நம்பிக்கையிலேயே அதை நான் மனனம் பண்ணிட்டேன். 'தாய்ப்பால்லே என்னென்ன வைட்டமின் இருக்குன்னு தெரிஞ்சுண்டா குழந்தை குடிக்கிறது? ஆனாலும் அது அவசியமில்லையா? நோயாளிக்கு மருந்துதான் முக்கியமே ஒழிய, ஒவ்வொரு மாத்திரையிலேயும் என்னென்ன ரசாயனம் கலந்து இருக்குங்கிற ஞானம் அவசியமா என்ன? அதுபோலத்தான் மந்திரம்!' உனக்கு அது தேவை; அதை ஜபிப்பதன் மூலம் அதற்குரிய பலன்கள் வந்து உன்னை அடையும்'னு ஒரு பெரிய மேதை எழுதியிருந்தார். அதைப் படிச்சப்பறம்தான் எனக்கு ஒரு ஆறுதல் பிறந்தது. ஆனா, அந்த ஞானியின் இந்த வாதமும் எனக்குத் தக்க சமயத்தில் கை கொடுக்கல்லே...

"ஒரு தடவை வக்கீல் ராகவையர் ஆத்துக்கு தர்ப்பணம் பண்ணிவைக்கப் போயிருந்தேன். அவர் ரொம்பப் பெரியவர். என் தகப்பனார் மேலே வச்சிருந்த பக்தியை தகுதி இல்லாத என்பேர்லே அப்படியே வச்சிருந்தார். நாற்பது வருஷமா என்னை அவருக்குத் தெரியும். போன வருஷம் ஒரு நாள் அவர் வீட்டுக்குப் போயிருக்கச்சே, அவர் மருமான், வைத்தியநாத அய்யர்னு டில்லியிலேருந்து வந்திருந்தார். அவருக்கும் அன்னிக்கி தர்ப்பணம் பண்ணி வைக்க வேண்டியிருந்தது. அவரைப் பார்த்தா ஆள் வெள்ளைக்காரன் மாதிரி இருந்தார். அந்தப் பட்டுவஸ்திரத்தை அவர் கட்டியிருந்த முறையிலேயே மனுஷன் வேஷ்டி கட்டிப் பழகாதவர்னு தெரிஞ்சுண்டேன். நாலு அங்குலத்துக்குச் சரிகைக் கரை வேஷ்டியும் பட்டுத் துண்டுமா அவர் மாடியிலேருந்து எறங்கி வர்ரச்சே பளபளன்னு கால்லே சிலிப்பர் வேறே... என்ன பண்றது?... காலம்!

“. . . நான் முகத்தைச் சுளிச்சுண்டு ‘தர்ப்பணம் பண்ணச்சே அதைக் கழட்டிடணும்’னு சொன்னேன். ‘ஐ ஆம் ஸாரி’ன்னு ஞாபக மறதிக்கு அவரும் வெக்கப்பட்டுண்டார். நானும் ‘இட் இஸ் ஆல் ரைட்’னு சொன்னேன். . . நானும் அடிக்கடி ஏதாவது ரெண்டு இங்கிலீஷ் வார்த்தையைக் கலந்து பேசறதுதான்!. . . உலகம் என்னை ஒதுக்கி வச்சிருந்தாலும் ஓடி ஓடி வந்து ஒட்டிக்கிற குணம் அது.

“எனக்கும் அன்னிக்கி பல எடத்துக்குப் போக வேண்டி யிருந்தது. அவசர அவசரமா கடமையை முடிச்சுண்டு எழுந்திருக்கச்சே பார்த்தா தட்சணை குறைவா இருந்தது. ‘இந்த மனுஷனுக்கு ஒண்ணுமே தெரியலையே’ங்கற அலட்சியத்தோட, “என்ன ஸ்வாமி தட்சணை குறையறதே”ன்னேன். அவர் என்னைப் பார்த்துச் சிரிச்சுண்டே “மந்திரமும் குறைஞ்சிருந்ததே”ன்னார். . . அன்னிக்கு மாதிரி வாழ்க்கையிலே அதுக்கு முன்னே நான் இப்படி அவமானப்பட்டதில்லே. அப்புறமான்னா தெரிஞ்சது அவர் டில்லியிலே பெரிய சம்ஸ்கிருத புரொபஸர்னு. . .

“அவர் என்னைக் கேட்டார்: “உங்க பீடத்துக்கு நாங்க வெச்சிருக்கற மதிப்பை நீங்க காக்க வேண்டாமா? அர்த்தம் தெரியாமே மந்திரம் சொல்லித் தரலாமா?”ன்னு. . . நான் சொன்னேன்: “மருந்தைச் சாப்பிட்டா போறும், பலன் கிடைக்கும்; மருந்திலே என்ன இருக்குன்னு தெரிஞ்சா என்ன, தெரியாட்டா என்ன?”ன்னு எப்பவோ படிச்சதை எடுத்துவிட்டேன். அவர் என்னைப் பார்த்துச் சிரிச்சுண்டே “மருந்து சாப்பிடறவனுக்குத் தெரியாட்டா பாதகமில்லே. மருந்து கொடுக்கிறவருக்குத் தெரிஞ்சிருக்கணுமே?”ன்னார். . . ஒரு நிமிஷம் யோசித்துப் பார்த்தேன்...! என்ன சொல்றதுன்னு புரியல்லே... “மன்னிச்சுக்கோங்கோ ஸ்வாமி”ன்னு கை எடுத்து கும்பிட்டுட்டு சைக்கிள்லே ஏறி ஓடி வந்துட்டேன்.”

– மணி எட்டு அடிக்கிறது. ராஜம் அடுக்களையி லிருந்து அறைக்குள் வந்து அவன் முதுகில் உரசியவாறு நின்று அவன் தோள் வழியே அவன் படிக்கும் காகிதங்களைப் பார்க்கிறாள்; ஏதோ ஆபீஸ் விவகாரம் என்ற அலட்சியத்தோடு,

“இன்னும் முடியலையா? சாப்பிட வரேளா?” என்ற குரல் கேட்டு அவன் கவனம் கலைந்து அவளைப் பார்க்கிறான்.

“மணியும் வந்துடட்டுமே” என்று ஒரு பயந்த புன்னகையோடு அவன் வேண்டிக்கொள்கிறான்.

“இந்தக் குப்பைகளையெல்லாம் ஆபீசோட வச்சுக்கப் படாதோ?” என்று சிடுசிடுத்தவாறு மேஜை மீது கிடந்த ஒரு

வாரப் பத்திரிகையை எடுத்துப் பிரித்துக்கொண்டு சுவரோரமாக உட்காருகிறாள் ராஜம்.

அவன் அடுத்த காகிதத்தைப் புரட்டுகிறான்.

"அறுபது வருஷமா அர்த்தமில்லாமல் பேத்திண்டே வாழ்ந்திருக்கேன்! என்னைப்போல மனுஷாளாலேதான் பிராம்மண தர்மமே அவமானப்பட்டுடுத்து. ஒவ்வொரு நாளும் ஒவ்வொரு வேளையும் சந்தியாவந்தனம் பண்றச்சேயெல்லாம் ஏதோ குத்தம் செய்யறமாதிரி ஒரு உறுத்தல். பொய்யாவே வாழ்ந்துட்டமாதிரி ஒரு புகைச்சல்... சாஸ்திரங்கள், வேதங்கள் எல்லாம் இந்தக் காலத்தினாலே மதிப்பிழந்து போயிடுத்துன்னு நான் சொல்லமாட்டேன். அதுக்கு உரிய மதிப்பை, மரியாதையை நாமே உணர்ந்துக்கலேங்கறதுதான் எனக்குத் தெரியற உண்மை. இந்த ஒரு மாசமாத்தான் நானே ஒரு மனுஷன்னு எனக்குத் தெரியறது. இதுக்கு முன்னே நாடகத்திலே வர்ரமாதிரி நான் வேஷம் போட்டுண்டு, யாரோ எழுதிக் கொடுத்த வசனங்களைப் பேசறமாதிரி மந்திரங்களை, மனசிலே ஒட்டாம உதட்டிலே ஒட்டிண்டு திரிஞ்சேன்.

"...எனக்குத் தெரிஞ்சவா இப்ப யாராவது என்னெப் பார்த்தா அவாளுக்குத் தெரிஞ்ச கணபதிசாஸ்திரி நான்தான்னு சொன்னால்கூட, நம்பவேமாட்டா. எங்கேயாவது கண்ணாடியிலே என் உருவம் திடீர்னு தெரியறப்போ எனக்கே என்னை நம்ப முடியலே. ஆமாம்; என் மனசிலே இருக்கிற என் உருவம் குடுமி வச்சுண்டிருக்கு; பத்தாறு தரிச்சிண்டிருக்கு... அறுபது வருஷ நெனைப்பு அவ்வளவு சீக்கிரம் மாறிடுமா? ம்... நினைப்புத்தான்...

"இப்ப நான் பிராமணனும் இல்லே, சாஸ்திரியும் இல்லே. எனக்கு, என் மனசாட்சிக்குத் துரோகம் செஞ்சுக்காத ஒரு நேர்மையான மனுஷன் நான்! நான் பொறந்த குலத்தை நான் ரொம்பவும் மதிக்கிறேன். ரொம்பப் பெரியவாள் செய்ய வேண்டிய காரியத்தை எல்லாம் போலித்தனமா நான் செஞ்சுண்டு இருக்கறது, அவாளை நான் மதிக்கிறது ஆகாது. எல்லாரும் என்னைக் 'கிறுக்கு'ன்னுதான் சொல்லுவா இப்பவும். சொல்லட்டுமே... அன்னிக்கி, குளத்தங்கரையிலேருந்து வந்த கோலத்தைப் பார்த்தவா எனக்குப் பயித்தியம் பிடிச்சுடுத்துன்னுதான் நெனச்சுண்டு இருப்பா. சுந்தர கனபாடிகள் மாதிரி இருக்கிறவாளுக்கு புரோகிதம் கௌரவமான ஜீவிதம்தான். அவர் என்னை என்னதான் வைதிருந்தாலும், அவரை நினைச்சு நான் நமஸ்காரம் பண்றேன். என் கண்ணைத் திறந்துவிட்ட குரு அவர்தான். இந்த உலகமே அவர் ரூபத்திலே வந்து என்னைப் பிடிச்சுண்டு 'நீ பிராமணனா சொல்லு, இந்த மந்திரத்திற்கு அர்த்தம் தெரியாதவன்... நீ

பிராமணனா சொல்லு'ன்னு உலுக்கின மாதிரி இருந்தது... அவர்தான் எனக்கு பிரம்மோபதேசம் செஞ்சு வச்சு பூணூல் போட்டவர்... அவர் சொல்லிக் கொடுத்ததைத்தான் நான் இத்தனை காலமா சொல்லிண்டு இருந்தேன். அது தப்புன்னு அவரே சொல்லிட்டார். எப்படிப் பார்த்தாலும் அவர்தான் என் குருநாதர். அவரை நான் நமஸ்காரம் பண்றேன்.

"இப்போ நான் கிராப்பு வச்சுண்டுட்டேன். சட்டை போட்டுண்டேன், செருப்பு போட்டுண்டேன். இதெல்லாம் நன்னாத்தான் இருக்கு. எனக்கு நெனச்சுப் பார்த்தா சிரிப்பு சிரிப்பா வரது: சாஸ்திரிகள்னா செருப்புப் போட்டுக்கப்படாதாமே... ஆனா சைக்கிள்லே மட்டும் போலாமாம். என்னோட சைக்கிள் – நாற்பது ரூபாய்க்கு சிவராமன்தான் வாங்கித் தந்தான். வாங்கும்போதே அது கிழம்... இப்ப யாரு அதை உபயோகப் படுத்திண்டிருப்பா? சிவராமனா? மணியா?... கிழங்களும் உபயோகப்படுமே, சாகற வரைக்கும்."

படித்துக்கொண்டிருந்த சிவராமன் தலைநிமிர்ந்து கூடத்துச் சுவரோரமாக நிறுத்தி இருந்த சைக்கிளைப் பார்க்கிறான். அவன் முகத்தைப் பார்த்து அவன் பார்வை வழியே முகம் திரும்பி, கூடத்தில் நிறுத்தி இருந்த கணபதி சாஸ்திரிகளின் சைக்கிளை ராஜமும் பார்க்கிறாள். அந்த நிமிஷம் வார்த்தைகள் ஏதுமற்ற மௌனத்திலேயே, அவர்கள் இருவரும் ஒரே விஷயத்தைப் பற்றிப் பேசாமலேயே மன உறுத்தலைப் பரஸ்பரம் பரிமாறி உணர்ந்து கொள்கின்றனர்; திடீரென ஒரு விம்மலுடன் ராஜம் அந்த மௌனத்தைக் கலைக்கிறாள்:

"இந்தப் பாழும் பிராம்மணர் எங்கே போய்த் தொலைஞ்சாரோ? ஒரு சேதியும் தெரியல்லையே... நாள் ஆக ஆக, என் மனசைப் போட்டு என்னென்னமோ செய்றதே!... உங்ககிட்டே இப்ப மனசை விட்டுச் சொல்றேனே. அவர் இல்லாம எனக்கு இந்த வீடே வெறிச்சுனு இருக்கு; நீங்க ஏதாவது சண்டை போட்டேளா? இப்படி ரெண்டு பிள்ளைகள் மலையாட்டமா இருந்தும், இப்படி அனாதையாய்ப் போகணும்னு அவர் தலையிலே எழுத்தா?" என்று கையிலிருந்த வாரப் பத்திரிகையால் முகத்தை மூடிக்கொண்டு அழுகிறாள் ராஜம்.

'ஒன்றுமே தெரியாத அசடு' என்றுதான் தீர்மானித்திருந்த தன் தந்தையின் உள்ளுணர்வுகளை அறிந்து பிரமித்ததுபோலவே, அவர் மீது வெறுப்பைத் தவிர வேறு பாசமேதும் இல்லாதவள் என்று இது நாள் வரை தான் எண்ணியிருந்த ராஜத்தின் மன உணர்வுகளைத் திடீரென அறிய நேர்ந்ததும் எல்லா விஷயங்களிலும் ஏதோ ஒரு மகத்துவம் நமக்குத் தெரியாமல்

ஒளிந்திருக்கிறது. என்ற உணர்வில் மெய்சிலிர்க்கிறான் சிவராமன். மேஜை மீதிருந்த காகிதக் கத்தையில் தான் படித்திருந்த பக்கங்களை எடுத்து மௌனமாய் அவளிடம் நீட்டுகிறான்.

அப்போது அவன் விழிகளில் தைரியமான இரண்டு சொட்டுக் கண்ணீர் துளித்திருந்து, பொட்டென உதிர்கிறது!

"என்ன கடுதாசியா... அவரா எழுதியிருக்கார்?" என்ற பரப்பரப்போடு அவர் எங்கோ உயிரோடு இருக்கிறார் என்ற ஒரே திருப்தியில் ஆனந்த மயமாகி அதை வாங்கிப் படிக்க ஆரம்பிக்கிறாள் ராஜம்.

இப்போதுதான் வீட்டிற்குள் வந்த மணி, அவள் வார்த்தைகளை அரைகுறையாய்க் கேட்டவாறு "அப்பாவா? எங்கே இருக்கார்?" என்று கூவியவாறு ராஜத்தின் அருகே உட்கார்ந்து அவளோடு சேர்ந்து அந்தக் கடிதத்தைப் படிக்க முயல்கிறான்.

மணி ஒன்பது அடிக்கிறது... அவர்களில் யாரும் இன்னும் சாப்பிடப் போகவில்லை. அந்த ஒரு கத்தைக் காகிதம் இப்போது முடிவதாக இல்லை.

தங்களை விட்டு எங்கோ விலகிக் கிடக்கும் அவரை முழுமையாக அறிந்துகொள்ளும் ஆவலில் ஆளுக்கு ஒரு பக்கத்தை அவர்கள் படித்துக்கொண்டிருக்கின்றனர்.

அந்தக் காகிதத்தில் ஏதோ ஒரு பக்கத்தைப் படித்துக் கொண்டிருந்த மணி திடீரெனக் கூவுகிறான்: "வெல்டன்... ஃபாதர்..."

அந்தக் காகிதங்களில் அவர்கள் அறிவது, அவர்கள் கண்களுக்குத் தெரிவது, அவர்கள் தரிசிப்பது – அந்தக் குடும்பத்தைச் சேர்ந்த, இந்த இருபதாம் நூற்றாண்டில் வாழ நேர்ந்துவிட்ட, கணபதி சாஸ்திரிகள் என்ற தனிப்பட்ட ஒரு பிராம்மணரை மட்டும்தானா?

***ஆனந்த விகடன்,* 1965**

புதிய வார்ப்புகள்

மாடியறையில் இந்துவைக் காணாமல் அவளது செல்லப் பூனை குறுக்கும் நெடுக்கும் அலைந்துகொண்டிருந்தது. வராந்தா வழியாக - அவளைத் தேடியவாறு - சுவரோரமாய் நடந்து மாடிப்படியருகே வந்து நின்று, கீழே ஹாலைக் குனிந்து பார்த்தது அந்தக் கறுப்புப் பூனை.

பொழுது மங்கி வெகுநேரம் ஆகியும் விளக்கைப் பொருத்த வேண்டுமென்ற உணர்வுகூட அற்றவளாய், முன் ஹாலின் இருண்ட மூலையில் கிடந்த ஸ்டூல் ஒன்றில், யாருக்கோ அஞ்சிப் பதுங்கியவள் மாதிரி உட்கார்ந்திருந்த இந்துவின் தாய் குஞ்சம்மாள், தலை நிமிர்த்தி மாடி வராந்தாவைப் பார்த்தாள்.

இருளில் ஜொலிக்கின்ற அந்தக் கறுப்புப் பூனையின் இரண்டு கொள்ளிக் கண்களையும் காண அவள் அச்சம் கொண்டாள். அந்த பூனையும் "இந்து எங்கே?... இந்து எங்கே?..." என்று சினம் மிகுந்து அவள்மீது பாய்ந்து குதற வருவதுபோல் அலறியவாறு மாடிப்படிகளில் வாலை நெறித்துச் சுழற்றியவண்ணம் இறங்கி வந்துகொண்டிருந்தது.

அந்தப் பூனையின் அலறல் மனிதக் குரல்போல் அவளுக்கு 'உருவகம்' கொண்டது. குஞ்சம்மாள் தன் காதுகளைப் பொத்திக் கொண்டாள். அவள் கண்களுக்கு அந்தப் பூனையின் விழிகள், தன் கணவரின் விழிகளைப் போன்று அச்சம் விளைவித்தன.

இந்தச் சமயத்தில் தன் கணவரின் பிரசன்னத்தைக் கற்பனை செய்தே அவள் உடல் நடுங்கினாள்.

மாடிப் படிகளில் அலறியவாறே இறங்கி வந்த கறுப்புப் பூனை, குஞ்சம்மாளின் காலைச் சுற்றிச் சுற்றிப் பரிதாபமாய் அழுதது. குஞ்சம்மாள் குனிந்து பூனையைக் கையில் எடுத்தாள்; முகத்தோடு அணைத்துக்கொண்டு அழுதாள். தன்னைக் காணும்போதெல்லாம் விரட்டித் துரத்தும் அவளது இந்தப் புதிய செய்கையில் அந்தப் பூனை ஆச்சரியம் கொண்டது போல் அமைதியடைந்தது.

இந்தப் பூனையின் தவிப்பை அவள் உதாசீனப்படுத்திவிடலாம். இதுபோல் மற்றவர்களின் தவிப்பை உதாசீனப்படுத்த தனக்கு அதிகாரம் இல்லை என்றாலும், சமாதானப்படுத்தி அவர்களின் எதிர்ப்பைச் சமாளிப்பதிலாவது தான் வெற்றி காணமுடியுமா என்று எண்ணியபோது, அவள் மலைத்துப் போய் குழம்பினாள்.

அந்தக் குழப்பத்திலும் மலைப்பிலும் அவள் கையிலிருந்து நழுவிக் குதித்த பூனை, மீண்டும் இந்துவைத் தேடி அழைத்தவாறு ஒரு குழந்தைபோல் பின்கட்டை நோக்கி ஓடிற்று...

அந்தப் பூனையின் குரல் குஞ்சம்மாளின் நெஞ்சைக் குடைந்தது.

பாவம், எல்லோராலும் ஒதுக்கி வைக்கப்பட்டிருந்த இந்துவுக்கு - மாடியறையில் சிறையிடப்பட்டு நாலு வருஷமாய்த் தண்டனை அனுபவித்துக் கொண்டிருந்த இந்துவுக்கு - இந்தப் பூனைதான் உற்ற துணையாய் உடனிருந்தது. அந்த நாலு வருஷத்தின் ஆரம்ப காலத்தில் - தன் குற்றத்தின் பயங்கரத்தையும், அந்தத் தண்டனையின் கொடுமையையும் அறியக்கூட முடியாத அந்த வயதில் - அவள் நாளெல்லாம் பாடிக்கொண்டும் பூனையோடு விளையாடிக்கொண்டும் இருந்தாள்.

சின்னவள் விஜயாவும் லைப்ரரியிலிருந்து புத்தகங்களைக் கொண்டுவந்து அவளுக்காகக் குவிப்பாள். ஆனால் சமீப காலங்களில் அவள் இவற்றிலெல்லாம் நாட்டமின்றி, தன்னுள்ளேயே அரிக்கப்பட்டவள்போல் குன்றிப் போய், சதா நேரமும் ஆழ்ந்த சிந்தனையும், வானத்தை வெறித்த பார்வையும், குமுறிவிடுகின்ற பெருமூச்சுக்களுமாய்ச் சாம்பிக் கிடந்தாள். அப்போதெல்லாம் அவளுக்கு ஆறுதலாய் அருகில் இருந்து அவள் தனிமையை மாற்றியது இந்தக் கறுப்பு பூனைதான். அவளும் தனது ஆழ்ந்த சோகங்களின் நடுவே இந்தப் பூனையை எவ்வளவோ அன்போடு பாலூற்றி வளர்த்தாள். இதை விட்டுப் பிரிய அவளுக்கு எப்படி மனம் வந்தது! போகும்போது இதைப்பற்றி நினைத்திருப்பாளா? கதறிக்கதறி அழுதாளே... அந்த அழுகையில் இந்தக் கறுப்புப் பூனைக்கும் பங்குண்டா?

அவள்தான் சொல்லிவிட்டாளே! 'யாருக்காகவும் தனது வாழ்க்கையைத் தான் பலியிட முடியாது' என்று.

'அவள் சொன்னது இருக்கட்டும், அப்படி ஒரு காரியத்தை என்னால் எப்படிச் செய்ய முடிந்தது' என்ற பிரமிப்பில் குஞ்சம்மாளின் விழிகள் வெறித்தன.

செய்த காரியம் சரிதான். ஆனால் சரியான காரியங்களை யெல்லாம் செய்துவிட முடிகிறதா? அவ்விதம் தனக்குச் செய்வதற்கான துணிச்சலைத் தந்த அந்த விநாடிகளை அவள் மனத்துள் வாழ்த்தினாள். அதன் விளைவுகளைக் கற்பனை செய்து இப்போது அவள் நடுங்கிக்கொண்டிருக்கும் இந்த நேரத்தில்கூட, அது 'சரி'தான் என்று தோன்றும் அளவுக்கு அந்தக் காரியம் சரியானதாய் இருந்தது. எனினும் அந்த நிலைமை இப்போது இருந்தால்—இந்த நிமிஷம் அந்தத் துணிச்சல் தனக்கு இருந்திருக்காது என்றே அவளுக்குத் தோன்றியது. அந்த நிமிஷத்தின் நிர்ப்பந்தம், அந்த நேரத்தில் அவளைப் புதிதாய் வார்த்து, அந்தப் புதுமையான துணிச்சலைத் தந்து அந்தக் காரியத்தை நிறைவேற்றிக்கொண்டுவிட்டது.

அப்படி ஒரு நேரத்தின் நிர்ப்பந்தம் காரணமாகத்தான் நான்கு வருஷத்துக்கு முன் பதினேழு வயதில் இந்து அவனுடன் ஓடிப்போய் இருக்க வேண்டும் என்று அவளுக்குத் தோன்றியது. ஆமாம்; ஒரு நியாயத்தின் அடிப்படையில்தான் சில நிர்ப்பந்தங்கள் நேர்கின்றன. நிர்ப்பந்தங்கள் நேர்ந்த நிமிஷங்கள் தளர்ந்தாலும் அதன் நியாயங்கள் நிலைத்தே விடுகின்றன.

அவளுக்கு நேர்ந்த அந்த நிர்ப்பந்தத்தை நாலு வருஷங் களுக்குப் பிறகுதான் தன்னால் உணர முடிந்திருக்கிறது என்று நினைத்தபோது, தன்னைப்போல் தன் குடுபத்தைச் சேர்ந்த மற்றவர்களும் இதை உணர்ந்துகொள்ள முடியுமா? என்ற அச்சம் பிறந்தது அவளுக்கு.

'இந்து எங்கே? இந்து எங்கே?' என்று அலறியவாறே மீண்டும் அந்தக் கறுப்புப் பூனை கண்களில் பந்தம் கொளுத்தித் தேடிக்கொண்டு அவள் எதிரே வந்து நின்றது.

இன்னும் சற்று நேரத்தில் இதே மாதிரி தன்னைச் சூழ்ந்து நெருக்கிக் கேட்கப்போகும் தன் குடும்பத்தினருக்கு அவள் என்ன பதில் சொல்லப் போகிறாளோ?

இந்தக் குடும்பத்தின் அதிகாரமும் பொறுப்பும் மிக்க தலைவி அவளே எனினும், குடும்பம் என்ற கூட்டுக்குள் தனக்குத் தரப்பட்ட, தனக்குரிய அதிகாரத்தைத் தான் வரம்பு மீறி

உபயோகித்து விட்டோம் என்ற பயமே தோன்றி எல்லோர் முன்னிலையிலும் தான் குற்றவாளியாகி நிற்பது போலிருந்தது அவளுக்கு.

ஓடிப்போன – தன்னால் ஆசீர்வதித்து அனுப்பப்பட்ட – இந்துவைத் தவிர, தற்சமயம் வெளியில் போயிருக்கும் மற்றவர்கள் அனைவரும் ஒருவர் பின் ஒருவராய் நிச்சயம் திரும்பி வருவார்கள்.

கோயிலுக்குப் போயிருக்கும் மாமியாரோ, டியூஷனுக்குப் போயிருக்கும் அம்பியோ, காலேஜுக்குப் போய்விட்டு ஊர் சுற்றிய பின் ஏதேதோ காரணங்கள் கூறிக்கொண்டு வரும் விஜயாவோ, அல்லது இந்நேரம் கிளப்பில் சீட்டாடிக் கொண்டிருக்கும் அவள் கணவரோ – யாரையேனும் அவள் முதலில் சந்திக்க வேண்டி இருக்கும். முதலில் யாரைச் சந்தித்தாலும் மொத்தமாக எல்லோரையும் அவள் சமாளித்தே தீரவேண்டும்!

குஞ்சம்மாளுக்கு மீண்டும் முகமெல்லாம் வியர்வை கண்டது.

வீடு இருண்டே கிடந்தது. விளக்கைப் பொருத்த வேண்டும் என்ற உணர்வுகூட அவளுக்கு இல்லை.

பாட்டிதான் முதலில் வந்தாள்.

நாளெல்லாம் மழை பெய்து கோயிலின் பிரகாரமெல்லாம் சேறும் சகதியும் குழம்பி நின்றதோடல்லாமல் எந்த நிமிஷமும் மீண்டும் மழை பெய்யக்கூடும் என்ற அறிகுறியோடு பகலே ஓர் அந்தியாய் இருண்டு கிடந்ததால் வழக்கமாகக் கோயிலில் நடைபெறும் உபன்யாசம் இன்று உட்பிரகாரத்தில் – சாஸ்திரத்துக்குச் சற்று நேரம் – சுருக்கமாகவே நடந்து முடிந் திருந்தது. இல்லாவிட்டால் பாட்டிதான் எப்போதுமே கடைசியாக வருவாள்.

காம்பவுண்டு கேட்டைத் திறந்துகொண்டு உள்ளே நுழைந்த பாட்டி, வீடு முழுவதும் இருண்டு கிடப்பதைக் கண்ணுற்று, "என்னடி பெண்ணே, ஒரே இருளோன்னு கெடக்கே?... கரண்டு கட்டா? இந்து... இந்து போன் பண்றதுக்கு என்ன?" என்று கூப்பாடு போட்டவாறே இருளில் துழாவியவாறு மாடிப் படிகளின் கைப்பிடிச் சுவரை ஒரு கையாலும் வலது முழங்காலை ஒரு கையாலும் தாங்கி விசுக் விசுக்கென்று ஏறி மேலே போனாள்.

ஒரு நாளைக்கு நூறு தடவை மாடிப்படி ஏறி இறங்குவ தானாலும் பாட்டிக்கு அலுக்காது. அந்தக் குடும்பத்திலேயே சின்ன உருவம் பாட்டிதான். ராமபத்திர ஐயருக்கு இவள் அம்மா என்று நினைக்க யாருக்கும் ஒரு வியப்பும் சிரிப்பும் நிச்சயம் வரும். ராமபத்திரனுக்கு இந்த மாடியை நினைத்தாலே பயம்;

ஒருமுறை ஏறி இறங்குவதற்குள் அவருக்கு மேல்மூச்சு வாங்கும். அதுவும் இரண்டு வருஷமாய் ரத்த அழுத்த நோயும் ஹிருதய பலவீனமும் ஏற்பட்ட பிறகு, காரைக்கூடப் பதினைந்து மைல் வேகத்திற்கு மேல் அவர் ஓட்டுவதில்லை. ஆகவே மாடிக்கும் அவருக்கும் சம்பந்தமே இல்லை. குஞ்சம்மாளுக்கோ மாடியை நினைத்தாலே குடலைப் பிடுங்கிக்கொண்டு வரும். அவ்வளவு ஆத்திரம் இந்துவின்மீது. விஜயாவுக்குப் படிக்க இடைஞ் சலாயிருக்கக்கூடாது என்பதற்காகக் கீழே பின் கட்டில் தனி அறை. பாட்டியும் அம்பியும் மாடி ஏறி இறங்க அலுக்காதவர்கள். ஏறி இறங்கக் களைப்புத் தெரியாமல் இருக்க பாட்டுப் பாடுவதுபோல் 'இந்து இந்து' என்று பாட்டி அழைப்பாள்.

குழைந்து குழைந்து பேத்தியை இந்தப் பாட்டி அழைப்பதைக் கேட்கும் போதெல்லாம் குஞ்சம்மாளின் முகம் சுருங்கும். அந்தப் பெயரின் மீதே அவளுக்கு அத்தனை வெறுப்பு. நாலு வருஷத்துக்கு முன் எங்கோ ஓடிப்போன இந்துவை ஒன்றரை மாதத்திற்குப்பின் ஒருநாள் கண்டுபிடித்துக் கொண்டுவந்து அந்த அறையில் போட்டு அடைத்தாரே ராமபத்திரன், அன்றைக்கு மாடிக்குப் போய் அவள் எதிரே நின்று, உதட்டைக் கடித்து இரண்டு கைகளையும் அவள் எதிரே நீட்டிக்கொண்டு சப்தமில்லாமல் கனத்த குரலில், "செத்துப் போயேண்டி... இந்த மானங்கெட்ட உயிரை ஏன் வெச்சிண்டிருக்கே? தூ! நீ ஒரு ஜன்மமா?" என்று இந்துவின் முகத்தில் காறித் துப்பிவிட்டு வந்தாளே, அவ்வளவுதான்! அதன் பிறகு அவளை நேருக்கு நேர் சந்தித்துப் பேசியது இன்றுதான்; இரண்டு மணி நேரத்துக்கு முன்புதான்.

பாட்டி மாடிக்குப் போய் அறையையும் வராந்தாவையும் சுற்றிப் பார்த்துவிட்டு, அடுத்த வீடுகளில் விளக்கு எரிவதைக் கண்டு "ஊரெல்லாம் எரியறதே! நம்பாத்திலே மட்டும் என்னடி கோளாறு?" என்று முனகிக்கொண்டே சுவரைத் தடவி ஸ்விட்சைப் போட்டாள்.

பளீரென்று வீசிய வெளிச்சத்தில் அறை கிடந்த அலங்கோலத்தைப் பார்த்தாள் பாட்டி. அலமாரியின் கதவுகள் இரண்டும் யாரோ அள்ளிக்கொண்டு போய் விட்டதுபோல் விரியத் திறந்து, துணிகளும் பொருள்களும் இறைந்து கிடந்தன.

"இந்து... அடியே இந்து!" என்று கூவியவாறே மாடிப் படிகளில் இறங்கிவந்த பாட்டி, சமையல் அறையில் தெரிந்த சிறு வெளிச்சத்தைக் கண்டு "குஞ்சு... குஞ்சம்மா... எல்லோரும் எங்கேடி போயிட்டேள்? இந்து... உள்ளேயா இருக்கே!" என்று கேட்டவாறே சமையல் அறையை நோக்கி நகர்ந்தபோது அவள் முதுகுக்குப் பின்னாலிருந்து...

“இந்து இல்லே...” என்று துயரத்தின் கனமேறிய குரல் இருளிலிருந்து ஒலித்தது கேட்டு, நின்ற நிலையிலேயே தோள் வழியே முகம் திருப்பிப் பார்த்தாள் பாட்டி. இருட்டில் ஒன்றும் தெரியவில்லை. சுவரைத் தடவி ஹால் விளக்கின் ஸ்விட்சைப் போட்டாள்.

“இருட்டிலே உட்காந்துண்டு என்னடி செய்யறே?” என்று கேட்டவாறே குஞ்சம்மாளின் அருகே பாட்டி நெருங்கி வந்தாள். குஞ்சம்மாள் துயரத்தால் உதடுகள் துடிக்க ஒரு விநாடி தலைகுனிந்து அழுகையை விழுங்கிக்கொண்டு முகம் நிமிர்த்தி மாமியாரைப் பார்த்தாள். சில விநாடிகள் ஒன்றுமே பேசாமல் சிவந்த விழிகளை இமைக்காமல் பார்த்துக்கொண்டே இருந்தாள். பாட்டியும் ஒன்றுமே விசாரிக்காமல், எதையோ விவர விளக்கங்களற்றுப் பொதுப்படையாகப் புரிந்துகொண்டவள்போல் இடுப்பில் ஒரு கையை ஊன்றி மௌனமாக கலவரத்தோடு குஞ்சம்மாளின் முகத்தைப் பார்த்தாள்.

“எங்கே இந்து?” ஒன்று குரலை அடக்கித் தனது கன்னங்களிரண்டிலும் உள்ளங்கைகளை வைத்து அழுத்திக்கொண்டு கேட்டாள் பாட்டி.

“அவன் வந்தான்; அவனோட அவளும் போயிட்டா” என்று கரகரத்த குரலில் கூறினாள் குஞ்சம்மாள்.

“அந்தப் பாவி மகன் எதுக்கு வரணும் இங்கே? இவளை நீ எப்படிப் போகவிட்டே? அவள் அப்பன் கிளப்லே தானே இருப்பான்? போன் பண்ணியிருக்கப்படாதோ? முன்னே பிடிச்சு ஜெயில்லே போட்ட மாதிரி இந்தத் தடவை தூக்கிலேயே போடுவானே? இப்பிடி அறிவு கெட்டவளா பயித்தியம் புடிச்ச மாதிரி உட்காந்துண்டு, ‘அவ அவனோட போய்ட்டா’ங்கறயே? அவ அப்பன் வந்தா உன்னைக் கொன்னுடுவானேடி?” என்று பாட்டி கைகளைப் பிசைந்து, தலையிலடித்துக்கொண்டு அங்கலாய்த்தவாறே பக்கத்தில் கிடந்த சோபாவில் உட்கார்ந்தாள்.

குஞ்சம்மாள் எல்லாவற்றுக்கும் துணிந்தவள் மாதிரி, எதற்கும் அஞ்சாதவள் போல் தலை குனிந்து மௌனமாய் யோசித்துக் கொண்டிருந்தாள். பாட்டியம்மாள் அங்கலாய்த்து ஓய்ந்தபின் தரையைக் கால் விரல்களால் தேய்த்தவாறே குஞ்சம்மாள் தெளிவான குரலில் கேட்டாள்:

“அவனைப் பிடிச்சு ஜெயில்லே போட்டோம்... அவன் செய்யாத குத்தமெல்லாம் சொல்லி, அவனுக்குத் திருடன்னு பட்டம் கட்டி, அதுக்கு அவளையே அவனுக்கு எதிரா சாட்சி சொல்ல வச்சு, நாலு வருஷம் ஜெயில்லே போட்டோம். என்ன வாழ்ந்தோம்? என் பொண்ணுக்கு என்ன விமோசனம் ஏற்பட்டது?

யோசிக்க வேண்டாமா? நகைக்கு ஆசைப்பட்டு மைனர் பொண்ணைக் கடத்திண்டு போனான்னு நாம்ப சொன்னாலும் – ஒரு மாசத்துக்கு மேலே அவா ரெண்டு பேரும் ஒண்ணா வாழ்ந்திருக்காங்கறதை நாம்ப மறைக்கப் பார்த்தாலும் – ஊரிலே யாரு நம்பறா? என்னதான் காசுபணத்தைக் காட்டினாலும், ரொம்ப வேண்டியவாகூட விஜயாவைத்தான் பார்க்க வராளே தவிர, இவளை யாரு சீந்தறா?... அப்புறம் இவ என்னதான் ஆறது? உங்க பிள்ளை அவனைத் தூக்கிலேகூடப் போடுவார்... அவருக்கு வர்ர கோபத்திலே தானே தன் கையாலே அவனைக் கொன்னாலும் கொன்னுடுவார்... சரி, அப்புறம்? இந்துவோட பிரச்னை அத்தோடு நமக்குத் தீர்ந்துடுமா? அவ நமக்கு ஒரு பிரச்னை இல்லியா? அந்தப் பிரச்னையைத் தீர்க்க இந்த நாலு வருஷமா நாம்ப என்ன பண்ணினோம்? என்ன பண்ணப் போறோம்? என்ன பண்ண முடியும்? யோசிங்கோ மாமி...” என்று யோசித்து யோசித்து ஆழமான தொனியில் குஞ்சம்மாள் கூறுவதைக் கவலையோடும் கலங்குகின்ற கண்களோடும் கேட்ட பாட்டிக்கும் சில யோசனைகள் பிறக்க ஆரம்பித்தன.

மீண்டும் சில நிமிஷ மௌனத்தில் இருவருமே தலை குனிந்து அமர்ந்திருந்தனர். திடீரென்று இருவருமே ஒரே சமயத்தில் தலை நிமிர்ந்து பார்த்தனர். இப்போது பாட்டியின் கண்களுக்குத் தனது மருமகள் அறிவு கெட்டவளாகவோ, பயித்தியம் பிடித்தவளாகவோ தோன்றவில்லை; ஆனால் இவ்வளவு நேரம் குஞ்சம்மாளை, மட்டும் தனியாகப் பிடித்து ஆட்டிக் கொண்டிருந்த பயமும், ‘எப்படிச் சமாளிக்கப் போகிறோம், இதை’ என்ற பிரச்னையும் பாட்டியையும் பிடித்து ஆட்ட ஆரம்பித்தன.

“என்ன நடந்தது? எதுக்கு அப்படிப் பண்ணினே... இனிமே என்னடி பண்றது? நேக்கு வயத்தையெல்லாம் என்னமோ பண்றதே ... முன்னேயே அவ ஓடிப் போனப்போ – எல்லாத்துக்கும் நீயும் நானும்தான் காரணம்னு அவன் பேசல்லியா?... நீயும் நானும்தான் அவனோட ஆபீஸ் அட்டண்டரை ஆபீஸ் வேலைக்கே விடாமே வீட்டுக்குக் கூப்பிட்டுக் கூப்பிட்டு வேலை வாங்கினமாம்; ராத்திரி பகல்னு இல்லாம அந்த வேணுவை உக்காத்தி வைச்சு சாப்பாடும் பலகாரமும் காபியும் குடுத்துக் குடுத்து இந்த வீட்டிலே ஒருத்தன் மாதிரி ஆக்கினோமாம். . . இப்படி எவ்வளவு பேசினான்... இப்போ அவன் வந்து கேப்பானேடி?... ஏண்டி, நோக்குப் பயமா இல்லையா?” என்று உடல் நடுங்க, நடுங்குகின்ற கைகளால் மருமகளைத் தொட்டாள் பாட்டி,

குஞ்சம்மாள் தைரியம் அளிப்பவள்போல் தன் கரத்தின் மேல் வைத்த பாட்டியின் கரத்தைப் பற்றிக்கொண்டு பெருமூச்செறிந்தாள். அவள் மனத்தில் ஒரு தைரியமே பிறந்தது.

பயந்து நடுங்குகிறவர்களுக்குக் கூடத் தன்னைவிடப் பயந்து நடுங்குகிற இன்னொரு துணை இருந்தால் ஒரு தைரியம் பிறக்கும். பயத்தையும் துயரத்தையும் சமாளிக்க வேண்டுமானால் முதலில் அதைப் பகிர்ந்துகொள்ள வேண்டும். குஞ்சம்மாள் நடுங்கிக் கொண்டிருந்தது அதற்குத்தான். தனது பயத்தைப் பகிர்ந்துகொள்ளத் தக்கவர்கள் வராமல், யாரை எண்ணிப் பயந்து கொண்டிருக்கிறாளோ அந்தக் கணவரே வந்து விடுவாரோ என்றுதான் அவள் தவித்த வண்ணமிருந்தாள்.

இப்போது பாட்டியம்மாளும் தன்னைப்போல், 'இந்துவின் அந்த ஓடிப்போன குற்றத்துக்குத் தண்டனை தந்தது தவிர அவளது எதிர்கால வாழ்க்கைக்காக இந்தக் குடும்பத்தைச் சேர்ந்த யாருமே ஏதுமே செய்யவில்லை... செய்ய முடிந்ததுமில்லை' என்று பொறுப்பான சிந்தனை வயப்பட்டிருக்கிறாள் என்று உணர்ந்தாள் குஞ்சம்மாள். சில மணி நேரங்களுக்கு முன் திடீரெனச் சமையல் அறையிலிருந்து வெளியே வந்து பார்த்தபோது வேணுவும் இந்துவும் நின்றிருந்த முன் வராந்தாப் பகுதியை அவள் பார்வை இப்போது வெறித்தது.

அவளுக்கும் முதலில் அவனைப் பார்த்தபோது தன் மகளின் வாழ்வைக் கெடுத்த பாவி வந்திருக்கிறானே என்றுதான் வயிற்றைப் பிடுங்கிக்கொண்டு ஆத்திரம் வந்தது...

அப்போது வெளியே மழை கொட்டுக் கொட்டென்று கொட்டிக் கொண்டிருந்தது; சாரலைத் தடுப்பதற்காக வராந்தாவின் முன்புறத்தில் தொங்கிய மூங்கில் தட்டியின் மறைவில் கிடந்த பெஞ்சின்மீது அவன் உட்கார்ந்திருந்தான். இந்து அவன் அருகே மிகவும் உரிமையோடு நின்று புடவைத் தலைப்பால் முகத்தை மூடி விம்மி விம்மி அழுது கொண்டிருந்தாள்.

அவன் கலங்கிய கண்களும், உணர்ச்சி மிகுதியால் துடிக்கின்ற உதடுகளுமாய்ச் சொன்னான்: "இந்து, நான் ஜெயில்லே இருந்த ஒவ்வொரு நிமிஷமும் 'எனக்கு வேணும்; அறிவில்லாம ஒரு பொண்ணு வாழ்க்கையைக் கெடுத்த எனக்கு இந்தத் தண்டனை வேணும், வேணும்'னு அனுபவிச்சேன். ஆனா, என்னைத் 'திருடன்'ன்னு, உன் நகைக்கு ஆசைப்பட்டு உன்னைக் கடத்திக்கிட்டுப் போனவன்னு சொன்னாங்களே... போகட்டும்! நீயும்கூட அதுக்கு ஆதரவா சாட்சி சொன்னியே – அதை நெனச்சப்போ உன் மேலே எனக்குக் கோபமே வரலே; பரிதாபமா இருந்திச்சு. இந்தக் கொழந்தையை இழுத்துக்கிட்டுப் போனத்துக்கு இப்படி ஒரு தண்டனையும் வேண்டியதுதான்னு நெனைச்சிக்கிட்டேன். ஆனா நெஜமாச் சொல்லு, இந்து... நாமரெண்டுபேரும் ஏதோ ஒரு முடிவிலே, ஏதோ ஒரு

வெறியிலே, ரெண்டுபேரும் சம்மதிச்சுத்தானே ஓடினோம்? இப்போ பயித்தியக்காரத்தனமாகத் தோணினாலும் அப்போ ஏதோ புனிதமான காதல்னு நெனச்சுத்தானே ஓடினோம்? காதலர்களுக்கு வயிறும் பசியும் உண்டுன்னு ஓடறத்துக்கு முன்னே நமக்குத் தோணல்லே... எங்கெங்கேயோ வேலை தேடி அலைஞ்சப்புறம் பட்டினி கிடக்க முடியாம நீயேதானே உன் நகைகளைக் கழட்டிக் கொடுத்து விக்கச் சொன்னே? நானும் முதல்லே மாட்டேன்னு மறுக்கல்லியா? 'நானே உனக்குன்னு வந்தப்புறம் இந்த நகை உனக்குச் சொந்தமில்லையா'ன்னு நீ கேக்கலியா? அதெல்லாம் வெறும் நடிப்புன்னு நீ நெனைக்கிறயா? இப்போ நீ குழந்தையில்லே ... நல்லது கெட்டது தெரியும் – இப்ப சொல்லு, உன் நகைக்கு ஆசைப்பட்டுத்தான் உன்னை ஏமாத்தி நான் அழைச்சிக்கிட்டுப் போனேன்னு நீ நெனைக்கிறியா, இந்து?... இந்து... அழாதே சொல்லு..." என்று அவன் பழைய சம்பவங்களை நினைப்பூட்டிக் கேட்கும்போது இந்து கதறி அழுதாள்.

"வேணு, என்னை மன்னிச்சுடு... நான் என் கோழைத் தனத்தாலே உன்னை அபாண்டமாப் பழி சுமத்தித் தண்டனைக்கு ஆளாக்கிட்டேன். அப்ப அவ்வளவு பெரிய பாவமா அது தோணலே... அந்தப் பாவத்தை நான் இப்போ அனுபவிக்கிறேன்... சாகற வரைக்கும் அனுபவிப்பேன்..." என்று அவள் அழுதாள்.

"ஸ்... அழாதே இந்து! எனக்கு நீ ஒரு தீங்கும் செய்யல்லே. நீ மனசார என்னை அப்படி நினைக்கலேன்னா எனக்கு அது போதும்... ம் ஹூம்... அழக்கூடாது..." என்று அவள் தோளைக் குலுக்கி அவன் சமாதானப் படுத்தினான்.

குஞ்சம்மாள் ஒரு விநாடியில் கோபமடங்கி, நெஞ்சம் குழைய அவர்களிடையே குறுக்கிட மனமின்றி ஹாலிலேயே ஒதுங்கி நின்றாள்.

'யார் பெற்ற பிள்ளையோ இவன்? இவ்வளவு நல்ல பிள்ளையான இந்த வேணு, நான் பெற்ற பெண்ணின்மீது வைத்த ஆசையால் என் கணவரின் முன்கோபத்துக்கும் பிடிவாதத்துக்கும் பலியாகி, நாலு வருஷம் அநியாயமாய் ஜெயிலில் இருந்துவிட்டு 'நீ எனக்கு ஒரு தீங்கும் செய்யல்லே' என்று தனக்கு எதிராகச் சாட்சி சொன்னவளிடம் வந்து சொல்கிறானே' என்று நினைக்கும்போது குஞ்சம்மாளின் கண்கள் குளமாயின.

அதே சமயத்தில் அவன் அவளிடம் சொல்லிக் கொண்டிருந்தான்:

"சட்டத்தின் தண்டனையிலிருந்து நான் ஒவ்வொரு நாளும் கொஞ்சம் கொஞ்சமா விடுதலையாகிட்டே இருந்தேன்...

அதே நேரத்தில் உன் குடும்பத்திலே நீ ஒவ்வொரு நாளும் மேலே மேலே கடுமையா தண்டிக்கப் பட்டுக்கிட்டிருப்பேன்னு நான் நினைக்காத நாளே இல்லே, இந்து! நாமரெண்டு பேரும் சேர்ந்து செய்த ஒரு காரியம் – தப்புத்தான் என்னைத் தண்டிச்சு விட்டுடுத்து... ஆனா உனக்கு விடுதலையே கிடையாதா, இந்து? உன் நிலைமை எப்படி இருக்கும்னு எனக்குத் தெரியும்... நான் என்ன செய்யலாம் சொல்லு... சொல்லு இந்து” – அவன் தவியாய்த் தவித்தபோது, இவ்வளவு நேரம் அழுதுகொண்டே இருந்த இந்து அழுகை அடங்கிய விம்மலோடு திறணறித் திணறிப் பேசினாள்.

“நாம செய்தது – அப்ப செய்தது – தப்பாவே இருக்கலாம்... அந்தக் காரியம் தப்பாய் போனதுக்குக் காரணமே நாம அதை அப்ப செய்ததுதான். நான் அப்போ என் வாழ்க்கையை நானே தீர்மானிக்கிற வயசிலே இல்லே. அப்போ நான் செய்த காரியத்தினாலே என் வாழ்க்கையே கெட்டுப் போயிருந்தது... அதே காரியத்தை நான் இப்ப செய்யல்லேன்னா என் வாழ்க்கை கெட்டே போகும்... என் வாழ்க்கையை நீயே கெடுத்ததாக இருந்தாலும், இனிமே எனக்கொரு வாழ்க்கை இருக்குன்னா அதை உன்னைத் தவிர வேற யாரும் எனக்குத் தரமுடியாது. ஆனா நான் உனக்குச் செய்த தப்புக்கு நீ திரும்பி என்னைத் தேடி வருவேன்னு நான் நினைக்கவே இல்லே, வேணு...” என்று பேச முடியாமல் தொண்டை அடைக்கக் கண் கலக்கினாள் இந்து.

உள்ளே ஹாலில் நின்றிருந்த குஞ்சம்மாள் சுவரில் முகம் புதைத்துக்கொண்டு ரகசியமாய், தோள்கள் குலுங்க அழுதாள்.

“நீ என்ன சொல்றே இந்து? நான் நெனச்சது போலவேதான் நீயும் நெனக்கிறியா?” என்று மகிழ்ச்சியும் பதட்டமும் கொண்டு கேட்டான் வேணு.

அவள் கண்களைத் துடைத்துக் கொண்டு அவனைப் பார்த்து, அழுது சிவந்த முகத்துடன் நிம்மதியோடு பெருமூச்செறிந்தவாறு புன்னகை பூத்தாள்.

அவளது மூடிய இமைகளின் வழியே கண்ணீர் வழிந்தது.

“வேணு... நான் உன்னோட வந்துடறேன். என்னை அழைச்சிண்டு போ. போறும்; இந்த நரகம் போறும்! அம்மா என்னை ‘செத்துப்போயேண்டி, செத்துப்போயேண்டி’ன்னு அடிக்கடி சொல்றா, எத்தனையோ தடவை நானும் தற்கொலை பண்ணிக்கலாம்னு கூட நெனைச்சிருக்கேன். ஏனோ முடியலை. என்னாலே முடியவே இல்லே வேணு” என்று ஏதோ ஒருநாள் நிகழ்ந்த சம்பவத்தை ஒரு விநாடி நினைவு கூர்ந்து கண்ணீர் சிந்தினாள் இந்து.

வேணுவும் புறங்கையால் கண்களைக் கசக்கிக்கொண்டு அடித் தொண்டையில் கமறிச் செருமினான்.

“நல்ல வேளை வேணு... நான் அவசரப்பட்டு செத்துப் போகல்லே. நீ வருவேன்னு நான் கனவுகூடக் கண்டதில்லே, ஆனா இப்போ தோண்றது; எனக்குத் தெரியாமலே அப்படி ஒரு நம்பிக்கையிலேதான் நான் உயிர் வாழ்ந்தேனோன்னு. இல்லேன்னா இவ்வளவு நாள் இந்த உடம்பிலே உயிரை வச்சுண்டு இருந்ததுக்குக் காரணமே இல்லே. சரி, நான் உன்னோட வரேன். நாம போயிடுவோம். ஆனா முன்னே மாதிரி யாருக்கும் தெரியாம ரகசியமாப் போக வேண்டாம். பகிரங்கமாகவே போகலாம். எனக்கு அந்த வயசு வந்தாச்சு! அந்த வயசுக்காகத்தான் இந்த வீட்டு மாடியிலே நான் காத்துக்கிடந்தேன் போலிருக்கு. ஆனா இந்தத் தடவை எல்லார் கிட்டேயும் சொல்லிட்டே நாம் போகப் போறோம்...” என்று அவள் சொல்லிக் கொண்டிருந்ததைக் கேட்ட வேணு, அவளது துணிச்சலைக் கண்டு வியந்தவன்போல் விழிகளை மலரத் திறந்து அவள் முகத்தைப் பார்த்தான்.

அந்த முகம் – நான்கு வருஷங்களுக்கு முன் தான் கண்ட உலகம் தெரியாத பேதை முகமல்ல; வாழ்க்கையின் பலத்த அடியை வாங்கிக் கன்றிப்போய், ஏமாற்றம், துயரம், அவமானம் என்ற வடுக்களை ஏற்று, முடிவற்ற தனிமை என்ற இருளில் கிடந்து, இப்போதுதான் காலத்தால் புதிதாக வார்க்கப்பட்டிருப்பதுபோல் அந்த முகத்தில் அஞ்சாமையும் உறுதியும் ஒளி வீசிக்கொண்டிருந்தது. பேதையின் சாயல்கூட இல்லாமல் வாழ்க்கையை நெடிது நோக்கும் தீட்சண்யம் அவள் விழிகளில் சுடர் விட்டுக்கொண்டிருந்தது.

‘இவள் ஒரு புதிய வார்ப்பு! இவளை ஏமாற்றிக் கடத்திக் கொண்டு போய்விட்டதாகக் கூறினால், உலகம் நம்பாது. ஆகவே இவளோடு கைகோத்துக் கொள்வதன் மூலம் உலகத்தை அச்சமற்றுத் தலைநிமிர்ந்து பார்க்கலாம்’ என்ற நம்பிக்கையில் அவன் கம்பீரமாய் எழுந்து நின்றான்.

அப்போதுதான் ஹால் வாசற்படியில் சுவரோரமாய் ஒண்டி நிற்கும் குஞ்சம்மாளை அவன் கண்டான். அவளைக் கண்டதும் அவனுள் ஒரு தாயைக் கண்ட பாசமே சுரந்தது. எத்தனை தடவை அவன் பசியறிந்து அன்போடு அவனுக்கு அவள் உணவு பரிமாறி இருக்கிறாள்!

அவன் அவளைக் கரம் கூப்பி நமஸ்கரித்தான்.

அவளுக்கு நெஞ்சைப் பீறிட்டுக்கொண்டு அழுகை வந்தது. இருப்பினும் அழுகையோடு அவன்மீது பெருகிச் சுரந்த

அன்பையும் அடக்கிக்கொண்டு, "நீ ஏண்டா வந்தே? என் குடியைக் கெடுக்கவா? போ... போ?" என்று விரட்டினாள் குஞசம்மாள்.

இந்து திரும்பித் தன் தாயைப் பார்த்தாள்.

"அம்மா!" என்று அழைத்தாள் இந்து. அதற்குமேல் அவளால் பேச முடியவில்லை; "நானும் போறேம்மா" என்று அழுதாள்.

"போவேடி போவே... என்ன நெஞ்சழுத்தம்!" என்று மகளின் கரத்தைப்பற்றி உள்ளே இழுத்து மாடிப்படியருகே தள்ளினாள்! "மாடிக்குப் போ! அங்கேயே வைச்சுப் பூட்டச் சொல்றேன். வேணு! நீ போறியா, இல்லே போலீசைக் கூப்பிடவா?" என்று திரும்பி நின்று வேணுவை மிரட்டினாள் குஞ்சம்மாள்.

மாடிப் படியில் நின்று சாவதானமாய்த் தாயைப் பார்த்தாள் இந்து: "அம்மா, சட்டம் உங்களுக்கு மட்டும் சொந்தமில்லே, என் விருப்பத்துக்கு மாறா என்னெப் பூட்டி வைக்க உங்களுக்கு அதிகாரம் இல்லே; நீ போலீசைக் கூப்பிடு. நான் அதைப் புரிய வைக்கிறேன்" என்று இந்து கூறியபோது குஞ்சம்மாள் மலைத்து நின்றான்

"அடிப் பாவி! அவ்வளவு தூரத்துக்கு ஆயிடுத்தா? உன்னைப் பெத்த பாவத்துக்கு வேணும்டி வேணும். தாய் தகப்பனைவிட உனக்கு இவன் ஒசத்தியா ஆயிட்டான்... இல்லே?" என்று புலம்பி அழுதாள் குஞ்சம்மாள்.

"ஆஹா! மகள் மேலே கொண்ட பாசத்திலேதான் இங்கே என்னை ஆயுள் கைதியா வெச்சிருக்கார் அந்தத் தகப்பனார்! நீயும் அதனாலேதானே, ஒவ்வொரு நாளும் மாடியிலே என் பொணம் விழுந்து கெடக்காதான்னு எதிர்பார்த்துண்டே இருக்கே? போதும் உங்க பாசம்! உங்க வீம்புக்கு நான் பலியாக மாட்டேன். அப்பா வரட்டும். நான் போகத்தான் போறேன்" என்று இந்து ஆவேசம் வந்ததுபோல் கத்தி ஆர்ப்பரித்தாள்.

வேணு வாசற்படியில் இறங்கி மழைச்சாரலில் நனைவதைக் கூடப் பொருட்படுத்தாமல் நின்றிருந்தான்.

குஞ்சம்மாள் மாடிப்படியில் நின்றிருக்கும் இந்துவையும் வாசற்படியில் நின்றிருக்கும் வேணுவையும் நடுவில் நின்று மாறி மாறிப் பார்த்தாள்.

மகளின் ஆவேசம் அவளுக்குப் புரிந்தது. அவள் கூறுவதும் உண்மைதானே? இவள் செத்துப் போகட்டும் என்று எத்தனை முறை தெய்வங்களைப் பிரார்த்தித்துக் கொண்டிருக்கிறோம் என்ற கொடுமையை நினைத்தபோது, நெஞ்செல்லாம் வலித்தது அந்தத் தாய்க்கு.

‘இவளைச் சாகப் பிரார்த்திக்கும் தாய், உயிரோடு வதைக்கும் தந்தை, யாருமே மதிக்காமல் வீட்டுக்குள்ளேயே தீண்டத் தகாதவளாகப் பவிசிழந்து நிற்க வைத்துவிட்ட குடும்பத்தின் ஓரவஞ்சனை இவற்றுக்கிடையே அவளுக்கு ஒரு வாழ்க்கையைத் தரக் கூடியவன் இந்த வேணு மட்டுமே அல்லவா?’ என்று ஒரு நிமிஷ நிர்ப்பந்தத்தில் அந்தத் தாயுள்ளம் ஆழமாய் அறிந்துணர்ந்தது.

தான் அவளை விரட்டுவதும், அவளை மிரட்டுவதும் உள்ளார்ந்த சம்மதத்தோடு அல்ல; மேலெழுந்த வாரியாய்ப் பசையற்று வரண்டு மிதக்கும் வீம்பின் காரணமாகவே தானும் இவ்விதம் இவர்களுக்குக் குறுக்கே நின்று தடுப்பதாகவும் அவளுக்குப் புரிந்தது.

அந்த நிமிஷத்தின் நிர்ப்பந்தம் மகத்தான சக்தி வாய்ந்ததுதான்!

‘போறதானா போய்த் தொலை! இப்பவே ஓடு... பகிரங்கமா ஓடப்போறாளாம்... நீ ஓடினாப்போறும்; அது பகிரங்கமாயிடும்... போ. யாரும் தடுக்கல்லே... தடுக்கறவா யாரும் வர்ரத்துக்குள்ளே போயிடு” என்று அழுதுகொண்டே கூறினாள் குஞ்சம்மாள். வேணுவும் இந்துவும் ஒரு நிமிஷம் திகைத்து ஒருவரையொருவர் பார்த்துக்கொண்டபோது முகத்தை மூடிக்கொண்டு அழுதவாறே குஞ்சம்மாள் சொன்னாள்: “எனக்குப் புரியறது நீ போறது நியாயந்தான்டீ... இங்கே ஒரு நாடகம் நடத்தாமே... நீ இப்பவே போயிடு! அவருக்கு உடம்பு இருக்கிற இருப்பிலே அவர் தாங்கமாட்டார்... அவர் குணம் தெரிஞ்சும் அவரோட மோதிக்க வேண்டான்னுதான் செல்றேண்டி, இந்து... நீ இப்பவே போயிடு...” என்று இரண்டு கைகளையும் நீட்டி மகளிடம் அவள் கெஞ்சியபோது,

“அம்மா... அம்மா” என்று நெஞ்சு வெடிப்பதுபோல் அரற்றியவாறே தாயின் அருகே வந்து அவளது கைகளுக்கிடையே வீழ்ந்தாள் இந்து!

– ஓ! அப்படி ஓர் ஆதரவைத் தந்து, அப்படி ஒரு பாசத்தை அனுபவித்து நாலு வருஷம் ஆகிறதே!

அழுது ஓய்ந்த பிறகு இருவருமே ஓர் அவசரம் கொண்டனர்.

இந்து மாடிக்கு ஓடினாள்.

குஞ்சம்மாள் ஒன்றும் புரியாத பிரமிப்பில் சுவரில் தலை சாய்த்துக் கண்களை மூடியவாறு மூலையில் கிடந்த ஸ்டூலின் மீது அமர்ந்தாள்.

சிறிது நேரத்துக்குப் பின் கையில் ஒரு ஸுட்கேசுடன் அவள் எதிரே வந்து நின்று, பாசம் பெருகித் தழுதழுத்த குரலில் "அம்மா!" என்று அழைத்து விடைபெற நிற்கும் மகளைக் கண் திறந்து பார்த்தாள்...

"இந்து" என்று பதறி யெழுகையில் தனது பாதங்களில் கண்ணீர் சிந்தி நமஸ்கரித்த மகளை மார்புறத் தழுவி ஆசீர்வதித்தாள்!

"இந்து, என் கண்ணே... தலைவிதிப்படித்தான் நடக்கும்! கடவுள் உன் பக்கம் இருப்பார். நீ எங்கே இருந்தாலும் ஒரு வரி கடுதாசி எழுதிப் போடு. உனக்காக நான் கடவுளை வேண்டிண்டே இருப்பேன்... வேற என்னடி செய்வேன்? என்னை மன்னிச்சுடு இந்து! உன்னைப் பெத்து இப்படியெல்லாம் அலைக்கழிக்கிறேனே. அதுக்காக என்னை மன்னிச்சுடுடி அம்மா..." என்று மகளின் கன்னத்தைப் பிடித்துக்கொண்டு கெஞ்சினாள்.

"அம்மா, நான்தான் நீ என்னை வெறுக்கறேன்னு இவ்வளவு காலம் தப்பா நெனச்சிருந்தேன்..." என்று இந்துவும் தாயின் மன்னிப்பைக் கோருவதுபோல் கண்ணீர் சிந்தினாள்.

அப்போது – அவன் – வேணு படியேறி உள்ளே வந்தான்.

"இந்து, அதெல்லாம் எதற்கு?" என்று அவள் கொண்டு வந்த பெட்டியைக் காட்டிக் கேட்டான். "வேண்டாம்... உனக்கு வேணுங்கறதை வாங்கித் தர்ர அளவுக்கு நான் சம்பாதிக்கிறேன்... கட்டிய துணியோட வந்தாப் போதும். உன்மேலே இருக்கிற நகைகளையும் கழட்டிக் கொடுத்துவிட்டுத்தான் நீ என்னோட வரணும்" என்று அவன் சொன்னதைக்கேட்டுத் திருப்தியுடன் அவள் காதில் இருந்த கம்மலைக் கழற்ற ஆரம்பித்தாள். பிறகு ஒவ்வொன்றாய் மூக்குத்தி, வளையல்கள், சங்கிலி எல்லாவற்றையும் கழற்றி கை நிறைய வைத்துத் தாயின் முன் நீட்டினாள்...

மொட்டை மரம்போல் நிற்கும் மகளின் கோலத்தைப் பார்க்க முடியாமல் முகம் திரும்பிக்கொண்ட குஞ்சம்மாளால் அவற்றைக் கை நீட்டி வாங்க முடியவில்லை.

இந்து மௌனமாய், அவற்றைச் சுவரோரமாய்ச் சாத்தி வைத்த பெட்டியின்மீது வைத்துவிட்டு, "அம்மா" என்று மீண்டும் அழைத்தாள்.

குஞ்சம்மாள் திரும்பி இந்துவின் வெறுங் கழுத்தைப் பார்த்தாள்: "இந்து, மறுத்துடாதே! ஏதாவது ஒரு தெய்வ சந்நிதானத்திலே போயி... இந்த மாதிரி ஒண்ணு கட்டிக்கோடி. பெண்களுக்கு இதுதான் பெரிய நகை!" என்று தன் கழுத்தில் கிடந்த மாங்கல்யக் கயிற்றை வெளியே எடுத்துக் காட்டினாள்.

“சரிம்மா” என்று மீண்டும் தாயின் காலில் அவள் நமஸ்கரித்த போது, இதுவரை விலகி நின்றிருந்த வேணுவும் நெருங்கி வந்து குஞ்சம்மாளின் பாதங்களைத் தொட்டு வணங்கினான்.

‘போயிட்டு வாங்கோ. நல்லபடியா வாழணும். . . பகவான் கைவிடமாட்டார்’ என்று இருவரையும் மௌனமாய் ஆசீர்வதித்தாள் குஞ்சம்மாள்.

வெளியில் மழை நின்றிருந்தது. பொழுதும் சாய்ந்திருந்தது. அவர்களிருவரும் புதிய வாழ்க்கையை நோக்கிப் புறப்பட்டு விட்டனர். வீட்டின் படியிறங்கும்வரை இந்துவின் கால்கள் தயங்கித் தயங்கிப் பின்னின. தெருவை மிதித்ததும், காலிலிருந்த கட்டுகள் அறுந்ததுபோல் முன்னே நடந்துகொண்டிருந்த அவனை நெருங்க அவள் நடையில் ஒரு வேகம் பிறந்தது. வீதி முனையில் திரும்பும்போது அவள் மீண்டும் ஒருமுறை திரும்பிப் பார்த்தாள். தூரத்தில் தெரிந்த தாயின் உருவத்தைக் கண்ணீர் மறைத்தது. குஞ்சம்மாளின் பார்வைக்கும் அவள் மறைந்தாள்.

வீட்டிற்குள் வந்த குஞ்சம்மாள் சுவரோரமாய்க் கிடந்த பெட்டியையும் அதன்மீது வைத்திருந்த நகைகளையும் பார்த்துப் பெருமூச்செறிந்தாள். அந்த நகைகளை எடுத்துப் பக்கத்தில் இருந்த ஸ்டாண்டின்மீது வைத்துவிட்டு, ‘இப்படி ஒரு காரியத்தைத் தன்னால் எப்படிச் செய்ய முடிந்தது?’ என்ற பிரமிப்பில் வெறித்த விழிகளுடன் இருளில் கிடந்த அந்த ஸ்டூலின் மீது உட்கார்ந்தாள்.

நல்லவேளையாக எல்லோருக்கும் முன்பாக பாட்டி வீடு திரும்பியதில் ஒருவித ஆறுதல் கொண்ட குஞ்சம்மாள் சற்று முன் நடந்த நிகழ்ச்சியை ஒன்று விடாமல் விவரிக்கும்போது பாட்டி அடிக்கடி முந்தானையில் மூக்கைச் சிந்திக் கண்ணீரைத் துடைத்துக்கொண்டாள்.

பாட்டியம்மாள் ரொம்பப் பழைய உலோகம்தான். எனினும் இந்தக் கலிகாலத்தின் அசுரத்தனமான அடிகளில் அவளது தாய்மை உள்ளம் நெகிழ்ந்து குழைந்தது! அவளும் ஆயிரம் யோசனைகளுக்குப் பின் யதார்த்த வாழ்க்கையின் நிர்ப்பந்தத்துக்கு வளைந்து கொடுத்து மருமகளுடன் ஒத்துப் பேசினாள். இருப்பினும் பயமாகவும் வருத்தமாகவும் இருந்ததால் அழுதாள். இப்படியெல்லாம் நேர்ந்துவிட்ட காலத்தைச் சபித்தாள். குடும்பத்தின் கௌரவத்தைக் குலைத்துவிட்ட அவளை விரட்டிவிட்டது சரிதான் என்று ஒருவகைக் கோபத்துடன்கூட இந்த முடிவை அவள் ஏற்றாள். இருப்பினும் முன் கோபமும் முரட்டுச் சுபாவமும் உடைய மகனை எண்ணும்போது அவளும் பீதியடைந்தாள்.

நடந்தவற்றைப் பாட்டியிடம் விவரித்துக் கொண்டிருக்கையில் தெருவில் ஒரு ஸ்கூட்டர் சப்தம் கேட்டது. அதை ஒரு நிமிஷம் உற்றுக்கேட்ட குஞ்சம்மாள் பாட்டியிடம் சொன்னாள்: "விஜயா வரா. காலேஜுக்குப் போன பொண் வீட்டுக்கு வர நேரத்தைப் பாருங்கோ..." என்று சலித்துக்கொண்டாள்.

மணி எட்டடித்தது.

திரும்பிப் பார்த்த பாட்டி, யாரையும் காணாமல் "விஜயாவா, எங்கே?" என்றாள்.

"இப்பத்தானே அந்தச் சந்து முனையிலே வந்து ஸ்கூட்டர்லே இறக்கிவிட்டிருக்கான் அவன். வருவா, பாருங்கோளேன்" என்றாள் குஞ்சம்மாள்.

"எவன்?" என்று விழித்தாள் பாட்டி.

"எவனோ?... அவளைன்னா கேக்கணும். எனக்கு ஒண்ணும் தெரியாதுன்னு நெனைச்சிண்டிருக்கா அவ. இவ என்னென்ன நாடகம் நடத்தப் போறாளோ? இவ அவனை மாதிரி ஓடிப்போகல்லேன்னா அதுக்குக் காரணம் இந்துதான். அவ பட்டதை எல்லாம் பார்த்திருக்காளோன்னா? இந்த மாதிரி அப்பாவுக்கு இந்தக் குடும்பத்திலே வந்து பொறந்திருக்கே பொண்கள்; எல்லாம் என் தலைவிதிடா ஈஸ்வரா" என்று குஞ்சம்மாள் புலம்பிக்கொண்டிருக்கையில் விஜயா வந்தாள்.

வந்தவள் ரொம்ப அவசரமாகத் தன் அறைக்குப் போவதைப் பாட்டியும் தாயும் வெறித்துப் பார்த்துப் பெருமூச்செறிந்தனர்.

சற்று நேரத்துக்கெல்லாம் டியூஷனுக்குப் போயிருந்த அம்பியும் வந்து சேர்ந்தான்.

அறைக்குள்ளிருந்து உடை மாற்றிய பின் வந்த விஜயா, பாட்டியும் தாயும் பேசிக்கொண்டதிலிருந்து நடந்தவற்றை ஊகித்துக்கொண்டு மனப் பதைப்பை அடக்கமாட்டாமல் "அப்பா வந்தா என்னம்மா சொல்லப் போறே? இப்பிடி உன்னை மாட்டி வெச்சுட்டுப் போயிட்டாளே அவ?" என்று நெஞ்சில் கைவைத்துக்கொண்டு பதறினாள்.

"ரொம்பத்தான் அப்பாவுக்குப் பயந்தவள் இல்லியா, நீ?" என்று அவளை விழித்துப் பார்த்தாள் அம்மா,

"நான் என்ன பண்ணினேன்?" என்று முகம் சுளித்துக் கொண்டே பாட்டியின் முதுகுக்குப்பின் ஒண்டினாள் விஜயா.

"நீ ஒண்ணும் பண்ணல்லே; ஒண்ணும் பண்ணாம இருடியம்மா" என்றாள் பாட்டி.

ஒரு நிமிஷ மௌனத்துக்குப்பின் கண்கள் கலங்க விஜயா கேட்டாள்: "அம்மா இந்து வரவே மாட்டாளா அம்மா? அவளை இனிமே பார்க்கவே முடியாதா? ஐயோ இந்து, உன்னை நான் எவ்வளவோ கஷ்டப்படுத்திவிட்டேன். சுடுசுடுன்னு எரிஞ்சி விழுந்திருக்கேன்" என்று இந்நேரம் இந்தக் குடும்பத்தை நிரந்தரமாய்ப் பிரிந்து எங்கோ, எவனோடோ போய்க்கொண்டிருக்கும் தமக்கையை எண்ணிக் கண் கலங்கினாள் விஜயா.

இவ்வளவையும் பார்த்துக்கொண்டிருந்த அம்பிக்கு விஷயங்கள் புரிந்தன. எனினும் அதன் கனத்தை உணரும் அளவுக்கு அவன் முதிர்ச்சியடையவில்லை. 'இந்து நிஜமாகவே வீட்டில் இல்லையா?' என்று அறிய விரும்புகிறவன்போல் மாடிப்படி ஏறி ஓடி அவள் அறைக்குச் சென்று விளக்கைப் போட்டுவிட்டு இடுப்பில் கையூன்றி நின்று நாலு மூலைகளையும் ஒருமுறை சுற்றிப் பார்த்தான்.

அதுவரை ஒரு மூலையில் படுத்திருந்த கறுப்புப் பூனை 'இந்து இல்லே... இந்து இல்லே' என்று அவனிடம் முறையிடுவதுபோல் கத்திக்கொண்டே அவன் கால்களைச் சுற்றி வந்தது.

அன்றிரவு இந்துவின் செல்லப் பூனைக்கு அம்பிதான் பால் ஊற்றினான். மாடி வராந்தாவில் அதற்கென்று இருந்த கோப்பையில் அவன் பாலூற்றிக்கொண்டிருந்த போது காம்பவுண்டு கேட்டருகே அப்பாவின் கார் வந்து நின்றது.

குஞ்சம்மாள் ஓடிச்சென்று கேட்டைத் திறந்து விட்டாள்.

கீழே நிச்சயம் பயங்கரமான ரகளை நடக்கும் என்று ஊகித்த அம்பி, 'மாடிப்படிப் பக்கம்கூடப் போவதில்லை' என்ற தீர்மானத்துடன் பால் கோப்பையைத் தூக்கிக்கொண்டு இந்துவின் அறைக்குள் போனான். பாதிப் பாலைப் பருகிய பூனை மீதிப் பாலுக்கு அலறியவாறே அவனைப் பின் தொடர்ந்தது.

அப்பா வந்து விட்டார் என்றறிந்த விஜயா, நெஞ்சு 'திக்திக்'கென்று அடித்துக்கொள்ள, தன் அறைக் கதவை இரண்டு அங்குல இடைவெளி விட்டுத் திறந்துவைத்துக்கொண்டு அதன் வழியே ஒரு கண்ணால் ஹாலைப் பார்த்தவாறு ஒளிந்து நின்றாள்.

பாட்டி மட்டும் மருமகளுக்குப் பாதுகாப்பாகக் கூடவே நின்றிருந்தாள்.

காரை ஷெட்டில் விட்டபின் உள்ளே வந்த ராமபத்திரன், கோட்டைக்கூடக் களையாமல் தனது கனத்த சரீரத்தை ஹால் சோபாவில் சாய்த்து 'டை'யைத் தளர்த்தி விட்டுக்கொண்டு

"ஃபேனைப் போடேண்டி" என்று கட்டைக் குரலில் பணித்தார். குளிர்ந்த காற்று வீசிய ஆனந்தத்தில் 'ஆ. . . ஊ' என்று அனுபவித்து முழங்கினார்:

"இதோ பார் குஞ்சு! எனக்கு சப்பாத்தி வேண்டாம். கிளப்பிலே ஒரு டின்னர். மொதல்லே வேண்டாம்னுதான் நெனைச்சேன், 'ஒரு நாளுதானே, பரவாயில்லே'ன்னு ரொம்பக் கம்பல் பண்ணினான் விசு. சாப்பிட்டுட்டேன்" என்று நாலு வீடுகளுக்குக் கேட்பதுபேல் ஒரே உற்சாகத்தில் இரைந்துபேசினார் ராமபத்திரன். அவருக்கு எப்போதுமே மேல் ஸ்தாயியில்தான் சஞ்சாரம். குரலை அடக்கிப் பேச முடியாது. குரலை அடக்கினால் வார்த்தைகளே வராது. தொண்டையைத் திறந்து கத்திச் சப்தம் எழுப்பினால்தான் பேச வரும் அவருக்கு. மேலும் சாதாரண விஷயங்களுக்குக் கூட ஒன்று அதீத உற்சாகம், அல்லது அதீத கோபம் என்ற இருவேறு எல்லைகளில் அல்லாமல் இடையில் சமனப்பட முடியாத உணர்ச்சி வயப்பட்டவராதலின், அமைதியின் அவசியமே தெரியாது பழகி விட்டவர் அவர்.

மனுஷன் வீட்டுக்குள்ளிருந்தால், வீடு களேபரம்தான். காதின் இருமருங்கிலும் கறுத்தடர்ந்த ரோமம்; பூனைக்கண்கள்; அவரது ஆகிருதியும், குரலும் யாரையுமே அச்சுறுத்திவிடும். அவரைக் கண்டு பயந்தாலும் எதிர்நின்று பேசத் தகுந்த தைரியம் கொண்ட ஓர் ஆத்மா உண்டு என்றால், அது அவரது தாயார்தான். அருகே நின்றால் அவரது முழங்கை உயரம்கூட இல்லாத பாட்டிதான். "ஏண்டா இப்படி ஒண்ணுமில்லாத விஷயத்துக்கு ஆர்ப்பாட்டம் பண்றே?" என்று கேட்கையில் "உனக்குத் தெரியாதம்மா" என்று பதில் சொல்லிவிட்டுத் தொடர்ந்து கத்துவார் அவர். கோபமும் சரி, சந்தோஷமும் சரி, வந்ததுபோல் அடங்கியும் போகும் அவருக்கு.

"சரி மருந்தைக் கொண்டுவா" என்று உத்தரவிட்டார் கோட்டைக் கழற்றியபடியே. விருந்து சாப்பிட்டதிலிருந்தே அவருக்கு 'டாக்டரின் உத்தரவை மீறிச் சாதம் சாப்பிட்டு விட்டோமே' என்ற பயம். குஞ்சம்மாள் தம்ளரில் பாலையும் உள்ளங் கையில் மாத்திரைகளையும் எடுத்துக்கொண்டு வந்து அவரிடம் நீட்டினாள். பிறகு அவர் கால்களில் இருந்த பூட்சுகளைக் களைவதற்காகக் காலடியில் உட்கார்ந்தாள். ராமபத்திரன் அண்ணாந்து மாத்திரைகளை வாயிலிட்டு ஒரு மிடறு பாலைக் குடித்தபோது அவரது பூனைக் கண்கள் சுவரோரமாய் இருந்த ஸூட்கேசை வெறித்தன. வாயிலிருந்ததை விழுங்கியதும் "இதென்ன பெட்டி? ஏன் இங்கே கிடக்கு" என்று அதட்டினார்.

குஞ்சம்மாளுக்குக் கண்கள் ஒரு விநாடி இருண்டன. சமாளித்துக்கொண்டு பரிதாபமாய் அவர் முகத்தை நோக்கியவாறு ஓர் அடி பின்வாங்கி, ஈனசுரத்தில் கூறினாள்: "இந்து போயிட்டா. அவன் வந்தான்; அவனோட..." என்று அவள் சொல்லி முடிக்குமுன் அவர் கையில் இருந்த பால் தம்ளர் குஞ்சம்மாளின் வலது புறக் காதோரமாய் 'விர்'ரென்று பாய்ந்து சுவரில் மோதி எகிறி நீண்டது.

விசுவரூபம் கொண்டதுபோல் எழுந்து நின்றார் ராமபத்திரன். அவரது பூனைக் கண்கள் புலிக் கண்களாயின.

"நீங்கள்லாம் அப்போ எங்கே ஒழிஞ்சு போயிருந்தேள்?" என்று அவர் அலறிய குரல் அந்தத் தெருவிலுள்ள மனிதர்களை யெல்லாம் கேட்பதுபோல் ஓங்காரம் பெற்றது. அவரது கேள்விக்கு அருகிலிருந்த யாரும் பதில் சொல்லவில்லை;அவரும் எதிர்பார்க்கவில்லை.

அவர் தனது பூட்ஸ் காலைத் தரையில் ஓங்கி மிதித்தார்: "அவ போயிட்டாளாம்! இவ சொல்றா... உங்களை மாதிரி இளிச்ச வாயா இருந்தா அவளை என்னடி, உன்னையும்கூட எவனாவதுவந்து இழுத்துண்டு போயிருப்பான்... ம்ஹம்... பாரு. அவ எங்கே போயிடுவா? விடியறத்துக்குள்ளே அவளைக் கொண்டுவரேன் பாருடி" என்று பெருத்த குரலில் சபதம் செய்தார் ராமபத்திரன்.

"இப்ப நீ எங்கேடா போறே" என்று பின்னால் வந்தாள் பாட்டி.

"நான் எங்கேயும் போகல்லே; போலீசுக்குப் போன் பண்ணப் போறேன்" என்று போன் இருந்த மேசையை நெருங்கி ரீஸீவரைக் கையிலெடுத்தார். அவர் டயலைச் சுழற்று முன் வெகு நேர சிரமத்துக்குப் பின் குஞ்சம்மாள் போசினாள்: "போலீஸ் என்ன பண்ணும்? முன்னே மாதிரி அவள் என்ன மைனர் பொண்ணா – மைனர்ப் பொண்ணைக் கடத்திண்டு போயிட்டான்னு சொல்ல?"

ராமபத்திரன் திரும்பிக் குஞ்சம்மாளை ஒரு பார்வை பார்த்துவிட்டுச் சென்னார்: "அவ மேலே ஆயிர ரூபாய் நகை இருக்குடி; அதுக்காக கடத்திண்டு போயிட்டான்னுதானே அப்பவும் ரிப்போர்ட் பண்ணினேன்..." என்று கூறிவிட்டு அவர் டயலைச் சுழற்றி முடிக்கவில்லை...

"இந்தாங்கோ, உங்க ஆயிர ரூபாய் நகை! அத்தனையும், ஒரு திருகாணிகூட இல்லாமல் உரிச்சு வெச்சுட்டுத்தான் போயிருக்கா..." என்று கை நிறையக் கொணர்ந்த நகைகளை மேசைமீது அவர்முன் வைத்துவிட்டுத் தைரியமாக நின்றாள் குஞ்சம்மாள்.

அந்த நகைகளைப் புறங்கையால் வீசித் தள்ளினார் ராமபத்திரன்.

"பயித்தியக்காரி!... எனக்குச் சட்டம் சொல்லித் தரயா? திருடன் திருடிண்டு போனானா இல்லையாங்கறது, கோர்ட்லே அவனைத் திருடன்னு நான் சொன்னா இவா பிடிப்பா..." என்று அவர் மூர்க்கமாகச் சொன்னதும் அதே மூர்க்கத்துடன் குஞ்சம்மாள் கூறினாள்:

"நீங்க அவனைத் திருடன்னு சொன்னா, நானே 'இல்லே'ன்னு போய்ச் சாட்சி சொல்லுவேன்."

ராமபத்ரனுக்குக் கோபத்தால் தலை பற்றி எரிந்தது.

வலது கையில் டெலிபோன் ரிஸீவரோடு, இடது கையால் – ஒரு பிடியில் – அவளை நொறுக்கத் தயாரானது போல் கையை ஓங்கி அவர் எழுந்தபோது, பாட்டி அம்மாள் குறுக்கே ஓடி வந்து நின்றாள்.

"ஏண்டா இப்படிப் பேய் மாதிரி நிக்கறே? கொஞ்சம் பொறுமையா யோசிடா..." என்று கெஞ்சினாள் பாட்டி.

அவர் பார்வை தன்னை எதிர்த்துத் தாயின் முதுகுக்குப் பின்னால் நிற்கிற குஞ்சம்மாளின் மேல் நிலைகுத்தியிருந்தது.

"நகரு அம்மா. எனக்கு எதிரா சாட்சி சொல்லப் போறாளாமே இவ..." என்று உறுமியவாறு குஞ்சம்மாளை எட்டிப் பிடித்தார்.

ராமபத்ரனின் கையைப் பிடித்து இழுத்தவாறு பாட்டி கத்தினாள்: "ஆமாண்டா, நானும்கூடச் சொல்லப் போறேன். மொதல்லே என்னைக் கொல்லு. நான்தான் இந்துவை அனுப்பினேன்... என்னைக் கொல்லுடா" என்று சன்னதம் கொண்டவள் போல் மார்பில் தட்டிக்கொண்டு எதிரில் வந்த தாயின் குரலைக் கேட்டதும் ராமபத்திரன் குஞ்சம்மாள் மீதிருந்த பிடியைத் தளர்த்தி விட்டுத் திகைத்து நின்றார்.

அவர் கண்கள் வெறித்துச் சுழன்றன...

சகிக்கவே முடியாத ஒரு துரோகம், தன் உயிரையே கருவறுக்கும் ஓர் அவமானம் தனக்கு நிகழத் தன்னைச் சுற்றிலும் உள்ளவர்களே – பெற்ற தாயும், கட்டிய மனைவியும், பிறந்த பிள்ளைகளும் – சூழ்ச்சி செய்து தனக்கு நிரந்தரப் பகைவர்களாய் மாறிவிட்டனர் என்ற உணர்ச்சியில் அவரது பெரிய குரல் தொண்டைக் குழியிலேயே சிக்கிக்கொண்டு அமுங்கி அமுங்கித் தவித்தது.

விபரீதமான தொனியில் கிறீச்சிட்டு அலறியவாறே கையிலிருந்த டெலிபோனை தூக்கித் தரையில் அறைந்தார். அடுத்த விநாடி அந்த ஆஜானுபாகுவான மனிதர் வெட்டி முறித்த மரம்போல் நிலைகுலைவதைக் கண்டு அலறியவாறே குஞ்சம்மாள் ஓடிப்போய்த் தாங்கினாள்.

"ராமு, ராமு" என்று பாட்டியம்மாள் பாசம் மேலிடக் கதறினாள்.

"ஒண்ணுமில்லே... மயக்கம்தான்" என்று பாட்டிக்குத் தைரியமளித்த குஞ்சம்மாள், 'டாக்டருக்குப் போன் கூட பண்ண முடியாதே' என்று உடைந்து கிடக்கும் டெலிபோனைப் பார்த்துக் கை பிசைந்துகொண்டே "அம்பி, ஓடிப் போயி டாக்டரைக் கூட்டிண்டு வாடா..." என்று மாடியை நோக்கி அலறினாள்.

அம்பி மாடியிலிருந்து ஓடி வந்தான். ஒரு விநாடி ஒன்றும் புரியாமல் சோபாவில் நீட்டிக் கிடக்கும் அப்பாவைப் பார்த்தான். அடுத்த விநாடி தெருவில் இறங்கி டாக்டர் வீட்டை நோக்கி இருளில் ஓடினான். "நானும் வரேண்டா, அம்பி?" என்று அவன் பின்னால் அவனுக்குத் துணையாய் விஜயாவும் ஓடினாள்.

பாட்டி, தான் தினசரி வழிபடும் தெய்வங்களையெல்லாம் வேண்டியவாறு கண்ணீர் வடித்தாள்.

குஞ்சம்மாள் தனது ஒரே தெய்வத்தின் உருவகமான மாங்கல்யச் சரட்டை எடுத்துக் கண்களில் ஒத்திக்கொண்டு டாக்டரின் வருகைக்காகக் காத்திருந்தாள்.

மாடிப் படிக்கட்டில், மேல் படியில் வந்து நின்ற அந்தக் கறுப்புப் பூனை தனது வெள்ளிய விழிகளால் ஹாலில் நடப்பதைக் குனிந்து பார்த்தது.

மனிதனே ரொம்பப் பழமையான உலோகம்தான். காலம்தான் அவனைப் புதிது புதிதாக வார்க்கிறது. வாழ்க்கையின் அந்த நிர்ப்பந்தத்துக்கு முடிந்தவர்கள் வளைகிறார்கள். வளைய முடியாதவர்கள் உடைந்து நொறுங்குகிறார்கள்.

வளைந்தாலும் சரி, உடைந்தாலும் சரி, காலம் புதிது புதிதாய் மனிதனை வார்த்துச் செல்கிறது. அந்தக் குடும்பம் வாழ்க்கையின் வார்ப்புக்கேற்ப வளைந்திருக்கிறதா, உடைந்திருக்கிறதா? அல்லது இரண்டுமே நிகழ்ந்திருக்கிறதா?

டாக்டர் வந்தபின் தெரியும்!

***ஆனந்த விகடன்*, 1965**

அக்கினிப் பிரவேசம்

மத்தியானத்திலிருந்தே விட்டுவிட்டு மழை பெய்து கொண்டிருக்கிறது...

மாலையில் அந்தப் பெண்கள் கல்லூரியின் முன்னே உள்ள பஸ் ஸ்டாண்டில் வானவில்லைப் போல் வண்ண ஜாலம் காட்டி மாணவிகளின் வரிசை ஒன்று பஸ்ஸுக்காகக் காத்து நின்று கொண்டிருக்கிறது. கார் வசதி படைத்த மாணவிகள் சிலர் அந்த வரிசையினருகே கார்களை நிறுத்தித் தங்கள் நெருங்கிய சிநேகிதிகளை ஏற்றிக் கொண்டு செல்லுகின்றனர். வழக்கமாகக் கல்லூரி பஸ்ஸில் செல்லும் மாணவிகளை ஏற்றிக்கொண்டு அந்தச் சாம்பல் நிற 'வேனு'ம் விரைகிறது. அரைமணி நேரத்திற்கு அங்கே ஹாரன்களின் சத்தமும் குளிரில் விறைத்த மாணவிகளின் கீச்சுக் குரல் பேச்சும் சிரிப்பொலியும் மழையின் பேரிரைச்சலோடு கலந்தொலித்துத் தேய்ந்து அடங்கிப்போனபின் – ஐந்தரை மணிக்குமேல் இருபதுக்கும் குறைவான மாணவிகளின் கும்பல் அந்த பஸ் ஸ்டாண்டு மரத்தடியில் கொட்டும் மழையில் பத்துப் பன்னிரண்டு குடைகளின் கீழே கட்டிப்பிடித்து நெருக்கியடித்துக்கொண்டு நின்றிருக்கிறது.

நகரின் நடுவில் ஜனநடமாட்டம் அதிகமில்லாத, மரங்கள் அடர்ந்த தோட்டங்களின் மத்தியில், பங்களாக்கள் மட்டுமே உள்ள அந்தச் சாலையில் மழைக்கு ஒதுங்க இடமில்லாமல் மேலாடை கொண்டு போர்த்தி மார்போடு இறுக அணைத்த புத்தகங்களும், மழையில் நனைந்து விடாமல் உயர்த்தி முழங்காலுக்கிடையே செருகிய புடவைக்

கொசுவங்களோடும் அந்த மாணவிகள் வெகு நேரமாய்த் தத்தம் பஸ்களை எதிர்நோக்கி நின்றிருக்கின்றனர்.

– வீதியின் மறுகோடியில் பஸ் வருகின்ற சப்தம் நறநறவென்று கேட்கிறது.

"ஹேய்... பஸ் இஸ் கம்மிங்!" என்று ஏக காலத்தில் பல குரல்கள் ஒலிக்கின்றன.

வீதியில் தேங்கி நின்ற மழை நீரை இருபுறமும் வாரி இறைத்துக் கொண்டு அந்த 'டீஸல் அநாகரிகம்' வந்து நிற்கிறது.

"பை... பை..."

"ஸீ யூ."

"சீரியோ."

– கண்டக்டரின் விசில் சப்தம்.

அந்தக் கும்பலில் பாதியை எடுத்து விழுங்கிக்கொண்டு ஏப்பம் விடுவதுபோல் செருமி நகர்கிறது அந்த பஸ்.

பஸ் ஸ்டாண்டில் பத்துப் பன்னிரண்டு மாணவிகள் மட்டுமே நின்றிருக்கின்றனர்.

மழைக்காலமாதலால் நேரத்தோடே பொழுது இருண்டு வருகிறது.

வீதியில் மழைக்கோட்டணிந்த ஒரு சைக்கிள் ரிக்ஷாக்காரன் குறுக்கே வந்து அலட்சியமாக நின்றுவிட்ட ஓர் அநாதை மாட்டுக்காகத் தொண்டை கம்மிப்போன மணியை முழக்கிக்கொண்டு வேகமாய் வந்தும் அது ஒதுங்காததால் – அங்கே பெண்கள் இருப்பதையும் லட்சியப்படுத்தாது – அசிங்கமாகத் திட்டிக்கொண்டே செல்கிறான். அவன் வெகுதூரம் சென்ற பிறகு அவனது வசை மொழியை ரசித்த பெண்களின் கும்பல் அதை நினைத்து நினைத்துச் சிரித்து அடங்குகிறது.

அதன் பிறகு வெகு நேரம்வரை அந்தத் தெருவில் சுவாரசியம் ஏதுமில்லை. எரிச்சல் தரத்தக்க அமைதியில் மனம் சலித்துப்போன அவர்களின் கால்கள் ஈரத்தில் நின்று நின்று கடுக்க ஆரம்பித்து விட்டன.

பஸ்ஸைக் காணோம்!

அந்த அநாதை மாடு மட்டும் இன்னும் நடுத்தெருவிலேயே நின்றிருக்கிறது. அது காளை மாடு; கிழமாடு; கொம்புகளில் ஒன்று அதன் நெற்றியின் மீது விழுந்து தொங்குகிறது.

மழை நீர் முதுகின் மீது விழுந்து விழுந்து முத்துமுத்தாய்த் தெறித்து, அதன் பழுப்பு நிற வயிற்றின் இருமருங்கிலும் கரிய கோடுகளாய் வழிகிறது. அடிக்கடி அதன் உடலில் ஏதேனும் ஒரு பகுதி – அநேகமாக வலது தொடைக்கு மேல் பகுதி – குளிரில் வெடவெடத்துச் சிலிர்த்துத் துடிக்கிறது.

எவ்வளவு நாழி இந்தக் கிழட்டு மாட்டையே ரசித்துக் கொண்டிருப்பது? ஒரு பெருமூச்சுடன் அந்தக் கும்பலில் எல்லாவிதங்களிலும் விதிவிலக்காய் நின்றிருந்த அந்தச் சிறுமி தலை நிமிர்ந்து பார்க்கிறாள்.

– வீதியின் மறுகோடியில் பஸ் வருகின்ற சப்தம் நறநறவென்று கேட்கிறது.

பஸ் வந்து நிற்பதற்காக இடம் தந்து ஒதுங்கி அந்த மாடு வீதியின் குறுக்காகச் சாவதானமாய் நடந்து மாணவிகள் நிற்கும் பிளாட்பாரத்தருகே நெருங்கித் தனக்கும் சிறிது இடம் கேட்பதுபோல் தயங்கி நிற்கிறது.

"ஹேய்... இட் இஸ் மை பஸ்" – அந்தக் கூட்டத்திலேயே வயதில் மூத்தவளான ஒருத்தி சின்னக் குழந்தைமாதிரிக் குதிக்கிறாள்.

"பை... பை..."

"டாடா!"

கும்பலை ஏற்றிக்கொண்டு அந்த பஸ் நகர்ந்த பிறகு, பிளாட்பாரத்தில் இரண்டு மாணவிகள் மட்டுமே நிற்கின்றனர். அதில் ஒருத்தி அந்தச் சிறுமி. மற்றொருத்தி பெரியவள் – இன்றைய பெரும்பாலான சராசரி காலேஜ் ரகம். அவள் மட்டுமே குடை வைத்திருக்கிறாள். அவளது கருணையில் அந்தச் சிறுமி ஒதுங்கி நிற்கிறாள். சிறுமியைப் பார்த்தால் கல்லூரியில் படிப்பவளாகவே தோன்றவில்லை. ஹை ஸ்கூல் மாணவி போன்ற தோற்றம். அவளது தோற்றத்தில் இருந்தே அவள் வசதி படைத்த குடும்பப்பெண் அல்ல என்று சொல்லிவிட முடியும். ஒரு பச்சை நிறப் பாவாடை, கலர் மாட்ச்சே இல்லாத – அவள் தாயாரின் புடவையில் கிழித்த – சாயம் போய் இன்ன நிறம் என்று சொல்ல முடியாத ஒருவகை சிவப்பு நிறத் தாவணி. கழுத்து நூலில் கோத்து 'பிரஸ் பட்டன்' வைத்துத் தைத்த ஒரு கறுப்பு மணி மாலை; காதில் கிளாவர் வடிவத்தில் எண்ணெய் இறங்குவதற்காகவே கல் வைத்து இழைத்த – அதிலும் ஒரு கல்லைக் காணோம் – கம்மல்... 'இந்த முகத்திற்கு நகைகளே வேண்டாம்' என்பதுபோல் சுடர் விட்டுப் பிரகாசித்துப் புரண்டு புரண்டு மின்னுகின்ற கறை படியாத குழந்தைக் கண்கள்...

அவளைப் பார்க்கின்ற யாருக்கும், எளிமையாக அரும்பி, உலகின் விலை உயர்ந்த எத்தனையோ பொருள்களுக்கு இல்லாத எழிலோடு திகழும் புதிதாய் மலர்ந்துள்ள ஒரு புஷ்பத்தின் நினைவே வரும். அதுவும் இப்போது மழையில் நனைந்து, ஈரத்தில் நின்று நின்று தந்தக் கடைசல் போன்ற கால்களும் பாதங்களும் சிலிர்த்து, நீலம் பாரித்துப்போய், பழந்துணித் தாவணியும் ரவிக்கையும் உடம்போடு ஒட்டிக்கொண்டு, சின்ன உருவமாய், குளிரில் குறுகி ஓர் அம்மன் சிலைமாதிரி அவள் நிற்கையில், அப்படியே கையிலே தூக்கிக் கொண்டு போய்விடலாம் போலக் கூடத் தோன்றும்.

"பஸ் வரலியே... மணி என்ன?" என்று குடை பிடித்துக் கொண்டிருப்பவளை அண்ணாந்து பார்த்துக் கேட்கிறாள் சிறுமி.

"ஸிக்ஸ் ஆகப் போறதுடீ" என்று கைக்கடிகாரத்தைப் பார்த்துச் சலிப்புடன் கூறியபின், "அதோ ஒரு பஸ் வரது. அது என் பஸ்ஸாக இருந்தால் நான் போயிடுவேன்" என்று குடையை மடக்கிக் கொள்கிறாள் பெரியவள்.

"ஓ எஸ்! மழையும் நின்னுருக்கு. எனக்கும் பஸ் வந்துடும். அஞ்சே முக்காலுக்கு டெர்மினஸ்லேருந்து ஒரு பஸ் புறப்படும். வரது என் பஸ்ஸானா நானும் போயிடுவேன்" என்று ஒப்பந்தம் செய்துகொள்வதுபோல் அவள் பேசுகையில், குரலே ஓர் இனிமையாகவும் அந்த மொழியே ஒரு மழலையாகவும் அவளே ஒரு குழந்தையாகவும் பெரியவளுக்குத் தோன்ற, சிறுமியின் கன்னத்தைப் பிடித்துக் கிள்ளி...

"சமத்தா ஜாக்கிரதையா வீட்டுக்குப் போ" என்று தன் விரல்களுக்கு முத்தம் கொடுத்துக் கொள்கிறாள்.

பஸ் வருகிறது... ஒன்றன்பின் ஒன்றாய் இரண்டு பஸ்கள் வருகின்றன. முதலில் வந்த பஸ்ஸில் பெரியவள் ஏறிக் கொள்கிறாள்.

"பை... பை."

"தாங்க் யூ! என் பஸ்ஸும் வந்துடுத்து" என்று கூவியவாறு பெரியவளை வழி அனுப்பிய சிறுமி, பின்னால் வந்த பஸ்ஸின் நம்பரைப் பார்த்து ஏமாற்றமடைகிறாள். அவள் முகமாற்றத்தைக் கண்டே இவள் நிற்பது இந்த பஸ்ஸுக்காக அல்ல என்று புரிந்துகொண்ட டிரைவர், பஸ் ஸ்டாண்டில் வேறு ஆட்களும் இல்லாததால் பஸ்ஸை நிறுத்தாமலே ஓட்டிச்செல்லுகிறான்.

அந்தப் பெரிய சாலையின் ஆளரவமற்ற சூழ்நிலையில் அவள் மட்டும் தன்னந்தனியே நின்றிருக்கிறாள். அவளுக்குத் துணையாக அந்த கிழமாடும் நிற்கிறது. தூரத்தில் – எதிரே

காலேஜ் காம்பவுண்டுக்குள் எப்பொழுதேனும் யாரோ ஒருவர் நடமாடுவது தெரிகிறது. திடீரென ஒரு திரை விழுந்து கவிகிற மாதிரி இருள் வந்து படிகிறது. அதைத் தொடர்ந்து சீறி அடித்த ஒரு காற்றால் அந்தச் சாலையில் கவிந்திருந்த மரக்கிளைகளிலிருந்து படபடவென நீர்த் துளிகள் விழுகின்றன. அவள் மரத்தோடு ஒட்டி நின்று கொள்கிறாள். சிறிதே நின்றிருந்த மழை திடீரெனக் கடுமையாகப் பொழிய ஆரம்பிக்கிறது. குறுக்கே உள்ள சாலையைக் கடந்து மீண்டும் கல்லூரிக்குள்ளேயே ஓடிவிட அவள் சாலையின் இரண்டு பக்கமும் பார்க்கும்போது, அந்தப் பெரிய கார் அவள் வழியின் குறுக்கே வேகமாய் வந்து, அவள் மேல் உரசுவதுபோல் சடக்கென நின்று, நின்ற வேகத்தில் முன்னும் பின்னும் அழகாய் அசைகின்றது.

அவள் அந்த அழகிய காரை, பின்னால் இருந்து முன்னேயுள்ள டிரைவர் சீட்வரை விழிகளை ஓட்டி ஓர் ஆச்சரியம் போலப் பார்க்கிறாள்.

அந்தக் காரை ஓட்டிவந்த இளைஞன் வசீகரமிக்க புன்னகையோடு தனக்கு இடது புறம் சரிந்து படுத்துப் பின் சீட்டின் கதவைத் திறக்கிறான்.

"ப்ளீஸ் கெட் இன்... ஐ கேன் டிராப் யூ அட் யுவர் பிளேஸ்" என்று கூறியவாறு, தனது பெரிய விழிகளால் அவள் அந்தக் காரைப் பார்ப்பதே போன்ற ஆச்சரியத்தோடு அவன் அவளைப் பார்க்கிறான்.

அவனது முகத்தைப் பார்த்த அவளுக்குக் காதோரமும் மூக்கு நுனியும் சிவந்து போகிறது. "நோ... தாங்க்ஸ்! கொஞ்ச நேரம் கழிச்சு மழைவிட்டதும் பஸ்ஸிலேயே போயிடுவேன்..."

"ஓ! இட் இஸ் ஆல் ரைட்... கெட் இன்" என்று அவன் அவசரப் படுத்துகிறான். கொட்டும் மழையில் தயங்கி நிற்கும் அவளைக் கையைப் பற்றி இழுக்காத குறை...

அவள் ஒருமுறை தன் பின்னால் திரும்பிப் பார்க்கிறாள். மழைக்குப் புகலிடமாய் இருந்த அந்த மரத்தை ஒட்டிய வளைவை இப்போது அந்தக் கிழமாடு ஆக்கிரமித்துக் கொண்டிருக்கிறது.

அவளுக்கு முன்னே அந்தக் காரின் கதவு இன்னும் திறந்தே இருக்கிறது. தனக்காகத் திறக்கப்பட்டிருக்கும் அந்தக் கதவின் வழியே மழை நீர் உள்ளே சாரலாய் வீசுவதை பார்த்து அவள் அந்தக் கதவை மூடும்போது, அவள் கையின்மேல் அவனது கை அவசரமாக விழுந்து பதனமாக அழுந்துகையில், அவள் பதறிப்போய்க் கையை எடுத்துக் கொள்கிறாள். அவன்

முகத்தை அவள் ஏறிட்டுப் பார்க்கிறாள். அவன்தான் என்னமாய் அழகொழுகச் சிரிக்கிறான்!

இப்போது அவனும் காரிலிருந்து வெளியே வந்து அவளோடு மழையில் நனைந்தவாறு நிற்கிறானே...

"ம்... கெட்இன்."

இப்போது அந்த அழைப்பை அவளால் மறுக்க முடிய வில்லையே...

அவள் உள்ளே ஏறியதும் அவன் கை அவளைச் சிறைப் பிடித்ததே போன்ற எக்களிப்பில் கதவை அடித்துச் சாத்துகிறது. அலையில் மிதப்பதுபோல் சாலையில் வழுக்கிக்கொண்டு அந்தக் கார் விரைகிறது.

அவளது விழிகள் காருக்குள் அலைகின்றன. காரின் உள்ளே கண்ணுக்குக் குளிர்ச்சியாய் அந்த வெளிறிய நீல நிறச் சுழல் கனவு மாதிரி மயக்குகிறது. இத்தனை நேரமாய் மழையின் குளிரில் நின்றிருந்த உடம்புக்கு, காருக்குள் நிலவிய வெப்பம் இதமாக இருக்கிறது. இந்தக் கார் தரையில் ஓடுகிற மாதிரியே தெரியவில்லை. பூமிக்கு ஓர் அடி உயரத்தில் நீந்துவது போல் இருக்கிறது...

'ஸீட்டெல்லாம் எவ்வளவு அகலமா இருக்கு! தாராளமா ஒருத்தர் படுத்துக்கலாம்' என்ற நினைப்பு வந்ததும், தான் ஒரு மூலையில் மார்போடு தழுவிய புத்தகக் கட்டுடன் ஒடுங்கி உட்கார்ந்திருப்பது அவளுக்கு ரொம்ப அநாகரிகமாகத் தோன்றுகிறது. புத்தக அடுக்கையும் அந்தச் சிறிய டிபன்பாக்சையும் ஸீட்டிலேயே ஒரு பக்கம் வைத்த பின்னர் நன்றாகவே நகர்ந்து கம்பீரமாக உட்கார்ந்து கொள்கிறாள்.

'இந்தக் காரே ஒரு வீடு மாதிரி இருக்கு. இப்படி ஒரு கார் இருந்தா வீடே வேண்டாம் – இவனுக்கும்... ஐயையோ – இவருக்கும் ஒரு வீடு இருக்கும்; இல்லையா?... காரே இப்படி இருந்தா இந்தக் காரின் சொந்தக்காரரோட வீடு எப்படி இருக்கும்? பெரிசா இருக்கும்! அரண்மனை மாதிரி இருக்கும்... அங்கே யாராரெல்லாமோ இருப்பா... இவர் யாருன்னே எனக்குத் தெரியாதே... ஹை! இது என்ன நடுவிலே?... ரெண்டு ஸீட்டுக்கும் மத்தியிலே இழுத்தா மேஜை மாதிரி வரதே! இது மேலே புத்தகத்தை வச்சுண்டு படிக்கலாம்; எழுதலாம்... இல்லேன்னா இந்தப்பக்கம் ஒருத்தர் அந்தப் பக்கம் ஒருத்தர் தலையை வச்சுண்டு 'ஜம்'னு படுத்துக்கலாம். இந்தச் சின்ன விளக்கு எவ்வளவு அழகா இருக்கு; தாமரை மொட்டு மாதிரி இருக்கு; ம்ஹூம், அல்லி

மொட்டு மாதிரி! இதை எரிய விட்டுப் பார்க்கலாமா... சீ! இவர் கோபித்துக் கொண்டார்னா?'

– "அதுக்குக் கீழேயே இருக்கு பாரு... ஸ்விட்ச்" அவன் காரை ஓட்டியவாறே முன்புறமிருந்த சிறிய கண்ணாடியில் அவளைப் பார்த்து ஒரு புன்முறுவலோடு கூறுகிறான்.

அவள் அந்த ஸ்விட்சைப் போட்டு அந்த விளக்கு எரிகிற அழகை ரசித்துப் பார்க்கிறாள். பின்னர் 'பவரை வேஸ்ட் பண்ணப்படாது' என்ற சிக்கன உணர்வோடு விளக்கை நிறுத்துகிறாள்.

பிறகு தன்னையே ஒரு முறை பார்த்து தலையிலிருந்து வழிகின்ற நீரை இரண்டு கைகளினாலும் வழித்து விட்டுக் கொள்கிறாள்.

'ஹ்ம்! இன்னிக்கின்னு போய் இந்தத் தரித்திரம் பிடிச்ச தாவணியைப் போட்டுண்டு வந்திருக்கேனே' என்று மனத்திற்குள் சலித்துக்கொண்டே தாவணியின் தலைப்பைப் பிழிந்து கொண்டிருக்கையில் – அவன் இடது கையால் ஸ்டியரிங்கிற்குப் பக்கத்தில் இருந்த பெட்டி போன்ற அறையின் கதவைத் திறந்து – 'டப்' என்ற சப்தத்தில் அவள் தலை நிமிர்ந்து பார்க்கிறாள் –' அட கதவைத் திறந்த உடனே உள்ளே இருந்து ஒரு சிவப்பு பல்ப் எரியறதே' – ஒரு சிறிய டர்க்கி டவலை எடுத்துப் பின்னால் அவளிடம் நீட்டுகிறான்.

"தாங்ஸ்" – அந்த டவலை வாங்கி தலையையும் முழங்கையை யும் துடைத்துக்கொண்டு முகத்தை துடைக்கையில் – 'அப்பா! என்ன வாசனை' – சுகமாக முகத்தை அதில் அழுந்தப் புதைத்துக் கொள்கிறாள்.

ஒரு திருப்பத்தில் அந்தக் கார் வளைந்து திரும்புகையில் அவள் ஒரு பக்கம் 'அம்மா' என்று கூவிச் சரிய, ஸீட்டின் மீதிருந்த புத்தகங்களும் மற்றொரு பக்கம் சரிந்து அந்த வட்ட வடிவமான சின்னஞ்சிறு எவர்சில்வர் டிபன்பாக்ஸும் ஒரு பக்கம் உருளுகிறது.

"ஸாரி" என்று சிரித்தவாறே அவளை ஒருமுறை திரும்பிப் பார்த்தபின், காரை மெதுவாக ஓட்டுகிறான் அவன். தான் பயந்துபோய் அலறியதற்காக வெட்கத்துடன் சிரித்தவாறே இறைந்து கிடக்கும் புத்தகங்களைச் சேகரித்துக்கொண்டு எழுந்து அமர்கிறாள் அவள்.

ஜன்னல் கண்ணாடியினூடே வெளியே பார்க்கையில் கண்களுக்கு ஒன்றுமே புலப்படவில்லை. கண்ணாடியின் மீது

புகை படர்ந்தது போல் படிந்திருந்த நீர்த் திவலையை அவள் தனது தாவணியின் தலைப்பால் துடைத்துவிட்டு வெளியே பார்க்கிறாள்.

தெருவெங்கும் விளக்குகள் எரிகின்றன. பிரகாசமாக அலங்கரிக்கப்பட்ட கடைகளின் நிழல்கள் தெருவிலுள்ள மழை நீரில் பிரதிபலித்துக் கண்களைப் பறிக்கின்றன. பூலோகத்துக்குக் கீழே இன்னொரு உலகம் இருக்கிறதாமே, அதுமாதிரி தெரிகிறது ..!

'இதென்ன கார் இந்தத் தெருவில் போகிறது?'

"ஓ! எங்க வீடு அங்கே இருக்கு" என்று அவள் உதடுகள் மெதுவாக முனகி அசைகின்றன.

"இருக்கட்டுமே, யார் இல்லேன்னா" என்று அவனும் முனகிக்கொண்டே அவளைப் பார்த்துச் சிரிக்கிறான்.

'என்னடி இது வம்பாப் போச்சு' என்று அவள் தன் கைகளைப் பிசைந்துகொண்ட போதிலும், அவன் தன்னைப் பார்க்கும்போது அவனது திருப்திக்காகப் புன்னகை பூக்கிறாள்.

கார் போய்க்கொண்டே இருக்கிறது.

நகரத்தின் ஜனநடமாட்டம் மிகுந்த பிரதான பஜாரைக் கடந்து, பெரிய பெரிய கட்டடங்கள் நிறைந்த அகலமான சாலைகளைத் தாண்டி, அழகிய பங்களாக்களும் பூந்தோட்டங்களும் மிகுந்த அவென்யூக்களில் புகுந்து, நகரத்தின் சந்தடியே அடங்கிப்போன ஏதோ ஒரு டிரங்க் ரோடில் கார் போய்க் கொண்டிருக்கிறது.

இந்த மழையில் இப்படி ஒரு காரில் பிரயாணம் செய்து கொண்டிருப்பது அவளுக்கு ஒரு புதிய அனுபவமானபடியினால் அதில் ஒரு குதூகலம் இருந்த போதிலும், அந்தக் காரணம் பற்றியே அடிக்கடி ஏதோ ஒருவகை பீதி உணர்ச்சி அவளது அடிவயிற்றில் மூண்டு எழுந்து மார்பில் என்னவோ செய்து கொண்டிருக்கிறது.

சின்னக் குழந்தை மாதிரி அடிக்கடி 'வீட்டுக்குப் போக வேண்டும்' என்று அவனை நச்சரிக்கவும் பயமாயிருக்கிறது.

தன்னை அந்த பஸ் ஸ்டாண்டில் தனிமையில் விட்டு விட்டுப் போனாளே, அவளைப்பற்றிய நினைவும், அவள் தன் கன்னத்தைக் கிள்ளியவாறு சொல்லிவிட்டுப் போனாளே அந்த வார்த்தைகளும் இப்போது அவள் நினைவுக்கு வருகின்றன: 'சமத்தா ஜாக்கிரதையா வீட்டுக்குப் போ.'

'நான் இப்ப அசடாயிட்டேனா? இப்படி முன்பின் தெரியாத ஒருத்தரோட கார்லே ஏறிண்டு தனியாகப் போறது

தப்பில்லையோ?... அவரைப் பார்த்தால் கெட்டவர் மாதிரித் தெரியலியே . . . என்ன இருந்தாலும் நான் வந்திருக்கக் கூடாது... இப்ப என்ன பண்றது? எனக்கு அழுகை வர்ரதே, சீ! அழக்கூடாது... அழுதா அவர் கோபித்துக்கொண்டு 'அசடே இங்கேயே கிட'ன்னு இறக்கி விட்டுவிட்டுப் போயிட்டா? எப்படி வீட்டுக்குப் போறது? எனக்கு வழியே தெரியாதே . . . நாளைக்கு ஜுவாலஜி ரெக்கார்ட் வேற ஸப்மிட் பண்ணணுமே... வேலை நிறைய இருக்கு...'

அவளது பார்வை எதிர்ப்புறக் கண்ணாடியின்மீது கிடந்து அவளைப்போல் தத்தளித்துக் கொண்டிருக்கும் 'வைப்பரை'யே வெறித்துக் கொண்டிருந்தது. கடைசியில் தைரியமாக அவளை அறியாமலேயே அந்த வார்த்தைகளை அவள் கேட்டு விடுகிறாள்:

"இப்ப நாம எங்கே போறோம்?"—அவளது படபடப்பான கேள்விக்கு அவன் ரொம்ப சாதாரணமாகப் பதில் சொல்கிறான்:

"எங்கேயுமில்லை; சும்மா ஒரு டிரைவ்..."

"நேரம் ஆயிடுத்தே. வீட்டிலே அம்மா தேடுவா..."

"ஓ எஸ்... திரும்பிடலாம்."

— கார் திரும்புகிறது. டிரங்க் ரோடை விட்டு விலகிப் பாலைவனம் போன்ற ஒரு திடலுக்குள் பிரவேசித்து, அதிலும் வெகுதூரம் சென்று அதன் மத்தியில் நிற்கிறது கார். கண்ணுக்கெட்டிய தூரம் இருளும் மழையும் சேர்ந்து அரண் அமைந்திருக்கின்றன. அந்த அத்துவானக் காட்டில் தவளைகளின் கூக்குரல் பேரோலமாகக் கேட்கிறது. மழையும் காற்றும் முன்னைவிட மூர்க்கமாய்ச் சீறி விளையாடுகின்றன.

காருக்குள்ளேயே ஒருவர் முகம் ஒருவருக்குத் தெரியவில்லை.

திடீரென்று கார் நின்றுவிட்டதைக் கண்டு அவள் பயந்த குரலில் கேட்கிறாள்: "ஏன் கார் நின்னுடுத்து? பிரேக் டௌனா?"

அவன் அதற்குப் பதில் சொல்லாமல் இடிஇடிப்பதுபோல் சிரிக்கிறான். அவள் முகத்தைப் பார்ப்பதற்காக காரினுள் இருந்த ரேடியோவின் பொத்தானை அமுக்குகிறான். ரேடியோவில் இருந்து முதலில் லேசான வெளிச்சமும் அதைத் தொடர்ந்து இசையும் பிறக்கிறது.

அந்த மங்கிய வெளிச்சத்தில் அவள் அவனை என்னவோ கேட்பதுபோல் புருவங்களை நெளித்துப் பார்க்கிறாள். அவனோ ஒரு புன்னகையால் அவளிடம் யாசிப்பதுபோல் எதற்கோ கெஞ்சுகிறான்.

அப்போது ரேடியோவிலிருந்து ஒரு 'ட்ரம்ப்பட்'டின் எக்காள ஒலி நீண்டு விம்மி விம்மி வெறி மிகுந்து எழுந்து முழங்குகிறது. அதைத் தொடர்ந்து படபடவென்று நாடி துடிப்பதுபோல் அமுத்தலாக நடுங்கி அதிர்கின்ற காங்கே 'ட்ரம்'களின் தாளம் ... அவன் விரல்களால் சொடுக்குப் போட்டு அந்த இசையின் கதிக்கேற்பக் கழுத்தை வெட்டி இழுத்து ரசித்தவாறே அவள் பக்கம் திரும்பி, 'உனக்குப் பிடிக்கிறதா' என்று ஆங்கிலத்தில் கேட்கிறாள். அவள் இதழ்கள் பிரியாத புன்னகையால் 'ஆம்' என்று சொல்லித் தலை அசைக்கிறாள்.

ரேடியோவுக்கு அருகே இருந்த பெட்டியைத் திறந்து இரண்டு 'காட்பரீஸ்' சாக்லெட்டுகளை எடுத்து ஒன்றை அவளிடம் தருகிறான் அவன். பின்னர் அந்த சாக்லெட்டின் மேலே சுற்றிய காகிதத்தை முழுக்கவும் பிரிக்காமல் ஓர் ஓரமாய் திறந்து ஒவ்வொரு துண்டாகக் கடித்து மென்றவாறு கால்மேல் கால்போட்டு அமர்ந்து ஒரு கையால் கார் ஸீட்டின் பின்புறம் ரேடியோவிலிருந்து ஒலிக்கும் இசைக்கேற்பத் தாளமிட்டுக்கொண்டு ஹாய்யாக உட்கார்ந்திருக்கும் அவனை, அவள் தீர்க்கமாக அளப்பது மாதிரிப் பார்க்கிறாள்.

அவன் அழகாகத்தான் இருக்கிறான். உடலை இறுகக் கவ்விய கபில நிற உடையோடு 'ஒட்டு உசரமாய்' அந்த மங்கிய ஒளியில் அவனது நிறமே ஒரு பிரகாசமாய்த் திகழ்வதைப் பார்க்கையில், ஒரு கொடிய சர்ப்பத்தின் கம்பீர அழகே அவளுக்கு ஞாபகம் வருகிறது. பின்னாலிருந்து பார்க்கையில், அந்தக் கோணத்தில் ஓரளவே தெரியும் அவனது இடது கண்ணின் விழிக்கோணம் ஒளியுமிழ்ந்து பளபளக்கிறது. எவ்வளவு புயலடித்தாலும் கலைய முடியாத குறுகத் தரித்த கிராப்புச் சிகையும் காதோரத்தில் அதிகமாகவே நீண்டு இறங்கிய கரிய கிருதாவும் கூட அந்த மங்கிய வெளிச்சத்தில் மினுமினுக்கின்றன. பக்கவாட்டில் இருந்து பார்க்கும்போது அந்த ஒளி வீசும் முகத்தில் சின்னதாக ஒரு மீசை இருந்தால் நன்றாயிருக்குமே என்று ஒரு விநாடி தோன்றுகிறது. ஓ! அந்தப் புருவம்தான் எவ்வளவு தீர்மானமாய் அடர்ந்து செறிந்து வளைந்து இறங்கி, பார்க்கும்போதே பயத்தை ஏற்படுத்துகிறது! அவள் உட்கார்ந்திருக்கும் ஸீட்டின் மேல் நீண்டு கிடக்கும் அவனது இடது கரத்தில் கனத்த தங்கச் சங்கிலியில் பிணைக்கப்பட்ட கடிகாரத்தில் ஏழு மணி ஆவது மின்னி மின்னித் தெரிகிறது. அவனது நீளமான விரல்கள் இசைக்குத் தாளம் போடுகின்றன. அவனது புறங்கையில் மொசு மொசுவென்று அடர்ந்திருக்கும் இள மயிர் குளிர் காற்றில் சிலிர்த்தெழுகிறது.

"ஐயையோ மணி ஏழாயிடுத்தே!" சாக்லெட்டைத் தின்றவாறு அமைதியாய் அவனை வேடிக்கை பார்த்துக் கொண்டிருந்த அவள், திடீரென்று வாய்விட்டுக் கூவிய குரலைக் கேட்டு அவனும் ஒருமுறை கை கடிகாரத்தைப் பார்த்துக் கொள்ளுகிறான்.

காரின் முன்புறக் கதவை அவன் லேசாகத் திறந்து பார்க்கும் போதுதான், மழையின் ஓலம் பேரோசையாகக் கேட்கிறது. அவன் ஒரு நொடியில் கதவைத் திறந்து கீழே இறங்கிவிட்டான்.

"எங்கே. . ?" என்று அவள் அவனிடம் பதற்றத்தோடு கேட்டது கதவை மூடிய பிறகே வெளியே நின்றிருக்கும் அவனது செவிகளில் அமுங்கி ஒலிக்கிறது: "எங்கே போறீங்க?"

"எங்கேயும் போகலே. . . இங்கேதான் வரேன்" என்று ஆங்கிலத்தில் கூறியவாறு அந்தச் சிறுபோதில் தெப்பமாய் நனைந்துவிட்ட அவன் பின் ஸீட்டின் கதவைத் திறந்துகொண்டு உள்ளே வருகிறான்.

அவள் அருகே அமர்ந்து, ஸீட்டின் மீது கிடந்த – சற்று முன் ஈரத்தைத் துடைத்துக் கொள்வதற்காக அவளுக்கு தந்த டவலை எடுத்து முகத்தையும் பிடரியையும் துடைத்துக் கொண்ட பின், கையிலிருந்த சாக்லெட் காகிதத்தைக் கசக்கி எறிகிறான். அவள் இன்னும் அந்த சாக்லெட்டைக் கொஞ்சம் கொஞ்சமாகச் சுவைத்துக் கொண்டிருக்கிறாள். அவன் சட்டைப் பையிலிருந்து ஒரு சிறிய டப்பாவை எடுக்கிறான். அதனுள் அடுக்காக இருக்கும் மிட்டாய் போன்ற ஒன்றை எடுத்து வாயிலிட்டுக்கொண்டு அவளிடம் ஒன்றைத் தருகிறான்.

"என்ன அது?"

"சூயிங்கம்."

"ஐயே, எனக்கு வேண்டாம்!"

"ட்ரை. . . யூ வில் லைக் இட்."

அவள் கையிலிருந்த சாக்லெட்டை அவசர அவசரமாகத் தின்றுவிட்டு அவன் தருவதை மறுக்க மனமின்றி வாங்கக் கை நீட்டுகிறாள்.

"நோ!" – அவள் கையில் தரமறுத்து அவள் முகத்தருகே ஏந்தி அவள் உதட்டின் மீது அதைப் பொருத்தி லேசாக நெருடுகிறான்.

அவளுக்குத் தலை பற்றி எரிவது போல் உடம்பெங்கும் சுகமான ஒரு வெப்பம் காந்துகிறது. சற்றே பின்னால் விலகி, அவன் கையிலிருந்ததைத் தன் கையிலேயே வாங்கிக் கொள்கிறாள்: "தாங்க் யூ!"

அவனது இரண்டு விழிகளும் அவளது விழிகளில் செருகி இருக்கின்றன. அவனது கண்களை ஏறிட்டுப் பார்க்க இயலாத கூச்சத்தால் அவளது பலஹீனமான பார்வை அடிக்கடி தாழ்ந்து தாழ்ந்து தவிக்கிறது. அவளது கவிழ்ந்த பார்வையில் அவனது முழந்தாள் இரண்டும் அந்த ஸீட்டில் மெள்ள மெள்ள நகர்ந்து தன்னை நெருங்கி வருவது தெரிகிறது.

அவள் கண்ணாடி வழியே பார்க்கிறாள். வெளியே மழையும் காற்றும் அந்த இருளில் மூர்க்கமாய்ச் சீறி விளையாடிக் கொண்டிருக்கின்றன. அவள் அந்தக் கதவோடு ஒண்டி உட்கார்ந்து கொள்கிறாள். அவனும் மார்பின்மீது கைகளைக் கட்டியவாறு மிகவும் கௌரவமாய் விலகி அமர்ந்து, அவள் உள்ளத்தைத் துருவி அறியும் ஆர்வத்தோடு அவளைப் பயில்கிறான்.

"ஹவ் டூ யூ லைக் திஸ் கார்?" – 'இந்தக் கார் உனக்குப் பிடித்திருக்கிறதா' என்று ஆங்கிலத்தில் கேட்கிறான். அவனது குரல் மந்தர ஸ்தாயியில் கரகரத்து அந்தரங்கமாய் அவளது செவி வழி புகுந்து அவளுள் எதையோ சலனப் படுத்துகிறது. தனது சலனத்தை வெளிக்காட்டிக் கொள்ளாமல் ஒரு புன்னகையுடன் சமாளித்து அவளும் பதில் சொல்கிறாள்: "ஓ! இட் இஸ் நைஸ்."

அவன் ஆழ்ந்த சிந்தனையோடு பெருமூச்செறிந்து தலை குனிந்தவாறு ஆங்கிலத்தில் சொல்கிறான்: "உனக்குத் தெரியுமா? இந்தக் கார் இரண்டு வருஷமாக ஒவ்வொரு நாளும் உன் பின்னாலேயே அலைஞ்சிண்டிருக்கு – டூ யூ நோ தட்?" என்ற கேள்வியோடு முகம் நிமிர்த்தி அவன் அவளைப் பார்க்கும்போது, தனக்கு அவன் கிரீடம் சூட்டி விட்டது மாதிரி அவள் அந்த விநாடியில் மெய்மறந்து போகிறாள்.

"ரியலீ..?"

"ரியலி!"

அவனது வெப்பமான சுவாசம் அவளது பிடரியில் லேசாக இழைகிறது; அவனது ரகசியக் குரல் அவளது இருதயத்தை உரசிச் சிலிர்க்கிறது: "டூ யூ லைக் மீ?" – 'என்னை உனக்குப் பிடிச்சிருக்கா?'

"ம்" – விலக இடமில்லாமல் அவள் தனக்குள்ளாகவே ஒடுங்குவதைக் கண்டு அவன் மீண்டும் சற்றே விலகுகிறான்.

வெளியே மழை பெய்துகொண்டிருக்கிறது. ரேடியோவிலிருந்து அந்த 'ட்ரம்ப்பட்'டின் இசை புதிய புதிய லய விந்நியாசங்களைப் பொழிந்துகொண்டிருக்கிறது...

"ரொம்ப நல்லா இருக்கு இல்லே?" – இந்தச் சூழ்நிலையைப் பற்றி இந்த அனுபவத்தைக் குறித்து அவளது உணர்ச்சிகளை அறிய விழைந்து அவன் கேட்கிறான்.

"நல்லா இருக்கு... ஆனா பயம்மா இருக்கே..."

"பயமா? எதுக்கு... எதுக்குப் பயப்படணும்?" – அவளைத் தேற்றுகின்ற தோரணையில் தோளைப்பற்றி அவன் குலுக்கியபோது, தன் உடம்பல் இருந்து நயமிக்க பெண்மையே அந்தக் குலுக்கலில் உதிர்ந்தது போன்று அவள் நிலை குலைந்து போகிறாள்: "எனக்கு பயம்மா இருக்கு; எனக்கு இதெல்லாம் புதுசா இருக்கு..."

'எதுக்கு இந்த ஸர்டிபிகேட் எல்லாம்?' என்று தன்னுள் முனகியவாறே இந்த முறை பின்வாங்கப் போவதில்லை என்ற தீர்மானத்தோடு மீண்டும் அவளை அவன் நெருங்கி வருகிறான்:

'மே ஐ கிஸ் யூ?"

அவளுக்கு என்ன பதில் சொல்வது என்று புரியவில்லை. நாக்கு புரள மறுக்கிறது. அந்தக் குளிரிலும் முகமெல்லாம் வியர்த்துத் தேகம் பதறுகிறது.

திடீரென்று அவள் காதோரத்திலும் கன்னங்களிலும் உதடுகளிலும் தீயால் சுட்டுவிட்டதைப்போல் அவனது கரங்களில் கிடந்த அவள் துடிதுடித்து, "ப்ளீஸ். . .ப்ளீஸ்" என்று கதறக் கதற அவன் அவளை வெறிகொண்டு தழுவித் தழுவி...

அவளது கதறல் மெலிந்து தேய்ந்து அடங்கிப் போகிறது. அவனைப் பழிதீர்ப்பதுபோல் இப்போது அவளது கரங்கள் அவனது கழுத்தை இறுகப் பின்னி இணைந்திருக்கின்றன...

வெளியே...

வானம் கிழிந்து அறுபட்டது. மின்னல்கள் சிதறித் தெறிந்தன. இடியோசை முழங்கி வெடித்தது.

ஆ! அந்த இடி எங்கோ விழுந்திருக்க வேண்டும்.

"நான் வீட்டுக்குப் போகணும், ஐயோ! எங்க அம்மா தேடுவா..."

காரின் கதவைத் திறந்துகொண்டு பின்ஸீட்டிலிருந்து அவன் இறங்குகிறான். அந்த மைதானத்தில் குழம்பி இருந்த சேற்றில் அவனது ஷூஸ் அணிந்த பாதம் புதைகிறது. அவன் காலை உயர்த்தியபோது 'சளக்' என்று தெறித்த சேறு, காரின்மீது கறையாய் படிகிறது. திறந்த கதவின் வழியே இரண்டொரு துளிகள் காருக்குள் இருந்த அவள் மீதும் தெறிக்கின்றன.

உடலிலோ மனத்திலோ உறுத்துகின்ற வேதனையால் தன்னை மீறிப் பொங்கிப் பொங்கிப் பிரவகிக்கும் கண்ணீரை அடக்க முடியாமல் அவனறியாதவாறு அவள் மௌனமாக அழுதுகொண்டிருக்கிறாள்.

முன்புறக் கதவைத் திறந்து டிரைவர் ஸீட்டில் அமர்ந்த அவன் சேறு படிந்த காலணியைக் கழற்றி எறிகிறான். ரேடியோவுக்கருகில் உள்ள அந்தப் பெட்டியைத் திறந்து அதிலிருந்து ஒரு சிகரெட்டை எடுத்துப் பற்ற வைத்துக்கொண்டு, மூசு மூசென்று புகை விட்டவாறு 'சூயிங்கம்'மை மென்று கொண்டிருக்கிறான்.

இந்த விநாடியே தான் வீட்டில் இருக்க வேண்டும் போலவும், அம்மாவின் மடியைக் கட்டிக்கொண்டு 'ஹோ'வென்று கதறி அழுது இந்தக் கொடுமைக்கு ஆறுதல் தேடிக்கொள்ள வேண்டும் போலவும் அவள் உள்ளே ஓர் அவசரம் மிகுந்து, நெஞ்சும் நினைவும் உடலும் உணர்ச்சியும் நடுநடுங்குகின்றன.

அவனோ சாவதானமாக சிகரெட்டைப் புகைத்துக்கொண்டு உட்கார்ந்து கொண்டிருக்கிறான். அதைப் பார்க்கப் பார்க்க அவளுக்கு எரிச்சல் பற்றிக்கொண்டு வருகிறது. அந்தக் காருக்குள்ளே இருப்பது ஏதோ பாறைகளுக்கு இடையேயுள்ள ஒரு குகையில் அகப்பட்டதுபோல் ஒரு சமயம் பயமாகவும் மறுசமயம் அருவருப்பாகவும் – அந்த சிகரெட்டின் நெடிவேறு வயிற்றைக் குமட்ட – அந்த மைதானத்தில் உள்ள சேறு முழுவதும் அவள்மீது வாரிச் சொரியப்பட்டதுபோல அவள் உடலெல்லாம் பிசுபிசுக்கிறதே...

நரி ஊளைமாதிரி ரேடியோவிலிருந்து அந்த 'ட்ரம்ப்பட்'டின் ஓசை உடலையே இரு கூறாகப் பிளப்பதுபோல் வெறியேறிப் பிளிறுகிறதே...

அவள் தன்னை மீறிய ஓர் ஆத்திரத்தில் கிறீச்சிட்டு அழுகைக் குரலில் அலறுகிறாள்: "என்னை வீட்டிலே கொண்டுபோய் விடப் போறீங்களா, இல்லையா?"

அவனது கை 'டப்' என்று ரேடியோவை நிறுத்துகிறது.

"டோண்ட் ஷவ்ட் லைக் தட்." அவன் எரிச்சல் மிகுந்த குரலில் அவளை எச்சரிக்கிறான்: 'கத்தாதே!'

அவனை நோக்கி இரண்டு கரங்களையும் கூப்பிப் பரிதாபமாக அழுதவாறு அவள் கெஞ்சுகிறாள்: "எங்க அம்மா தேடுவா... என்னைக் கொண்டுபோய் வீட்டிலே விட்டுட்டா உங்களுக்குக் கோடிப் புண்ணியம்" என்று வெளியே கூறினாலும், மனசிற்குள் 'என் புத்தியைச் செருப்பால் அடிக்கணும். நான்

இப்படி வந்திருக்கவே கூடாது... ஐயோ என்னென்னவோ ஆயிடுத்தே" என்ற புலப்பமும், எங்காவது தலையை மோதி உடைத்துக்கொண்டால் தேவலை என்ற ஆத்திரமும் மூண்டு தகிக்கப் பற்களை நறநறவென்று கடிக்கிறாள். அந்த விநாடியில் அவள் தோற்றத்தைக் கண்டு அவன்கூட நடுங்குகிறான்.

"ப்ளீஸ்... டோண்ட் க்ரியேட் ஸீன்ஸ்" என்று அவளைக் கெஞ்சி வேண்டிக்கொண்டு, சலிப்போடு காரைத் திருப்புகிறான்.

அந்த இருண்ட சாலையில் கண்களைக் கூசவைக்கும் ஒளியை வாரி இறைத்தவாறு உறுமி விரைந்து கொண்டிருக்கிறது கார்.

'சீ! என்ன கஷ்டம் இது! பிடிக்கல்லேன்னா அப்பவே சொல்லி இருக்கலாமே. ஒரு அருமையான சாயங்காலப் பொழுது பாழாகி விட்டது. பாவம்! இதெல்லாம் காலேஜிலே படிச்சு என்ன பண்ணப்போறதோ– இன்னும்கூட அழறாளே.' அவன் அவள் பக்கம் திரும்பி அவளிடம் மன்னிப்புக் கேட்டுக் கொள்கிறான்: "ஐ ஆம் ஸாரி... உனது உணர்ச்சிகளை நான் புண்படுத்தி இருந்தால், தயவுசெய்து மன்னித்துக்கொள்."

– அவளை அவளது இடத்தில் இறக்கி விட்டுவிட்டு, இந்த நிகழ்ச்சியையே மறந்து நிம்மதி காணவேண்டும் என்ற அவசரத்தில் அவன் காரை அதிவேகமாக ஓட்டுகிறான்.

இன்னும் மழை பெய்துகொண்டு இருக்கிறது.

சந்தடியே இல்லாத ட்ரங்க் ரோட்டைக் கடந்து, அழகிய பங்களாக்களும் பூந்தோட்டங்களும் மிகுந்த அவென்யூக்களில் புகுந்து, பெரிய பெரிய கட்டடங்கள் நிறைந்த அகலமான சாலைகளைத் தாண்டி ஜனநடமாட்டம் மிகுந்த அந்தப் பிரதான பஜாரில் போய்க்கொண்டிருந்த கார் ஒரு குறுக்குத் தெருவில் திரும்பி அவளது வீட்டை நோக்கிப் போய்க் கொண்டிருக்கிறது.

'இங்கே நிறுத்துங்கள், நான் இறங்கிக் கொள்ளுகிறேன்' என்று அவளாகச் சொல்லுவாள் என்று அவளது தெரு நெருங்க நெருங்க அவன் யோசித்துக் காரை மெதுவாக ஓட்டுகிறான். அவள் அந்த அளவுக்குக்கூட விவரம் தெரியாத பேதை என்பதைப் புரிந்துகொண்டு, அவனே ஓரிடத்தில் காரை நிறுத்திக் கூறுகிறான்: "வீடு வரைக்கும்கொண்டுவந்து நான் விடக்கூடாது; அதனாலே நீ இங்கேயே இறங்கிப் போயிடு...ம்." அவனைப் பார்க்க அவனுக்கே பரிதாபமாயும் வருத்தமாயும் இருக்கிறது. ஏதோ குற்ற உணர்வில், அல்லது கடன் பட்டுவிட்டதுபோன்ற நெஞ்சின் உறுத்தலில் அவனது கண்கள் கலங்கி விவஸ்தையற்ற கண்ணீர் பளபளக்கிறது

...அவனே இறங்கிவந்து ஒரு பணியாள் மாதிரி அவளுக்காகக் காரின் கதவைத் திறந்துகொண்டு மழைத் தூறலில் நின்று கொண்டிருக்கிறான். உணர்ச்சிகள் மரத்துப்போன நிலையில் அவள் தனது புத்தகங்களைச் சேகரித்துக்கொண்டு கீழே விழுந்திருந்த அந்தச் சிறிய வட்டவடிவமான எவர்சில்வர் டிபன் பாக்ஸைத் தேடி எடுத்துக்கொண்டு தெருவில் இறங்கி அவன் முகத்தைப் பார்க்க முடியாமல் தலைகுனிந்து நிற்கிறாள்.

அந்தச் சிறிய தெருவில், மழை இரவானதால் ஜனநடமாட்டமே அற்றிருக்கிறது. தூரத்தில் எரிந்து கொண்டிருக்கும் தெரு விளக்கின் மங்கிய வெளிச்சத்தில் தன் அருகே குள்ளமாய்க் குழந்தை மாதிரி நின்றிருக்கும் அவளைப் பார்க்கும்போது அவன் தன்னுள்ளே தன்னையே நொந்து கொள்கிறான். தனக்கிருக்கும் அளவிறந்த சுதந்திரமே தன்னை எவ்வளவு கேவலமான அடிமையாக்கி இருக்கிறது என்பதை அவன் எண்ணிப்பார்க்கிறான்.

'ஆம். அடிமை! – உணர்ச்சிகளின் அடிமை!' என்று அவன் உள்ளம் உணருகிறது. அவன் அவளிடம் ரகஸியம் போல் கூறுகிறான்: "ஐ ஆம் ஸாரி..."

அவள் அவனை முகம் நிமிர்த்தி பார்க்கிறாள்...ஓ, அந்தப் பார்வை!

அவளிடம் என்னவோ கேட்க அவன் உதடுகள் துடிக்கின்றன; "என்ன..." என்ற ஒரே வார்த்தையோடு அவனது குரல் கம்மி அடைத்துப் போகிறது.

"ஒண்ணுமில்லே" என்று கூறி அவள் நகர்கிறாள்.

அவளுக்கு முன்னால் அந்தக் கார் விரைந்து செல்கையில் காரின் பின்னால் உள்ள அந்த சிவப்பு வெளிச்சம் ஓடி ஓடி இருளில் கலந்து மறைகிறது.

கூடத்தில் தொங்கிய அரிக்கேன் விளக்கு காற்றில் அணைந்து போயிருந்தது. சமையலறையில் கைவேலையாக இருந்த அம்மா, கூடம் இருண்டு கிடப்பதைப் பார்த்து அணைந்த விளக்கை எடுத்துக்கொண்டு போய் ஏற்றிக்கொண்டு வந்து மாட்டியபோது, கூடத்து கடிகாரத்தில் மணி ஏழரை ஆகிவிட்டதைக் கண்டு திடீரென்று மனசில் என்னவோ பதைக்கத் திரும்பிப் பார்த்தபோது அவள் படியேறிக்கொண்டிருந்தாள்.

மழையில் நனைந்து தலை ஒரு கோலம் துணி ஒரு கோலமாய் வருகின்ற மகளைப் பார்த்ததுமே வயிற்றில் என்னமோ செய்தது அவளுக்கு.

“என்னடி இது, அலங்கோலம்?”

அவள் ஒரு சிலை அசைவது மாதிரி கூடத்துக்கு வந்தாள்; அரிக்கேன் விளக்கு வெளிச்சத்தில் ஒரு சிலை மாதிரியே அசைவற்று நின்றாள். அவள் கண்களிலிருந்து கண்ணீர் பெருகிற்று. “அம்மா!” என்று குமுறி வந்த அழுகையைத் தாயின் தோள்மீது வாய் புதைத்து அடைத்துக்கொண்டு அவளை இறுகத் தழுவியவாறு குலுங்கிக் குலுங்கி அழுதாள்!

அம்மாவின் மனசுக்குள், ஏதோ விபரீதம் நடந்துவிட்டது புரிவது போலவும் புரியாமலும் கிடந்து நெருடிற்று.

“என்னடி, என்ன நடந்தது? ஏன் இவ்வளவு நேரம்? அழாமல் சொல்லு.” தன்மீது விழுந்து தழுவிக்கொண்டு புழு மாதிரித் துடிக்கும் மகளின் வேதனைக்குக் காரணம் தெரியாவிட்டாலும் அது வேதனை என்ற அளவில் உணர்ந்து அந்த வேதனைக்குத் தானும் ஆட்பட்டு மனம் கலங்கி அழுது முந்தானையால் கண்களைத் துடைத்தவாறு மகளின் முதுகில் ஆதரவோடு தட்டிக் கொடுத்தாள். “ஏண்டி, ஏன் இப்படி அழறே சொல்லு?”

தாயின் முகத்தைப் பார்க்க முடியாமல் அவள் தோளில் முகம் புதைத்தவாறு அவள் காதில் மட்டும் விழுகிற மாதிரி சொன்னாள். அழுகை அடங்கி மெதுவாக ஒலித்த குரலில் அவள் சொல்ல ஆரம்பித்த உடனேயே தன்மீது ஒட்டிக்கிடந்த அவளைப் பிரித்து நிறுத்தி, விலகி வந்து, சபிக்கப்பட்ட ஒரு நீசப் பெண்ணைப் பார்ப்பதுபோல அருவருத்து நின்றாள் அம்மா.

அந்தப் பேதைப் பெண் சொல்லிக் கொண்டிருந்தாள்: “மழை கொட்டுக் கொட்டுனு கொட்டித்து... பஸ்ஸே வரல்லே... அதனால்தான் காரிலே ஏறினேன்... அப்புறம் எங்கேயோ காடுமாதிரி ஒரு இடம்... மனுஷாளே இல்லே... ஒரே இருட்டு. மழையா இருந்தாலும் எறங்கி ஓடி வந்துடலாம்னு பார்த்தா எனக்கோ வழியும் தெரியாது... நான் என்ன பண்ணுவேன்... அப்புறம் வந்து... வந்து... ஐயோ! அம்மா... அவன் என்னை...”

– அவள் சொல்லி முடிப்பதற்குள் பார்வையில் மின்னல் பூச்சிகள் பறப்பதுபோல் அந்த அறை அவளது காதிலோ, நெற்றிப் பொருத்திலோ எங்கேயோ வசமாய் விழுந்தது. கூடத்து மூலையில் அவள் சுருண்டு விழ, கையில் இருந்த புத்தகங்கள் நாற்புறமும் சிதறி டிபன் பாக்ஸ் கீழே விழுந்து கணகணத்து உருண்டது.

‘அடிப்பாவி! என் தலையிலே நெருப்பைக் கொட்டிட்டாயே...’ என்று அலறத் திறந்த வாய், திறந்த நிலையில் அடைபட்டது.

அது நான்கு குடித்தனங்கள் உள்ள வீடு. சத்தம் கேட்டுப் பின் கட்டிலிருந்து சிலர் அங்கே ஓடி வந்தார்கள்.

"என்னடி, என்ன விஷயம்?" என்று ஈரக்கையை முந்தானையில் துடைத்துக்கொண்டு சுவாரசியமாய் விசாரித்த வண்ணம் கூடத்துக்கே வந்துவிட்டாள் பின்கட்டு மாமி.

"ஒண்ணுமில்லை, இந்தக் கொட்ற மழையிலே... அப்படி என்ன குடிமுழுகிப் போச்சு? தெப்பமா நனைஞ்சுண்டு வந்திருக்காள். காசைப் பணத்தைக் கொட்டிப் படிக்க வெச்சு, பரீட்சைக்கு நாள் நெருங்கறப்போ படுத்துத் தொலைச்சா என்ன பண்றது! நல்ல வேளை. அவ அண்ணா இல்லே; இருந்தால் இந்நேரம் தோலை உரிச்சிருப்பான்" என்று பொய்யாக அங்கலாய்த்துக்கொண்டாள் அம்மா.

"சரி சரி, விடு. இதுக்குப் போயிக் குழந்தையெ அடிப்பாளோ?" பின்கட்டு அம்மாளுக்கு விஷயம் அவ்வளவு சுரத்தாக இல்லை; போய்விட்டாள்.

வாசற் கதவையும் கூடத்து ஜன்னல்களையும் இழுத்து மூடினாள் அம்மா. ஓர் அறையில் பூனைக்குட்டி மாதிரி சுருண்டு விழுந்து – அந்த அடிக்காகக் கொஞ்சம் கூட வேதனைப் படாமல் 'இன்னும் பலமாகத் தன்னை அடிக்கமாட்டாளா, உயிர் போகும்வரை தன்னை மிதித்துத் துவைக்க மாட்டாளா' என்று எதிர்பார்த்து அசைவற்றுக் கிடந்த மகளை எரிப்பது போல் வெறித்து விழித்தாள் அம்மா...

'இவளை என்ன செய்யலாம்?... ஒரு கௌரவமான குடும்பத்தையே கறைப்படுத்திட்டாளே?... தெய்வமே, நான் என்ன செய்வேன்?' என்று திரும்பிப் பார்த்தாள்...

அம்மாவின் பின்னே சமயலறையிலே அடுப்பின் வாய்க்குள்ளே தீச்சுவாலைகள் சுழன்றெரியக் கங்குகள் கனன்று கொண்டிருந்தன. . .

'அப்படியே ஒரு புறம் நெருப்பை அள்ளி வந்து இவள் தலையில் கொட்டினால் என்ன?' என்று தோன்றிற்று.

– அவள் கண்முன் தீயின் நடுவே கிடந்து புழுவைப்போல் நெளிந்து கருகிச் சாகும் மகளின் தோற்றம் தெரிந்தது...

'அப்புறம்? அத்துடன் இந்தக் களங்கம் போயிடுமா?... ஐயோ! மகளே, உன்னை என் கையால் கொன்றபின் நான் உயிர் வாழவா?... நானும் என் உயிரைப் போக்கிக் கொண்டால்?'

‘ம்... அப்புறம்? அத்துடன் இந்தக் களங்கம் போயிடுமா?’ – அம்மாவுக்கு ஒன்றும் புரியவில்லை மக்களின் கூந்தலைப் பற்றி முகத்தை நிமிர்த்தித் தூக்கி நிறுத்தினாள் அம்மா.

நடுக்கூடத்தில் தொங்கிய அரிக்கேனின் திரியை உயர்த்தி ஒளி கூட்டி அதைக் கையில் எடுத்துக்கொண்டு மகளின் அருகே வந்து நின்று அவளைத் தலை முதல் கால் வரை ஒவ்வோர் அங்குலமாக உற்று உற்றுப் பார்த்தாள். அந்தப் பார்வையை தாங்கமாட்டாமல் அவள் முகத்தை மூடிக்கொண்டு “ஐயோ அம்மா, என்னெப்பார்க்காதேயேன்” என்று முதுகுப் புறத்தைத் திருப்பிக் கொண்டு சுவரில் முகம் பதித்து அழுதாள்...

‘அட கடவுளே! அந்தப் பாவிக்கு நீதான் கூலி கொடுக்கணும்’ என்று வாயைப் பொத்திக்கொண்டு அந்த முகம் தெரியாத அவனைக் குமுறிச் சபித்தாள் அம்மா. அவளைத் தொடுவதற்குத் தனது கைகள் கூசினாலும், அவளைத் தானே தீண்டுவதற்குக் கூசி ஒதுக்கினால் அவள் வேறு எங்கே தஞ்சம் புகுவாள் என்று எண்ணிய கருணையினால் சகித்துக்கொண்டு, தனது நடுங்கும் கைகளால் அவளைத் தொட்டாள். ‘என் தலையெழுத்தே’ என்று பெருமூச்செறிந்தவாறு, இவளைக் கோபிப்பதிலோ தண்டிப்பதிலோ இதற்குப் பரிகாரம் காண முடியாது என்று ஆழமாய் உணர்ந்து, அவளைக் கைப்பிடியில் இழுத்துக்கொண்டு அரிக்கேன் விளக்குடன் பாத்ரூமை நோக்கி நடந்தாள்.

‘இப்ப என்ன செய்யலாம்?... அவனை யாருன்னு கண்டு பிடிச்சுட்டா?... அவன் தலையிலேயே இவளைக் கட்டிடறதோ?... அட தெய்வமே... வாழ்க்கை முழுவதும் அப்படிப்பட்ட ஒரு மிருகத்தோட இவளை வாழ வச்சுடறதா? அதுக்கு இவளைக் கொன்னுடலாமே..? என்ன செய்யறது?’ என்று அம்மாவின் மனம் கிடந்து அரற்றியது.’

பாத்ரூமில் தண்ணீர்த் தொட்டியின் அருகே அவளை நிறுத்தி மாடத்தில் விளக்கை வைத்துவிட்டு தானறிந்த தெய்வங்களையெல்லாம் வழிபட்டு இந்த ஒன்றுமறியாப் பேதையின்மீது பட்டுவிட்ட கறையைக் கழுவிக் களங்கத்தைப் போக்குமாறு பிரார்த்தித்துக்கொண்டாள் அம்மா.

குளிரில் நடுங்குகிறவள் மாதிரி மார்பின்மீது குறுக்காகக் கைகளைக் கட்டிக்கொண்டு கூனிக்குறுகி நின்றிருந்தாள் அவள்.

கண்களை இறுக மூடிக்கொண்டு சிலைமாதிரி நிற்கும் மகளிடம் ஒரு வார்த்தை பேசாமல் அவளது ஆடைகளையெல்லாம் தானே களைந்தாள் அம்மா. இடுப்புக்குக் கீழ்வரை பின்னித் தொங்கிய சடையைப் பிரித்து அவளது வெண்மையான முதுகை

மறைத்துப் பரத்திவிட்டாள். முழங்கால்களைக் கட்டிக்கொண்டு ஒரு யந்திரம் மாதிரி குறுகி உட்கார்ந்த அவள் தலையில் குடம் குடமாய்த் தொட்டியிலிருந்த நீரை எடுத்துக் கொட்டினாள். அவள் தலையில் சீயக்காய்த் தூளை வைத்துத் தேய்த்தவாறு மெல்லிய குரலில் அம்மா விசாரித்தாள்: "உனக்கு அவனைத் தெரியுமா?"

"ம்ஹூம்..."

"அழிஞ்சு போறவன். அவனை என்ன செய்தால் தேவலை."

– பற்களைக் கடித்துக்கொண்டு சீயக்காய் தேய்த்த விரல்களைப் புலி மாதிரி விரித்துக்கொண்டு கண்களில் கொலைவெறி கொப்பளிக்க வெறித்த பார்வையுடன் நிமிர்ந்து நின்றாள்.

'ம்... வாழை ஆடினாலும் வாழைக்குச் சேதம், முள் ஆடினாலும் வாழைக்குத்தான் சேதம்' என்று பொங்கி வந்த ஆவேசம் தணிந்து பெண்ணினத்தின் தலை எழுத்தையே தேய்த்து அழிப்பதுபோல் இன்னும் ஒரு கை சீயக்காயை அவள் தலையில் வைத்துப் பரபரவென்று தேய்த்தாள்!

ஏனோ அந்தச் சமயம் இவளை இரண்டு வயசுக் குழந்தையாக விட்டு இறந்துபோன தன் கணவனை நினைத்துக்கொண்டு அழுதாள். 'அவர் மட்டும் இருந்தாரென்றால் – மகராஜன் இந்தக் கொடுமையெல்லாம் பார்க்காமல் போய்ச் சேர்ந்தாரே?'

"இது யாருக்கும் தெரியக்கூடாது கொழந்தே! தெரிஞ்சா அதோட ஒரு குடும்பமே அழிஞ்சுபோகும். 'நம் வீட்டிலேயும் ஒரு பெண் இருக்கே, அவளுக்கு இப்படி ஆகி இருந்தா என்ன பண்ணுவோம்?'னு யோசிக்கவே மாட்டா. பரம்பரை துவேஷம்மாதிரி குலத்தையே பாழ் பண்ணிடுவா... மத்தவாளைச் சொல்றேனே; இன்னொருத்தருக்குன்னா என் நாக்கே இப்படிப் பேசுமா? வேற மாதிரித்தான் பேசும். எவ்வளவு பேசி இருக்கு!" என்று புலம்பிக்கொண்டே கொடியில் கிடந்த துண்டை எடுத்து அவள் தலையைத் துவட்டினாள். தலையை துவட்டிய பின் அவளை முகம் நிமிர்த்திப் பார்த்தாள். கழுவித் துடைத்த பீங்கான் மாதிரி வாலிபத்தின் கறைகள் கூடப் படிவதற்கு வழியில்லாத அந்தக் குழந்தை முகத்தைச் சற்று நேரம் உற்றுப்பார்த்து மகளின் நெற்றியில் ஆதரவோடு முத்த மிட்டாள். "சுத்தமாயிட்டேடி, கொழந்தே! சுத்தமாயிட்டே... உன் மேலே கொட்டினேனே அது ஜலமில்லேடி... ஜலம் இல்லே: நெருப்புன்னு நெனைச்சுக்கோ. உன் மேலே இப்போ கறையே இல்லே... நீ பளிங்குடீ, பளிங்கு... மனசிலே

அழுக்கு இருந்தாத்தாண்டி அழுக்கு. உம் மனசு எனக்குத் தெரியறது. உலகத்துக்குத் தெரியுமோ? அதுக்காகத்தான் சொல்றேன். இது உலகத்துக்குத் தெரியவே கூடாதுன்னு... என்னடி அப்படிப் பார்க்கறே? தெரிஞ்சுட்டா என்ன பண்றதுன்னு பார்க்கறயா..? என்னடி தெரியப்போறது? எவனோடயோ நீ கார்லே வந்தேன்னுதானே தெரியப்போறது? அதுக்கு மேலே கண்ணாலே பார்க்காததெப் பேசினா அந்த வாயைக் கிழிக்க மாட்டாளா?... ம்... ஒண்ணுமே நடக்கலேடி... நடக்கலே! கார்லே ஏறிண்டு வந்ததை மட்டும் பாத்துக் கதை கட்டிடுவாளோ?... அப்பிடிப் பாத்தா ஊர்லே எவ்வளவோ பேரு மேலே கதை கட்ட ஒரு கும்பல் இருக்கு... அவாளெ விடுடி... உன் நல்லதுக்கு நான் சொல்றேன். உன் மனசிலே ஒரு கறையுமில்லே; நீ சுத்தமா இருக்கேன்னு நீயே நம்பணும் கிறதுக்குச் சொல்றேண்டி... நீ நம்பு... நீ சுத்தமாயிட்டே... நான் சொல்றது சத்யம்... நீ சுத்தமாயிட்டே... ஆமா... தெருவிலே நடந்து வரும்போது எத்தனை தடவை அசிங்கத்தைக் காலிலே மிதிச்சுடறோம்... அதுக்காகக் காலையா வெட்டிப் போட்டுடறோம்? கழுவிட்டு, பூஜை அறைக்குக் கூடப் போறோமே. சாமி வேண்டாம்னு வெரட்டவா செய்யறார்... எல்லாம் மனசுதாண்டி... மனசு சுத்தமா இருக்கணும்... ஒனக்கு அகலிகை கதை தெரியுமோ? ராமரோட பாதத்தூளி பட்டு அவ புனிதமாயிட்டாள்னு செல்லுவா... ஆனா அவ மனசாலே கெட்டுப் போகலை. அதனாலேதான் ராமரோட பாதத் தூளி அவமேலே பட்டுது. எதுக்குச் சொல்றேன்னா – வீணா உன் மனசும் கெட்டுப் போயிடக்கூடாது பாரு... கெட்ட கனவு மாதிரி இதெ மறந்துடு... உனக்கு ஒண்ணுமே நடக்கல்லே..."

கொடியில் துவைத்து உலர்த்திக் கிடந்த உடைகளை எடுத்துத் தந்து அவளை உடுத்திக்கொள்ளச் சொன்னாள் அம்மா.

"அதென்ன வாயிலே 'சவக்'குனு மெல்லறே?"

"சுயிங்கம்."

"கருமத்தைத் துப்பு... சீ! துப்புடி. ஒருதடவை வாயைச் சுத்தமா அலம்பிக் கொப்புளிச்சுட்டு வா" என்று கூறிவிட்டுப் பூஜை அறைக்குச் சென்றாள் அம்மா.

சுவாமி படத்தின் முன்னே மனம் கசிந்து உருகத் தன்னை மறந்து சில விநாடிகள் நின்றாள் அம்மா. பக்கத்தில் வந்து நின்ற மகளை "கொழந்தே, 'எனக்கு நல்ல வாழ்க்கையைக் கொடு'ன்னு கடவுளை வேண்டிக்கோ – இப்படி எல்லாம் ஆனதுக்கு நானுந்தான் காரணம். வயசுக்கு

வந்த பெண்ணை வெளியே அனுப்பறமே, உலகம் கெட்டுக் கெடக்கேன்னு எனக்குத் தோணாமே போச்சே? என் கொழுந்தை காலேஜுக்குப் போறாளேங்கிற பூரிப்பிலே எனக்கு ஒண்ணுமே தோணல்லே. அதுவுமில்லாம எனக்கு நீ இன்னும் கொழந்தைதானே... ஆனா நீ இனிமே உலகத்துக்குக் கொழந்தை இல்லேடி!... இதை மறந்துடு... என்ன, மறந்துடுன்னா சொன்னேன். இல்லே, இதை மறக்காம இனிமே நடந்துக்கோ. யார்கிட்டேயும் இதைப் பத்திப் பேசாதே. இந்த ஒரு விஷயத்திலே மட்டும் வேண்டியவா நெருக்கமானவான்னு கிடையாது. யார்கிட்டேயும் இதைச் சொல்லல்லேன்னு என் கையிலே அடிச்சு சத்தியம் பண்ணு ...ம்!" – ஏதோ தன்னுடைய ரகசியத்தைக் காப்பற்றுவதற்கு வாக்குறுதி கேட்பதுபோல் தன் எதிரே கையேந்தி நிற்கும் தாயின் கைமீது தன் கரத்தை வைத்து இறுகப் பற்றினாள் அவள். "சத்தியமா... யார்கிட்டயும் செல்ல மாட்டேன்..."

"பரீட்சையிலே நிறைய மார்க் வாங்கிண்டு வராளே... சமத்து சமத்துன்னு நினைச்சிண்டிருந்தேன். இப்பத்தான் நீ சமத்தா ஆயிருக்கே. எப்பவும் இன்னமே சமத்தா இருந்துக்கோ" என்று மகளின் முகத்தை ஒரு கையில் ஏந்தி, இன்னொரு கையால் அவள் நெற்றியில் விபூதியை இட்டாள் அம்மா.

அந்தப் பேதையின் கண்களில் பூஜை அறையில் எரிந்த குத்து விளக்குச் சுடரின் பிரபை மின்னிப் பிரகாசித்தது. அது வெறும் விளக்கின் நிழலாட்டம் மட்டும் அல்ல. அதிலே முழு வளர்ச்சியுற்ற பெண்மையின் நிறையே பிரகாசிப்பதை அந்தத் தாய் கண்டு கொண்டாள்.

அதோ, அவள் கல்லூரிக்குப் போய்க் கொண்டிருக்கிறாள். அவள் செல்லுகின்ற பாதையில் நூற்றுக்கணக்கான டாம்பீகமான கார்கள் குறுக்கிடத்தான் செய்கின்றன. ஒன்றையாவது அவள் ஏறிட்டுப் பார்க்க வேண்டுமே! சில சமயங்களில் பார்க்கிறாள். அந்தப் பார்வையில் – தன் வழியில் அந்தக் காரோ அந்தக் காரின் வழியில் தானோ குறுக்கிட்டு மோதிக்கொள்ளக் கூடாதே என்ற ஜாக்கிரதை உணர்ச்சி மட்டுமே இருக்கிறது.

***ஆனந்த விகடன்*, 1966**

லட்சாதிபதிகள்

இன்று மாலை ஆறு மணிக்கு முன்புவரை அவன் ஒரு லட்சாதிபதியாயிருந்தான்.

சரியாக ஆறே கால் மணிக்கு அவனது லீகல் அட்வைஸர்... அந்த ஒற்றை நாம வக்கீல் ஐயங்கார்... வந்தார். அவர் இன்று வரும்போதே குனிந்த தலையுடன் வந்தார்.

அப்போது அவன் அளவுக்கு மீறிக் குடித் திருந்தான். அவன் சில நாட்களாகவே சதா நேரமும் அறையில் தனிமையில் குடித்துக் கொண்டே யிருந்தான். சில சமயங்களில் தனக்குத்தானே யாருக்கும் புரியாத உளறல் மொழியில் பேசிக் கொண்டிருந்தான்; அல்லது திடீர் திடீரெனக் கூக்குரலிட்டுச் சிரித்துக் கொண்டிருந்தான்.

இந்த இரண்டு மூன்று நாட்களாக அவன் குளிப்பதற்கோ, சாப்பிடுவதற்கோ கூடத் தன் அறையை விட்டு வெளியே வரவேயில்லை. அதற்காக அவனை வற்புறுத்தக் கூடிய சொந்தம் மிகுந்தோர் யாரும் அவனுக்கு இல்லை. அவன் அந்த வீட்டில் ஒரு கணவனோ, ஒரு தந்தையோ, ஒரு மகனோ அல்லன்; அவன் அந்த வீட்டில் ஒரு வெறும் எஜமானன். அங்கே இருக்கும் மற்றவர்கள் அனைவரும் அவனது வேலையாட்கள். எனவே ஒரு மனைவியைப் போல அவனுக்கு ஊழியம் செய்யும் உரிமையை மட்டுமே பெற்றிருந்த அவர்கள், அவனது ஏவலுக்காக மாத்திரமே காத்துக் கிடந்தார்கள்.

எப்போதாவது அந்தக் கிழவன் மட்டும் மனம் தாளாமல் தயங்கித் தயங்கி அவனது அறை வாசற்படிக் கதவருகே வந்து, "தம்பீ... தம்பீ..." என்று அழைப்பான்; உள்ளேயிருந்து குரல் வராத மௌனத்தில் கனக்கின்ற கோபத்தை உணர்ந்து பின்வாங்கிவிடுவான் கிழவன். கிழவன் அவனது வேலைக்காரன் அல்லவாம். ஏதோ தூரத்து உறவாம். அவன் தந்தைக்கு ரொம்ப அந்தரங்கமாய் அந்தக் காலத்தில் இருந்தவனாம். இதெல்லாம் அவனே சொல்லிக்கொண்டு திருப்திப்பட்டுக் கொள்ளக்கூடிய விஷயங்களானபடியால், மற்ற வேலைக்காரர்களை அதட்டுவதற்கும், மிரட்டுவதற்கும் அவை பயன்பட்டன.

நேற்று மத்தியானம் ஒரு தடவை அறைக் கதவைத் திறந்து, கறுத்துச் சுருங்கிய முகமும், முகமெங்கும் விரிந்தது போல் சிவந்து இமைகள் கிழிந்த கண்களுமாய் அவன் வெளியே தலை நீட்டிக் கத்தினான்: "ஏ, கிழவா!"

ஒரு பத்து ரூபாய் நோட்டை நீட்டி, ஒரு டின் சிகரெட் வாங்கி வரச் சொன்னான்.

"சாப்பாடு" என்று கிழவன் தயங்கியவாறே சொல்லி முடிப்பதற்குள், அவன் அறைக் கதவை மூடிக்கொண்டான்.

அவனைத் தேடிக்கொண்டு வரும் நண்பர்கள் பட்டாளமும் இப்போதெல்லாம் வருவதில்லை.

அந்த வீட்டிலுள்ள அவனது வேலைக்காரர்கள் அவரவர் மனத்துக்கேற்ப அவனைப்பற்றி என்னென்னவோ பேசிக்கொண்டனர்.

கடைசியில் இன்று மாலை வக்கீல் ஐயங்கார் வந்த போதுதான் அவரை வரவேற்பதற்காக அவன் உடை மாற்றிக்கொண்டு, வெளியே வந்தான். ஆஸ்பத்திரியிலிருந்து வரும் நோயாளியைப் போல் அவன் தோற்றம் அளித்தான்.

வக்கீல் ஐயங்கார் வந்ததும் மீண்டும் அவனது அறைக் கதவு மூடிக் கொண்டது.

இடையில் ஒரு தடவை கிழவன் காப்பி கொண்டு வந்தபோது, அறையுள் மேஜைமீது ஏதேதோ காகிதங்கள், பத்திரங்கள் முதலியவை இறைந்து கிடந்ததையும், அவன் உட்காராமல் குறுக்கும் நெடுக்கும் உலாவிக் கொண்டிருந்ததையும் பார்த்தான்.

வக்கீல் போகும்போது, அவனிடமிருந்து இறுதியாக விடைபெற்றுக் கொள்ளும் ஒரு நெடுங்கால நண்பரைப் போல் அவன் தோளைத் தட்டிக் கொடுத்தவாறே தனது மூக்குக்

ஜெயகாந்தன் கதைகள்

கண்ணாடியைக் கழற்றியவண்ணம் தாங்க முடியாத துயரத்தை அடக்கிக் கொண்டு அவனுக்குத் தேறுதல் கூறினார்:

"பணக்காரர்களின் வாழ்க்கையில் இதெல்லாம் சகஜம். ஒரு வக்கீல் என்கிற முறையில் எனக்கு இது ரொம்ப சாதாரண விஷயம். ஆனா உன் தகப்பனார் இருந்த நாணயத்துக்கு, அவர் குடும்பத்திலே அவர் பிள்ளைக்கு இப்படியெல்லாம் நடந்திருக்க வேண்டாம். பகவான் லீலை! அவ்வளவுதான் சொல்ல முடியும். மனசைத் தளரவிடாமல் இரு..."

அவர் சொன்ன வார்த்தைகள் எதையுமே புரிந்து கொள்ளாதவனாய் மனசிலோ, அறிவிலோ எதுவுமே உறைக்காமல் ஒரு மழுங்கிய நிலையில் பார்வை மட்டும் எங்கோ மோட்டு வளையை வெறிக்க வக்கீல் ஐயங்கார் போன பின்பும் வெகு நேரம் வாசற்படியருகே நின்றிருந்தான் அவன்.

அவன் உள்ளே வருவதற்காகத் திரும்பியபோது வீட்டின் பின்கட்டின் கதவருகேயும் தூண் மறைவிலும் அவனைப் பார்த்தவாறும் இவ்வளவு நேரம் நின்றிருந்து, அவன் முகம் கண்டதும் சுவரிலும் தூண்மறைவிலும் ஒளிந்து கொள்வதும் ஏதோ வேலையாய் வந்ததுபோல் கையில் ஒரு சாமானை எடுத்துக்கொண்டு போவதுமாய் இருந்த அந்த வேலைக்காரர்களின் சாகசம் அவனுக்கு எரிச்சலைத் தந்தது.

அவன் ஒரு தெருப் பொறுக்கியைப் போல ரொம்பவும் கொச்சை வார்த்தைகளால் அவர்களைத் திட்டிக் கத்தினான். அவன் கடைசியாய் அவர்களுக்குச் சொன்னான்:

"தரித்திரம் புடிச்ச நாய்களா, எங்கேயாவது ஒழிஞ்சு போங்க... உங்களுக்கென்னடா, வேசைப் பொழைப்புத்தானே? நான் இல்லேன்னா இன்னொருத்தன்... ஏ கெழவா, நீயும்தான் எங்கேயாவது போய்ச் செத்துத் தொலை!"

அவன் கத்திக்கொண்டே தன் அறைக்குள் போய்த் தாழிட்டுக் கொண்டான். அவன் அறைக்குள் நுழைந்தபோது அவனது நாற்காலிக்கு மேலே சுவரில் தொங்கிய அந்தக் கனவானின் படம், தன் தந்தையினுடைய தோற்றம் என்பதை எண்ணிய மகத்துவத்திலேயே தன் தகுதிக்குக் கூடாத கேவலமான வார்த்தைகளைக் கூறிக் கத்திக்கொண்டிருந்த அவனது குரல் அடங்கிப் போயிற்று.

அந்தப் படத்தின் கீழ் ராவ்சாகிப் அரங்கநாத முதலியார் என்று ஆங்கிலத்தில் எழுதியிருந்தது.

அதைப் படித்துப் புரிந்துகொள்ளும் அளவுக்குக் கூட அவனுக்குக் கல்வியறிவு போதாது.

தான் இனிமேல் என்ன செய்வது என்று யோசித்துத் திடீரென அவன் மலைத்தான். தனது சொத்துக்களை யெல்லாம் நீக்கித் தன்னை அவன் தனித்துப் பார்க்கையில் அவனிடம் வேலை செய்து கொண்டிருக்கின்ற அந்த வேலைக்காரர்களை விடவும் தான் மிகவும் பலஹீனமான ஜீவராசி என்பதை உணர்ந்தான். அவனுக்கு எந்தவிதத் தொழிலும் தெரியாது. அவனுக்குப் பணத்தைச் செலவு செய்ய மட்டுமே தெரியும். அந்தக் கணக்கைக் கூட வேறு ஒருவர்தான் எழுதி வைக்க வேண்டும். அந்த அளவுக்கு அவன் தற்குறி.

நண்பர்களோடு கூடிக் கும்மாளமிட்டு, வேசையரோடு சேர்ந்து குடித்துக் களித்துத் தானும் தன் வேலைக்காரர்களுமாய் ஆயுள் முழுதும் உட்கார்ந்து தின்று தீர்த்தாலும்கூட, அழியாத சொத்து, ஓரிரு அற்ப ஆசையில்... அதற்கு அற்ப ஆசை என்றா பெயர்! – பேராசையில் அழிவுற்றது.

அதற்கு ஒரு காரணம் இருந்தது.

பத்து வருஷங்களுக்கு முன் அவனது ஒழுக்கமற்ற நடவடிக்கைகளுக்காகவும், அவனது ஊதாரித் தனத்துக்காகவும், அவனை முற்றாக வெறுத்துவிட்டு, அவன் மனைவி தாய் வீடு போனாள்; திரும்பவே இல்லை. அவள் படித்த பெண். போகும் போது அவன் நெஞ்சை அறுப்பதுபோல் ஒரு வார்த்தையையும் சொல்லிவிட்டுப் போனாள்:

“நீ என்ன மனிதன்? யாரோ சம்பாதித்து வைத்த ஆஸ்தியை அழித்துக் கொண்டிருப்பதைத் தவிர உனக்கு வேறு என்ன பெருமை இருக்கிறது? இந்தச் சொத்துகளுக்கு நீ அதிபதியான பிறகு அது வளரவில்லை. அழிந்திருக்கிறது. அது கூட உனக்குத் தெரியாது. ஒரு நாளைக்கு நீ தெருவிலே நிற்பாய்!”

– அவனைத் திருத்தவும் அவனை நேர்வழிப் படுத்தவும் அவள் பட்ட சிரமங்களையெல்லாம் ஒரு கணவன் என்ற திமிரில் பிடிவாதமாக அவன் உதாசீனம் செய்ததைச் சில காலம் அவனோடு வாழ்ந்து அனுபவித்த பின்னர் வேறு வழியின்றி அவனை அவள் அவ்வாறு சபித்துவிட்டுப் போனாள்.

‘பார், இந்த ஆஸ்திகளை எத்தனை மடங்கு அதிகமாக்கிக் காட்டுகிறேன்’ என்று அவன் தன்னுள் வன்மம் உரைத்துக் கொண்டு பல குறுக்கு வழிகளில் பாய்ந்தான்.

இப்போது, 'அவள் பத்தினி – அவள் வார்த்தை பலித்து விட்டது' என்று தனக்குள் முனகிக் கொண்டான்.

"தெருவில் நிற்பதா? அது மட்டும் நடக்காது."

கூடத்தில் கூடியிருந்த அந்த வேலைக்காரர்களில் ஒருவன் சொன்னான்:

"எஜமான் மஞ்சக் கடுதாசி குடுத்திருக்காரு போல இருக்கு" என்று அந்த வார்த்தைகளைக் கேட்டுக் கொண்டே அங்கே வந்த கிழவன் தலையைக் குனிந்து கொண்டான்.

நள்ளிரவிலோ பின்னிரவிலலோ அவன் திடீரென ஒரு முடிவுக்கு வந்தவனைப் போல் தன் அறையிலிருந்து, வெளியே வந்தான். ஹாலிலும் பின்கட்டுத் தாழ்வாரத்திலும் அந்த வீட்டிலுள்ள நான்கு வேலைக்காரர்களும் தூங்கிக் கொண்டிருந்தனர்.

அவன் இருளிலும் போதையிலும் கண் தெரியாமல் தடவிக்கொண்டு வருகையில் வாசற்படியில் கால் வழுக்கிற்று. அவன் கீழே சாயவிருந்த தருணம், "எங்கே தம்பி இந்த நேரத்திலே?" என்று வினவியவாறு அந்தக் கிழட்டு வேலைக்காரன் அவனைத் தாங்கிப் பிடித்தான்.

"ஏ கிழவா, உனக்குத் தூக்கம் வரலியா? வயசாயிட்டா... எங்கே சாவு வந்திடுமோன்னு பயந்துக்கிட்டுத் தூங்காம இருக்கீங்க இல்லே?" என்று கூறி அர்த்தம் இல்லாமல் அந்த அமைதியான இருளில் கூக்குரலிட்டுச் சிரித்தான் அவன்.

சிரித்தவாறே கார் ஷெட்டின் தகரக் கதவுகளை ஓசையிட, விரியத் திறந்தான். காரின் முன் சீட்டுக் கதவைத் திறந்து அவன் உட்கார்ந்ததும், விருட்டென்று அசுர வேகத்தில் பின்னால் பறந்து வந்த கார், தெருவில் கிறீச்சிட்டு நின்றது.

இந்த நிலையில் அவன் காரையும் எடுத்துக்கொண்டு புறப்படுவதைப் பார்த்த கிழவனுக்கு வயிற்றை என்னமோ செய்தது. கிழவன் காரை நோக்கித் தெருவுக்கு ஓடி வந்தான்.

"வேண்டாம் தம்பி... விடிஞ்சு போகலாம்..."

"விடிவா..?" அவன் ஒருமுறை பெருமூச்செறிந்தான். இரவும் பகலும் தன்வரை பொய்த்துப் போய் எத்தனை நாட்களாகிவிட்டன என்று எண்ணிப் பார்த்துத் தனக்குள் சிரித்துக் கொண்டான். அவன் காருக்கு வெளியே தலை நீட்டி, அவனது முன்னோர்களெல்லாம் பிறந்து வளர்ந்த அந்தப் பெரிய

வீட்டைப் பார்த்தான். தான் இனிமேல் அதைப் பார்க்கப் போவதில்லை என்ற தீர்மானத்தில் அவன் அதை நன்றாகப் பார்த்துக் கண்களை மூடியவாறே கிழவனிடம் சொன்னான்!
"ஏ கிழவா! நீயும் மத்த பசங்களும் வேறே எவனாவது வந்து வெரட்டறத்துக்கு முந்தி வீட்டைக் காலி பண்ணிடுங்க" என்று கூறியவாறே தனது சட்டைப் பையிலிருந்த பர்சை வெளியே எடுத்தான்.

பர்சைத் திறந்து பார்க்கையில், அதிலிருக்கும் பணம் தனக்கு அதிகம் என்றும், பணமே தனக்கு அநாவசியம் என்றும் உணர்ந்தான்.

"இந்தா, இதை வச்சக்கோ, அதிலே எவ்வளவு இருந்தாலும் மத்தவங்களுக்கும் குடுத்து நீயும் எடுத்துக்கோ" என்று அந்தப் பர்சைக் கிழவனின் மேல் விட்டெறிந்தான்.

"தம்பீ!" என்று அழுதவாறே இரண்டு கைகளிலும் பர்சை ஏந்தி நின்று கிழவன் ஏதோ சொல்ல முயலுகையில் அந்தக் கார், வாழ்க்கையைச் சபித்து மண்ணை வாரி இறைப்பதுபோல், புழுதி கிளப்பி மறைந்தது.

அந்தக் காரின் வேகத்திலேயே அது சாவை நோக்கிப் போகிறது என்று கிழவன் புரிந்து கொண்டு அழுதான்.

○ ○ ○

குறியற்று, நெறியற்று, திசையற்று, தெளிவற்று அந்தக் கார் இருளைக் கிழித்துப் போய்க்கொண்டிருந்தது.

அந்தக் காரின் சிதைவையோ தனது சடலத்தையோ எவராலும் அடையாளம் கண்டுகொள்ளக் கூடாத தொலைவை நோக்கி அவன் விரைந்து கொண்டிருந்தான். அவனுக்கு இப்போது வாழ்வு அல்ல; சாவே ஒரு பிரச்னையாயிற்று.

போன வருஷம் ஒரு தடவை தனது நண்பர்களோடும் அந்த எவளோ ஒருத்தியோடும் உல்லாசப் பயணம் வரும் போது மைசூர் பிரதேசத்தில் உள்ள ஒரு மலைக்குச் செல்கையில், அந்த மலைப் பாதையின் திருப்பத்தில் காரைத் திருப்பும் பொழுது ஒரு பெரிய விபத்தைத் தவிர்த்து ஒரு திடீர்ச் சாதுர்யத்தினால் பல உயிர்களைக் காப்பாற்றினானே அந்த இடம் அவன் ஞாபகத்தில் வந்தது.

அந்தச் செங்குத்தான சரிவிலிருந்து – பாறைகளும் திண்டு முண்டாய் முறுக்கேறிய மரங்களும் செறிந்த அந்தப் பள்ளத்தாக்கைப் பார்த்து அவர்கள் அனைவரும் பயத்தால்

ஜெயகாந்தன் கதைகள்

உறைந்திருந்தபோது 'இதிலே அந்தக் கார் விழுந்திருந்தால் என்னவாயிருக்கும்' என ஒரு காட்சியைக் கற்பனை செய்து அஞ் சினானே, அதை மெய்யாக்க விரும்பிய ஆவேசத்தில் அந்தக் கார் சில மணி நேரங்களில் புறப்பட்ட இடத்திலிருந்து சில நூறு மைல்களைத் தாண்டி வந்து கொண்டிருந்தது.

"மணி என்ன இருக்கும்?" என்று யோசித்தான் அவன். புறப்படும் போதிருந்த குழப்பத்தில் தான் தனது கைக் கடியாரத்தை மறந்து விட்டதை உணர்ந்தான் அவன். காரிலிருந்த கடிகாரம் இரண்டு மூன்று தினங்களாய்ச் சாவி கொடுக்கப்படாமையால் நின்று போயிருந்தது.

'மணி என்னவாயிருந்தால் என்ன?' என்று முனகிக் கொண்டே நாலு புறமும் குளிர் காற்று மோதியடிக்க அவனது கார் பேய் வேகத்தில் விரைந்து கொண்டிருக்கையில் சாலையிலுள்ள நெடு மரங்கள் விலகி வழி தந்த பாதை நீளமாய்க் கிழிபட்டது.

அந்த வலது புற வளையில் திரும்பிய போது கீழ் வானில் ஒரு வெள்ளைக் கோடு தெரிவதைக் கண்டான் அவன்.

அந்த நெடிய சாலையின் நடுவே வெகு தூரத்தில் கரும்புள்ளி மாதிரி ஓர் ஒற்றைத் தனி உருவம் காரை வழி மறிப்பதுபோல் கைகளை விரித்தவாறே நின்றிருந்தது.

'மனிதர்களுக்குத்தான் இன்னொரு மனிதன்மீது எவ்வளவு நம்பிக்கை? என்ன தைரியமாய் இந்த வேகத்தில் பறந்து வரும் காரின் முன்னே... ஆணா, பெண்ணா?... சாகப் போகிற எனக்கு அதைப் பற்றியெல்லாம் என்ன கவலை, அடித்து எறிந்துவிட்டுப் போய்விட வேண்டியதுதானே?... கொலையா? மனமறிந்த கொலையா, தன்னையே கொலை செய்து கொள்ளப் போகிற ஒருவனுக்குப் பிற உயிர்க் கொலை ஒரு பொருட்டா!' இந்த ஒரு பாபத்தைத்தான் அவன் பாக்கி வைத்திருந்தான். கண்ணை மூடிக்கொண்டு போய்விட வேண்டியதுதான். இந்தப் பயணத்தின் குறுக்கே வரும் எவரும் சிரமமின்றி இந்தப் பயணத்தின் இறுதியை எய்துவர்."

அவன் கண்களைத் திறந்து பார்க்கும்போது அந்தச் சாலையின் குறுக்கே அவன் மீது நம்பிக்கை வைத்து நிற்கின்றவள் ஒரு கிழவியென அறிந்தான். இப்போது அவன் அஞ்சியது ஒரு கொலைக்கு அல்ல. உறுமிச் சினந்து வரும் இந்த நவீன எந்திரத்தைத் தனது தளர்ந்த, தடியூன்றிய கையசைப்பின் மூலம் நிறுத்திவிட முடியும் என்று அந்தக் கிழவி நம்புவது அதை இயக்கி வரும் மனிதனின் பொருட்டு அல்லவா?

அவளது நம்பிக்கைக்குத் துரோகமிழைப்பதற்கே அவன் அஞ்சினான். அதுவும் இல்லாமல் அந்தப் பரிதாபத்திற்குரிய கிழவியை எதிர்பாராத வண்ணம் கொல்வதால் தனக்கு என்ன லாபம் என்று கருதினான் அவன். மேலும் தீர்மானம் செய்துவிட்ட தனது சாவு, இந்தக் கிழவிக்காச் சற்று நிறுத்திவிடுவதால் எங்கே போய்விடப் போகிறது என்ற திடத்துடன் அவன் கோபமாக 'பிரேக்'கை அழுத்தினான். அந்தக் காரின் சக்கரம் கிறீச்சிட்டுத் தேய்ந்தவாறு அந்தக் கார் ரோட்டில் இழுபட்டுக் குறுக்கே வளைந்தோடி அவள் அருகே வந்து எகிறி நின்றது.

கார் நின்றதும் அவன் வெளியே தலை நீட்டி அவளைத் திட்டுவதற்கு முன்னால், கூப்பிய கரத்துடன் அந்தக் கிழவி அவன் அருகே ஓடிவந்தாள். அவள் தனக்குப் பின்னால் ஒரு தனிக் குடிசை இருந்த திசையைக் காட்டிக் கன்னட மொழியில் ஏதோ பிரலாபித்தாள். அவன் விழிப்பதைக் கண்டு, மொழி புரியவில்லை என்று புரிந்துகொண்டு, சைகையால் அவனுக்கு உணர்த்த விரும்பி, பிள்ளை பெற்று உலர்ந்து சுருங்கிய – ஒட்டிப்போன தனது வயிற்றைக் காண்பித்தாள்.

அவன் காரிலிருந்து இறங்கினான். அந்தக் கிழவி அவன் கையைப் பற்றிக் கொண்டு அந்தக் குடிசையை நோக்கி நடந்தாள்.

அவனது உருவமும், உடையின் கோலமும் ஓர் அஞ்சத் தகுந்த அந்தஸ்துக்கு அவன் உரியவன் என்று அவளுக்கு உணர்த்தவில்லை. அவள் அவனிடம் பேரம் பேசி முந்தானையிலிருந்து எட்டாய் மடித்து வைத்திருந்த அழுக்குப் பிடித்த ஓர் இரண்டு ரூபாய்த் தாளை எடுத்து அவன் கையில் வைத்து அழுத்தித் தொடர்ந்து ஏதோ கன்னட மொழியில் கெஞ்சியவாறு அவனது மோவாயைத் தாங்கினாள். அவனுக்கு ஏனோ அப்போது வயிற்றைப் பீறிக் கொண்டு சிரிப்பு வந்தது.

இவளுக்கென்ன வயதிருக்கும் என்று அளக்கையில், இவ்வளவு வயது முதிர்ந்த ஒருத்தியைத் தான் பார்த்ததேயில்லை என்று அவனுக்குத் தோன்றிற்று. அவளது இமை ஓரங்களெல்லாம் நரைத்திருந்தன. கொடி போன்ற உடம்பு என்பார்களே, அதற்கு ரொம்பப் பொருந்திய உடல் வாகு. கொடிக்குத் தானே கொழுகொம்பு தேவை?

அவள் தந்த அந்த இரண்டு ரூபாய்த் தாளை அவன் ஒரு விளையாட்டெனக் கருதி வாங்கிக் கொண்டான்.

தடியூன்றிக் குனிந்து அவனைத் திரும்பித் திரும்பிப் பார்த்து அழைத்துக்கொண்டு, தெய்வங்களையெல்லாம் பிரார்த்தித்துப்

புலம்பியவாறு வழிகாட்டிச் செல்லும் அவளைத் தொடர்ந்து அந்தச் சின்னஞ் சிறிய குடிசைக்கு வந்தான் அவன்.

அந்தக் குடிசையின் வாயிற்படியில் ஓர் இளம் பெண் கர்ப்பிணிக் கோலத்தில் சாய்ந்து படுத்து – ஆண்கள் யாரும் இல்லை என்ற தைரியத்தில் கால்களை அகட்டிப் போட்டவாறு கிடந்தாள். அவள் உடலிலிருந்து உதிரமும் நீரும் வழியப் பிரசவ வேதனையில் அவள் துடித்துக் கொண்டிருந்தாள்.

கிழவி தன்னை அழைத்து வந்ததன் காரணம் அவனுக்கு இப்போதுதான் தெளிவாகப் புரிந்தது. அந்தக் கிழவிக்கு இவள் நிச்சயம் மகளாகவோ, பேத்தியாகவோ கூட இருக்க முடியாது. அவர்கள் இருவரும் பேசிக்கொள்வதிலிருந்து அந்தக் கிழவிக்கு அவள் எந்த விதத்திலும் ரத்த பந்தம் உடையவள் என்று தோன்றவில்லை. கிழவி பேசிய தோரணையிலிருந்து அவனுக்குப் புரிந்தது இதுதான்: 'மனிதருக்கு மனிதர் இந்த உதவிகூடச் செய்யாவிட்டால் மனித உடல் உயிர் சுமந்து ஆயுள் நாட்களை எண்ணிக் கொண்டிருப்பதன் அர்த்தம்தான் என்ன?' என்று அவள் கேட்கிறாளோ?

கிழவியும் அவனுமாய்க் கைத்தாங்கலில் அவளை அழைத்துக் கொண்டு வரும்போது – பாதி வழியில் இது நடக்காத காரியம் என்று எண்ணி, அவன் அவளை ஒரு குழந்தை மாதிரி இரு கரங்களிலும் தூக்கிக்கொண்டு காரை நோக்கி நடந்தான். அவன் பின்னால் கிழவி கைத்தடியை ஊன்றி ஊன்றி வேகமாய் ஓடி வந்தாள். கிழவியை அவளுக்குத் துணையாகப் பின் சீட்டில் ஏற்றிய பின் எந்தப் பக்கம் போய் ஓர் ஆஸ்பத்திரியை அடைவது என்று புரியாமல் அவன் விழித்தான்.

கிழவி அவனது தவிப்பைப் புரிந்துகொண்டு காருக்குப் பின்னால் கம்பை நீட்டி வழி காட்டினாள்.

ஒரு விநாடி தயக்கத்திற்குப் பிறகு, 'இவர்களின் பொருட்டுச் சற்று தூரம் நான் திரும்பிச் சென்று விடுவதால் தீர்மானம் செய்யப்பட்டுவிட்ட எனது சாவு திரும்பிச் சென்றுவிடப் போவதில்லை...' என்ற திடத்தில், சற்று முன் சாவை நோக்கி அசுர வேகத்தில் விரைந்து வந்துகொண்டிருந்த அந்தக் காரைத் திசை மாற்றி, வந்த வழியே திருப்பினான் அவன்.

ஊர் பேர் தெரியாத அந்த சர்க்கார் ஆஸ்பத்திரியை அவர்கள் அடைந்தபோது பொழுது விடிந்திருந்தது.

மரணத்தைச் சந்திக்கப் போகின்ற வழியில் ஒரு ஜனனத்தைப் பரிச்சயம் கொள்ள நேர்கின்ற இந்த நிலைமை அவன் மனசுக்கு ரொம்ப வேடிக்கையாயிருந்தது. அதைப் பார்த்துவிட்டுத்தான் போவோமே என்ற தீர்மானத்தில், காருக்குள்ளே சாய்ந்து உட்கார்ந்தான். பல நாட்களாகத் தூக்கமோ, உறக்கமோ, உணவோ, மன நிம்மதியோ இல்லாமல் அலண்டு போயிருந்த அவனது உடல், தாங்க இயலாத அளவுக்குச் சோர்வு கண்டது. இமைகளை உறக்கம் அழுத்திற்று. சில்லென்று விடியற் காலைக் காற்று அவனை இதமாகத் தடவிற்று. துயில் எழுந்த பறவைகள் அவனுக்குத் தாலாட்டுப் பாடின. அவன் அப்படியே உறங்கிப் போனான்.

அந்தக் கிழவியின் குரல் கேட்டோ, அல்லது புதிதாய்ப் பிறந்த ஒரு குழந்தையின் அலறலைக் கேட்டோ அவன் திடுக்கெனக் கண் விழித்தான். அப்போது அந்தப் புதிய குழந்தையைப் பார்ப்பதற்கு அவனை அந்தக் கிழவி அழைத்தவாறு அங்கே நின்றிருந்தாள். பிரகாசமான சூரிய வெளிச்சத்தில் கண்கள் கூசியவாறே உலகத்தையே புதிய வெளிச்சத்தில் பார்ப்பது போல் அவன் விழித்தான். கிழவி அவன் கையைப் பற்றி அழைத்துக் கொண்டு ஆஸ்பத்திரியினுள்ளே நடந்தாள். அந்தப் பிரசவ வார்டில் ஒவ்வொரு கட்டிலினருகேயும் புஷ்பத் தொட்டி வைத்ததுபோல், அந்தப் புதிய குழந்தைகளை அவன் பார்த்தான்.

கிழவி அவள் அருகே போய் அந்தப் பெண்ணின் உடம்போடு ஒட்டிப் போய் மார்பில் முகம் புதைத்துக் கிடந்த அந்தக் குழந்தையை எடுத்து அவன் முன்னே நீட்டி என்னவோ கன்னடத்தில் சொன்னாள்.

உயிர்ப்பின் நெடி வீசிக் கொண்டிருந்த அந்தக் குழந்தையை அவன் தன் கரங்களில் வாங்கும்போது, 'இவன் ஒரு லட்சாதிபதியல்ல; அதனால் இவனுக்கு வாழவே உரிமை இல்லையா என்ன?' என்று வாய்விட்டுக் கேட்டான். அந்தக் குழந்தையைக் கைகளில் ஏந்தி அதற்காகப் பிரார்த்திப்பது போல் அவன் நின்றிருக்கையில், அந்தக் கிழவியும் இளம் பெண்ணும் அவனை அவன் செய்த உதவிக்காக வாழ்த்தினர்.

கிழவியின் கையில் குழந்தையைக் கொடுத்துவிட்டு அவன் வெளியே வந்து நின்றான்; ஏனோ அவனுக்கு அழுகையில் நெஞ்சு அடைத்தது; அவனுக்கு அகோரமாய்ப் பசித்தது. தான் சாப்பிட்டுப் பல நாட்களாயின என்று நினைவு வந்தது. அவன் சட்டைப் பையைத் துழாவிக் கிழவியிடமிருந்து வாங்கிய அந்த இரண்டு ரூபாய் நோட்டை எடுத்துக்கொண்டு சற்று தூரத்தில்

தெரிந்த பட்சணக் கடையை நோக்கி ஓடினான். சாப்பிடச் சென்ற அவன் அங்கே சென்றதும் தன் பசியை மறந்தான். அந்தக் குழந்தையின் ஜனனத்தைக் கொண்டாடுவதற்காக இனிப்புப் பலகாரமே வாங்கினான்.

அவன் மீண்டும் ஆஸ்பத்திரிக்கு வந்து, அந்த இனிப்புப் பட்சணத்தை முதலில் அந்த லேடி டாக்டருக்கும், பின்னர் அந்தக் குழந்தையின் தாய்க்கும், கிழவிக்கும், அங்கிருந்த மற்றவர்களுக்கும் வழங்கிய பின், கையில் எஞ்சியிருந்த சில்லறையுடன் அந்த ஆஸ்பத்திரியின் எதிரில் இருந்த டீக்கடையை நோக்கிப் போனான்.

அந்தச் சிறிய டீக்கடையில் வாழ்க்கையிலேயே முதன் முறையாக அந்த எளிய மனிதர்களோடு ஒருவனாய் அமர்ந்து அவனும் டீ அருந்தியபோது, அங்கே குதூகலமாக, வறுமையிலும் வாழ்க்கையை அனுபவித்துக் கொண்டிருக்கின்ற அந்த எளிய மனிதர்களின் முகங்களையெல்லாம் அவன் கூர்ந்து கூர்ந்து பார்த்தான்.

'இவர்களில் யாருமே லட்சாதிபதிகள் அல்லர்' என்ற நினைவே எவ்வளவு சுகமாக இருக்கிறது! 'ஒரு வேளை அது குறித்துத்தான் இவர்கள் இவ்வளவு சந்தோஷமாக இருக்கிறார்களோ?'

அவன் மனத்தில் அந்த அநாதைக் கிழவி, அவளது ஆதரவில் வந்து ஒதுங்கிய அந்த இளம் பெண், அவள் நம்பிக்கையோடு பிறவி தந்திருக்கும் அந்தக் குழந்தை – எல்லோரையும் எண்ணிப் பார்க்கும்போது, வாழ்க்கைதான் எத்தனை மலிவான தரத்திலும் எவ்வளவு அழகாக மலர்ந்திருக்கிறது என்பதை உணர்ந்தான்.

'இங்கே உள்ள இந்த மனிதர்களுக்கும் எனக்கும் என்ன வித்தியாசம்?' என்று சிந்தித்துப் பார்க்கையில் வாழ்க்கை வெள்ளம் தன்னை வேரோடு பிடுங்கி, அடித்துக் கொண்டு வந்து, தனக்குப் பரிச்சயமில்லாத ஒரு புதிய மண்ணில் புதைத்துப் படர விடுவது போல் இருந்தது அவனுக்கு.

அவன் டீயைக் குடித்துவிட்டுத் தலை நிமிர்ந்தபோது, தூரத்தே தெரியும் அவன் காரின் அருகே யாரோ ஒரு மனிதர் வந்து நின்று, அந்தக் காரின் 'டிரைவ'ரான தன்னைத் தேடுவதையும், மற்றொரு மனிதன் தன்னைச் சுட்டிக்காட்டி ஏதோ சொல்வதையும் கண்டு எழுந்து வந்தான்.

கார் அருகே நின்றிருந்த அந்த உயரமான கதர் உடை தரித்த கிராமவாசி அவனிடம் ஏதோ கன்னடத்தில் கூறினார்.

அவனுக்கு மொழி புரியாதது கண்டு பக்கத்திலிருந்த மனிதர் தனக்குத் தெரிந்த தமிழில் விளக்கினார்.

"இங்கேயிருந்து நரசப்பூருக்குப் போவணுமாம் – பத்து மைலு... வயத்திலே ஆபரேஷன் ஆன கேஸ்; ஜாக்கிரதையாகப் போவணும் – என்ன கேக்கறேன்னு சொல்லு."

அவனுக்கு ஒன்றுமே புரியவில்லை. அவன் மலைத்து நிற்பதைப் பார்த்து அந்தக் கிராமவாசி அவன் கையில் இரண்டு பத்து ரூபாய் நோட்டுக்களைத் திணித்துவிட்டு உள்ளே போனார்.

சற்று நேரத்திற்குப் பின்னர், வயிற்றில் ஆபரேஷன் ஆன அந்த இளம் பெண்ணையும் கிராமவாசியையும் ஏற்றிக்கொண்டு அந்தக் கார் ஒரு புதிய வாழ்க்கையை நோக்கிப் போய்க்கொண்டிருக்கிறது என்பதை அதன் நிதானத்திலிருந்தே எவரும் புரிந்துகொள்ள முடியும்!

அவன் அதைப் புரிந்து கொண்டு வெகு நேரமாயிற்று.

ஆனந்த விகடன், 1966

ஒரு வீடு பூட்டிக் கிடக்கிறது

வேப்ப மரத்தடியில் நிற்கும் பசுவின் பின்னங்கால்களைக் கட்டிவிட்டு மடியைக் கழுவுவதற்காகப் பக்கத்திலிருந்த தண்ணீர்ச் செம்பை எடுக்கத் திரும்பிய சுப்புக் கோனார்தான் முதலில் அவனைப் பார்த்தான். பார்த்த மாத்திரத் திலேயே கோனாருக்கு அவனை அடையாளம் தெரிந்துவிட்டது. அதே சமயம் அவன் மார்புக்குள் 'திக்'கென்று என்னமோ உடைந்து ஒரு பயமும் உண்டாயிற்று. அடையாளம் தெரிந்ததனால் தனக்கு அந்த பயம் உண்டாயிற்றா அல்லது அவனைக் கண்ட மாத்திரத்திலேயே தன்னைக் கவ்விக்கொண்ட அந்தப் பயத்தினால்தான் அவனை அடையாளம் கண்டுகொள்ள முடிந்ததா என்று நிச்சயிக்க முடியாத நிலையில் அவனை அடையாளம் கண்டதும் அச்சம் கொண்டதும் சுப்புக் கோனாருக்கு ஒரே சமயத்தில் நிகழ்ந்தன.

அது பனிக்காலம்தான். இன்னும் பனி மூட்டம் விலகாத மார்கழி மாதக் காலை நேரம்தான். அதற்காக உடம்பு திடீரென்று இப்படி உதறுமா என்ன? பாதத்தின் விரல்களை மட்டும் பூமியில் ஊன்றி, குத்திட்டு அமர்ந்திருந்த கோனாரின் இடது முழங்கால் ஏகமாய் நடுங்கிற்று. எழுந்து நின்றுகொண்டான். உடம்பு நடுங்கினாலும் தலையில் கட்டியிருக்கும் 'மப்ள'ருக்குள்ளே திடீரென வேர்க்கிறதே!

முண்டாசை அவிழ்த்துத் தலையை நன்றாகச் சொறிந்துவிட்டுக் கொண்டான் கோனார்.

காலனி காம்பவுண்டின் இரும்பாலான கதவுகளை ஓசையிடத் திறந்து பெரிய ஆகிருதியாய் உள்ளே வந்து கொண்டிருந்த அவன், தன்னையே குறி வைத்து முன்னேறி வருவது போலிருந்தது கோனாருக்கு.

அவன் கால் செருப்பு ரொம்ப அதிகமாகக் கிறீச்சிட்டது. அவன் கறுப்பு நிறத்தில் கட்டம் போட்ட லுங்கி அணிந்திருந்தான். உள்ளே போட்டிருக்கும் பனியனும், இடுப்பிலணிந்த நான்கு விரற்கடை அகலமுள்ள தோல் பெல்ட்டும், அந்த பெல்ட்டிலே தொங்குகின்ற அடர்ந்த சாவிக்கொத்தின் வளையத்தை இணைத்து இடுப்பில் செருகி இருக்கும் பெரிய பேனாக்கத்தியும் தெரிய அணிந்த மஸ்லின் ஜிப்பா; அதைப் பார்க்கும்போது சாவிக் கொத்திலே இணைந்த ஒரு பேனாக் கத்தி மாதிரித் தோன்றாமல் கத்தியின் பிடியிலே ஒரு சாவிக் கொத்தை இணைத்திருப்பது போல் தோன்றும் அளவுக்கு அந்தக் கத்தி பெரிதாக இருந்தது.

அவன் சுப்புக் கோனாரை சாதாரணமாகத்தான் பார்த்தான். தான் வருகிற வழியில் எதிரில் வருகிற எவரையும் பார்ப்பதுபோல்தான் பார்த்தான். போதாதா கோனாருக்கு? ஓடவும் முடியாமல், நிற்கவும் முடியாமல், பால் கறக்கவும் முடியாமல், பசுவின் காலை அவிழ்க்கவும் முடியாமல் தன்னைக் கடந்து செல்லும் அவனது முதுகைப் பார்த்தவாறு உறைந்து போய் நின்றிருக்கும் கோனாரைப் பார்த்து வேப்ப மரத்தில் கட்டப்பட்டிருந்த அந்தக் கன்றுக்குட்டிக்கு என்ன மகிழ்ச்சியோ? ஒரு துள்ளுத் துள்ளிக் கட்டை அவிழ்த்துக்கொண்டு பசுவின் மடியில் வந்து முட்டியதைக்கூட அவன் பார்க்கவில்லை.

வழக்கம் போல் படுக்கையிலிருந்து எழுந்ததும் பசுவின் முகத்தில் விழிப்பதற்காக ஜன்னல் கதவைத் திறந்த முதல் வீட்டுக் குடித்தனக்காரரான குஞ்சுமணி இந்த மஸ்லின் ஜிப்பாக்காரனின் – காக்கை கூடு கட்டிய மாதிரி உள்ள கிராப்பையும், கிருதாவையும் பார்த்து முகம் சுளித்துக் கண்களை மூடிக்கொண்டார். கண்ணை மூடிக் கொண்ட பிறகுதான் மூடிய கண்களுக்குள்ளே அவனை அவருக்கு அடையாளம் தெரிந்தது. மறுபடியும் கண்களைத் திறந்து பார்த்தார். அவனேதான்!

அவனைத் துரத்திக்கொண்டு யாராவது ஓடி வருகிறார்களா என்று பார்ப்பதற்காகக் குஞ்சுமணி வெளியில் ஓடி வந்தார்.

ஜெயகாந்தன் கதைகள்

அப்போது அவன் அவரையும் கடந்து மேலே போய்க் கொண்டிருந்தான். வெளியில் வந்து பார்த்த குஞ்சுமணி, பசுவின் காலைக் கட்டிப்போட்டுவிட்டுத் தன் கால்களையும் பயத்தால் கட்டிப்போட்டுக்கொண்டு நின்றிருக்கும் சுப்புக் கோனாரைப் பார்த்தார். கோனாருக்குப் பின்னால் காம்பவுண்டு 'கேட்'டுக்கு வெளியே நின்றிருந்த அந்த ஜட்கா வண்டியிலிருந்துதான் இவன் இறங்கி வருகிறானா என்று குஞ்சுமணியால் தீர்மானிக்க முடியவில்லை.

ஏனெனில், தெருவோடு போகிற வண்டி தானாகவே அதன் போக்கில் நின்றிருக்கலாமென்று தோன்றுகிற விதமாக அந்த ஜட்கா வண்டியின் குதிரை, பின்னங்கால்களை முழங்கால் வளையப் பூமியில் உந்தி விறைத்துக்கொண்டு புழுதி மண்ணில் நுரை கிளம்பச் சிறுநீர் கழித்த பின், கழுத்துச் சலங்கை அசைய அப்போதுதான் நகர ஆரம்பித்திருந்தது. காலையில் தனக்கு வரிசையாகக் காணக்கிடைக்கின்ற 'தரிசன'ங்களை எண்ணிக் காறித் துப்பினார் குஞ்சுமணி. துப்பிய பிறகுதான் 'அவன் திரும்பிப் பார்த்துவிடுவானோ' என்று அவர் பயந்தார். அந்தப் பயத்தினால், தான் துப்பியது அவனைப் பார்த்து இல்லை என்று அவனுக்கு உணர்த்துவதற்காக "தூ ! தூ ! வாயிலே கொசு பூந்துட்டுது" என்று இரண்டு தடவை பொய்யாகத் துப்பினார் குஞ்சுமணி.

அவன் அந்தக் காலனியின் உள்ளே நுழைந்து இரண்டு பக்கமும் வரிசையாய் அமைந்த அந்தக் குடியிருப்பு வீடுகளை ஏறிட்டுக்கூடப் பார்க்காமல், அவற்றின் உள்ளே மனிதர்கள்தான் வாழுகிறார்களா என்று அறியக்கூட சிரத்தையற்றவனாய், தனது இந்த வருகையைக் கண்டபின் இங்கே உள்ள அத்தனை பேருமே ஆச்சரியமும் அச்சமும் கவலையும் கலக்கமும் கொள்வார்கள் என்று தெரிந்தும், அவர்களின் அந்த உணர்ச்சிகளைத் தான் பொருட்படுத்தவில்லை என்று காட்டிக் கொள்ளுகிற ஓர் அகந்தைமாதிரி, 'இங்கே இருக்கும் எவனையும் போல் எனக்கும் இங்கு நடமாட உரிமை உண்டு' என்பதைத் தனது இந்தப் பிரசன்னத்தின் மூலம் ஒரு மௌனப் பிரகடனம் செய்கின்ற தோரணையில், பின்னங்கைகளைக் கட்டிக்கொண்டு, பின்புறம் கோத்த உள்ளங்கைகளைக் கோழிவால் மாதிரி ஆட்டிக்கொண்டு, 'சரக் சரக்' என்று நிதானமாய், மெதுவாய், யோசனையில் குனிந்த தலையோடு மேலே நடந்துகொண்டிருந்தான்.

அந்த அகந்தையையும், அவனது மௌனமான இந்தப் பிரகடனத்தையும்தான் குஞ்சுமணியால் தாங்கிக்கொள்ள முடியவில்லை. ஆனால், தாங்கிக் கொள்ளாமல் வேறென்ன

செய்வது? ஏற்கனவே ஒரு பக்கம் பயத்தால் படபடத்துக் கொண்டிருக்கும் அவர் மனத்துள், அவனது இந்த நடையைப் பார்த்ததும் கோபமும் துடிதுடிக்க ஆரம்பித்தது. ஆனால், அறிவு நிதானமாக வேலை செய்தது அவருக்கு.

"இவன் எதற்கு இங்கு வந்திருப்பான்! இவன் நடையைப் பார்த்தால் திருடுவதற்கு வந்தவன் மாதிரி இல்லை. எதையோ கணக்குத் தீர்க்க வந்து அதற்காகக் காத்துக் கொண்டிருக்கிற நிதானம் இவன் நடையிலே இருக்கிறதே... ஆள் அப்போ இருந்ததைவிட இப்போ இன்னும் கொஞ்சம் சதை போட்டிருக்கான். அப்போ மட்டும் என்ன... சுவரேறிக் குதிச்ச வேகத்திலே கீழே விழுந்து, முழங்காலை ஒடிச்சுக்காமல் இருந்திருந்தான்னா அத்தனை பேரையும் அப்படி... அன்னிக்கு முழங்கால்லேருந்து கொட்டின ரத்தத்தையும், பட்டிருந்த அடியையும் பார்த்தப்போ, இவனுக்கு இன்னமே காலே விளங்காதுன்னு தோணித்து எனக்கு. இப்போ என்டான்னா நடை போட்டுக் காட்டறான், நடை! அது சரி! இப்போ இவன் எதுக்கு இங்கே வந்திருக்கான்..? என்ன பண்ணினாப் போவான்..? இவன் வந்திருக்கறது நல்லதுக்கில்லைன்னு தோணறதே. இன்னிக்கு யார் மொகத்திலே முழிச்சேனோ? சித்தமின்னே இவன் மொகத்திலேதான் முழிச்சேனோ..? என்ற கலவரமான சிந்தனையோடு சுப்புக் கோனாரைப் பரிதாபமாகப் பார்த்தார், குஞ்சுமணி. அந்தப் பார்வையில் சுப்புக் கோனாரின் உடம்பையும், அந்த 'அவனு'டைய உடம்பையும் ஒப்பிட்டு அளந்தார்.

'கோனாருக்கு நல்ல உடம்புதான்... தயிர், பால், வெண்ணெய், நெய்யில் வளர்ந்த உடம்பாச்சே! ஆனால், அடி தாங்குமோ? அவனுக்கு அன்னிக்கு முழங்காலிலே அடி படாமல் இருந்திருந்தா, இந்த சுப்புக்கோனார், கீழே விழுந்திருந்த அவன் முதுகிலே அணைக்கயத்தாலே வீறு வீறுன்னு வீறி இருப்பானா! அந்தக் கயறே ரத்தத்திலே நனைஞ்சு போயிடுத்தே..! அடிபட்டு ரத்தம் கொட்டற அந்த முழங்காலிலே ஒண்ணு வச்சான். அவ்வளவுதான்! பயல் மூர்ச்சை ஆயிட்டான். அதுக்கப்புறம் பொணம் மாதிரின்னா அவனை இழுத்துண்டு வந்து, வேப்பமரத்தோட தூக்கி வச்சுக் கட்டினா... அப்புறம் அவன் முழிச்சுப் பார்த்தப்போன்னா உயிர் இருக்கறது தெரிஞ்சது... 'தண்ணி தண்ணி'ன்னு மொனகினான். நான்தான் பால் குவளையிலே தண்ணி கொண்டு போய்க் குடுத்தேன். குடுத்த பாவி அத்தோடே சும்மா இருக்கப் படாதோ! "திருட்டுப் பயலே! உனக்குப் பரிதாபப் பட்டா பாவமாச்சே!"ன்னு பால் குவளையாலேயே கன்னத்திலே ஓங்கி இடிச்சேன்... தண்ணி

குடிச்ச வாயிலேருந்து கொடகொடன்னு ரத்தம் கொட்டிடுத்து... அவன் கண்ணைத் திறந்து கறுப்பு முழியைச் சொருகிண்டு என்னைப் பார்த்தான். அதுக்கு அர்த்தம் இப்போன்னா புரியறது...

“எலே பார்ப்பான், இருடா வந்து பாத்துக்கறேன்'ங்கற மாதிரி அன்னிக்கே தோணித்து. இப்போ வந்திருக்கான்... நான் தண்ணி குடுத்தேனே... அதை மறந்திருப்பானா என்ன? எனக்கென்ன – மத்தவா மாதிரி ‘ஒருத்தன் வகையா மாட்டிண்டானே, கெடைச்சது சான்ஸ்'னு போட்டு அடிக்கற ஆசையா? ‘இப்படித் திருடிட்டு, ஓடிவந்து, இவா கையிலே மாட்டிண்டு, அடி வாங்கி தண்ணி தண்ணின்னு தவிக்கறயே... நோக்கென்னடா தலையெழுத்து?'ன்னு அடிச்சேன். இல்லேங்கல்லை... அடிச்சேன்... அவனுக்கு அடிச்சது மட்டும்தான் ஞாபகம் இருக்கும். இப்போ திருப்பி அடிக்கத்தான் அவன் வந்திருக்கான். எனக்கு நன்னாத் தெரியறது. அவன் நடையே சொல்றதே! நன்னா, ஆறு மாசம் ஜெயில் சாப்பாட்லே உடம்பைத் தேத்திண்டு வந்திருக்கான். வஞ்சம் தீக்கறதுக்குத்தான் வந்திருக்கான்... பாவம்! இந்தச் சுப்புக் கோனாரைப் பார்க்கறச்சேதான் பாவமா இருக்கு... அப்படியே சிலை மாதிரி நின்னுட்டானே? இவன் கணக்குத்தான் அதிகம். என்னமா அடிச்சான்! அடிக்கறச்சே மட்டும் நன்னா இருந்ததோ?... இப்போ திருப்பித் தரப் போறான்... நேக்கும்தான்... என் கணக்கு ஒரு அடிதான்... ஆனால், அதை நான் தாங்கணுமே!... இந்தக் காலனிலே இருக்கிறவாள் எல்லாருமே ஆளுக்கு ஒரு தர்ம அடி போட்டா... அப்படி இவன் என்ன மகா சூரன்? எல்லாரையுமா இவன் அடிச்சுடுவான்?' என்ற எண்ணத்தோடு மறுபடியும் சுப்புக்கோனாரின் உடம்பை அளந்து பார்த்தார் குஞ்சுமணி. அவன் உடம்போடு தன் உடம்பையும் – ஏதோ இலங்கைக்குப் பாலம் போடும்போது அணில் செய்த உதவி மாதிரி தன் பலத்தையும் கூட்டி அதன் பிறகு தானும் சுப்புக் கோனாரும் சேர்ந்து போடுகிற கூச்சலில் வந்து சேருவார்கள் என்று நம்புகிற கூட்டத்தின் பலத்தையும் சேர்த்துப் பெருக்கிக் கொண்ட தைரியத்தோடு குஞ்சுமணி பலமாக ஒருமுறை இருமினார்! அவர் என்னமோ அவனை மிரட்டுகிற தோரணையில் கனைத்து ஒரு குரல் கொடுக்கத்தான் நினைத்தார். அப்படியெல்லாம் கனைத்துப் பழக்கமில்லாத காரணத்தினாலோ, அல்லது நாள் முழுவதும் அந்த நடராஜா விலாஸில் சரக்கு மாஸ்டராக அடுப்படிப் புகையில், கடலை எண்ணெயில் உருட்டிப் போட்ட புளி உருண்டை தீய்கிற கமறலில் இருமி இருமி நாள் கழிக்கிற பழக்கத்தினாலோ கனைப்பதாக நினைத்துக்கொண்டு அவரால் இருமத்தான் முடிந்தது.

அவன், அவரையோ, அவர் இருமலையோ கொஞ்சம்கூட லட்சியம் செய்யாமல் பூட்டிக் கிடக்கும் அந்த வீட்டு வாசற்படிகளில் ஏறினான்.

'நல்ல இடம்தான் பார்த்திருக்கான். திண்ணையிலே உக்காந்துக்கப் போறான். பக்கத்திலே இருக்கிற குழாயடிக்கு எப்படிப் பொம்மனாட்டிகள் வந்து தண்ணி பிடிப்பா?... இதோ! இன்னும் சித்த நாழியிலே எங்க அம்மா ரெண்டு குடத்தையும் கொண்டு வந்து திண்ணையிலே வச்சுட்டு, "குஞ்சுமணிக் கண்ணா! என் கண்ணோல்லியோ? ரெண்டே ரெண்டு குடம் தண்ணி கொண்டு வந்து குடுத்துடுடா"ன்னு கெஞ்சப் போறாள். பாவம்! அவளுக்கு உக்காந்த இடத்திலே சமைச்சுப் போடத்தான் முடியும். தண்ணிக்குடம் தூக்க முடியுமா என்ன? ரெண்டு குடத்தையும் எடுத்துண்டு நான் குழாயடிக்குப் போகப் போறேன். அப்படியே அலாக்கா என்னைத் திண்ணைமேலே தூக்கி... சொல்லிடணும்... "ஒரு அடிதாம்பா தாங்க முடியும். அதோட விட்டுடணும்... அவ்வளவுதான் என் கணக்கு"ன்னு சொல்லிடணும். நியாயப்படி பார்த்தா அவன் முதல்லே சுப்புக் கோனாரைத்தானே அடிக்கணும்? இந்தக் கோனாருக்கு அவனை அடையாளம் தெரியலியோ..?

"ஏய், சுப்பு! பாத்துண்டு நிக்கறியே... ஆளை உனக்கு அடையாளம் தெரியலையா?" என்று குரலைத் தாழ்த்திச் சுப்புக் கோனாரை விசாரித்தார், குஞ்சுமணி.

"அடையாளம் எனக்குத் தெரியுது சாமி. என்னையும் அவனுக்குத் தெரிஞ்சிருக்குமோன்னுதான் யோசிக்கிறேன்" என்று முணுமுணுத்தான் சுப்புக் கோனார்.

அந்த நேரம், கையில் பால் செம்புடன் வெளியில் வந்த குஞ்சுமணியின் தாயார் சீதம்மாள், சுப்புக் கோனார் பாலைக் கறக்காமல் தன் பிள்ளையாண்டானுடன் பேசிக் கொண்டிருப்பதைப் பார்த்தாள். அதுவும் அவன் ரகசியமாகப் பேசிக் கொண்டிருப்பதைப் பார்த்து, அதைத் தானும் அறிந்துகொள்ளும் ஆர்வத்துடன், காதை மறைத்திருந்த முக்காட்டை எடுத்துச் செவி மடலில் செருகிக்கொண்டு வேப்பமரத்தடிக்கு வந்தாள்.

சாதாரணமாகக் குஞ்சுமணி யாருடனும் பேசமாட்டார். காலையில் எழுந்தவுடன் ஜன்னல் வழியாகப் பசுவைத் தரிசனம் செய்துவிட்டுத் திண்ணையில் வந்து உட்கார்ந்துகொண்டு வெற்றிலை சீவல் போட ஆரம்பிப்பார். சீதாம்மாள் பால் வாங்கிக்கொண்டு போய், காப்பி கலந்து, அவரைக் கூப்பிடுவதற்கு

முன் இரண்டு தடவையாவது வெற்றிலை போட்டு முடித்திருப்பார் குஞ்சுமணி. காப்பி குடித்த பிறகு இன்னொரு முறை போடுவார். வெற்றிலை, சீவல், புகையிலை அடைத்த வாயுடன் இரண்டு குடங்களையும் தூக்கிக்கொண்டு குழாயடிக்கு வருவார். அவர் அதிகமாகப் பேசுகின்ற பாஷையே 'உம்', 'ம்ஹூம்' என்ற ஹூங்காரங்களும் கையசைப்பும்தான். அப்படிப்பட்ட குஞ்சுமணி காலையில் எழுந்து வெற்றிலை கூடப் போடாமல் இந்தக் கோனாரிடம் போய் ஏதோ பேசுகிறார் என்றால், அது ஏதோ மிக அவசியமான, சுவாரசியமான விஷயமாய்த்தான் இருக்க வேண்டும் என்று ஊகித்த சீதாம்மாள், மோப்பம் பிடிக்கிற மாதிரி முகத்தை வைத்துக்கொண்டு நாலு புறமும் திரும்பித் திரும்பிப் பார்த்துக்கொண்டு வேப்பமரத்தடிக்கு வந்தாள். அவ்விதம் அவள் பார்க்கும்போது அந்தப் பூட்டிக் கிடக்கும் வீட்டின் முன்னால் நின்றிருக்கும் அவன், இவர்கள் மூவரையும் திரும்பிப் பார்த்தான்.

"இங்கேதான் பார்க்கறான்... அம்மா, நீ ஏன் அங்கே பார்க்கறே?" என்று பல்லைக் கடித்தார் குஞ்சுமணி.

"யார்ரா அவன்? பூட்டிக் கிடக்கற வீட்டண்ட என்ன வேலை? கேள்வி முறை கிடையாதா? யாரு நீ?" என்று அவனைப் பார்த்த மாத்திரத்தில் குரலை உயர்த்திச் சத்தமிட்டவாறே பால் செம்புடன் கையை நீட்டிநீட்டிக் கேட்டுக்கொண்டு, அவனை நோக்கி நடந்த சீதம்மாளின் கையைப் பிடித்து இழுத்து நிறுத்தினர் குஞ்சுமணி.

"அவன் யாரு தெரியுமோ? முன்னே ஒரு நாள் காலையிலே எங்கேயோ திருடிட்டு, அவா துரத்தறச்சே ஓடி வந்து நம்ப காம்பவுண்டுச் சுவரிலே ஏறிக் குதிச்சுக் காலை ஒடிச்சுண்டு, இந்தக் கோனார் கையிலே மாட்டிண்டு அடிபட்டானே. . ."

"சொல்லு..."

"பத்து மணிக்குப் போலீஸ்காரன் வரவரைக்கும் வேப்ப மரத்திலே கட்டி வச்சு, போறவா வாரவா எல்லாரும் ஆளுக்கொரு தர்ம அடி போட்டாளே..."

"ஆமா..."

"நான் கூடப் பால் குவளையாலே கன்னத்திலே ஓங்கி இடிச்சேனே... அவன்தான் – அந்தத் திருடன்தான் வந்திருக்கான் ... திருடறதுக்கு இல்லே. எல்லாருக்கும் திருப்பிக் குடுக்கறதுக்கு. ."

“குடுப்பான்... குடுப்பான். மத்தவா கை பூப்பறிச்சுண்டிருக்குமாக்கும்... திருடனைக் கட்டி வச்சு அடிக்காம கையைப் பிடிச்சு முத்தம் குடுப்பாளாக்கும்..? என்ன கோனாரே! இந்த அக்கிரமத்தைப் பாத்துண்டு நிக்கறீரே? மரியாதையா காம்பவுண்டை விட்டு வெளியே போகச் சொல்லும். வேற எங்கேயாவது சத்திரம் சாவடி பாத்துண்டு போகச் சொல்லும்... இல்லேன்னா போலீஸைக் கூப்பிடுவேன்னு சொல்லும்” என்று அந்தக் காலனியையே கூட்டுகிற மாதிரி ‘ஓ’வென்று கத்தினாள் சீதம்மாள்.

அவளுடைய கூக்குரல் கிளம்புவதற்கு முன்னாலேயே அந்தக் காலனியில் ஓரிருவர் பால் வாங்குவதற்காகவும், குழாயடியில் முந்திக் கொள்வதற்காகப் பாத்திரம் வைக்கவும் அங்கொருவர், இங்கொருவராய்த் தென்படலாயினர்.

இப்போது சீதம்மாளின் குரல் கேட்ட பிறகு, எல்லாருமே அந்தப் பூட்டி இருக்கும் வீட்டுத் திண்ணையின் மேல் வந்து உட்கார்ந்திருக்கும் அந்த அவனைப் பார்த்தனர்; பார்த்ததும் அடையாளமும் கண்டனர். சுப்புக் கோனார் மாதிரியும், குஞ்சுமணி மாதிரியும் அவனது பிரசன்னத்தைக் கண்டு அவர்களும் அஞ்சினர்.

கூட்டம் சேர்ந்த பிறகு கோனாருக்குக் கொஞ்சம் தைரியம் வந்தது. ‘என்ன இவன்..? பெரிய இவன்..? திருட்டுப் பயல்தானே? அன்னிக்கு வாங்கின அடி மறந்திருக்கும். என்ன உத்தேசத்தோட வந்திருப்பான்னுதான் யோசிச்சேன்...’

மப்ளரை உதறித் தோளில் போட்டுக் கொண்ட கோனார், பலமாக ஒரு கனைப்புக் கனைத்தான்.

‘ம்...’ என்று குஞ்சுமணி அந்தக் கனைப்பை மனசுக்குள் சிலாகித்துக் கொண்டார்.

கோனார், தைரியமாக, கொஞ்சம் மிரட்டுகிற தோரணையுடனேயே அவன் உட்கார்ந்திருந்த அந்தத் திண்ணையை நோக்கி நடந்தான். அவனுக்குத் துணையாக – ஏதாவது நடந்தால் விலக்கி விடவோ, அல்லது கூச்சலிடவோ ஒரு ஆள் வேண்டாமா? அதற்காக, குஞ்சுமணியும் கோனாரின் பின்னால் கம்பீரமாக நடந்து சென்றார்.

“எலே!... உன்னை யாருன்னு இங்கே எல்லாருக்கும் தெரியும்... இடம் தெரியாம வந்துட்டேபோல இருக்கு. வேறே ஏதாவது தகராறு வரதுக்கு முன்னாடி இந்தக் காம்பவுண்டை விட்டு வெளியே போயிடு” என்று கோனார் சொல்லும் போது,

"ஆமாம்பா... தகராறு பண்ணாம போயிடு... நோக்கு இடமா கிடைக்காது?" என்று குஞ்சுமணியும் குரல் கொடுத்தார்.

அவன் மௌனமாக ஜிப்பா பாக்கெட்டிலிருந்து ஒரு பீடியை எடுத்துப் பற்ற வைத்துக் கொண்டான். பின்னர் சாவதானமாய் இடுப்பை எக்கி பெல்ட்டோடு தைத்திருந்த பையைத் திறந்து, நான்காய் மடித்து வைத்திருந்த ஒரு காகிதத்தைக் கோனாரிடம் கொடுத்துவிட்டு, அதிலிருந்து ஒரு சாவியைத் தேடி எடுத்து, அந்தப் பூட்டிய வீட்டின் கதவைத் திறந்துகொண்டு உள்ளே போனான்.

கோனார் அந்தக் காகிதத்தைக் குஞ்சுமணியிடம் கொடுத்தான். குஞ்சுமணி அதை வாங்கிப் பார்த்ததும் வாயைப் பிளந்தார்.

"என்னய்யா கோனாரே... முதலியார் கிட்டே இரண்டு மாச அட்வான்ஸ் ஐம்பது ரூபாய் கட்டி, ரசீது வாங்கிண்டு வந்திருக்கானய்யா..." என்று ஏக்கத்தோடு பெருமூச்சுவிட்டார்.

"...நன்னா இருக்கே, நாயம்! சம்சாரிகள் இருக்கற எடத்துலே திருட்டுப் பயலைக் கொண்டு வந்து குடி வெக்றதாவது? இந்த முதலியாருக்கென்ன புத்தி கெட்டா போயிடுத்து? ஏண்டா குஞ்சுமணி! நானும் இந்த வீடு காலியான பதினைஞ்சு நாளா சொல்லிண்டு இருக்கேனேன்னோ? நம்ப சுப்புணி பிள்ளை பட்டம்பி இங்கே ஏதோ 'கோப்பரேட்டி' பரீட்சை எழுத வரப் போறேன்னு கடிதாசி எழுதினப்பவே சொன்னேனே... "அந்த முதலியார் மூஞ்சியிலே அம்பது ரூபாக் காசை 'அடுமாசி'யா விட்டெறிஞ்சுட்டு இந்த இடத்தைப் பிடிடா"ன்னு சொன்னேன்னோ..? நேக்கு அப்பவே பயம்தான்... வயசுப் பொண்கள் இருக்கற எடத்துலே எவனாவது கண்ட காவாலிப் பயல் வந்துடப்படாதேன்னு... பாரேன்... அவனும் அவன் தலையும்... கட்டால போறவன்... பீடி வேறே பிடிச்சுண்டு... என்ன கிரகசாரமோ?" என்று முடிவற்று முழங்கிக்கொண்டிருந்த சீதம்மாளை வாயைப் பொத்தி அடக்குவதா, கழுத்தை நெரித்து அடக்குவதா என்று புரியாத படபடப்பில் பல்லைக் கடித்துகொண்டு அவள் முகத்துக்கு நேரே இரண்டு கையையும் நீட்டி –

"அவன் காதுலே விழப் போறது. வாயை மூடு... அவன் கையால எனக்கு அடி வாங்கி வெக்கறதுன்னு கங்கணம் கட்டிண்டு நிக்கறயா? எவனும் எங்கேயும் வந்துட்டுப் போறான். நமக்கென்ன?" என்று கூறிச் சீதம்மாளின் கையைப் பிடித்து இழுத்துக்கொண்டு தன் வீட்டை நோக்கி நடந்தார் குஞ்சுமணி.

"நேக்கு என்னடா பயம்? நோக்கு பயமா இருந்தா, நீ ஆத்துக்குள்ளே இரு... புருஷாள்ளாம் வெளிலே போயிடுவேள்; நாங்க பொம்மனாட்டிகள்னா வயத்துலே நெருப்பைக் கட்டிண்டு இங்கே இருக்கணும். இப்பவே குழாயடியிலிருந்த தவலையைக் காணோம்... கொடியிலே உலர்த்தியிருந்த துணியைக் காணோம்... போறாக்குறைக்குத் திருடனையே கொண்டு வந்து குடி வச்சாச்சு... காதுலே மூக்கிலே ரெண்டு திருகாணி போட்டுண்டிருக்கற கொழந்தைகள எப்படித் தைரியமா வெளிலே அனுப்பறது? ஓய்... கோனாரே, பேசாம போய் போலீசுலே ஒரு 'கம்ப்ளேண்டு' குடும். இதே எடத்துலே இவனைப் பிடிச்சுக் குடுத்திருக்கோம்" என்று வழி நெடுக, வாயைப் பொத்துகிற மகனின் கையைத் தள்ளித் தள்ளிப் புலம்பியவாறு வீட்டுக்குள் சென்ற சீதம்மாள், உள்ளே இருந்தும் உரத்த குரலில் அந்தத் தெருவுக்கே அபாய அறிவிப்புக் கொடுத்துக் கொண்டிருந்தாள்.

இதற்கிடையில், சுப்புக் கோனார், வேப்ப மரத்தடியில் கட்டியிருந்த பசுவின் மடியில் பாலை ஊட்டிக் கொண்டிருந்த கன்றுக் குட்டியைப் பார்த்துவிட்டுக் கோபமாக வைதுகொண்டு ஓடி வந்தான். பசுவின் மடியில் கொஞ்சங்கூட மிச்சம் வைக்காமல், உறிஞ்சிவிட்ட எக்களிப்பில், வாயெல்லாம் பால் நுரை வழயத் துள்ளிக்கொண்டிருந்தது கன்றுக்குட்டி. பசு, கோனாரைக் கள்ளத்தனமாகப் பார்த்தது. ஆத்திரமடைந்த கோனார் பசுவின் காலைக் கட்டியிருந்த அணைக் கயிற்றை அவிழ்த்துச் 'சுரீர்' என்று ஒன்று வைத்தான். அடுத்த இரண்டு அடி கன்றுக் குட்டிக்கு. பசுவும் கன்றும் ஒன்றை ஒன்று துரத்திக்கொண்டு காம்பவுண்டு கேட்டைத் தாண்டி ஓடின.

கையில் பால் செம்புடன் வெளியில் வந்த சீதம்மாளைப் பார்த்துச் சுப்புக் கோனார் கத்தினான்: "பாலுமில்லை ஒண்ணுமில்லை, போங்கம்மா... கன்னுக்குட்டி ஊட்டிப்பிடுத்து... இந்தத் திருட்டுப் பய முகத்திலே முழிச்சதுதான்" என்று சொல்லிக் கொண்டே இதுதான் சந்தர்ப்பமென்று அவனும் அங்கிருந்து நழுவினான்.

திண்ணையில் உட்கார்ந்து வெற்றிலை சீவல் போட்டுக் கொண்டிருந்த குஞ்சுமணி, "மத்தியானத்துக்கு கொஞ்சம் சீக்கிரமா வந்துடு" என்று குரல் கொடுத்தார். 'அதற்குள்ளே இங்கு என்னென்ன நடக்கப் போகிறதோ?' என்று எண்ணிப் பயந்தார்.

சற்று நேரத்திற்கெல்லாம் அந்தக் காலனி முழுவதும், ஆறு மாதத்துக்கு முன் ஒருநாள் விடியற்காலையில், எங்கோ திருடிவிட்டு, தப்பி ஓடிவந்து, சுவரேறிக் குதித்து, இங்கே

சிக்குண்டு, எல்லோரிடமும் தர்ம அடி வாங்கி, போலீசில் ஒப்படைக்கப்பட்டு, ஆறு மாதம் சிறைத் தண்டனையும் பெற்ற ஒரு பழைய கேடி, இங்குள்ள, இத்தனை நாள் காலியாக இருந்த, இதற்கு முன் ஒரு கல்லூரி மாணவன் தங்கிப்படித்துக் கொண்டிருந்த அந்தக் கடைசிப் போர்ஷனில் குடி வந்திருக்கிறான் என்கிற செய்தி பரவிற்று.

திண்ணையில் உட்கார்ந்திருந்த குஞ்சுமணி, வெற்றிலையை மென்றுகொண்டே, அந்தத் திருடனைப் பற்றிய பயங்கரக் கற்பனைகளை வளர்த்துக் கொண்டிருந்தார். அந்தக் காலனியிலே திரிகின்ற ஒவ்வொரு மனிதரையும் அவர் அவனோடு சம்பந்தப்படுத்திப் பார்த்தார். ஆமாம். அவர்கள் எல்லோருக்குமே அவனுடன் ஏதோ ஒரு விதத்தில் சம்பந்தம் இருந்திருக்கிறது. பால் குவளையால் அவன் கன்னத்தில் ஓங்கி இடித்ததன் மூலம் அவனோடு குறைந்தபட்ச சம்பந்தம் கொண்டவர் தான் மட்டுமே என்பதில் அவருக்கு கொஞ்சம் ஆறுதல் இருந்தது. மற்றவர்களெல்லாம் அவனை எவ்வளவு ஆசை தீர, ஆத்திரம் தீர அடித்தனர் என்பதை அவர் தனது மனக் கண்ணால் கண்டு, அந்த அடிகள் எல்லாம் அவர்களுக்கு வட்டியும் முதலுமாகத் திரும்பக் கிடைக்கப் போவதைக் கற்பனை செய்து அவர்களுக்காகப் பயந்து கொண்டிருந்தார்.

'அந்தப் பதினேழாம் நம்பர் வீட்டிலே குடி இருக்கானே, போஸ்டாபீஸ்லே வேலை செய்யற நாயுடு – சைக்கிளிலே வந்தவன் – சைக்கிளிலே உக்காந்தபடியே, ஒரு காலைத் தரையில் ஊணிண்டு எட்டி வயத்துலே உதைச்சானே... அப்படியே எருமை முக்காரமிடறமாதிரி அஞ்சு நிமிஷம் மூச்சு அடைச்சு, வாயைப் பிளந்துண்டு அவன் கத்தினப்போ, இதோட பிழைக்க மாட்டான்னு நெனைச்சேன்... இப்போ திரும்பி வந்திருக்கான்! அவனை இவன் சும்மாவா விடுவான்? இவன் வெறும் திருடனா மட்டுமா இருப்பான்? பெரிய கொலைகாரனாகவும் இருப்பான் போல இருக்கே...' என்ற அவரது எண்ணத்தை ஊர்ஜிதம் செய்வது மாதிரி, அவன் அந்தக் கடைசி வீட்டிலிருந்து கையில் கத்தியுடன் இறங்கி வந்தான். இப்போது மேலே அந்த மஸ்லின் ஜிப்பாகூட இல்லை. முண்டா பனியனுக்கு மேலே கழுத்து வரைக்கும் மார்பு ரோமம் 'பிலுபிலு'வென வளர்ந்திருக்கிறது. தோளும் கழுத்தும் காண்டாமிருகம் மாதிரி மதர்த்திருக்கின்றன.

'ஐயையோ... கத்தியை வேற எடுத்துண்டு வாரானே... நான் வெறும் பால் குவளையாலேதானே இடிச்சேன்... இங்கேதான் வாரான்!' என்று எண்ணிய குஞ்சுமணி, திண்ணையிலிருந்து

இறங்கி, ஏதோ காரியமாகப் போகிறவர் மாதிரி உள்ளே சென்று 'படா'ரென்று கதவைத் தாளிட்டுக் கொண்டார். அவர் மனம் அத்துடன் நிதானமடையவில்லை. அறைக்குள் ஓடி ஜன்னல் வழியாகப் பார்த்தார்.

அவன் வேப்பமரத்துக்கு எதிரே வந்து நின்றிருந்தான். வேப்ப மரம் குஞ்சுமணியின் வீட்டுக்கு எதிரே இருந்தது. எனவே, அவன் குஞ்சுமணியின் வீட்டின் எதிரிலும் நின்றிருந்தான்.

'ஏண்டாப்பா... எவன் எவனோ போட்டு மாட்டை அடிக்கிற மாதிரி உன்னை அடிச்சான். அவனையெல்லாம் விட்டுட்டு என்னையே சுத்திச் சுத்தி வரயே..? இந்த அம்மா கடன்காரி வேற உன் ஆத்திரத்தைக் கிளப்பி விட்டுட்டா... நேக்குப் புரியறது... மனுஷனுக்கு ரோஷம்னு வந்துட்டா பழிக்குப்பழி தீத்துக்காம அடங்காது. அதுவும் உன்னை மாதிரி மனுஷனுக்கு ஒண்ணுக்கு ஒன்பதாத் தீத்துக்கத் தோணும். நான் வேணும்னா இப்பவே ஓடிப் போயி, அந்தக் கோனார்கிட்டே பால் குவளையை வாங்கிண்டு வந்து உன் கையிலே குடுக்கறேன். வேணுமானா அதே மாதிரி என் கன்னத்திலே 'லேசா' ஒரு இடி இடிச்சுடு. அத்தோட விடு... என்னத்துக்குக் கையிலே கத்தியையும் கபடாவையும் தூக்கிண்டு அலையறே?' என்று மானசீகமாக அவனிடம் கெஞ்சினார் குஞ்சுமணி.

அந்தச் சமயம் பார்த்து, போஸ்ட் ஆபீசில் வேலை செய்கிற அந்தப் பதினேழாம் நம்பர் வீட்டுக்காரன், சைக்கிளை எடுத்துக் கொண்டு வாசலில் இறங்குவதையும் பார்த்தார். 'அடப் போறாத காலமே! ஆத்துக்குள்ளே போயிடுடா. உன் காலை வெட்டப் போறான்!' என்று கத்த வேண்டும் போல் இருந்தது குஞ்சுமணிக்கு.

'எந்த வீட்டுக்கு எவன் குடித்தனம் வந்தால் எனக்கென்ன?' என்கிற மாதிரி அசட்டையாய் சைக்கிளில் ஏறிய பதினேழாம் நம்பர் வீட்டுக்காரன், வேப்ப மரதத்டியில் கையில் கத்தியோடு நிற்கும் இவனைப் பார்த்ததும் பெடலைப் பின்புறமாகச் சுழற்றினான் – சைக்கிளின் வேகத்தை மட்டுப் படுத்தினான்; குஞ்சுமணியின் கண்கள் அவன் கைகளில் இருந்த கத்தியையே வெறித்தன. அவன் அந்தக் கத்தியில் எதையோ அழுத்த, 'படக்'கென்று அரை அடி நீளத்திற்கு 'பளபள'வென்று அதில் மடிந்திருந்த எஃகுக் கத்தி வெளியில் வந்து மின்னிற்று. நடக்கப்போகிற கொலையைப் பார்க்க வேண்டாமென்று கண்களை மூடிக்கொண்டார் குஞ்சுமணி. அந்தப் பதினேழாம் நம்பர் வீட்டுக்காரன் சைக்கிளைத் திருப்பி ஒரு அரை வட்டம் அடித்து வீட்டுக்கே திரும்பினான்.

குஞ்சுமணி மெள்ளக் கண்களைத் திறந்து, பதினேழாம் நம்பர் வீட்டுக்கார நாயுடு, சைக்கிளோடு வீட்டுக்குள் போவதைக் கண்டார்; 'நல்ல வேளை! தப்பிச்சே... ஆத்தை விட்டு வெளியிலே வராதே... பலி போட்டுடுவான், பலி!'

அவன் வேப்ப மரத்தடியில் நின்று கைகளால் ஒரு கிளையை இழுத்து வளைத்து ஒரு குச்சியை வெட்டினான். பின்னர் அதிலிருக்கும் இலையைக் கழித்து, குச்சியை நறுக்கி, கடைவாயில் மென்று, பல் துலக்கிக் கொண்டே திரும்பி நடந்தான். அவன் பார்வையிலிருந்து மறைந்ததும், குஞ்சுமணி தெருக் கதவைத் திறந்துகொண்டு வந்து திண்ணையில் அமர்ந்து வெற்றிலை போடத் தொடங்கினார்.

அவனும் தன் வீட்டுத் திண்ணையில் அமர்ந்துகொண்டு வெகுநேரம் பல் துலக்கினான். அவன் வேப்ப மரத்தடியில் நின்றிருந்த சமயம், சில பெண்கள் அவசர அவசரமாக அந்தக் கடைசி வீட்டருகே இருந்த குழாயில் தண்ணீர் பிடித்துக் கொண்டு ஓடினார்கள். அவன் மறுபடியும் திண்ணையில் உட்கார்ந்து கொண்டதும் குழாயடியில் தண்ணீர் நிரம்பி வழிந்துகொண்டிருக்கும் குடத்தை எடுக்கக்கூட யாரும் வராததைக் கண்டு அவனே எழுந்து உள்ளே போனான்.

அங்குள்ள அத்தனை குடித்தனக்காரர்களும் தண்ணீர் பிடித்துக்கொண்டு குழாயடியைக் காலி செய்கிற வரைக்கும் அவன் வெளியே தலைகாட்டவே இல்லை.

அந்த நேரத்தில்தான் குஞ்சுமணி ஒவ்வொரு வீடாகச் சென்று எல்லோரையும் பேட்டி கண்டார். அவர்கள் எல்லோருமே, சிலர் தன்னைப்போலவும், சிலர் தன்னைவிட அதிகமாகவும், மற்றும் சிலர் கொஞ்சம் அசட்டுத் தனமான தைரியத்தோடும் பயந்து கொண்டிருப்பதைக் கண்டார். ஒவ்வொருவரையும், "வீட்டில் பெண்டு பிள்ளைகளைத் தனியே விட்டுவிட்டு வெளியில் போக வேண்டாம்" என்று கேட்டுக் கொண்டார் குஞ்சுமணி.

"ஆமாம் ஆமாம்" என்று அவர் கூறியதை அவர்கள் ஆமோதித்தார்கள். சிலர் தங்களுக்கு ஆபீசில் லீவு கிடைக்காது என்ற கொடுமைக்காக மேலதிகாரிகளை வைதுவிட்டு, போகும்போது வீட்டுக்குள் பாதுகாப்பாக இருக்கும்படி வீட்டிலுள்ளவர்களிடம் சொல்லிவிட்டுப் பயந்து கொண்டே ஆபீசுக்குப் போனார்கள்.

அப்படிப் போனவர்களில் ஒருவரான தாசில்தார் ஆபீஸ் தலைமைக் குமாஸ்தா தெய்வசகாயம் பிள்ளை, தமது

நண்பரொருவர் உள்ளூர் போலீஸ் ஸ்டேஷனில் ரைட்டராக இருப்பது ஞாபகம் வரவே, ஆபீசுக்குப் போகிற வழியில் ஒரு புகாரும்கொடுத்துவிட்டுப் போனார்.

காலை பதினோரு மணி வரை அவன் வெளியிலே வரவில்லை. குழாயடி காலியாகி மற்றவர்களுக்கு அங்கு வேலை இல்லை என்று நிச்சயமாகத் தெரிந்த பிறகு, அவன் குளிப்பதற்காக வெளியிலே வந்தான்.

வீட்டைப் பூட்டாமலேயே திறந்து போட்டுவிட்டு, அந்தக் காலனி காம்பவுண்டுச் சுவரோரமாக உள்ள பெட்டிக் கடைக்குப் போய்த் துணி சோப்பும், ஒருகட்டு பீடியும் வாங்கிக்கொண்டு வந்தான்.

இடுப்பில் துண்டைக் கட்டிக்கொண்டு, லுங்கி, பனியன், ஜிப்பா எல்லாவற்றையும் குழாயடி முழுதும் சோப்பு நுரை பரப்பித் துவைத்தான். துவைத்த துணிகளை வேப்பமரக் கிளைகளில் கட்டிக் காயப்போட்டான்.

காலனியில் ஆளரவமே இல்லை. எல்லோரும் அவரவர் வீடுகளுக்குள்ளே அடைந்து கிடந்தனர். துணிகளைக் காயப்போட்டுவிட்டு வந்த அவன், குழாயடியில் அமர்ந்து 'தபதப'வென விழும் தண்ணீரில் நெடுநேரம் குளித்தான்.

திடீரென்று,

"மாமா... உங்க பனியன் மண்ணிலே விழுந்துடுத்து..." என்ற மழலைக் குரல் கேட்டுத் திரும்பிப் பார்க்கையில், நாலு வயதுப் பெண் குழந்தை யொன்று அரையில் ஜட்டியோடு மண்ணில் கிடந்த அவனது பனியனைக் கையில் ஏந்திக் கொண்டு நின்றிருந்தது.

அப்போதுதான் அவன் பயந்தான். தன்னோடு இவ்வளவு நெருக்ககாக உறவாடும் இந்தக் குழந்தையை யாராவது பார்த்து விட்டார்களோ? என்று சுற்றுமுற்றும் திருடன் மாதிரிப் பார்த்தான்.

"நீதான் இங்கே திருட வந்திருக்கிற புது மாமாவா..? உன்னைப் பார்க்கக் கூடாதுன்னு அம்மா அறையிலே போட்டு மூடி வச்சிருந்தா... அம்மா கூடத்துலே படுத்துத் தூங்கிண்டிருக்கறச்சே நான் மெதுவா வந்துட்டேன். எனக்கு மிட்டாய் வாங்கித் தரயா? திருடிண்டு வந்துடு... அந்தப் பொட்டிக் கடையிலே நெறைய இருக்கு..."

அவன் சிரித்தான். அந்தக் குழந்தையின் கன்னத்தைத் தொட்டபொழுது அவனுக்கு அழுகை வந்தது. அவசர அவசரமாக உடம்பைத் துடைத்துக்கொண்டு இடுப்பில் கட்டிய துண்டோடு பெட்டிக்கடைக்குப் புறப்பட்டான்.

அவன் போகும்போது அவனது இடுப்புத் துண்டைப் பிடித்து இழுத்து ரகசியமாகச் சொல்லிற்று, குழந்தை. "அம்மா பாத்தா அடிப்பா... சுருக்கப்போய் அவனுக்குத் தெரியாம மிட்டாயை எடுத்துண்டு ஓடி வந்துடு! நான் உங்காத்திலே ஒளிஞ்சிண்டிருக்கேன்..."

அவனும் ஒரு குழந்தை மாதிரியே தலையை ஆட்டிவிட்டுக் கடைக்கு ஓடினான்.

ஒரு நொடியிலே ஓடிப் போய், கை கொள்ளாமல் சாக்லெட்டை மடியில் கட்டிக்கொண்டு அவன் வந்தான்.

திருடன் என்கிற தனது ரகசியத்தைப் பகிர்ந்துகொள்ள ஒரு துணை கிடைத்துவிட்ட சந்தோஷம் போலும் அவனுக்கு! 'இது உன் வீடு' என்ற உரிமையை இந்தச் சமூகமே அந்தக் குழந்தை உருவில் வந்து தந்துவிட்ட ஒரு குதூகலம் அவனுக்கு.

அந்த மகிழ்ச்சியில் ஓடி வந்த அவன், வீட்டுக்குள் குழந்தையைக் காணாமல் ஒரு நிமிஷம் திகைத்தான். 'யாராவது வந்து அடித்து இழுத்துக்கொண்டு போய் விட்டார்களோ?' என்ற நினைப்பில் அவன் நெஞ்சு துணுக்குற்றது.

"பாப்பா... பாப்பா..." என்று ஏக்கத்தோடு இரண்டு முறை அழைத்தான்.

'உஸ்' என்று உதட்டின் மீது ஆள்காட்டி விரலைப் பதித்து ஓசை எழுப்பியவாறு கதவுக்குப் பின்னால் ஒளிந்து, காத்துக்கொண்டிருந்த குழந்தை வெளியே வந்தது.

"இங்கேதான் இருக்கேன்...வேற யாரோ வந்துட்டாளாக்கும்னு நினைச்சு பயந்துட்டேன், உக்காச்சிக்கோ" என்று அவனை இழுத்து உட்கார வைத்துத் தானும் உடகார்ந்து கொண்டது குழதுந்தை.

குழந்தையின் கை நிறைய வழித்து, தரையெல்லாம் சிதறும்படி அவன் சாக்லெட்டை நிரப்பினான்.

"எல்லாம் எனக்கே எனக்கா?"

"ம்..."

இரண்டு மூன்று சாக்லெட்டுகளை ஒரே சமயத்தில் பிரித்து வாயில் திணித்துக் கொண்ட குழந்தையின் உதடுகளில் இனிப்பின் சாறு வழிந்தது.

"இந்தா! உனக்கும் ஒண்ணு" என்று ரொம்ப தாராளமாக ஒரு சாக்லெட்டை அவனுக்கும் தந்தபோது –

"ராஜி... ராஜி" என்ற குரல் கேட்டதும் குழந்தை உஷாராக எழுந்து நின்று கொண்டது.

"அம்மா தேடறா..." என்று அவனிடம் சொல்லி விட்டு "அம்மா! இங்கேதான் இருக்கேன்" என்று உரத்துக் கூவினாள் குழந்தை.

"எங்கேடி இருக்கே?"

"இங்கேதான்... திருட வந்திருக்காளே புது மாமா! அவாத்திலே இருக்கேன்."

அவனுக்குச் சிரிப்பு வந்தது. சாக்லெட்டை அள்ளிக் குழந்தை கையிலே கொடுத்து, "அம்மா அடிப்பாங்க. இப்போ போயிட்டு அப்புறமா வா" என்று கூறினான் அவன்.

"மிட்டாயெ எடுத்துண்டு போனாதான் அடிப்பா... இதோ! மாடத்திலே எல்லாத்தையும் எடுத்து வச்சுடு. நான் அப்புறமா வந்து எடுத்துக்கறேன். வேற யாருக்கும் குடுக்காதே. ரமேஷுக்குக் கூட..."

குழந்தை போன சற்று நேரத்துக்கெல்லாம் வேப்ப மரத்தில் கட்டி உலரப் போட்டிருந்த துணிகளை எடுத்து உடுத்திக்கொண்டு அவன் சாப்பிடுவதற்காக வெளியே போனான்.

மத்தியானம் இரண்டு மணிக்கு சாப்பிட்டுவிட்டு வந்த அவன் வாசற்கதவை விரியத் திறந்து வைத்துக்கொண்டு தலைமாட்டில் சாவிக்கொத்து, கத்தி, பீடிக்கட்டு, பணம் நிறைந்த தோல் வார்ப்பெல்ட்டு முதலியவற்றை வைத்துவிட்டுச் சற்றுநேரம் படுத்து உறங்கினான்.

நான்கு மணி சுமாருக்கு யாரோ தன்னை ஒரு குச்சியினால் தட்டி எழுப்புவதை உணர்ந்து, சிவந்த விழிகளை உயர்த்திப் பார்த்தான். எதிரே போலீஸ்காரன் நிற்பதைக் கண்டதும் எழுந்து நின்று வணங்கினான்.

குழாயடிக்கு நேரே குஞ்சுமணி, கோனார், சீதம்மாள் ஆகியவர்கள் தலைமையில் ஒரு கூட்டமே நின்றுகொண்டிருந்தது.

போலீஸ்காரரை வணங்கியபின் தன்னுடைய பெல்ட்டின் பர்ஸிலிருந்து அந்த ரசீதை எடுத்து நீட்டினான் அவன்.

"தெரியும்டா... பொல்லாத ரசீது... ஐம்பது ரூபாக் காசைக் கொடுத்து அட்வான்ஸ் கட்டினால் போதுமா? உடனே

யோக்கியனாயிடுவயா, நீ? மரியாதையா இன்னைக்கே இந்த இடத்தைக் காலி பண்ணனும். என்ன? நாளைக்கும் நீ இங்கே இருக்கறதா சேதி வந்ததோ, தொலைச்சுப்புடுவேன், தொலைச்சு... என்னைக்கிடா நீ ரிலீஸானே?" என்று மிரட்டினான் போலீஸ்காரன்.

"முந்தா நாளுங்க, எஜமான்" என்று கையைக் கட்டிக்கொண்டு, பணிவாகப் பதில் சொன்ன அவனது கண்கள் கலங்கி இருந்தன.

அப்போது தெரு வழியே வண்டியில் போய்க் கொண்டிருந்த அந்தக் காலனியின் சொந்தக்காரர் சோமசுந்தரம் முதலியார், இங்கு கூடி இருக்கும் கூட்டத்தைப் பார்த்து, வண்டியை நிறுத்தச் சொன்னார்.

முதலியாரைக் கண்டதும் குஞ்சுமணி ஓடோடி வந்தார்.

"உங்களுக்கே நன்னா இருக்கா? நாலு குடித்தனம் இருக்கற எடத்துலே ஊரறிஞ்ச திருடனைக் கொண்டு வந்து குடிவைக்கலாமா?"

'வாக்கிங் ஸ்டிக்'கைத் தரையில் ஊன்றி, எங்கோ பார்த்தவாறு மீசையைத் தடவிக்கொண்டு நின்றார் முதலியார்.

"அட அசடே! அவனைப் பத்தி அவருக்கென்னடா தெரியும்? திருடன்னு தெரிஞ்சிருந்தா வீடு குடுப்பாரா? அதான் போலீஸ்காரன் வந்து இப்பவே காலி பண்ணணும்னு சொல்லிட்டானே. அதோட விடு... அவர்கிட்டே என்னத்துக்கு புகார் பண்ணிண்டிருக்கே?" என்று குஞ்சுமணியைச் சீதம்மாள் அடக்கினாள்.

முதலியாருக்குக் கண்கள் சிவந்தன. அந்தக் கடைசி வீட்டை நோக்கி அவர் வேகமாய் நடந்தார். அவர் வருவதைக் கண்ட போலீஸ்காரன் வாசற்படியிலேயே அவரை எதிர்கொண்டழைத்து சலாம் செய்தான்.

"இங்கே உனக்கு என்ன வேலை?" என்று போலீஸ்காரனைப் பார்த்து உறுமினார் முதலியார்.

"இவன் ஒரு கேடி, ஸார். ஸ்டேஷனுக்கு வந்து புகார் கொடுத்திருந்தாங்க. அதனாலே காலி பண்ணும்படியா சொல்லிவிட்டுப் போறேன்."

முதலியார் அவனையும் போலீஸ்காரனையும் மற்றவர்களையும் ஒருமுறை பார்த்தார்.

"என்னுடைய 'டெனன்டை' காலி பண்ணச் சொல்றதுக்கு நீ யார்? மொதல்லே 'யூ கெட் அவுட்'!"

முதலியாரின் கோபத்தைக் கண்டதும் போலீஸ்காரன் நடுநடுங்கிப் போனான்.

"எஸ், ஸார்" என்று இன்னொரு முறை சலாம் வைத்தான்.

"அதிகாரம் இருக்குன்னா அதைத் துஷ்பிரயோகம் செய்யக் கூடாது. திருடினப்போ ஜெயிலுக்குப் போனான்; அப்புறம் ஏன் வெளியிலே விட்டாங்க? திருடாதப்போ அவன் எங்கே போறது? அவன் திருடினா அப்போ வந்து பிடிச்சிக்கிட்டுப் போ" என்று கூறிப் போலீஸ்காரனை முதலியார் வெளியே அனுப்பி வைத்தார்.

"ஓய், குஞ்சுமணி! இங்கே வாரும். உம்ம மாதிரிதான் இவனும் எனக்கு ஒரு குடித்தனக்காரன். எனக்கு வேண்டியது வாடகை. அதை நீர் திருடிக் குடுக்கறீரா, சூதாடிக் குடுக்கறீராங்கறதைப் பத்தி எனக்கு அக்கறை இல்லை. அதே மாதிரிதான் அவனைப் பத்தியும் எனக்கு கவலை இல்லை; நீர் ஜெயிலுக்குப் போன ஒரு திருடனைக் கண்டு பயப்படறீர்; நான் ஜெயிலுக்குப் போகாத பல திருடன்களைப் பாத்துக்கிட்டிருக்கேன். அவன் இங்கேதான் இருப்பான். சும்மாக் கெடந்து அலட்டிக்காதீர்" என்று குஞ்சுமணியிடம் சொல்லிவிட்டுக் கோனாரின் பக்கம் திரும்பினார்.

"என்ன கோனாரே. . . நீயும்கூட சேர்ந்துகிட்டு யோக்கியன் மாதிரிப் பேசிறியா. .? நாலு வருஷத்துக்கு முன்னே பால்லே தண்ணி கலந்ததுக்கு நீ ஃபைன் கட்டின ஆளுதானே. .?" என்று கேட்டபோது கோனார் தலையைச் சொறிந்தான்.

கடைசியாகத் தனது புதுக் குடித்தனக்காரனிடத்தில் முதலியார் சொன்னார்:

"இந்தாப்பா. . . உன் கிட்டே நான் கை நீட்டி ரெண்டு மாச அட்வான்ஸ் வாங்கி இருக்கேன். கை எழுத்துப் போட்டு ரசீது கொடுத்திருக்கேன். யாராவது வந்து உன்னை மிரட்டினா எங்கிட்டே சொல்லு. நான் பாத்துக்கறேன்..." என்று கூறிவிட்டு வண்டியை நோக்கி நடந்தார் முதலியார்.

அன்று நள்ளிரவு வரை அவன் அங்கேயே இருந்தான். அவன் எப்போது வீட்டைப் பூட்டிக் கொண்டு வெளியே போனான் என்று எவருக்கும் தெரியாது.

காலையில் பால் கறக்க வந்த கோனார் அவன் உள்ளே இருக்கிறான் என்ற பயத்துடனேயே பால் கறந்தான்.

குஞ்சுமணி, இன்றைக்கும் அந்தத் திருட்டுப் பயலின் முகத்தில் விழித்துவிடக் கூடாதே என்ற அச்சத்தோடு ஜன்னலைத் திறந்து பசுவைத் தரிசனம் செய்தார்.

குழாயடிக்குத் தண்ணீர் பிடிக்க வந்த பெண்கள் மட்டும், அந்த வீடு பூட்டிக் கிடப்பதைக் கண்டு தைரியமாக, அவனைப் பற்றியும் முதலியாரைப் பற்றியும் விமரிசனம் செய்து பேசிக்கொண்டார்கள். சீதம்மாளின் குரலே அதில் மிகவும் எடுப்பாகக் கேட்டது.

அந்த வீடு பூட்டிக் கிடக்கிறது என்பதை அறிந்த கோனாரும், குஞ்சுமணியும் நேற்று இரவு அடித்தக் கொள்ளையோடு அவன் திரும்பிவரும் கோலத்தைப் பார்க்கக் காத்திருந்தார்கள்.

மத்தியானமாயிற்று; மாலையாயிற்று. மறுநாளும் ஆயிற்று...

இரண்டு நாட்களாக அவன் வராததைக் கண்டு, கோனாரும் குஞ்சுமணியும், அவன் திருடப்போன இடத்தில் மாட்டிக் கொண்டிருக்கக் கூடுமென்று மிகுந்த சந்தோஷ ஆரவாரத்தோடு பேசிக் கொண்டார்கள்.

அந்த நான்கு வயதுக் குழந்தை மட்டும் ஒருநாள் மத்தியானம் அந்தப் பூட்டி இருக்கும் வீட்டுத் திண்ணைமீது ஏறி, திறந்திருக்கும் ஜன்னல் வழியே உள்ளே பார்த்தது.

மாடம் நிறைய இருந்த சாக்லெட்டுகளைக் கலங்குகிற கண்களோடு பார்த்தது.

"ஏ, மிட்டாய் மாமா! நீவரவே மாட்டியா?" என்று கண்களைக் கசக்கிக்கொண்டு தனிமையில் அழுதது குழந்தை.

ஆனந்த விகடன், 1969

அந்தரங்கம் புனிதமானது

"ஒரு நிமிஷம் இருங்கள்; கூப்பிடுகிறேன்... நீங்கள் யார் பேசறது?" என்ற கேள்வி வந்ததும் பல்லைக் கடித்துக்கொண்டு பதில் சொன்னான்: "நான்... அவர் மகன் வேணு!"

சற்றுக் கழித்து அவனது தந்தையின் குரல் போனில் ஒலித்தது: "ஹலோ நான்தான் சுந்தரம்..."

—அதுவரை இருந்த தைரியம், ஆத்திரம், வெறுப்பு யாவும் குழம்பி வேணுவுக்கு உதடுகளும் நெஞ்சும் துடியாய்த் துடித்தன. அவனது பேச்சு குழறிற்று; இருந்தாலும் சமாளித்துக்கொண்டு பேசினான்: "நான் வேணு பேசறேன்... நான் உங்களோடு கொஞ்சம் பேசணும்... ம்... தனியாப் பேசணும்."

"சரி... இன்னும் கொஞ்ச நாழியிலே நான் வீட்டுக்கு வந்துடுவேன்."

"இல்லே... அதைப்பத்தி. வீட்டிலே பேச எனக்கு விருப்பமில்லே. நீங்க அங்கேயே இருக்கிறதானா, இப்பவே பத்து நிமிஷத்திலே நான் அங்கே வர்ரேன்..."

"ஓ ஐ ஸீ! சரி... வாயேன்..."

"தாங்க்ஸ்..."

—ரீஸீவரை வைத்துவிட்டு நேற்றியில் பொங்கி இருந்த வியர்வையைத் துடைத்துவிட்டுக்கொண்டான் வேணு. இன்னும்கூட அவனுக்கு நெஞ்சு படபடத்துக் கொண்டிருந்தது. அவன் என்னென்னவோ பேசத் தன்னைத்தானே ஒரு மகத்தான காரியத்திற்குத் தயார் செய்து

கொள்கிற தோரணையில் உள்ளங்கையில் குத்திக்கொண்டு செருமினான்:

“ம்... இது என்னோட கடமை! இந்தக் குடும்பம் சீர் குலையாம பாதுகாக்க வேண்டியது என்னோட கடமை! ஒரு சின்னப்பையன் – தன் மகனே – தன்னைக் கண்டிக்கிற அளவு தான் நடத்தை கெட்டுப் போனதை அவர் உணர வேணாமா? மானக்கேடான விஷயம்தான்..! நான் ஆத்திரப் படாமல் நியாயத்தைப்பேசி, அவரோட கேடுகெட்ட ரகசியத்தை அவருக்கே மொதல்லே அம்பலப்படுத்தணும்... ‘அதெல்லாம் இல்லை; அப்படி இப்படி’ன்னு அவர் மழுப்பப் பார்ப்பார்... ம்ஹ்ம்!அவரோட மேஜை டிராயர்லே இருந்த அந்தக் கடுதாசியை ... கர்மம்... காதல் கடிதம் – அதெ ஞாபகமா எடுத்துக்கறேன்... “என் மேஜை டிராயருக்குக் கள்ளச்சாவி போட்டாயோ?”ன்னு அவர் ஆத்திரப்படலாம். இவர் கள்ளக்காதலைக் கண்டுபிடிக்க நான் செய்த இந்தக் கள்ளத்தனம் ஒன்றும் பெரிய தப்பில்லை ... முந்தாநாள் ராத்திரிகூட அவளோட ரெண்டாவது ஷோவுக்கு சினிமாவுக்கப் போயிருந்ததைப் பார்த்த அப்புறம்தானே இந்தத் தொடர்பின் முழு உண்மையையும் கண்டு பிடிக்கணும்னு நான் அவர் அறையைச் சோதனை போட்டேன்..!’

–வேணு அவசர அவசரமாக உடையணிந்து வெளியே புறப்படுகிற சமயத்தில், லேடீஸ் கிளப்புக்குக் கிளம்பிக் கொண்டிருந்த அவன் தாய் ரமணியம்மாள் எதிர்ப்பட்டாள்.

சில நாட்களாகவே அவனது போக்கும் பேச்சும் ஒரு மாதிரியாக இருப்பதை அவளது தாயுள்ளம் உணர்ந்தது.

இப்போது அவனைத் திடீரெனப் பார்த்ததும் அவனது தோற்றத்தைக் கண்டு அவள் கலவரமடைந்தாள்.

‘அவன் சரியாகச் சாப்பிடாமல் தூக்கம்கூட இல்லாமல் இருக்கிறானோ?’ என்று, அவனது சோர்ந்திருக்கும் தோற்றத்தைக் கண்டு சந்தேகம் கொண்டாள். அவன் இளைத்துக் கறுத்துப் போயிருந்தான். க்ஷவரம் செய்து கொள்ளாததால் மேல் உதட்டிலும் மோவாயிலும் கன்ன மூலங்களிலும் இளரோமம் அடர்ந்திருந்தது... அவன் எதைக் குறித்தோ மிகுந்த மனோவியாகூலத்திற்கு ஆளாகி இருக்கிறான் என்று அவன் கண்களில் கலங்கிய சோர்விலும், கீழ் இமைகளுக்கடியில் படிந்திருந்த கருமையிலும் அவள் கண்டு கொண்டாள்.

‘அவன் வயது வந்த ஆண் மகன். அவனுக்கு ஏதேனும் அந்தரங்கமான பிரச்னைகள் இருக்கலாம். அதில் தான் தலையிடுவது நாகரிகமாகாது’ என்ற கட்டுப்பாட்டுணர்வுடன் அவள் அவனை நெருங்கி வந்தாள்.

“என்னடா வேணு... எங்கே கிளம்பிட்டே?” என்று ஆதரவாக அவன் தோள்களைப் பற்றினாள். அவனுக்கு உடம்பு கூசிற்று.

“கொஞ்சம் வேலை இருக்கு” என்று அழுத்தலாக அவன் பதில் சொன்னான்.

“வாட் இஸ் ராங் வித் யூ? சரி, என்னவாக இருந்தாலும் – நான் உனக்கு உதவ முடியும்னா சொல்லு...” என்று ஆங்கிலத்தில் கூறினாள்.

“தாங்க்ஸ்” என்று அவளைக் கடந்து போக யத்தனிக்கையில் அவனை நிறுத்தினாள் அம்மா.

“போ... போயி – என்னவோ ஸ்பெஷலா டிபன் பண்ணி இருக்கா சமையற்காரப் பாட்டி... சாப்பிட்டுட்டுப் போயேன்” என்று கொஞ்சி உபசாரம் செய்து விட்டு, தனக்கும் நாழியாவதைக் கைக்கடிகாரத்தில் பார்த்துவிட்டு அவள் வெளியேறினாள்.

வேணு ஒரு விநாடி தலைகுனிந்து யோசித்து நின்றான்.

‘இந்த அசட்டு அம்மாவை இந்த அப்பாதான் எப்படி ஏமாற்றித் துரோகம் புரிந்து கொண்டிருக்கிறார்’ என்று தோன்றியது வேணுவுக்கு. அதன் பிறகு இந்த வயதிலும் இவள் செய்து கொள்ளுகிற அலங்காரமும் பவுடர் பூச்சும் உதட்டுச் சாயமும் கையுயர்ந்த ரவிக்கையும் கீச்சுக் குரலில் பேசுகிற இங்கிலீஷ் பேச்சும் காண வயிற்றைப் பீறிக்கொண்டு ஆத்திரமும் அருவருப்பும் பொங்கிற்று அவனுக்கு.

ஹாலில், அப்போதுதான் கான்வென்டிலிருந்து வந்திருந்த அவனது இரண்டு தம்பிகளும் ஆறு வயதுத் தங்கையும் சோபாவில் அமர்ந்து ஷூஸையும் ஸாக்ஸையும் கழற்றிக் கொண்டிருந்தனர். அவர்களைப் பார்க்கும்போது வேணுவின் நெஞ்சில் துக்கமும் பரிவும் பொங்கியடைத்தன.

‘இந்தப் பொறுப்பற்ற தாயும் ஒழுக்கங்கெட்ட தந்தையும் இந்தக் குழந்தைகளின் எதிர்காலத்தைக் குட்டிச்சுவராக்கிவிடப் போகிறார்கள்’ என்று நினைத்தபோது... இதற்குத் தான் என்ன செய்ய முடியும்? என்று குழம்பினான் அவன்.

‘இதற்கு நான் ஏதாவது செய்தாக வேண்டும்! அது என் கடமை... நான் என்ன இன்னும் சின்னக் குழந்தையா? எனக்கு இருபத்தியோரு வயதாகிறது... லீகலி, ஐ ஆம் அன் அடல்ட்!’

‘திடீரென்று அவன் தன்னை வளர்த்த தாத்தாவையும் பாட்டியையும் நினைத்துக்கொண்டான்.

'நல்லவேளை! இந்தக் கேடுகெட்ட சூழ்நிலையில் வளராமல் போனேனே நான்..!'

2

வேணுவின் தந்தை சுந்தரமும் தாய் ரமணியும் இருபத்தைந்து வருடங்களுக்கு முன் கல்லூரியில் படித்துக் கொண்டிருந்த காலத்தில் காதலித்துத் திருமணம் செய்துகொண்டவர்கள். இருவரும் வெவ்வேறு ஜாதியினர் என்பதால் பெற்றோரை விரோதித்துக் கொண்டே அவளைக் கைப்பிடித்தார் சுந்தரம்.

ரமணியம்மாள் சிறு வயதில் கான்வென்டில் படித்து வெள்ளைக்காரப் பாணியில் வளர்க்கப்பட்டவள். மேற்கத்திய கலாசாரத்தில் அவளது குடும்பமே திளைத்தது. அக்காலத்தில் சுந்தரத்திற்கு அவளிடம் ஏற்பட்ட ஈடுபாட்டிற்கு அதுவேகூடக் காரணமாக இருந்திருக்கலாம்.

அந்த ஈடுபாட்டின் காரணமாகப் பெற்றோரையும் விரோதித்து அவளைக் கலப்பு மணம் புரிந்துகொண்ட பின் இரண்டாண்டுக் காலம் பெற்றோருடன் தொடர்பே இல்லாதிருந்தார் சுந்தரம். இரண்டு வருஷங்களுக்குப்பின் வேணு பிறந்தான்.

புத்திர பாசத்தை துறந்திருந்த சுந்தரத்தின் தந்தை கணபதியாப் பிள்ளையும் அவர் மனைவி விசாலமும் பேரக் குழந்தையைப் பார்க்கக் கிராமத்திலிருந்து ரயிலேறிப் பட்டணத்துக்கு ஓடி வந்தார்கள்! கொஞ்சம் கொஞ்சமாய்ப் பகைமை விலகி சுந்தரத்திற்கும் அவன் பெற்றோருக்கும் உறவுப் பாலம் அமைத்தவன் வேணுதான்.

வேணுவுக்கு ஆறு வயதாகும்போது கணபதியாப்பிள்ளை பேரனைத் தான் அழைத்துச் செல்வதாகக் கூறினார். 'எவளோ ஒருத்திக்கு, ஏதோ ஒரு நாகரிகத்துக்குத் தாங்கள் ஆசாரமாக வளர்த்த பிள்ளையைப் பறிகொடுத்து விட்டோமே'என்ற நிரந்தர ஏக்கத்திற்கு ஆளாகிப்போன கணபதியாப் பிள்ளை அதை ஈடு செய்துகொள்வதைப்போல் பேரனை ஸ்வீகரித்துக்கொண்டார். வேணு தாத்தாவின் வீட்டிலேயே வளர்ந்து படித்துக்கொண் டிருந்தான். பெற்றோரின் வீடு என்பது அவனுக்கு எப்போதாகிலும் லீவிலே வந்து தங்கிச் செல்லும் உறவுக்காரர்களின் குடும்பம் போலாயிற்று.

சுந்தரத்தின் தந்தை கணபதியாப்பிள்ளை வீர சைவம். தமிழ்ப் புலமையுடையவர். சிவ பக்தர். அவர் மனைவி விசாலம்

சென்ற நூற்றாண்டுத் தமிழ்ப் பெண்மையின் கடைசிப் பிரதிநிதி. புருஷனின் முன்னே உட்காராந்து பேச மாட்டாள்.

வேணு எப்போதேனும் லீவுக்கத் தாய் தந்தையரிடம் வரும்போது அவர்களின் வாழ்க்கை முறை, நடை உடை யாவும் ஓர் அந்நியத் தன்மை கொண்டு அவர்களே தனக்கு மிகவும் அந்நியமானவர்கள் போல் உணர்ந்தான். சிறு வயதில் எல்லாம் அந்த அனுபவம் தாத்தா—பாட்டியிடம் போய்ச் சிரிக்கச் சிரிக்க விளக்கிச் சொல்லிப் பரிகசிக்கவே அவனுக்கு உதவிற்று. பின்னர் வயது ஏற ஏற அவன் தாத்தா – பாட்டியோடு, தாய் தந்தையரை ஒப்பிட்டுப் பார்க்க ஆரம்பித்தான். அவன் மனத்தில் தாத்தாவும் பாட்டியும் லட்சியத் தம்பதியாகவும், நமது பண்பாட்டின் ஆதர்சமாகவும் ஏற்றம் பெற்றனர்.

என்னதான் பாசமிருந்தபோதிலும் அவனுக்குத் தன் தாய் தந்தையர்மீது உயரிய மதிப்புத் தோன்றவில்லை.

வேணு ஹைஸ்கூல் படிப்பை முடித்துவிட்டுப் பக்கத்து டவுனாகிய சிதம்பரத்தில் கல்லூரியிலும் சேர்ந்தான். அவன் கல்வி எவ்வளவுதான் நவீனமுற்றிருந்த போதிலும் அவனது வாழ்க்கை நவீன முறைகளுக்கு இலக்காகவில்லை.

இப்போது கல்லூரிப் படிப்பு முடிந்தபின் அவன் சென்னைக்க வந்து சில மாதங்கள்தான் ஆயின...

அவனால் தாத்தாவையும் பாட்டியையும் பிரிந்து வரவே முடியவில்லை.

'நான் ஒண்ணும் உத்தியோகம் பார்க்க வேணாம்... படிச்சவங்க எல்லாம் நகரத்துக்கும் உத்தியோகத்துக்கும் போறதனாலேதான் நம்ப தேசம் இப்படி இருக்கு. நான் இங்கேயே இருந்து விவசாயத்தைப் பார்த்துக் கொள்கிறேனே' என்று அவன் தாத்தாவிடம் எவ்வளவோ சொல்லிப் பார்த்தான்! அவன் யோசனை பாட்டிக்கும் கூடப் பிடித்திருந்தது.

ஆனால், வெகு நேரம் கண்களை மூடிக்கொண்டு சாய்வு நாற்காலியில் உட்கார்ந்திருந்த தாத்தா பாட்டியிடம் பதில் சொன்னார்: "நீயும் என்ன அவனோட சேர்ந்து பேசறே? நம்ம பையனை விட்டுட்டு இருந்தப்போ உன் மனசு கேட்டுதா? அது மாதிரி தானே அவனைப் பெத்தவளுக்கும் இருக்கும். படிப்புன்னு ஒரு காரணத்தை வெச்சி இவ்வளவு காலம் இருந்தாச்சு. இப்ப அவன் பெத்தவங்களுக்குப் பிள்ளையா அங்கே போயி இருக்கறதுதான் நியாயம்."

"நான் வரலேன்னு அங்கே யாரும் அழலே!" என்று மறித்துச் சொன்னான் வேணு.

"வேணு! நீ எங்களோட இருக்கறதிலே உன்னைவிட எங்களுக்கு சந்தோஷம்னு நான் சொல்லணுமா? இப்ப நீ கொஞ்ச நாள் போய் இரு. அப்புறம் போகப் போகப் பாப்பம்... இவ்வளவும் சொல்றேனே... நீ அந்தப் பக்கம் ரயிலேறிப் போனப்பறம் நானும் உன் பாட்டியும் எப்படி நாளைத் தள்ளப் போறமோ...? அதுக்கென்ன, நீ லீவிலே போவியே அந்த மாதிரிப் போயி கொஞ்ச நாள் அங்கே இரு... என்ன நான் சொல்றது?" என்று அவர் எவ்வளவோ சமாதானங்கள் கூறிய பின்னரே அவன் சென்னைக்கு வரச் சம்மதித்தான்.

முன்பெல்லாம் லீவு நாட்களில் வந்து முழுசாக இரண்டு மாதங்கள் தன் தாய் தந்தையோடு தங்கி இருந்தபோது ஏற்படாத சலிப்பு இப்போது இரண்டே வாரங்களில் ஏற்பட்டது! அவனுக்கு ஒன்றுமே பிடிக்கவில்லை.

தன் தாயும் தந்தையும் டைனிங் டேபிளில் எதிர் எதிரே உட்கார்ந்துகொண்டு சாப்பிடுவதும், காலையில் எட்டு மணி வரைக்கும் அவள் தூங்குவதும், தன் தந்தை ஓடி ஓடித் தாய்க்கு ஊழியம் செய்வதும் அவனுக்கு அருவருப்பாக இருந்தன.

அவன் மனதில், அறுபது வயதாகியும் அதிகாலையில் எழுந்து நீராடி மஞ்சளும் குங்குமமுமாய்த் திகழும் பாட்டியின் உருவமே அடிக்கடி எழுந்தது. அவள் தாத்தாவுக்கு இந்த வயதிலும் பணிவிடை புரியும் மகத்துவத்தை எண்ணிஎண்ணி ஒவ்வொரு நிகழ்ச்சியாகக் கற்பனையில் கண்டு இவர்களின் நடைமுறையோட அவன் பொருத்திப் பார்த்தான்.

'இந்த அப்பா சரியான பெண்டாட்டிதாசன்!' என்று தோன்றியது அவனுக்கு. இந்த அம்மாபாட்டுக்குச் சினிமாவுக்குப் போவதும் லேடீஸ் கிளப்புக்குப் போவதும் அதைப்பற்றி அவர் ஒன்றுமே கேட்காமலிருப்பதும், அதே மாதிரி அவரைப்பற்றி இவளும் அக்கறையில்லாமலிருப்பதும் – ஐயே! என்ன உறவு? என்ன வாழ்க்கை?' என்று மனம் சலித்தது.

'சரி! நமக்கென்ன போயிற்று... தாத்தாவின் வார்த்தைக்குக் கட்டுப்பட்டுக் கொஞ்ச நாள் இருந்துவிட்டுக் கிராமத்தோடு போய் விட வேண்டியதுதான்' என்றிருந்த வேணுவுக்கு மேலும் அதிர்ச்சியையும் ஆத்திரத்தையும் அருவருப்பையும் மூட்டத்தக்க அந்தச் சம்பவம் சென்ற வாரம் நடந்தது.

இரவு எட்டுமணி இருக்கும். டெலிபோன் மணி அடித்தது. சுந்தரம் அப்போது மாடியில் இருந்தார். வேணு ரிஸீவரை எடுத்தான்.

"ஹலோ!" – அவன் போன் நம்பரையும் சொன்னான்.

"நான்தான் வத்ஸலா பேசறேன்... காலேஜிலேயே மீட் பண்ணனும்னு வந்தேன்... நீங்க அதுக்குள்ளே போயிட்டீங்க... 'ஸவுண்ட் ஆப் ம்யூஸிக்' இன்னிக்கித்தான் கடைசியாம்... நைட்ஷோ போலாமா?... என்ன ஒண்ணும் சொல்ல மாட்டேங்கறீங்க!"

வேணுவுக்கு ஒன்றும் புரியவில்லை. அது ஒரு 'ராங் நெம்பர் கால்' என்று அவன் ஆரம்பத்தில் கொண்ட சந்தேகம், காலேஜில் மீட் பண்ண வந்ததாகக் கூறியதில் அடிப்பட்டுப் போயிற்று! எதுவும் செய்யத் தோன்றாமல் ரிஸீவரை டெலிபோன்மீது வைத்து விட்டு அந்த அறையை விட்டே ஓடிப்போய்விட்டான் வேணு. பக்கத்தறைத் தனிமையில் போய் உட்கார்ந்து கொண்ட வேணுவின் மனம் அலைபாய்ந்தது.

'அப்பாவைத் தவிர வயது வந்த ஓர் ஆணின் குரல் வேறு யாரடையதாகவும் இருக்காது' என்ற தைரியத்தில் வழக்கமாகப் பேசுகின்ற ஒருத்தியாகத்தான் அவள் – அந்த வத்ஸலா – இருக்க வேண்டும் என்று அவன் உறுதியாக நம்பினான்.

சற்று நேரத்தில் மீண்டும் மணி அடித்தது. அடித்துக்கொண்டே இருந்தது; வேணு இருந்த இடத்தை விட்டு நகரவில்லை.

மாடியிலிருந்து இறங்கி வந்த சுந்தரம் தானே போய் ரிஸீவரை எடுத்தார்.

"ஹலோ?" டெலிபோன் நம்பரைச் சொன்னார்.

வேணு மெள்ள எழுந்து சென்று டெலிபோன் இருக்கின்ற ஹாலுக்கும் அவன் இருந்த அறைக்கும் இடையேயுள்ள பலகையில் காதை வைத்துக்கொண்டு உரையாடலைக் கவனித்தான். ஆம்; ஒட்டுக்கேட்டான். அவன் தந்தை ஆங்கிலத்தில் சொல்லிக் கொண்டிருந்தார்.

"இல்லையே. நான் மாடியில் இருந்தேன்... ம்... த்சொ..."

"......"

"இட் இஸ் ஆல்ரைட்."

"......"

ஜெயகாந்தன் கதைகள்

“ஒரு வேளை என் மூத்த மகனாக இருக்கலாம்... ஆமா! அவன் ஊர்லேயே இருந்தான்... இப்பத்தான்... ஆமாம்...”

“......”

“வேறு யாரும்“ ‘அடல்ட்’ இல்லையே!”

“......”

“சரி... நான் சமாளித்துக் கொள்கிறேன்... ஓ.கே!”

“......”

“நைன் தர்ட்டி... எஸ்! ஓகே!”

“......”

“டோண்ட் ஒரி!”

“......”

“ஓ . . . வாட் ஆர் யூ டாக்கிங்..?”

“......”

“பை......”

சம்பாஷணை முடிவடைகின்ற தருவாயில் வேணு அறையிலிருந்து நழுவி வெறியேறிவிட்டான்.

அந்தச் சம்பவத்துக்குப் பிறகு இன்றுவரை அவன் அவர் முகத்தில் விழிக்கவில்லை. ஒரே வீட்டில் இருந்தும் மிக சாமர்த்தியமாக அவர் கண்ணில் படாமல் அவன் தப்பித்துக் கொண்டிருந்தான்.

சில நாட்களுக்கு முன் வீட்டில் யாருமில்லாத நேரத்தில் அவன் மாடியில் உள்ள தன் தந்தையின் தனியறைக்குச் சென்றான். தனது ஐயத்தை உறுதிப்படுத்திக்கொள்ள அவனுக்கு மேலும் சில துப்புகள் தேவைப்பட்டன.

மாற்றுச் சாவிகள் போட்டு அவரது மேஜை, அலமாரி முதலியவற்றைத் திறந்து துருவினான், அவ்விதம் ஒரு திருடனைப் போல் நடந்துகொள்வதில் அவனுக்கு அவமானமேதும் ஏற்படவில்லை. அதனினும் பெருத்த அவமானத்துக்கு அவனை ஆளாக்கத்தக்க சில துப்புகள் கிடைத்ததால் அந்தத் தனது காரியம் சரியே என்று அவன் நினைத்தான்.

‘நான் ஏன் பயப்பட வேண்டும்? தப்பு செய்கிற அப்பாவைக் கண்டு நான் ஏன் ஒளிய வேண்டும்? ...இதைப் பற்றி அவர் புத்தியில் உறைக்கிற மாதிரி நான் எடுத்துக் கூறி அவரைத் திருத்த வேண்டும்...

இது என் கடமை... எப்படி எங்கே அவரிடம் இதைப் பற்றிப் பேசுவது..? வீட்டில் பேசினால் அம்மாவுக்கு விஷயம் தெரிந்து போகுமே!... அவரை வெளியில் எங்காவது சந்தித்துப் பேச வேண்டும்... என் பேச்சை அவர் ஏற்றுக்கொள்ளா விட்டால்..? அதைப் பற்றிப் பிறகு யோசிக்கலாம். முதலில் தைரியமாக இது விஷயமாய் அவரிடம் உடைத்துப் பேசிவிட வேண்டும்...” என்று இரவு பகலாய் இந்த விவகாரம் குறித்து நெஞ்சு பொருமி, நினைவு குழம்பி இறுதியாக நேற்று அவன் ஒரு தீர்மானத்திற்கு வந்தான்.

‘எப்படியும் நாளைக்கு அவரிடம் நேருக்கு நேர் உடைத்துப் பேசிவிடுவது. இதில் நான் பயப்பட என்ன இருக்கிறது? நான் என்ன குழந்தையா? ஐ ஆம் அன் அடல்ட்!’

3

கடற்கரையை ஒட்டிப் புதிதாகப் போடப்பட்டுள்ள உட்புறச் சாலையில் அந்த மோரீஸ் மைனர் காரை நிறுத்தினார் சுந்தரம். அவர் பக்கத்தில் உட்கார்ந்திருந்த வேணு முதலில் கதவைத் திறந்துகொண்டு கீழே இறங்கினான். அவன் பார்வை தூரத்துக் கடலை வெறித்தது... காற்றில் அலைபாய்ந்த வேட்டியை மடித்துக் கட்டிக்கொண்டு சற்றுத் தள்ளி மணலில் போய் நின்றுகொண்டான். அவன் மனசில் கடந்த பத்து நிமிஷமாய் – தன் தந்தையைக் கல்லூரியில் சந்தித்து இங்கு வந்து சேர்ந்தது வரை –‘எப்படிப் பேச்சை ஆரம்பிப்பது?’ என்ற குழப்பம்தான் குடிகொண்டிருந்தது. என்னதான் தப்பு செய்திருந்தாலும் ஒரு தந்தையிடம் மகன் பேசக்கூடாத முறையில், தான் ஆத்திரத்தில் அறிவை இழந்துவிடக் கூடாதே என்ற அச்சம் வேறு எழுந்தது.

காரிலிருந்த இறங்கிய சுந்தரம் தனது கோட்டைக் கழட்டி மடித்து காருக்குள் ஸீட்டின் மேல் போட்டுக் கண்ணாடிகளை உயர்த்திக் காரின் கதவுகளைப் பூட்டி விட்டு வந்தார்.

அவன் பக்கத்தில் வந்து நின்று கைக்கடிகாரத்தைப் பார்த்து “மணி ஐந்துதான் ஆகிறது” என்று அவன் காதில் படுகிற மாதிரி தானே சொல்லிக் கொண்டார் சுந்தரம்.

அதுதான் கூட்டத்தைக்காணோம் என்று வலிந்த புன்னகை யுடன் அவனும் கூறினான்.

கடற்கரை மணலில் இன்னும் நிழல் இறங்கவில்லை.

அவர்கள் இருவரும் திடீரென மௌனமாகிச் சற்று மணலில் கடலை நோக்கி நடந்தனர். அந்த இருவரையும் பார்க்கும்

யாருக்கும் அவர்கள் தந்தையும் மகனும் என்று தோன்றாது. அண்ணனும் தம்பியும் போலவோ, ஆசிரியரும் மாணவனும் போலவோதான் அவர்கள் இருந்தனர். முகச்சாயலில் இருவருக்கும் நிறைய ஒற்றுமை இருந்தது. தந்தையின் அளவுக்கே உயரமிருந்தும் அவரைப் போல் சதைப் பற்றில்லாத அவனது உருவம் அவரை விடவும் நெடிதாய்த் தோன்றியது.

அவன் தலை குனிந்து நடக்கையில் மணலில் அழுந்திப் புதையும் தனது பாதங்களையே பார்த்தான்.

மனசில் இருந்த கனம் விநாடி தோறும் மிகுந்தது; நெஞ்சில் குமுறுகிற ஆத்திரம் திடீரென்று தொண்டைக்கு வந்து அடைக்கிறது. முகம் சிவந்து சிவந்து குழம்புகிறது. உதட்டை இறுக இறுகக் கடித்துக் கொள்கிறான்...

அவன் தலை நிமிர்ந்து தூரத்துக் கடல் அலையை வெறித்தபோது அவனது கண் இமைகளின் இரண்டு கடைக் கோடியிலும் கலங்கிய கண்ணீர் வீசியடித்த காற்றால் சில்லென இமைக் கடையில் பரந்து படர்கிறது...

அவர் அவனை மிகுந்த ஆதரவோடு பார்த்தார். ஒரு முறை செருமினார். அவன் அவரைத் திரும்பிப் பார்த்தப்போது அவனைச் சாந்தப்படுத்தும் தோரணையில் அவர் புன்முறுவல் செய்தார். அவனது உதடுகள் துடித்தன.

"இங்கே உட்காரலாமா?" என்றார் அவர்.

அவன் பதில் சொல்லாமல் உட்கார்ந்து கொண்டான்.

– 'எப்படி ஆரம்பிப்பது?

அவன் அவர் முகத்தை வெறித்துப் பார்ப்பதும், பின்னர் தலை குனிந்து யோசிப்பதும், மணலில் கிறுக்குவதுமாகக் கொஞ்சம் நேரத்தைக் கழித்தான்...

அவன் எது குறித்துத் தன்னிடம் தனிமையில் பேச வந்திருக்கிறான் என்று சுந்தரம் அறிந்தே வைத்திருந்தார். 'அந்த டெலிபோன் கால்' சம்பவத்துக்குப் பிறகு இந்த ஒரு வாரமாய்த் தான் அவனைத் பார்க்கவேயில்லை என்ற பிரக்ஞை அவருக்கும் இருந்தது. எனினும் அவன் அதனால் பாதிக்கப்பட்டிருந்தும், வயது வந்த இளைஞன் என்ற காரணத்தால் நாகரிகமாக அது விஷயமாய் ஒரு சந்திப்பைத் தவிர்த்து வருகிறான் என்று அவர் கருதி இருந்தார்.

ஆனால் இப்போது அது சம்பந்தமாய் அவன் மிகவும் ஆழமாகப் பாதிக்கப்பட்டு அது குறித்துத் தன்னிடம் பேசவே

தயாராகி வந்திருக்கின்ற நிலைமை அவருக்கு அவ்வளவு திருப்திகரமாக இல்லை என்றாலும், ஒரு கோழை போல் அந்தச் சந்திப்பைத் தவிர்க்க முயல்வது சரியல்ல என்பதனாலேயே அவனிடம் அவர் இப்போது எதிர்பட்டு நிற்கிறார்.

எனினும் அவர் தானாகவே எதுவும் பேச விரும்பவில்லை.

அவன் திடீரென்று தனக்குத்தானே பேசிக்கொள்கிற மாதிரி முனகினான்: "ஐ ஆம் ஸாரி! இது ரொம்பவும் வெட்கப்படத்தக்க அவக்கேடான விஷயம்" என்று ஆங்கிலத்தில் கூறினான். அதைத் தொடர்ந்து அவன் அவரிடம் கேட்டான்: "நான் எதைக் குறித்துச் சொல்கிறேன் என்று உங்களுக்குப் புரிகிறதா?"

அவர் கொஞ்சமும் பதட்டமில்லாமல் 'புரிகிறது' என்பதாகத் தலையை ஆட்டினார்.

அவரது பதற்றமின்மையைக் கண்டபோதுதான் அவனுக்கு ஓர் ஆவேசமே வந்துவிட்டது.

"நீங்கள் இப்படிப்பட்ட மனிதராக இருப்பீர்கள் என்று நான் கற்பனை கூடச் செய்ததில்லை..."– அவன் உணர்ச்சி மிகுதியால் முறுக்கேறிய தனது கைகளைப் பிசைந்து கொண்டான். காற்றில் தலை கலைந்து பறக்கக் குமுறுகின்ற உள்ளத்து உணர்ச்சிகளை அடக்கிக் கொண்டு மார்பு பதைபதைக்க சீறிச்சீறி மூச்சு விட்டான்.

"வேணு! டோண்ட் பி ஸில்லி... நீ என்ன சின்ன குழந்தையா?... பொறுமையா யோசி" என்று அவனது தோளில் தட்டிக் கொடுத்தார் சுந்தரம்.

"எஸ்... எஸ்... ஐ ஆம் அன் அடல்ட்" என்று பல்லைக் கடித்தவாறு சொன்னான். பிறகு தொடர்ந்து ஆங்கிலத்திலேயே கூறினான்:

... அந்த அந்நிய மொழியில்தான் ஒரு தகப்பனும் மகனும் இது போன்ற விஷயங்களை விவாதிக்க முடியும் என்று எண்ணினான் போலும்!

"உங்களுக்கு அந்த டெலிபோன் சம்பவம் நினைவிருக்கிறதா? அன்றிலிருந்து உங்களை நான் கவனித்தே வருகிறேன்... என்னுடைய தந்தை இப்படி ஒரு ஸ்திரீ லோலனாக இருப்பார் என்று நான் நினைத்ததே இல்லை. இது நம் குடும்பத்தைப் பற்றிய பிரச்சனை அல்லவா?... உங்கள் வயதுக்கும் தரத்துக்கும் உகந்த செயலா இது?... இந்த அம்மா இருக்கே அது ஒரு அசடு! நீங்கள் அவங்களை வாழ்க்கை பூராவும் இப்படியே வஞ்

சித்து வந்திருக்கிறீர்கள்..!" அவன் பேசும்போது குறுக்கிடாமல் சிகரெட்டைப் பற்ற வைத்துப் புகைத்துக்கொண்டிருந்த அவர், திடீரென இப்போது இடைமறித்துச் சொன்னார்:

"ப்ளீஸ்! உன் அம்மாவை இது சம்பந்தமாய் இழுக்காதே! உனது அபிப்பிராயங்களை அது எவ்வளவு வரைமுறையில்லாமலிருந்தாலும் நீ சொல்லு, நான் கேட்கிறேன்... உன் அம்மாவை இதில் கொண்டு வராதே! உன்னைவிட எனக்கு அவளைத் தெரியும். உனக்கு என்னைத் தெரிந்திருக்கிறதே, அதற்கு மேலாக அவளுக்கு என்னைத் தெரியும் நாங்கள் இருபத்தைந்து வருஷங்கள் தாம்பத்தியம் நடத்தியவர்கள்; எங்கள் இறுதிக் காலம் வரை ஒன்றாக வாழ்க்கை நடத்துவோம்... நீ மேலே சொல்லு!"

"நீங்கள் அம்மாவை வஞ்சித்து ஏமாற்றி ஒரு போலி வாழ்க்கை வாழ்ந்து கொண்டிருக்கிறீர்கள்! நீங்கள் என்னை ஏமாற்ற முடியாது..."

'உன்னை ஏமாற்ற வேண்டிய அவசியமே எனக்கு இல்லை' என்பது போல் அவர் சிரித்துக்கொண்டார்.

"அந்த போன் நிகழ்ச்சியை மட்டும் வைத்து உங்களைப் பற்றி இந்த முடிவுக்கு நான் வந்துவிடவில்லை... இரண்டாவது முறை நீங்கள் போனில் பேசினீர்களே அந்தப் பேச்சை நான் கேட்டுக்கொண்டுதானிருந்தேன்... அதன் பிறகு இரவு ஒன்பது மணிக்குமேல் காரை எடுத்துக்கொண்டு ஓடினீர்களே... உங்கள் இருவரையும் நான் தியேட்டரிலும் பார்த்தேன். இதனால் மட்டும் ஒருவரை சந்தேகித்து விட முடியுமா?... அதனால்தான் உங்கள் அறையில் புகுந்து உங்கள் மேஜை டிராயர், அலமாரி யாவற்றையும் நான் சோதித்துப் பார்த்தேன்... உங்களின் காதல் கடிதங்கள் – ஒரு பைலே இருக்கிறதே... அதில் ஒன்று இதோ!" என்று அவன் ஆத்திரத்துடன் பாக்கெட்டி லிருந்து ஒரு காகிதத்தை எடுத்து அவர் மேல் விட்டெறிந்தான்...

பிறகு அவன் வேறுபுறம் திரும்பிக்கொண்டு கண் கலங்கினான். தொண்டையில் அழுகை அடைத்தது.

கடற்கரைச் சாலையில் நீல விளக்குகள் எரிய ஆரம்பித்தன. மணல் வெளியில் ஜனக் கும்பல் குழுமி இருந்தது... ஒரு சிறு கும்பல் அவர்களை நோக்கி வந்து கொண்டிருந்தது. அந்தக் கும்பல் அவர்களைக் கடந்து செல்லும் வரை அவர்கள் மௌனமாக அமர்ந்திருந்தனர். பின்னர் வேணுதான் பேச்சை ஆரம்பித்தான்:

“நீங்கள் என்னைப் பெற்ற தகப்பன். உங்களுக்கு நான் இதையெல்லாம் சொல்ல வேண்டிய நிர்ப்பந்தம் ஏற்பட்டு விட்டதை எண்ணினால் எனக்கு வருத்தமாகத்தானிருக்கிறது... இனிமேலாவது நீங்கள் உங்கள் தவறுகளைத் திருத்திக்கொள்ள வேண்டும்... அதற்காகத்தான் சொல்கிறேன்...”

அதற்கு மேல் என்ன பேசுவதென்று புரியாமல் அவன் மௌனமானான். சுந்தரம் மௌனமாகப் பெருமூச்செறிந்தவாறு வானத்தைப் பார்த்தவாறிருந்தார்... இவனிடம் இது குறித்துத் தான் என்ன பேசுவது என்பதைவிட, என்ன பேசக்கூடாது என்பதிலேயே அவர் கவனமாக இருந்தார்.

அவன் திடீரென அவரைப் பார்த்துக் கேட்டான்:

“தாத்தா சொல்லியிருக்கிறார் – நீங்களும் அம்மாவும் காதலித்துக் கலியாணம் செய்துகொண்டீர்கள் என்று... இந்தக் காதல் விவகாரங்கள் எல்லாம் கடைசியில் இபபடித்தான் ஆகுமோ!” என்று சிறிது குத்தலாகவும் கேலியாகவும் கேட்டு அவர் முகத்தைக் கூர்ந்து பார்த்தான்.

சுந்தரம் சிகரெட்டைப் புகைத்தவாறு சற்றுக் குனிந்த தலையுடன் யோசித்தவாறிருந்தார். ஒரு பெருமூச்சுடன் முகம் நிமிர்ந்து வேணுவைப் பார்த்தார். எதைப்பற்றியோ அவனிடம் விளக்கிப் பேச நினைத்து, ‘வயது வேறு; அனுபவம் வேறு. அனுபவம் வேறு; அதிலிருந்து பெறுகின்ற முதிர்ச்சி வேறு!’ என்று அவருக்குத் தோன்றியதால், அவர் அவனுக்கு விளக்க நினைத்த விஷயத்தை விடுத்து வேறொன்றைப் பற்றிப் பேசினார்.

“சரி. இது பற்றியெல்லாம் உன்னைப் பாதிக்கின்ற விஷயம் என்ன? அதைச் சொல்லு.”

அவர் இப்படிக் கேட்டதும் அவனுக்கு ஒரு பக்கம் கோபமும் இன்னொரு பக்கம் ‘இந்த மனிதர் என்னதானாகிவிட்டார்?’ என்ற பரிதாபமும் ஏற்பட ஒரு சிறு புன்னகையுடன் சொல்ல ஆரம்பித்தான்:

“அப்பா!... நீங்கள் ஒரு புரபசர்; கௌரவமான குடும்பத்தில் பிறந்தவர். நான்கு குழந்தைகளின் தந்தை. இத்தனை வயதுக்குமேல் நீங்கள் ஒரு விடனைப்போல் திரிவதனால் உங்கள் குடும்ப அந்தஸ்து, சமூக அந்தஸ்து இவையாவும் சீர்குலைந்து விடுகிறதே என்று உங்களின் வயது வந்த மகன் கவலைப்படுவது தப்பு என்கிறீர்களா? அதில் அவனுக்குக்குச் சம்பந்தமில்லை என்கிறீர்களா?”

அவன் பேசும்போது அவர் மகனின் முகத்தை நேருக்குநேர் கூர்ந்து பார்த்தார். அவன் முகத்தில் ஒரு பக்கம் வெளிச்சமும் மறு பக்கம் இருளும் படிந்திருந்த போதிலும், தன் முகத்தை நேருக்குநேர் பார்க்க முடியாமல் அவனுடைய பார்வை நாலு புறமும் அலைவதை அவரால் கவனிக்க முடிந்தது.

"வேணு... நீ வயது வந்தவன் என்று சொல்லுகிறாய். அது உண்மையும்கூட, ஆனால், வயது வந்த ஒரு மனிதனுக்குரிய வளர்ச்சியை உன்னிடம் காணோமே!... முதலில் ஒரு தகப்பன் என்ற முறையில் என்னுடைய 'பர்ஸனல்' விவகாரங்களை – அந்தரங்க விவகாரங்களை உன்னிடம் பரிமாறிக் கொள்வது அவசியம் என்று எனக்குத் தோன்றவில்லை. நீ எனது சமூக அந்தஸ்து, குடும்ப அந்தஸ்து முதலியவை பற்றிக் கவலைப்படுவதாகச் சொல்கிறாய். ரொம்ப நல்லது. அந்த எனது தகுதிகளுக்கு ஒரு குந்தகமும் வராது. அதனைக் காப்பாற்றிக் கொள்வதில் உன்னைவிட எனக்கு அக்கறை உண்டு. அவற்றுக்கு இழுக்கு வரும்பட்சத்தில் அதனை எதிர்த்துச் சமாளிக்கும் வலிமை எனக்கு உண்டு என்பதை உனக்கு நான் எப்படி நிரூபிப்பது, ஏன் நிரூபிக்க வேண்டும்..?"

– அவர் குரல் தீர்மானமானதாகவும் கனமானதாகவும் இருந்தது. அவர் கொஞ்சம்கூடப் பதட்டமோ குற்ற உணர்ச்சியின் குறுகுறுப்போ இல்லாமல் தன்னிடம் பேசுகிறதைக் கேட்கையில் வேணுவுக்குத் 'தான் செய்வதுதான் தப்போ' என்ற சிறு பயம் நெஞ்சுள் துடித்தது. இருந்தாலும் 'இத்தனை வயதுக்குமேல் இவ்வளவு கேவலமாக ஒரு பெண்ணுடன் உறவு வைத்துக் கொண்டிருந்தும் என்ன தைரியத்துடன் தன்னிடம் வாய்ச் சாதுரியம் காட்டுகிறார் இவர்' என்ற நினைப்பு மேலோங்கி வர, அவன் கோபமுற்றான்.

"எனக்கு ஏன் நிரூபிக்க வேண்டும் என்றா கேட்கிறீர்கள்? நான் உங்கள் மனைவியின் மகன். நீங்கள் அவளுக்குத் துரோகம் செய்கிறீர்கள்" என்று பல்லைக் கடித்துக் கொண்டு ஆங்கிலத்தில் கூறினான்.

"ம்... அவள் என்னைப்பற்றி உன்னிடம் புகார் செய்தாளா, என்ன?" என்று அவர் அமைதியாகக் கேட்டார்.

"இல்லை..."

"பின் எதற்கு நீ அத்து மீறி எங்கள் தாம்பத்திய விவகாரத்தில் குறுக்கிடுகிறாய்..?"

"ஐ ஆம் யுவர் ஸன்!... நான் உங்கள் மகன். இது என் கடமை."

“நோ ஸன்!... இது உன் கடமை இல்லை! இதில் தலையிடும் அதிகாரம் ஒரு மகனுக்கு இல்லை மகனே!”

வேணு உதட்டைக் கடித்துக்கொண்டான். அவனுக்கு அழுகை வந்தது... அவரை வாய்க்கு வந்தபடி வைது தீர்த்துவிட்டு இனிமேல் அவர் முகத்திலேயே விழிக்கக்கூடாத அளவுக்கு உறவை முறித்துக்கொண்டு ஓடிவிடலாம் என்று தோன்றியது.

அவனுடைய தவிப்பையும் மனப் புழுக்கத்தையும் கண்டு அவருக்கு வருத்தமாக இருந்தது. தனக்குச் சம்பந்தமில்லாத, தன்னால் தாங்க முடியாத விஷயங்களைப் பொருட்படுத்தாமல் ஒதுக்க முடியாத பலவீனத்தால் அந்த இளம் உள்ளம் இப்படி வதைபடுகிறதே என்ற கனிவுடன் அவன் கையைப் பற்றினார் அவர்.

“வேணு...”

சிறு குழந்தை மாதிரி பிணங்கிக்கொண்டு அவன் அவர் கையை உதறினான். இப்பொழுது அவனுக்கு அழுகையே வந்துவிட்டது. அழுகை அடைக்கும் குரலில் அவன் நெஞ்சு இளகக் கேட்டான்:

“அப்பா... எனக்கு இந்த விஷயம் ரொம்ப அவமானமா இருக்கே... நீங்க... என்னத்துக்கு... இப்படியெல்லாம் நடந்துகொள்ளணும்..?”

அவர் தன்னுள் சிரித்துக்கொண்டார்.

“மை பாய்! வயது வந்த ஆண் பிள்ளை என்று மீசை முறுக்கற நீ இப்படிக் கேட்கலாமா? உன்னோட நல்ல உணர்ச்சி எனக்குப் புரியுது. என்னைப் பத்தித் தப்பாத் தோணினால், அதை மனசிலேயே அடக்கி வை... காலப் போக்கிலே ‘எது சரி, எது தப்பு – எந்த அளவுக்கு எது தப்பு எது சரி’ன்னு உனக்குப் போகப் போகப் புரியும்... நீ செய்த காரியங்களை எல்லாம் உன்மேல் பாசமுள்ள ஒரு தகப்பன்கிற முறையிலே நான் மன்னிக்கறேன். யோசித்துப்பார்... தகப்பனின் தனிப்பட்ட விஷயங்களைத் தெரிஞ்சுக்கறதுக்காக ஒரு மகனே அவரை உளவு பாக்கறதும், கள்ளத்தனமா அவரது அந்தரங்கங்களில் பிரவேசிக்கிறதும் ரொம்பவும் அவமானகரமானது இல்லையா?... நான் உன்னுடைய ஸ்தானத்திலே இருந்தா இந்தச் செயலுக்காக வாழ்க்கை முழுவதும் வெட்கப்படுவேன்.”

அவர் அவனை மன்னித்துவிட்டதாகவும், அவன் செய்த குற்றத்துக்கு அவனை வெட்கப்படும்படியாகவும் கூறுவதை அவனால் புரிந்துகொள்ளவே முடியவில்லை. எனினும்

தொடர்ந்து அவரிடம் தான் பேசி அவரைத் திருத்துவதோ, அவர் குற்றத்தை ஒப்புக்கொள்ளச் செய்வதோ தனது சக்திக்கு அப்பாற்பட்டது என்பதை அவன் உணர்ந்தான்.

4

"அம்மா!"

அவர்கள் பெற்ற பிள்ளைகளிலேயே ரமணியம்மாளை அம்மாவென்றும், சுந்தரத்தை அப்பாவென்றும் அழைப்பவன் வேணு ஒருவன்தான். மற்றவர்கள் அனைவரும் 'மம்மி', 'டாடி'தான்.

மாடி வராந்தாவில் வந்து நின்று வேணு 'அம்மா'வென்று அழைத்தபோது, ரமணி அம்மாள் சாவகாசமாக ஈஸிசேரில் சாய்ந்து ஜூலியன் ஹக்ஸ்லி எழுதிய ஒரு புத்தகத்தைப் புரட்டி சுவாரஸ்யமான ஒரு பாராவைப் படித்துக்கொண்டிருந்தாள்.

வேணு அந்தப் புத்தகத்தின் அட்டையைக் கூர்ந்து பார்த்து வாய்க்குள் படித்துக் கொண்டான்:

'நாலெட்ஜ், மொராலிட்டி அன்ட் டெஸ்டினி!'

"அம்மா! நீ படிக்கறதுக்கு இடைஞ்சலா வந்துட்டேனா?"

"சீ சீ! இதென்ன ஃபார்மாலிட்டி? வா... இப்பிடி உக்காரு..." என்று கனிவுடன் அழைத்தாள் ரமணி அம்மாள்.

வேணு வராந்தாவில் கிடந்த ஒரு நாற்காலியை இழுத்துப்போட்டு அமர்ந்தான்.

அவனுக்கு என்ன பேசுவதென்று தெரியவில்லை. ரமணியம்மாள் அவனை வாஞ்சையோடும், தனக்கு இவ்வளவு பெரிய பிள்ளை இருப்பதைத் திடீரென உணர்ந்த பெருமிதத்தோடும் பார்த்துக்கொண்டிருந்தாள். அவன் தன் கை விரல்களின் நகத்தைப் பிய்த்தவாறு குனிந்த தலையோடு ஏதோ யோசித்துக்கொண்டிருந்தான்.

இத்தனை நாட்களுக்குப் பிறகு அவன் தன் மனத்தில் உறுத்திக் கொண்டிருக்கும் ஏதோ ஓர் அந்தரங்கமான அவனது பிரச்னை குறித்துத் தன்னோடு விவாதிக்கவோ யோசனை கேட்கவோ வந்திருக்கிறான் என்பதாக எண்ணி ஒருவகைப் பூரிப்புக்கு ஆளாகிவிட்டிருந்தாள் அவள்.

எனினும் அவன் பேசத் தயங்குவதைக் கண்டு அவளே ஆரம்பித்தாள்:

“என்ன வேணு... இங்கே உனக்கு லைஃப் ரொம்ப போர் அடிக்கிறதோ?”

“ம். . .” என்று தலை நிமிர்ந்த வேணு, “போர் அடிக்கிதுங்கறது இல்லே. . . எனக்கு இந்த லைஃப் பிடிக்கலே. . . நான் என்ன இருந்தாலும் ஒரு மொபஸல் டைப்தானே? நீங்கள்ளாம் ரொம்ப நாகரிகமா அல்ட்ரா நாகரிகமா வாழற வாழ்க்கை எனக்குச் சரிப்பட்டு வரலே. . .” என்று சொல்லிவிட்டு மீண்டும் தலை குனிந்து உள்ளங்கையில் விரலால் சித்திரம் வரைய ஆரம்பித்தான்.

சற்று நேர மௌனத்துக்குப் பின் ரமணியம்மாள் சொன்னாள்:

“உன்னுடைய குழப்பம் என்னன்னு எனக்குச் சரியா புரிஞ்சுக்க முடியலே. . . நாங்க இத்தனை வருஷமா எப்படி வாழ்ந்து வரோமோ அப்பிடித்தான் இருக்கோம்னு நான் நினைக்கறேன். புதுசா பொருத்தமில்லாத அல்ட்ரா நாகரிகம் ஏதும் வந்துட்டதா எனக்குத் தோணலே. . . உன் மனசிலே இருக்கிறதெ வெளிப்படையா சொன்னாத்தானே எனக்குப் புரியும்...” என்று அவனிடம் கேட்டுக் கொண்டிருக்கையிலேயே ‘இவன் மனசில் என்னத்தை வைத்துக்கொண்டு இவ்விதம் குழம்புகிறான்?’ என்றறிய அவளும் பிரயாசைப் பட்டாள்.

“எனக்கு இங்கே ஏண்டா வந்தோம்னு இருக்கு... யாரோ அந்நியர் வீட்டிலே இருக்கிற மாதிரி இருக்கு. இங்கேயுள்ள பழக்கவழக்கங்களும் எனக்கு ரொம்ப அந்நியமா இருக்கு. . . உங்க உறவுகளும் பாசமும் எல்லாம் வெளிப்பூச்சா இருக்கு. நீங்க ரொம்பவும் பொய்யானதொரு வாழ்க்கை வாழறீங்க. நான் திரும்பவும் தாத்தா வீட்டுக்குப் போயிடலாம்னு நெனைக்கிறேன். . .” அவன் நிறுத்தி நிறுத்தித் தெளிவாகக் கூறியவற்றை அவளும் பொறுமையாகக் கேட்டுக்கொண்டிருந்தாள்.

பிறகு இருவருமே சற்று அமைதியாக இருந்தனர். அப்போது மத்தியான நேரம் – மணி பதினொன்றாகி இருந்ததால், வீடு அமைதியாக இருந்தது. கீழே சமையல் அறையில் சமையற்காரப் பாட்டிகூடத் தூங்கிக் கொண்டிருந்தாள். வீடும் வீதியும் ஓவென்று வெறிச்சோடிக் கிடந்தது.

“வேணு. . . திடீர்னு உனக்கு இப்போ இது ஒரு பிரச்னையாகிப் போன காரணம் என்ன?. . . தாத்தா வீட்டு வாழ்க்கைக்கும், நம்ப வீட்டு சூழ்நிலைக்கும் நெறைய வித்தியாசம் இருக்கும்னு எனக்கும் புரியுது. ஆனா உன் வயசுக்கு நியாயமா அந்த வாழ்க்கைதானே ‘போர’டிக்கணும்!. . . சரி, ருசிகள்ங்கறதே பழக்கத்தினால் படிகிற பயிற்சிதானே... ஆனாலும் இதுதானே உன் வீடு. உனக்குப் பிடிச்ச மாதிரி நீ இங்கே வாழறதெ யாராவது

தடுக்கறாங்களா என்ன? எது இருந்தாலும் இல்லேன்னாலும் இன்னொருத்தர் சுதந்திரத்திலே மற்றவர் தலையிடற, அதிகாரம் பண்ற, ஆட்டிப் படைக்கிற போக்கு மட்டும் நம்ப வீட்டிலே யாருக்கும் கெடையாது... உனக்கு ஞாபகம் இருக்குதோ, என்னமோ?... உங்க பாட்டியும் தாத்தாவும் இங்கே வந்துட்டுப் பொறப்பட்டப்போ அவங்களோட போகணும்னு நீ அடம் பிடிச்சே!... அவங்களுக்கும் உன்னைக் கூட்டிக்கிட்டுப் போயி வெச்சிக்கணும்னு ஆசை!... உன் ஆசைக்காகவேதான் மனசொப்பி அனுப்பினேன்... அந்த அளவுக்கு இந்த வீட்டிலே குழந்தைகளின் சுதந்திரத்துக்குக்கூட அவ்வளவு மதிப்பு என்னைக்கும் உண்டு ... உனக்கு இங்கே உன் விருப்பப்படி இருக்கறதுலே என்ன தடை?... ம். சொல்லு வேணு!" என்று அவன் முகத்தைப் பார்த்தபோது அவன் மௌனமாக அவளை வெறித்துப் பார்த்தான்.

"அதனாலே உனக்கு ஊருக்கே திரும்பிப் போகணுங்கறதுக்கு வேற ஏதோ காரணம் இருக்கணும்னு எனக்குத் தோணுது. . என்ன சரிதானே?" என்று லேசான சிரிப்புடன் கேட்டாள் ரமணி அம்மாள்.

"ஆமாம். . . வேற காரணம் இருக்கு..." என்று கூறித் தன் மனத்துள் கிடந்து அரிக்கும் தந்தையைப் பற்றிய உண்மைகளை அவளிடம் கூறுவதற்கு வார்த்தைகள் கிடைக்காமல் அவன் தவித்தான்.

"வேணு!. . . அதுவுமில்லாமல் நீ என்னென்னவோ சொல்றியே! ஏதோ வெளிப்பூச்சுன்னும் பொய்யின்னும் இந்த வாழ்க்கையைப் பத்தி ஏதோ சொன்னே... என்ன விஷயம்? நீ எப்படி எங்களைப் பத்தி அப்படி அவசரப்பட்டு ஒரு முடிவுக்கு வரலாம்..? நீ எதை வெளிப்பூச்சுன்னு நெனைக்கிறே? எல்லா வாழ்க்கையிலும் ஏதோ ஒரு அளவுக்கு ஏதோ ஒரு விதமான வெளிப்பூச்சு இருக்கத்தான் செய்யும். வேணு... நீ எதைப்பத்தி சொல்றே? உன் மனசு ரொம்ப ஆழமாக் காயப் பட்டுத்தான் இப்படி ஒரு வார்த்தை உன் வாயிலிருந்து வருதுன்னு எனக்குத் தோணுது... என்ன நடந்தது சொல்லேன்..."

இப்போது அவன் சட்டைப் பையிலிருந்து கர்ச்சீப்பை எடுத்து மூக்கையும் கண்களையும் அழுந்தத் துடைத்துக் கொண்டான். முகமே சிவந்து குழம்பியிருந்தது.

"அம்மா... எனக்கு அப்பாவின் நடத்தை புடிக்கலே..." என்று வானத்தை வெறித்தவாறு முகம் திரும்பிக் கூறினான். அவளிடமிருந்து பதிலில்லை. அந்தத் தைரியத்தில் அவன் முகத்தைத் திரும்பிப் பாராமல் தொடர்ந்து சொன்னான்:

"உனக்கும் அப்பாவுக்கும் மனஸ்தாபம் வருமே, உங்கள் குடும்பத்தில் அமைதி என்னாலே கெட்டுப் போகுமேன்னு நெனச்சி நெனச்சித்தான் நான் இத்தனை நாளா குழம்பிக்கிட்டே இருந்தேன். கெட்டுப்போகிற ஒரு குடும்பத்தின், அமைதி மட்டும் கெடாமலிருப்பது எத்தனை நாளைக்கு முடியும்..? அவர் உனக்குத் துரோகம் பண்றாரு அம்மா. இது எனக்குத் தெரிஞ்சும் நான் இதை உன்னிடம் மறைச்சு வெச்சா அந்தத் துரோகத்துக்கு நானும் உடந்தைன்னு அர்த்தம்... அதனால்தான் இந்த அவமானகரமான குடும்பத்திலே இருக்க எனக்குப் புடிக்கலே... அவரை நானா திருத்த முடியும்? முடிஞ்சா நீ திருத்து... இது உங்க விஷயம்... நான் போறேன்" என்று படபடவென்று கூறிவிட்டு அதற்குமேல் அந்தத் தாயின் முகத்தைப் பார்க்கத் தைரியமில்லாமல் அவன் அங்கிருந்து ஓடிவிடத் துடித்தான்.

அவன் மனசில், 'அவள் அழுவாளோ, அழுதுகொண்டே அவரைப்பற்றிக் குத்திக் குடைந்து எதையாவது கேட்பாளோ, ஆத்திரப்பட்டு அந்தத் துரோகமிழைத்த கணவனைச் சபிப்பாளோ, தான் பல காலம் சந்தேகப்பட்டு மனசில் வைத்துக் குமுறிக்கொண்டு மானத்துக்கு அஞ்சி மறைத்து வைத்திருந்த விஷயம் மகன் வரைக்கும் தெரிந்துவிட்டதே என்று அவமானத்தால் சாம்பிவிடுவாளோ?' என்று அஞ்சியே ஒரு குற்றவாளி மாதிரி அவன் அவளிடமிருந்து தப்பியோட யத்தனித்தான்.

"வேணு!" என்று அமைதியான, உணர்ச்சி மிகுதியால் சற்றுக் கனத்துவிட்ட அவனது தாயின் குரல் அவனைத் தடுத்தது.

அவள் முகத்தில் அவன் எதிர்பார்த்த எந்தக் குறியுமில்லாமல் அவள் மிகுந்த கனிவுடன் புன்னகை காட்டி "உட்காரு" என்றதும் நாற்காலியிலிருந்து எழுந்த வேணு மீண்டும் உட்கார்ந்தான்.

"நீ ஏதோ உன் வாழ்க்கை சம்பந்தப்பட்ட பிரச்னை எதையோ பேசப் போறன்னு நான் நெனைச்சேன். உன் அப்பாவைப் பத்திய பிரச்னையா அது!... நல்ல வேடிக்கை!" என்று அவள் கசிந்து சிரித்தாள்.

"அப்பிடின்னா உனக்கு ஏற்கனவே அதெப் பத்தியெல்லாம் தெரியுமா?" என்று முனகுவது போல் கேட்டான் அவன்.

"நான் அதைப் பத்தி யெல்லாம் தெரிஞ்சிக்க விரும்பினதில்லே வேணு" என்று ஆழ்ந்த சிந்தனையுடன் கூறினாள் அவள்.

அவள் தொடர்ந்து சொன்னாள்:

"இதோ பார். அவர் உன் அப்பாங்கிறது எவ்வளவு உண்மையோ – என் புருஷன்ங்கிறது எவ்வளவு உண்மையோ –

அவ்வளவு உண்மை அவர் ஒரு புரபசர்ங்கிறதும், அவர் ஒரு பெரிய அறிவாளி, படிப்பாளி, சமூக அந்தஸ்து மிக்கவர்ங்கறதும்... இல்லியா..?"

அவன் ஒன்றும் பதில் சொல்லவில்லை.

அவளே சொன்னாள்:

"நீ எது எதுக்காகவெல்லாம் உன் அப்பாவை நினைச்சுப் பெருமைப்படலாமோ அதையெல்லாம் விட்டுட்டு, எதைப்பத்தி உனக்கு முழுசாத் தெரியாதோ, எது ரொம்பவும் அந்தரங்கமானதோ அதைக் குடைஞ்சு வருத்தப்படறதும் அவமானப்படறதும் சரின்னு தோணுதா உனக்கு?"

அவன் திடீரென்று கொதித்துப் போய்ச் சொன்னான்: "முழுசாத் தெரிஞ்சுதான் அம்மா பேசறேன். ஐ ஹாவ் ப்ரூப்ஸ்! என்னால் நிரூபிக்க முடியும்... அவருக்கு வந்த போன்கால்... அவர் பேசறதை நான் என் காதாலே கேட்டேனே... அன்னிக்கி ராத்திரி தியேட்டர்லே அதுக்காகவே போயி இந்தக் கண்ணாலே பார்த்தேனே... அவர் ரூமில் இருக்கற டிராயர்லே அவருக்கு வந்த லவ் லெட்டர்ஸ் ஒரு பைலே இருக்கே... அவர் முகத்திலேயே அதை வீசி எறிஞ்சப்ப அவராலேயே அதை மறுக்க முடியலே... அம்மா!"

"ஓ! இட் ஈஸ் எ ஷேம் ஆன் யூ! ப்ரூப்ஸ் இருக்காம் ப்ரூப்ஸ்! வேணு, பெரிய மனிதர்களையும் பிரபலமானவங்களையும் அவதூறு செய்யறதையே தொழிலா கொண்டிருக்கே சில மஞ்சள் பத்திரிகைங்க... அவங்ககிட்டேயும் அதுக்கெல்லாம் ப்ரூப் இருக்கும். அதுக்கெல்லாம் ப்ரூப் இருக்காதுன்னா அதை 'மஞ்சள் பத்திரிகை'ன்னு கௌரவமானவங்க ஒதுக்கறாங்க? அது ஒரு மனுஷனுடைய பெருமை, திறமை எல்லாத்தையும் விட்டுட்டு அவனுடைய அந்தரங்கமான பலவீனங்களைப்பத்திப் பேசறதை ஒரு பிழைப்பா வெச்சிருக்கிறதனாலே சமுதாயத்துக்கோ நாகரிகத்துக்கோ கேடுதானே ஒழிய, லாபமில்லே. அதனாலேதான் நாம மஞ்சள் பத்திரிகைகளைக் கண்டா அருவருத்து ஒதுக்குகிறோம்... இப்ப நீ பண்ணி இருக்கியே இதுக்கும் அதுக்கும் என்ன வித்தியாசம் சொல்லு. நீயும் அவங்க மாதிரிதான் 'ப்ரூப்' இருக்கு என்கிறே... வேணு... எனக்கு உன்னை நெனச்சி ரொம்ப வருத்தமா இருக்கு... ஷேம். இட் இஸ் எ ஷேம் ஆன் யூ!" என்று ரமணியம்மாள் காதுகளைப் பொத்திக்கொண்டாள்.

"நீ நெஜமா, இப்படியெல்லாம் செய்தியா..? வேணு எவ்வளவு உயர்ந்த மனுஷனை எவ்வளவு கேவலமா நடத்திட்டே!" என்று கூறுகையில் உடலும் மனமும் அவளுக்குப் பதறின.

'இவள் என்ன மனுஷி! இவள் என்ன மனைவி?' என்று புரியாமல் திகைத்தான் வேணு.

"அம்மா, உன்னுடைய நல்லதுக்கும் இந்தக் குடும்பத்தோட நன்மைக்கும்தான் தப்புன்னு தெரிஞ்சும் நான் அவர் விஷயத்திலே அப்படி நடந்துக்கிட்டேன்..." என்று அவளுடைய நிலையைப் பார்த்து அவன் சமாதானம் கூற முயன்றான்.

"வேணு... எனக்கு ரொம்ப வருத்தமா இருக்குடா... அவரை நெனச்சி இல்லே... உன்னைப் பாக்கறப்போ எனக்கு ரொம்ப வருத்தமா இருக்குடா... நீ அப்படி நடந்துக்கலாமா? ஒரு தகப்பன்கிட்டே ஒரு மகன்... ஐயோ! என்னாலே கற்பனை செய்து பார்க்கக்கூட முடியலே வேணு!"

"அவர் உனக்குத் துரோகம் செய்யறார்னும் தெரிஞ்சு..."

"இட் இஸ் மை புராப்ளம்!" என்று அவள் இடை மறித்துக் கூவினாள்: "அது என் விவகாரம்!... உனக்கு எங்க தாம்பத்தியம் பற்றிய அந்தரங்கத்தில் தலையிட என்ன உரிமை?" என்று அருவருத்து உடல் சிலிர்த்தாள்.

"சொல்றேன் கேள்: நாங்க இருபத்தைஞ்சு வருஷம் அமைதியா வாழ்ந்திருக்கோம். கடைசி வரைக்கும் அப்படியே வாழ்வோம்... அதனால்தான் அந்த அமைதியை – அந்தச் சந்தோஷத்தைக் கெடுத்துக்கற எந்த விஷயத்திலேயும் நான் தலையிட விரும்பறது இல்லே... எனக்கும் லேசாத் தெரியும்... அதனால் என்ன?... என்னை விட அவருக்கு இனிய துணை யாரும் இருக்க முடியாது... நீ சொல்றியே அதைப்பத்தி எனக்கு மனசுக்குள்ளே ஆழந்த வருத்தம் உண்டுதான்" – இதைச் சொல்லும்போது எவ்வளவு அடக்கியும் அடங்காமல், அவளது இதயத்தில் பாறையாய் ரகசியமாய்க் கனத்துக் கிடக்கும் ஓர் ஆழ்ந்த துயரம் உருகிற்று... கண்களில் தாரை தாரையாய் வடியும் கண்ணீரை – மூக்குக் கண்ணாடியைக் கழற்றித் துடைத்தவாறே அங்கிருந்து எழுந்து சென்று வராந்தாவில் ஒரு நிமிஷம் நின்று தன்னைத் திடப்படுத்திக்கொண்டு மீண்டும் மகனின் எதிரே வந்து அமர்ந்தாள்.

"வேணு! நீ நினைக்கிற மாதிரி வாழ்க்கை அவ்வளவு சிம்பிள் இல்லேடா... அது ரொம்ப சிக்கலானது, குழப்ப மானது வேணு. அந்தச் சிக்கலிலும் அந்தக் குழப்பத்திலும் எப்படி ஒரு குடும்பத்தை அமைதியாகவும் சந்தோஷமாகவும் நடத்தறதுங்கறதுதான் வாழ்க்கைக் கலை..! பொறுமையும் சகிப்புத் தன்மையும் இல்லேன்னா – அன்பு காதல்ங்கறதுக்கெல்லாம் அர்த்தமே இல்லை. உன்னை மாதிரி நான் நடந்துக்கிட்டிருந்தா

இந்தக் குடும்ப அமைதியும் அவரோட கௌரவமும் குலைஞ்சு போறதுக்கு நானே காரணமாகிப் போயிருப்பேன்... என்னுடைய 'பொஸஸ்ஸிவ்னஸ்'னாலே... என்னுடைய பிடியில் அவர் இருக்கணும்கறதுக்காக – இந்தக் குடும்பத்தோட அமைதியையும், அவரோட கௌரவத்தையும், என் குழந்தை களின் எதிர்காலத்தையும் விலையாக் கொடுக்கிற அளவு நான் சுயநலக்காரியாகறது எவ்வளவு கேவலமானது!... இப்படி யெல்லாம் நான் சொல்றதைக் கேட்டு நான் ஏதோ ரகசியமான சோகத்தை அனுபவிச்சிக்கிட்டு வாழறேன்னு நீ கற்பனை செய்து கொள்ளாதே! ஆனால், என் மனசிலே ஒரு சின்னத் துயரம் இல்லாமல் இல்லை. முழுமையான ஆனந்தம் என்பது அவ்வளவு சுலபமானதா என்ன..?

"பேச எனக்கு உரிமை இருக்கா – இல்லியாங்கிறது பிரச்னையே இல்லே... அதனாலே என்ன பலன்னு யோசிக்க வேண்டாமா? இப்போ என்ன நஷ்டம்னு நான் யோசிச்சேன்... நான் அதைப் பத்தி பேசாதது ஒரு பண்பு வேணு... ஆமாம் ஒருத்தரை நாம் மதிக்கிறோம்ங்கறதுக்கு என்ன அர்த்தம்? அவங்களோட அந்தரங்கத்தை – பிரைவஸியை – தெரிஞ்சுக்கறதுக்குப் பலவந்தமா முயற்சிசெய்யாமே இருக்கறதுதான். ஒருத்தர் மேலே அன்பு செலுத்தறதுன்னா என்ன? அவங்களோட அந்தரங்கமான ஒரு பலவீனம் நமக்குத் தெரிஞ்சபோதிலும் அதுக்காக அவங்களோட மத்த தகுதிகளையும் பெருமைகளையும் குலைக்காமல், அந்தப் பலவீனமும் சேர்ந்ததுதான் அவங்கன்னு புரிஞ்சு கொள்றதுதான்...

"ஓ! ஒருவரின் அந்தரங்கம் எவ்வளவு புனிதமானது! இட் இஸ் ஸம்திங் ஸேக்ரெட் வேணு! இதிலே இன்னொரு இரண்டாவது நபரின் பிரவேசம் – அது யாராயிருந்தாலும் ரொம்பக் காட்டுமிராண்டித்தனமானது... அசிங்கமானது."

"அம்மா... நீ அவரோட மனைவி!"

"ஸே வாட்? அந்த உரிமையை நான் துஷ்பிரயோகம் செஞ்சா அந்த உரிமையே எனக்கு மறுக்கப்படலாம் இல்லையா?"

"உன் விஷயத்தில் அவர் அப்படி இருப்பாரா?"

"இருப்பாரான்னா கேட்டே? இருக்கிறார் வேணு... ஒரு புருஷன் தன் மனைவியையோ, ஒரு மனைவி தன் புருஷனையோ சந்தேகப்படறதுக்கும், பரஸ்பரம் அந்தரங்கமான விவகாரங்களை எல்லை கடந்து ஆராயறதுக்கும் காரணமே கெடையாது. ஒரே ஒரு காரணம்தான். அவங்க தங்களுக்கு அந்த உரிமை இருக்கிறதா நினைச்சிக்கறதுதான் காரணம்...

"புருஷன் – மனைவி – மகன் – தாய் – தகப்பன் எல்லாருமே ஒரு உறவுக்கு உட்பட்டவங்கதான் – ஆனா ஒவ்வொருவரும் – ஒரு – ஸெபரேட் இன்டிவிஜுவல் – ஒரு தனி யூனிட் இல்லியா? ஒவ்வொரு தனி மனுஷாளுக்கும் ஒரு தனிப்பட்ட அந்தரங்கம் உண்டு. அதை கௌரவிக்கணும் வேணு... யார் மேலே நமக்கு ரொம்ப மதிப்போ அவங்க அந்தரங்கத்தை நாம் ரொம்ப ஜாக்கிரதையா கௌரவிக்கணும்... உன் அப்பாவை நீ என்னன்னு நெனச்சே?... என்னை நீ கேட்ட மாதிரி அவரைக் கேட்க முடியுமா? கற்பனை பண்ணக்கூடச் சக்தி இல்லேப்பா எனக்கு... ஓ! நீ என்ன செஞ்சுட்டே?

"பரவாயில்லை. உங்க அப்பா ரொம்ப ஸ்ட்ராங்மேன்! இதைத் தாங்கிக்குவார்... அவர் தனது பலவீனங்களையும் தாண்டி வருவார்... நிச்சயம் தாண்டி வந்துடுவார்... வாழ்க்கை ரொம்பச் சிக்கலானது வேணு. வாழ்க்கையைப் புரிஞ்சுக்கணும். இந்தப் புத்தகத்தைப் படிச்சுப்பார் – உனக்கு இது மாதிரி சிந்தனைகள் விசாலமான பார்வையைத் தரும்."

வேணுவுக்கு ஒரே குழப்பமாக இருந்தது. அவன் மனத்தில் தாத்தாவும் பாட்டியும் மட்டும்தான் லட்சியத் தம்பதியாய்த் தோன்றினர்.

அவனுக்குப் புரியவே இல்லை: 'அவர்கள் தாத்தாவும் பாட்டியுமாகவே கலியாணம் செய்து தாத்தாவும் பாட்டியுமாகவே தாம்பத்யம் நடத்தி வாழ்ந்திருக்கவில்லை' என்பது.

5

சில நாட்களுக்குப் பின் ஒரு நாள் மாலை. கல்லூரியிலிருந்து வந்த சுந்தரம் உடைகளைக் களைந்து கொண்டிருந்தபோது, இரண்டு நாட்களுக்கு முன்பு சொல்லிக்கொள்ளாமல் வீட்டை விட்டுக் கிளம்பிப் போய்விட்ட வேணுவிடமிருந்து வந்த கடிதத்தைக் கொண்டு வந்து அவரிடம் தந்தாள் ரமணி அம்மாள்.

அதில் முக்கியமான கடைசி வரிகள் இவைதாம்:

"நான் தாத்தாவின் பேரனாகத்தான் இருக்க லாயக்கானவன். வந்துவிட்டேன். உங்கள் வாழ்க்கை நெறிகள் புரியாமல் தவறு செய்திருந்தால் மன்னிக்கவும்.

இப்படிக்கு,
வேணு."

கடிதத்தைப் படித்து முடித்ததும் அவர்கள் இருவரும் ஒருவரை ஒருவர் அர்த்தத்தோடு பார்த்துக் கொண்டனர்...

"பழைமை வாதிகள் என்பவர்கள் எழுபது வயதுக்கு மேல்தான் இருக்கணும்ங்கறது இல்லே... இருவது வயசிலேயும் இருக்கலாம்..." என்று அவர் சிரித்துக்கொண்டே சொன்னார்.

ரமணி அம்மாள் சற்று நேரம் அவர் முகத்தையே ஏக்கத்தோடு வெறித்து நோக்கினாள்... அவள் கண்கள் சிவந்து கலங்கின...

அவள் தனது ஆழ்ந்த துயரத்தையே ஒரு புன்முறுவலாக்கி அவரிடம் கேட்டாள்: "இன்னுமா... நீங்கள்... நீங்கள்..." என்று துடித்த அவள் உதடுகள் தனது கன்னத்தில் அழுந்தும்படி அவர் அவளைத் தழுவிக்கொண்டார்.

− அதன் பிறகு நடந்தவை, அவர்களின் அந்தரங்க விவகாரங்கள்!

ஆனந்த விகடன், 1969

குருபீடம்

அவன் தெருவில் நடந்தபோது வீதியே நாற்ற மடித்தது. அவன் பிச்சைக்காகவோ அல்லது வேடிக்கை பார்ப்பதற்காகவோ சந்தைத் திடலில் திரிந்துகொண்டிருந்த போது அவனைப் பார்த்த மாத்திரத்தில் எல்லாருமே அருவருத்து விரட்டினார்கள். அவனை விரட்டுவதற்காகவே சில பேர் ஏதோ பாவ காரியத்தைச் செய்கிற மாதிரி அவனுக்குப் பிச்சையிட்டார்கள்.

அவன் ஜெயிலிருந்து வந்திருப்பதாகச் சில பேர் பேசிக்கொண்டார்கள். அவன் பைத்தியக்கார ஆஸ்பத்திரியிலிருந்து வெளியேற்றப்பட்டவனென்றும் சிலர் சொன்னார்கள்.

ஆனால், இப்போது அவன் ஒரு நோயாளியோ பைத்தியக்காரனோ அல்ல என்று அவனைப் பார்த்த எல்லோரும் புரிந்துகொண்டார்கள். உண்மையும் அதுதான். சோம்பலும் சுயமரியாதை இல்லாமையும், இந்தக் கோலம் அசிங்கமென்று உணர முடியாத அளவுக்கு அவனிடம் ஊறி உறைந்துபோன தாமசத்தின் மதமதப்பினாலும் அவன் இவ்வாறு திரிகிறான். பசிக்கிறதோ இல்லையோ தன் கையில் கிடைத்ததையும் பிறர் கையில் இருப்பதையும் தின்ன வேண்டுமென்கிற வேட்கை அவன் கண்ணில் அலைந்தது. ஒரு குழந்தை சாப்பிடுவதைக் கூட ஒரு நாய் மாதிரி அவன் நின்று பார்த்தான். அவர்களும் அவனை நாயை விரட்டுவது மாதிரி விரட்டினார்கள். அவ்விதம் அவர்கள் விரட்டி அவன் விலகி வரும்போது அவன் தனது பார்வையால் பிறர் சாப்பிடும் பொருளை எச்சில்படுத்திவிட்டு

வந்தான். அவன் எப்போதும் எதையாவது தின்றுகொண்டே இருந்தான். அவன் கடைவாயிலும் பல்லிலும் அவன் தின்றவை சிக்கிக் காய்ந்திருந்தது. யாராவது பீடியோ சுருட்டோ புகைத்துக் கொண்டிருந்தால் அதற்கும் அவன் கையேந்தினான். அவர்கள் புகைத்து எரிகிறவரைக்கும் காத்திருந்து அதன் பிறகு அவற்றைப் பொறுக்கி, அவர்களை அவமரியாதை செய்கிற மாதிரியான சந்தோஷத்துடன் அவன் புகைத்தான்.

சந்தைக்கு வந்திருக்கிற நாட்டுப்புறப் பெண்கள் குழந்தைகளுக்குப் பால் கொடுக்கும் போதும், குனிந்து நிமிர்கையில் ஆடை விலகும் போதும் இவன் காமாதுரம் கொண்டு வெட்கமில்லாமல் அவர்களை வெறித்துப் பார்த்து ரசித்தான்.

அவனுக்கு உடம்பில் நல்ல வலுவும் ஆரோக்கியமும் இருந்தது. எனினும் எப்போதும் ஒரு நோயாளியைப்போல் பாசாங்கு செய்வது அவனுக்குப் பழக்கமாகிப் போய்விட்டது. அவனுக்கு வயது நாற்பதுக்குள்தான் இருக்கும். கடுமையாக உழைக்காததாலும், கவலைகள் ஏதும் இல்லாததாலும் அவன் உடம்புவாகே ஒரு பொலிகாளை மாதிரி இருந்தது. இளமையும் உடல் வலுவும் ஆரோக்கியமும் இயற்கையால் அவனுக்கு அனுக்கிரகிக்கப்பட்டிருந்தும் அவன் தன்னைத் தானே சபித்துக் கொண்டது மாதிரி சேற்றில் மேய்கிற பன்றியாய்த் திரிந்தான்.

சந்தைத் திடலுக்கும் ரயிலடிக்கும் நடுவேயுள்ள குளக்கரையை அடுத்த சத்திரத்தில் உட்கார்ந்துகொண்டு அங்கே குளிக்கிற பெண்களை வேடிக்கை பார்ப்பது அவனுக்கு ஒரு பொழுதுபோக்கு. ஆனால் ஒரு நாளாவது 'தானும் குளிக்க வேண்டு'மென்று அவனுக்குத் தோன்றியதே இல்லை. மற்ற நேரங்களில் அவன் அந்தத் திண்ணையில் அசிங்கமாகப் படுத்து உறங்கிக் கொண்டிருப்பான். சில சமயங்களில் பகல் நேரத்தில் கூட உறங்குவது மாதிரி பாவனையில் வேண்டுமென்றே ஆடைகளை விலக்கிப் போட்டுக் கொண்டு தெருவில் போவோர் வருவோரை அதிர்ச்சிக்கு உள்ளாக்கி ரசசியமாக மனத்திற்குள் மகிழ்ச்சி அடைவான்.

இரண்டு தினங்களுக்கு முன்பு லேசாக மழை பெய்து கொண்டிருந்த இரவில் ஒரு பிச்சைக்காரி இந்தச் சத்திரத்துத் திண்ணையில் வந்து படுக்க, அவளுக்கு ஏதேதோ ஆசை காட்டிக் கடைசியில் அவளை இவன் வலியச் சென்று சல்லாபித்தான். அதன் பிறகு இவனைப் பழி வாங்கிவிட்ட மகிழ்ச்சியில் தனது குறைபட்டுப்போன விரல்களைக் காட்டித் 'தான் ஒரு நோயாளி' என்று அவள் சிரித்தாள். அதற்காக அருவருப்புக் கொள்கிற

உணர்ச்சிகூட இல்லாமல் அவன் மழுங்கிப் போயிருந்தான். எனவே, அவள் இவனுக்குப் பயந்துகொண்டு இரண்டு நாட்களாக இந்தப் பக்கமே திரும்பவில்லை. இவன் அவளைத் தேடிக்கொண்டு நேற்று இரவெல்லாம் சினிமாக் கொட்டகை அருகேயும், கடைத் தெருவிலும், சந்தைப் பேட்டையிலும், ஊரின் தெருக்களிலும் கார்த்திகை மாதத்து நாய்மாதிரி அலைந்தான்.

மனித உருக்கொண்டும் அவனிடம் உறைந்துபோன தாமசத்தன்மையினால், சோம்பலைச் சுகமென்று சுமந்துகொள்கிற புத்தியின் மந்தத்தினால் அருவருக்கத்தக்க ஒரு புலை நாய்மாதிரி அவன் இங்கு அலைந்து கொண்டிருக்கிறான். வயிற்றுப்பசி, உடற்பசி என்கிற விவகாரங்களிலும் உபாதைகளிலும் சிக்குண்டு அலைகின்ற நேரம் தவிர பிறபொழுதுகளில் அந்தச் சத்திரத்துத் திண்ணையில் அவன் தூங்கிக்கொண்டே இருப்பான்.

காலை நேரம்; விடியற்காலை நேரம் அல்ல. சந்தைக்குப் போகிற ஜனங்களும், ரயிலேறிப் பக்கத்து ஊரில் படிப்பதற்காகப் போகும் பள்ளிக்கூடச் சிறுவர்களும் நிறைந்து அந்தத் தெருவே சுறுசுறுப்பாக இயங்குகின்ற – சுரீர் என்று வெயில் அடிக்கிற நேரத்தில் அழுக்கும் கந்தலுமான இடுப்பு வேட்டியை அவிழ்த்துத் தலையில் இருந்து கால் வரை போர்த்திக்கொண்டு, அந்த போர்வைக்குள் கருப்பிண்டம் மாதிரி முழங்கால்களை மடக்கிக் கொண்டு, கைகளிரண்டையும் காலிடையே இடுக்கியவாறு, வாயிலிருந்து எச்சில் ஒழுக, ஈ மொய்ப்பதுகூடத் தெரியாமல் அவன் தூங்கிக்கொண்டிருந்தான். தெருவிலே ஏற்படுகிற சந்தடியும் இரைச்சலும் ஏதோ ஒரு சமயத்தில் அவன் தூக்கத்தைக் கலைத்தது. எனினும் அவன் விழித்துக் கொள்ள விரும்பாததனால் தூங்கிக்கொண்டிருந்தான்.

– இதுதான் சோம்பல். உறக்கம் உடலுக்குத் தேவை. ஆனால், இந்தத் தேவையற்ற நிர்பந்தத் தூக்கம்தான் சோம்பலாகும். இந்த மதமதப்பைச் சுகமென்று சகிக்கிற அறிவுதான் தாமசமாகும்.

விரைவாக ஏறி வந்த வெயில் அவன்மீது மெதுவாக ஊர்ந்தது. அவன் தெருவுக்கு முதுகைக் காட்டிக்கொண்டு சுவர் ஓரமாகப் படுத்திருந்தான். சத்திரத்துச் சுவரின் நிழல் கொஞ் சங் கொஞ்சமாகச் சுருங்க ஆரம்பித்தது. முதலில் வெயிலின் விளிம்பு அவனது விலாவுக்கும் தரைக்கும் இடையே மெள்ள மெள்ளப் புகுவதை அவனது மதர்த்த தேகம் ரொம்பத் தாமதமாக உணர்ந்தது. வெயிலின் உறைப்பை உணரக்கூடிய உணர்ச்சிக் குறுகுறுப்பு மழுங்கிப்போனதால் ஒரு மலைப் பாம்புமாதிரி

அவன் அசிங்கமாக நெளிந்தான். அந்த வெப்பத்திலிருந்து – அந்த வெயிலின் விளிம்பிலிருந்து ஒரு நூல் இழை விலகுவதற்கு எவ்வளவு குறைவான, மெதுவான முயற்சி எடுத்துக் கொள்ளலாமோ அவ்வளவே அவன் நகர்ந்து படுத்தான். சற்று நேரத்தில் மறுபடியும் வெயில் அவனைக் கடித்தது. அவனது அசமந்தம் எரிச்சலாகி அவன் தூக்கம் கலைந்தான். ஆனாலும் அவன் எழுந்திருக்கவில்லை. இன்னும் கொஞ்சம் நகர்ந்து சுவரோடு ஒட்டிக்கொண்டான்.

எதிரே இருந்த டீக்கடையிலிருந்து டீ அடிக்கிற சத்தம் கேட்டது. அந்தச் சத்தத்தில் அவன் டீ குடிப்பது மாதிரி கற்பனை செய்து கொண்டான்.

மறுபடியும் வெயில் அவனை விடாமல் போய்க் கடித்தது. அதற்கு மேல் நகர முடியாமல் சுவர் தடுத்தது. ஒரு பக்கம் சுவரும் ஒரு பக்கம் வெயிலும் நெருக்க அவன் எரிச்சலோடு எழுந்து உட்கார்ந்தான். அவனுக்குக் கண்கள் கூசின. ஒரு கண்ணைத் திறக்கவே முடியவில்லை. பீளை காய்ந்து இமைகள் ஒட்டிக்கொண்டிருந்தன.

அவன் ஒரு கையால் கண்ணைக் கசக்கிக்கொண்டே இன்னொரு கையால் தலைமாட்டில் சேகரித்து வைத்திருந்த துண்டு பீடிகளில் ஒன்றை எடுத்தான். பீடியைப் பற்ற வைத்து அவன் புகையை ஊதியபோது அவனது அரைக் கண் பார்வையில் மிக அருகாமையில் யாரோ நின்றிருக்கிற மாதிரி முகம் மட்டும் தெரிந்தது. புகையை விலக்கிக் கண்களைத் திறந்து பார்த்தான்.

எதிரே ஒருவன் கைகளைக் கூப்பி, உடல் முழுவதும் குறுகி இவனை வணங்கி வழிபடுகிற மாதிரி நின்றிருந்தான். இவனுக்குச் சந்தேகமாகித் தனக்குப் பின்னால் ஏதேனும் சாமி சிலையோ, சித்திரமோ இந்தச் சுவரில் இருக்கிறதா என்று திரும்பிப் பார்த்து நகர்ந்து உட்கார்ந்தான். இவனது இந்தச் செய்கையில் ஏதோ அரிய பொருளைச் சங்கேதமாப் புரிந்துகொண்டு, வந்தவன் மெய்சிலிர்த்து நெக்குருகி நின்றான்.

அவனுக்கு வயது இருபதுக்குள் இருக்கும். முகத்தில் லேசான தாடியும் மீசையும் அரும்பிப் பிடரியில் தலை முடி வழிய, பெரிய ஒளிவீசும் கண்களும், வெற்றுடம்பும், இடையில் ஒரு துண்டும், விபூதிப் பூச்சுமாக ஓர் இளம் நாயன்மார் மாதிரி இருந்தான்.

'இவன் எதற்குத் தன்னை வந்து கும்பிட்டுக்கொண்டு நிற்கிறான் – பைத்தியமோ?' என்று நினைத்து உள் சிரிப்புடன்,

“என்னாய்யா இங்கே வந்து கும்படறே? இது கோயிலு இல்லே – சத்திரம். என்னை சாமியார் கீமியார்னு நெனச்சுக் கிட்டியோ? நான் பிச்சைக்காரன்...” என்றான் திண்ணையி லிருந்தவன்.

“ஓ!... கோயிலென்று எதுவுமே இல்லை – எல்லாம் சத்திரங்களே! சாமியார்கள் என்று யாருமில்லை – எல்லாரும் பிச்சைக்காரர்களே!” என்று அவன் சொன்னதை உபதேச மொழிகள் மாதிரி இலக்கண அலங்காரத்தோடு திரும்பத் திரும்பச் சொல்லிப் புதிய புதிய அர்த்தங்கள் கண்டான் தெருவில் நின்றவன்.

‘சரி, சரி! இவன் சரியான பைத்தியம்தான்’ என்று நினைத்துக் கொண்டான் திண்ணையிலிருந்தவன்.

தெருவில் நின்றவன் இவனிடம் விண்ணப்பித்துக் கொள்கிற பவ்யத்துடன் “சுவாமி” என்றழைத்தான்.

இவனுக்குச் சிரிப்பு தாங்கவில்லை. வந்த சிரிப்பில் பெரும் பகுதியை அடக்கிக்கொண்டு புன்முறுவல் காட்டினான்.

“என்னைத் தங்களுடைய சிஷ்யனாக ஏற்றுக்கொள்ள வேண்டும். தங்களுக்குப் பணிவிடை புரியவும், தாங்கள் அழைத்த குரலுக்கு ஓடி வரவும் எனக்கு அனுக்கிரக்கிக்க வேண்டும்.”

திண்ணையிலிருந்தவனுக்கு ஒன்றும் புரியவில்லை. “சரி, இப்போ எனக்கு ஒரு டீ வாங்கியாந்து குடு” என்றான்.

அந்தக் கட்டளையில் அவன் தன்னைச் சீடனாக ஏற்றுக்கொண்டு விட்டான் என்று புரிந்துகொண்ட மகிழ்ச்சியுடன் இடுப்புத் துண்டிலிருந்த சில்லறையை அவிழ்த்துக்கொண்டு ஓடினான் வந்தவன். அவன் கையிலிருந்த காசைப் பார்வையால் அளந்த ‘குரு’, ஓடுகின்ற அவனைக் கை தட்டிக் கூப்பிட்டு, “அப்படியே பீடியும் வாங்கியா” என்று குரல் கொடுத்தான்.

அவன் டீக்கடைக்குள் சென்று பார்வைக்கு மறைந்ததும் இவன் வந்து சீடனாக வாய்த்த அதிர்ஷ்டத்தை எண்ணிப் பெருங் குரலில் சிரித்தான் குரு. ‘சரியான பயல் கிடைத்திருக் கிறான். இவன் மயக்கம் தெளியாதபடி பார்த்துக்கணும். திண்ணையெ விட்டு எறங்காமல் சொகமா இங்கேயே இருக்கலாம். பிச்சைக்கு இனிமே நாம்ப அலைய வேணாம். அதான் சிஷ்யன் இருக்கானே... கொண்டாடான்னா கொண்டுவரான். முடிஞ்சா சம்பாரிச்சுக் குடுப்பான்... இல்லாட்டி பிச்சை எடுத்துக்கினு வரான்... என்னா அதிர்ஷ்டம் வந்து நமக்கு அடிச்சிருக்கு’ என்று மகிழ்ந்தான் குரு.

சற்று நேரத்தில் சீடன் டீயும் பீடியும் வாங்கி வந்து நிவேதனம் மாதிரி இரண்டு கைகளிலும் ஏந்திக்கொண்டு குருவின் எதிரே நின்றான்.

குரு அவனைப் பார்த்துப் பொய்யாகச் சிரித்தான். அவன் கையிலிருந்த டீயையும் பீடியையும் 'தனக்குச் சொந்தமான ஒன்று – இதனை யாசிக்கத் தேவையில்லை' என்ற உரிமை உணர்ச்சியோடு முதன் முறையாய் பார்த்தான். அதனை வாங்கிக் கொள்வதிலே அவன் அவசரம் காட்டாமல் இருந்தான். தான் சீடனை ஏமாற்றுவதாக எண்ணிக்கொண்டு சாமர்த்தியமாக நடந்து கொள்வதற்காக அவன் பீடிகையாகச் சொன்னான்:

"என்னை நீ கண்டு பிடிச்சுட்டே. நீ உண்மையான சிஷ்யன்தான். என்னை நீ இன்னிக்குத்தான் கண்டுபிடிச்சே. ஆனால், நான் உன்னை ரொம்ப நாளாப் பார்த்துக்கினே இருக்கேன். நான் உன்னைக் கொஞ்சம் கேள்விங்கள்ளாம் கேப்பேன். அதுக்கெல்லாம் நீ பதில் சொல்லணும். அதுக்கோசரம் எனக்கு ஒண்ணும் தெரியாதுன்னு நினைச்சிக்காதே. எனக்கு எல்லாம் தெரியும்! தெரிஞ்சாலும் சிலதெல்லாம் கேட்டுத்தான் தெரிஞ்சுக்கணும்."

இந்த வார்த்தைகளைக் கேட்டு இரண்டு கையிலும் டீயையும் பீடியையும் ஏந்தி இருந்த சீடன் அவனை கரங்கூப்பி வணங்க முடியாமல் பார்வையாலும் முக பாவத்தாலும் தன் பணிவைக் காட்டினான்.

"நீ யாரு? எந்த ஊரு? பேரு என்ன? நீ எங்கே வந்தே? நான்தான் குருன்னு உனக்கு எப்படித் தெரிஞ்சது?. . . டீ ஆறிப் போச்சில்ல? குடு" என்று டீயை வாங்கிக் குடித்துக் கொண்டே சீடன் சொல்ற பதிலை மெத்தனமாகத் தலையை ஆட்டியவாறே கேட்டான்.

"குருவே. . . நான் ஒரு அனாதை. அதோ இருக்கிறதே முருகன் கோயில், அங்கே ஒரு மடப்பள்ளி இருக்குது. அங்கே தண்ணி எறைச்சிக் கொண்டு வர்ற வேலை. மடப் பள்ளியிலே இருக்கிற ஐயிறு மூணு வேளையும் சாப்பாடு போட்டு செலவுக்கு நாலணா தினம் குடுக்கறாரு. எனக்கு வாழ்க்கை வெறுத்துப் போச்சு. இந்த வாழ்க்கைக்கு அர்த்தமில்லேன்னு தெரிஞ்சும் உடம்பைச் சுமந்துக்கிட்டுத் திரியற சுமையைத் தாங்க முடியலே. . . துன்பத்துக்கெல்லாம் பற்றுதான் காரணம்னு எல்லாரும் சொல்றாங்க. எனக்கு ஒருவிதப் பற்றும் இல்லே... ஆனாலும் நான் துன்பப் படறேன்... என்ன வழியிலே மீட்சின்னு எனக்குத் தெரியலே... நேத்து என் கனவிலே நீங்க பிரசன்னமாகி, 'இந்தச் சத்திரந்தான்

குருபீடம். அங்கே வா'ன்னு எனக்குக் கட்டளை இட்டீங்க... குருவே! நீங்க இதெல்லாம் கேட்கறதனாலே சொல்றேன். தாங்கள் அறியாததா? விடியற்காலையிலேருந்து சந்திதானத்தலே காத்துக்கிட்டிருந்தேன். என் பாக்கியம் தங்கள் கடாட்சம் கிட்டியது. . ."

' ம்... ம்...' என்று மீசையை நெருடிக்கொண்டே அவன் கூறுவதைக் கேட்ட குரு, காலியான தம்ளரை அவனிடம் நீட்டினான்.

சீடன் டீக்கடையில் காலித் தம்ளரைக் கொடுக்கப் போனான். 'கடவுள் இந்தப் பயலை நன்றாகச் சோதிக்கிறார்' என்று நினைத்து அவனுக்காக அனுதாபப்பட்டுச் சிரித்தான் குரு. 'ம்... அதனால் நமக்கென்ன? நமக்கு ஒரு சிஷ்யன் கிடைத்திருக்கிறான்' என்று திருப்திப்பட்டுக் கொண்டான்.

சீடன் வந்த பிறகு அவன் பெயரைக் கேட்டான் குரு. அவன் பதில் சொல்லுவதற்குள் தனக்குத் தெரிந்த பல பெயர்களைக் கற்பனை செய்த குரு திடீரெனச் சிரித்தான். இவன் கூறுமுன் இவனது பெயரைத் தான் சொல்ல முடிந்தால் இந்த நாடகத்தில் அது எவ்வளவு அற்புதமான லீலையாக அமையும்' என்று நினைத்தே அவன் சிரித்தான். அந்தச் சிரிப்பினால் சீடன் பதில் சொல்லச் சற்றுத் தயங்கி நின்றான்.

அப்போது குரு சொன்னான்: "பேரு என்னான்னு ஒரு கேள்வி கேட்டா – ஒவ்வொருத்தனும் ஒவ்வொரு பதில் சொல்றான் பாத்தியா? ஒரு கேள்விக்கு எம்மாம் பதில்!" என்று ஏதோ தத்துவ விசாரம் செய்கிற மாதிரிப் பிதற்றினான். சீடன் அதைக் கேட்டு மகா ஞானவாசகம் மாதிரி வியந்தான்.

"சரி, உன் பேரு என்னான்னு நீ சொல்ல வேணாம். நான் குரு. நீ சிஷ்யன். . . எனக்குப் பேரு குரு. உனக்குப் பேரு சிஷ்யன். நீ தான் என்னை 'குருவே குருவே'ன்னு கூப்பிடறே... என்னா, சரிதானா..?" என்று பேசிக்கொண்டே இருந்தான் குரு.

'எல்லாமே ஒரு பெயர்தானா? என்று அந்தப் பேச்சிலும் எதையோ புரிந்துகொண்ட சீடனின் விழிகள் பளபளத்தன.

'நான் என்ன இப்படியெல்லாம் பேசுகிறேன்...' என்று குரு தன்னையே எண்ணித் திடீரென வியந்தான். இப்படியே அவர்கள் பேசிக்கொண்டிருந்தனர்.

மத்தியானமும் இரவும் அந்தச் சீடன் மடப்பள்ளியிலிருந்து தனக்குக் கிடைக்கிற புளியோதரை, சர்க்கரைப் பொங்கல் ஆகியவற்றைப் பயபக்தியுடனும் அன்போடுங் கொண்டு வந்து

இந்தக் குருவுக்குப் படைத்தான். அவ்வளவு ருசியும் மணமும் புனிதமும் அன்பும் உபசரணையும் உடைய அமிர்தத்தை இவன் ஜென்மத்தில் ருசி பார்த்ததில்லை. ஆவல் மிகுதியினால் தனது நடிப்பைக்கூட மறந்து அவற்றை அள்ளி அள்ளி இவன் உண்பதை அன்பு கனியப் பார்த்துக் கொண்டிருந்தான் சீடன்.

குருவுக்கு எதனாலோ கண்கள் கலங்கின. சீடன் தண்ணீரை எடுத்துக் கொடுத்தான்.

மறுநாள் காலை அதே மாதிரி திண்ணைக்குக் கீழே வந்து காத்து நின்றிருந்தான் சீடன். அவனுக்கு டீயும் பீடியும் வாங்கி வந்தான், குருவை அழைத்துக்கொண்டு ஆற்றங்கரைக்குப் போய் அவனது ஆடைகளைத் துவைத்துக் கொடுத்தான். அவனைக் குளிக்க வைத்து அழைத்து வந்தான்.

உச்சியில் வெயில் வருகிறவரை – குருவுக்குப் பசி எடுக்கும் வரை – அவர்கள் ஆற்றில் நீந்திக் குளித்தார்கள்.

"குளிக்கிறது சொகமாத்தான் இருக்கு. ஆனா, குளிச்சி என்னா பிரயோசனம்..? குளிக்க குளிக்க அளுக்கு சேந்துக்கிட்டுத்தானே இருக்கு?... அது அப்பிடித்தான், பசிக்குது... திங்கறோம்... அப்புறமும் பசிக்கத்தானே செய்யிது... குளிக்கக் குளிக்க அளுக்காகும். அளுக்கு ஆக ஆகக் குளிக்கணும். பசிக்கப் பசிக்கத் திங்கணும்... திங்கத் திங்கப் பசிக்கும்... என்ன வேடிக்கை!" என்று சொல்லிவிட்டு குரு சிரித்தான். சிரித்துக்கொண்டே இருக்கும்போது 'என்ன இது நான் இப்பிடியெல்லாம் பேசுகிறேன்?' என்று எண்ணிப் பயந்து போய்ச் சட்டென நிறுத்திக் கொண்டான்.

சீடன் கை கட்டிக் கொண்டு இவன் சொல்வதைக் கேட்டான்.

அன்றும் அதற்கு மறுதினமும் அதன் பிறகு ஒவ்வொரு நாளும் இதே மாதிரி காலையில் டீயும் பீடியும் வாங்கித் தந்து, மத்தியானம் ஆற்றுக்கு அழைத்துச் சென்று துணி துவைத்துத் தந்து, குளிப்பாட்டி, மத்தியானம் உணவு படைத்து அவனைத் தனிமையில் விடாமலும், அவன் தெருவில் அலையாமலும் இந்தச் சீடன் எப்போதும் அவன் கூடவே இருந்தான்.

அவன் பேசுகிற எல்லா வார்த்தைகளிலும் அவனே புதிதாகப் புரிந்து கொள்ளுகிற மாதிரி பலவிதமான அர்த்தங்கள் கண்டு இந்தச் சீடன் புளகாங்கிதம் அடைவதைச் சந்தைக்கு

வருகிற சிலர் சத்திரத்துத் திண்ணையில் ஓய்வுக்காகத் தங்கி இளைப்பாறும்போது வேடிக்கை பார்த்தார்கள்.

சிலர் குருவை அடையாளம் கண்டுகொண்டு 'இவன் யாரோ ஒரு சித்தன்' என்று அப்போதே நினைத்ததாகவும் 'அப்படிப்பட்டவர்கள் இப்படியெல்லாம் கந்தலுடுத்தி, அழுக்கு சுமந்து எச்சில் பொறுக்கித் திரிவார்கள்! அதைத் தெரிந்து கொள்வதற்கே ஒருவருக்குப் பக்குவம் வேண்டுமென்றும், அந்தப் பக்குவம் இந்தச் சீடனுக்கு இருப்பதாகவும் கூறி சீடனைப் புகழ்ந்தார்கள்.

அதில் சிலர், இப்படியெல்லாம் தெரியாமல் இந்த சித்தபுருஷனை ஏசி விரட்டியடித்ததற்காக இப்போது பயமடைந்து இவனிடம் மானசீகமாகவும், கீழே விழுந்து பணிந்தும் மன்னிப்பு வேண்டினார்கள்.

இந்த ஒரு சீடனைத் தவிர குருவுக்குப் பக்தர்கள் நாள்தோறும் பெருக ஆரம்பித்தார்கள். சந்தைக்கு வருகிற வியாபாரிகளும் மற்றவர்களும் இவனை வேடிக்கை பார்த்து நின்றுவிட்டு இவனுக்கு டீயும், பீடியும் பழங்களும் வாங்கித் தந்தார்கள்.

இவன் அவற்றைச் சாப்பிடுகிற அழகையும், தோலை வீசி எறிகிற லாவகத்தையும், பீடி குடிக்கிற ஒய்யாரத்தையும், ஒன்றும் செய்யாமல் படுத்திருக்கிற யோகத்தையும், விழிதிறந்து பார்க்கிற கோலத்தையும், விழிமூடிப் பாராமலிருக்கிற பாவத்தையும் அவர்கள் புகழ்ந்தும் வியந்தும் பேசினார்கள்.

குருவுக்கு முதலில் இது வசதியாகவும், சந்தோஷமாகவும், பின்னர் ஒன்றும் புரியாமலும் புதிராகவும் இருந்து கொஞ்ச நாட்களில் எல்லாம் புரியவும், புதிர்கள் விடுபடவும் தொடங்கின.

ஒரு நாள் இரவு குருவுக்கு த் தூக்கம் வரவில்லை. அவன் எது எது பற்றியோ யோசித்தக் கொண்டிருந்தான். அதாவது அந்தச் சிஷ்யனோடு பேசுகிற மாதிரித் தனக்குள்ளேயே பேசிக்கொண்டிருந்தான்.

அவன் நட்சத்திரங்களைப் பற்றியும், தான் இந்த உலகத்தில் வருவதற்கு முன்னால் இருந்த காலத்தைப் பற்றியும், மரணத்தைப் பற்றியும், தனக்குப் பின்னால் உள்ள காலங்களைப் பற்றியும் எந்த முடிவிலும் மனம் நிற்க முடியாத விஷயங்களைப் பற்றியெல்லாம் யோசித்தான்.

அவன் தூங்காமலே கனவு மாதிரி ஏதோ ஒன்று கண்டான். அதில் தன் குரலோ, சீடனின் குரலோ அல்லது சந்தையில்

திரிகிற இவனை வணங்கிச் செல்கிற யாருடைய குரலோ மிகவும் தெளிவாகப் பேசியதைக் கேட்டான்:

‘உனக்கு சிஷ்யனாக வந்திருக்கிறானே, அவன்தான் உண்மையிலே குரு!... சிஷ்யனாக வந்து உனக்குக் கற்றுத் தந்திருக்கிறான்... அப்போதுதான் நீ வசப்படுவாய் என்று தெரிந்து சிஷ்யனாய் வந்திருக்கிறான். எந்தப் பீடத்தில் இருந்தால் என்ன? எவன் கற்றுத் தருகிறானோ அவன் குரு. கற்றுக் கொள்கிறவன் சீடன். பரமசிவனின் மடிமீது உட்கார்ந்துகொண்டு முருகன் அவனுக்குக் கற்றுத் தரவில்லையா? அங்கே சீடனின் மடியே குருபீடம். அவனை வணங்கு...’

பறவைகள் பாடிச் சிறகடித்துப் பறந்து சந்தைத் திடலின் மரச்செறிவில் குதூகலிக்கிற காலைப்பொழுது புலர்கிற நேரத்தில் அதே மாதிரியான குதூகலத்துடன் கண் விழித்தெழுந்த குரு, சீடனை வணங்குவதற்காகக் காத்திருந்தான்; மானசீகமாய் வணங்கினான். அவன் வந்தவுடன் சாஷ்டாங்கமாய் அவன் பாதங்களில் தான் விழப்போவதை எண்ணி மெய்சிலிர்த்தான்.

ஆனால், அந்த சிஷ்யன் வரவே இல்லை. இந்தக் குரு அந்த மடப்பள்ளிக்குத் தன்னை ரசவாதம் செய்து மாற்றிவிட்ட சீடனைத் தேடி ஓடினான்.

மடப்பள்ளியில் உள்ளவர்கள் இவனை வணங்கி வரவேற்று உட்கார வைத்து உபசரித்தார்கள்.

குருவுக்கு அப்போது சீடனின் பெயர் தெரியாத குழப்பத்தால் என்னவென்று கேட்பது என்று புரியாமல் “என் சிஷ்யன் எங்கே?” என்று விசாரித்தான்.

அவர்கள் விழித்தார்கள். குரு அடையாளம் சொன்னான். கடைசியில் அவர்கள் ரொம்ப அலட்சயமாக, “அவன் நேற்றே எங்கேயோ போய் விட்டானே” என்றார்கள்.

“அவன்தான் நமக்கெல்லாம் குரு!” என்றான் குரு.

“அப்படியா!” என்று அவர்கள் ஆச்சரியம் கொண்டனர்.

அதுபற்றி இவனது வேதாந்தமான விளக்கத்தை அவர்கள் எதிர்பார்த்து நின்றனர். ஆனால், இவன் ஒன்றும் பேசவில்லை. அதன் பிறகு ஒன்றுமே பேசவில்லை. எழுந்து நடந்தான்.

சந்தைத் திடலிலும் ஊரின் தெருக்களிலும் சீடனாகி வந்த அந்தக் குருவைத் தேடித் திரிந்தான் இவன். சீடனைக் காணோம்! இவன் சிரித்தான்; தேடுவதை விட்டு விட்டான்.

இப்போதெல்லாம் சந்தைத் திடலில் அழுக்கும் கந்தையும் உடுத்தி ஒவ்வொருவரிலும் எதையோ தேடுவது மாதிரியான கூர்த்த பார்வையுடன் இவன் திரிந்துகொண்டிருக்கிறான். இவனை யாரும் விரட்டுவதில்லை. குழந்தைகள் இவனைப் பார்த்துச் சிரித்து விளையாடுகின்றன. பெண்களும் ஆண்களும் இவனை வணங்கி இவனுக்கு எதையாவது வாங்கித் தந்து அன்புடன் உபசரிக்கிறார்கள்.

அந்தச் சீடனிடம் என்ன கற்றானோ அதனை இவன் எல்லாரிடத்தும் எல்லாவற்றிலும் காண்கிற மாதிரி நிறைவோடு சிரித்துச் சிரித்துத் திரிந்துகொண்டு இருக்கிறான்.

ஆனந்த விகடன், 1970

புதுச் செருப்புக் கடிக்கும்

அவள் முகத்தில் அறைகிற மாதிரி கதவைத் தன் முதுகுக்குப் பின்னால் அறைந்து மூடிவிட்டு வெளியில் வந்து நின்றான் நந்தகோபால். கதவை மூடுகிறவரை எங்கு போக வேண்டும் என்றோ, எங்காவது போக வேண்டுமா என்றோவெல்லாம் அவன் நினைக்கவே இல்லை. அவள்மீது கொண்ட கோபமும், தன்னை அவமதிக்கிற மாதிரி – தனது உணர்ச்சிகளை அசட்டை செய்து விட்டுச் சுவரோரமாகத் திரும்பிக் கொண்டு தூங்குகிற அவளுக்குத் துணையாக விழித்துக் கொண்டிருக்கிற – 'ஏன், படுக்கவில்லையா?' என்று அவள் கேட்கவேண்டும் என்று எதிர்பார்த்துக் காத்துக் கிடக்கிற – அவமானம் தாங்கமாட்டாமல்தான் அவன் வெளியில் வந்து கோபமாகக் கதவை அறைந்து மூடினான்.

அவள் நிஜமாகவே தூங்கியிருந்தால் இந்தச் சத்தத்தில் விழித்திருக்க வேண்டும். 'இந்தச் சத்தத்தில் பக்கத்துப் போர்ஷன்காரர்கள் யாரேனும் விழித்துக் கொண்டுவிட்டார்களோ?' என்று தனது செய்கைக்காக அவன் அவமானத்தோடு அச்சம் கொண்டு இருள் அடர்ந்த அந்த முற்றத்தில் மூடியிருக்கும் எதிர்போர்ஷன் கதவுகளைப் பார்த்தான். உள்ளே விடிவிளக்கு எரிவது கதவுக்கு மேலுள்ள 'வென்டிலேட்டர்' வழியாய்த் தெரிந்தது. 'டேபிள் ஃபான்' சுற்றுகிற சத்தம் 'கும்' மென்று ஒலித்தது. மணி பதினொன்று இருக்கும். கைக்கடிகாரத்தைப் பார்த்தான். இருட்டில் தெரியவில்லை. 'எங்காவது போய்விட்டு விடிந்த பிறகு வந்தால் என்ன?' என்று அவனுக்குத்

தோன்றியது. 'எப்படிக் கதவை திறந்து போட்டுவிட்டுத் தனிமையில் இவளை விட்டுப் போவது?' என்ற தயக்கமும் ஏற்பட்டது. அவள் வேண்டுமென்றே அடமாகப் படுத்துகொண்டு அழும்பு செய்கிறாள் என்று மனத்துக்குப் புரிந்தது.

அவனுக்கு என்ன செய்வதென்று புரியவில்லை. தன் மீதே ஒரு பரிதாப உணர்ச்சி தோன்றியது. இதெல்லாம் தனக்கு வீண் தலைவிதிதானே என்று மனம் புழுங்கிற்று. தானுண்டு, தன் வேலையும் சம்பாத்தியமும் உண்டு என்று சுதந்திரமாகத் திரிகிற வாழ்க்கையின் சந்தோஷத்தை அல்லது வெறுமையை அனுபவித்துக் கொண்டிருந்தவனை, அப்படியே வாழ்ந்து விடுவது எனத் தீர்மானித்திருந்தவனை இந்தக் கல்யாணம், பெண்டாட்டி குடும்பம் என்றெல்லாம் இதில் ஏதேதோ பெரிய சுகம் இருப்பதாகவும், மனுஷ வாழ்க்கையின் அர்த்தமே அதில் அடங்கி இருப்பதாகவும் கற்பித்துக் கொள்கிற பைத்தியக்காரத்தனத்தில் சிக்க வைத்த அந்தச் சைத்தானின் தூண்டுதலை எண்ணிப் பார்த்த பெருமூச்சுடன், வீட்டிற்குள்ளும் போகாமல் வெளியேயும் போகாமல் வாசற்படியில் அமர்ந்து ஒரு சிகரெட்டைப் பற்ற வைத்துக்கொண்டு இருளும் நட்சத்திரமும் கவிந்த வானத்தைப் பார்த்தான்.

'அந்தச் சைத்தான்' என்ற முனகலில் அவனுக்குக் கிரிஜாவின் நினைவு வந்தது.'அவள் எவ்வளவு இனியவள்,இங்கிதம் தெரிந்தவள் – சைத்தானைக் கட்டிக் கொண்டு வந்து வீட்டில் வைத்துக்கொண்டு அவளைப் போய்ச் சைத்தான் என்று நினைக்கிறேனே' – என்று அந்த நினைவைக் கடிந்து கொண்டான் நந்தகோபால். ஆனாலும் தான் கல்யாணம் செய்து கொண்டு குடும்பம் நடத்தக் காரணமாக இருந்தவள் அந்தக் கிரிஜாதான் என்பதால் தனக்கு அவள் மீது வருகிற இந்தக் கோபத்துக்கு நியாயம் இருப்பதாக நினைத்தான் அவன்.

இப்போது, இந்த நேரத்தில் 'அவளைப் போய் பார்த்தால் என்ன?' என்ற எண்ணம் வந்தது அவனுக்கு. அவளை எப்போது வேண்டுமானாலும் போய்ப் பார்க்கலாம். இந்த ஆறுமாத காலமாக – கல்யாணமாகி ஒவ்வொரு நாளும் இவளோடு மனஸ்தாபம் கொண்டு 'ஏன் இப்படி ஒரு வம்பில் மாட்டிக் கொண்டோம்' என்று மனம் சலிக்கிற போதெல்லாம் அவன் கிரிஜாவை நினைத்துக் கொள்ளுவது உண்டு; என்றாலும் அங்கே போகலாம் என்ற எண்ணம் இப்போதுதான் தோன்றியது.

தான் இவளைக் கல்யாணம் செய்து கொள்ளுவதற்கு முன்பு எப்படியெல்லாம் இருந்த போதிலும், இப்போது இவளை இங்கு தனியே விட்டுவிட்டு, அங்கே போவது

இவளுக்குச் செய்கிற துரோகமில்லையா? என்று நினைத்துப் பார்த்தான். இவள் என்னதான் சண்டைக்காரியாக இருந்தாலும் இவள்மீது தனக்கு எவ்வளவுதான் கோபம் இருந்த போதிலும் தன் மீதுள்ள வெறுப்பினால், அதற்கு ஆறுதலாக இருக்கும் பொருட்டு இவள் அந்த மாதிரி ஏதாவது செய்தால் அதைத் தன்னால் தாங்க முடியுமா? என்றும் எண்ணி அந்த எண்ணத்தையே தாங்க முடியாமல் நெற்றியைத் தேய்த்துக் கொண்டான்.

கடிகாரத்தின் ஒற்றை மணியோசை கேட்டது. மணி இன்னும் ஒன்றாகி இருக்காது. மூடியிருந்த கதவை லேசாகத் திறந்து கைக் கடிகாரத்தை உள்ளே இருந்து வீசும் வெளிச்சத்தின் ஒரு கீற்றில் பார்த்தான். இவனது வாட்ச்சில் மணி பதினொன்றரை ஆகவில்லை. அடித்தது பதினொன்றரைதான் என்று தீர்மானம் கொண்டு கதவின் இடைவெளி வழியாக அவளைப் பார்த்தான். அவள் அசையாமல், புரண்டு படுக்காமல் முன் இருந்த நிலையிலேயே முதுகைத் திருப்பிக்கொண்டு படுத்திருந்தாள். இவனுக்குக் கோபம் வந்தது. எழுந்து போய் முதுகிலே இரண்டு அறையோ, ஓர் உதையோ கொடுக்கலாமா என்று ஆங்காரம் வந்தது. 'சீ' என்று தன்னையே அப்போது அருவருத்துக்கொண்டான் அவன்.

அப்படிப்பட்ட குரூரமான ஆபாசமான சம்பவங்களை அவன் சிறு வயதில் அடிக்கடி சந்தித்திருக்கிறான்... திடீரென நள்ளிரவில் அவனுடைய தாயின் தீனமான அலறல் கேட்கும். விழித்தெழுந்து உடலும் உயிரும் நடுங்க இவன் நின்றிருப்பான். இவனுடைய தந்தை, வெறி பிடித்தாற்போல் ஆவேசம் கொண்டு இவனுடைய தாயை முகத்திலும் உடலிலும், காலாலும் கையாலும் பாய்ந்து பாய்ந்து தாக்க, அவள் "ஐயோ பாவி... சண்டாளா..." என்று அழுது கொண்டு ஆக்ரோஷமாகத் திட்டுவாள். இவள் திட்டத்திட்ட அவர் அடிப்பார்.

அந்த நாட்கள் மிக குரூரமானவை. மறுநாள் ஒன்றுமே நடவாத மாதிரி அவர்கள் இருவரும் நடந்து கொள்ளுவதும் – அவள் அவருக்குப் பணிவிடை புரிவதும், அவர் அவளைப் பெயர் சொல்லி அழைத்து விவகாரங்கள் பேசுவதும் – இவனுக்கு மிக ஆபாசமாக இருக்கும். இதெல்லாம் என்னவென்றே புரியாத அருவருப்பைத் தரும்.

பதினைந்து வயது வரைக்கும் இந்த வாழ்க்கையை அனுபவித்திருக்கிறான் அவன். அவர்களது சண்டையை விடவும் அந்தப் பெற்றோரின் சமாதானங்கள் அவன் மனசை மிகவும் அசிங்கப்படுத்தியிருக்கின்றன. அவன் தகப்பனாரை மனமார வெறுத்திருக்கிறான். 'குடும்ப வாழ்க்கையும் தாம்பத்தியம் என்பதும்

மிகவும் அருவருப்பானவை' என்ற எண்ணம் இளம் வயதிலேயே அவனுக்கு ஏற்பட இந்த அனுபவங்கள் காரணமாயின போலும்!

இப்போது அவன் தகப்பனார் இல்லை. அவனுடைய விதவைத் தாய் வயோதிக காலத்தில் கிராமத்தில் வாழ்ந்து கொண்டிருக்கிறாள். தான் சாகுமுன் இவனுக்குக் கல்யாணம் செய்து பார்த்துவிட வேண்டும் என்ற தன் ஆசையை இவனிடம் தெரிவிக்கும் போதெல்லாம் அவளது வாழ்க்கையைச் சுட்டிக் காட்டித் தாயைப் பரிகாசம் செய்வான். அவளுக்கு அப்போது வருத்தமாகவும் கோபமாகவும் கூட இருக்கும்; என்றாலும் விட்டுக் கொடுக்காமல், “நான் வாழ்ந்ததற்கு என்ன குறை?” என்று பெருமை பேசுவாள். கடைசியில் “கலியாணம் பண்ணிக்க முடியாது” என்று அவள் முகத்தில் அடித்துப் பேசிவிட்டு வந்துவிடுவான் நந்தகோபால்.

பட்டணத்தில் உத்தியோகம் பார்த்துக்கொண்டு தனி வாழ்க்கைக்குப் பழகி, இப்படியே முப்பது வயது கடத்திவிட்ட இவனுக்குக் கல்யாண ஆசையையும் குடும்பத்தைப் பற்றிய சுப கற்பனைகளையும் வளர்த்து அதற்குத் தயாராக்கியது கிரிஜாவின் உறவுதான். கிரிஜாவுக்கு முன்னால் அவனுக்கு அது மாதிரியான உறவு வேறு எந்தப் பெண்ணோடும் ஏற்பட்டிருந்ததில்லை. அவளுக்கு இவன் மிகவும் புதியவனாக இருந்தான். ஆனால் அவள் அப்படியல்ல என்று இவனுக்கு மாத்திரமல்லாமல் வேறு பலருக்கும் பிரசித்தமாகி இருந்தது. அவளும் அதையெல்லாம் மறைக்கக் கூடிய நிலையில் இல்லை; எனினும் இவனோடு இருந்த நாட்களில் அவள் மிகவும் உண்மையாகவும் அன்பாகவும், ‘ஒரு பெண்ணின் உடனிருப்பும் உறவும் ஓர் ஆணுக்கு எவ்வளவு இன்பமானது, வசதியானது' என்பதை உணர்த்துகின்ற முறையிலும் வாழ்ந்தாள். அந்த இரண்டு மாத காலம் மிக மேன்மையான இல்லறம் என்று இந்த நிமிஷம் – இவனை அவமதித்தும் புறக்கணித்தும் வாசற்படிக்கு வெளியே இந்த நள்ளிரவில் நிறுத்தி வைத்துவிட்டு இறுமாப்போடு படுத்துக்கொண்டிருக்கிறாளே, அவள்மீது பற்றிக்கொண்டு வருகிற கோபத்தில் – நினைத்துப் பெருமூச்சும் கண்ணீருமாய்ப் பரிதாபமாக மறுபடியும் உள்ளே திரும்பிப் பார்த்தான் நந்தகோபால்.

நிச்சயம் அவள் எழுந்திருக்கவோ சமாதானமுறவோ போவதில்லை. இந்த ஆறு மாத அனுபவத்தில் இந்தமாதிரி நிகழ்ச்சிகள் அவனுக்குப் பழக்கமாகிப் போனதால் இதன் தொடக்கமும் இதன் போக்கும் இதன் முடிவும் அவனுக்கு ஒவ்வொரு தடவையும் முன்கூட்டியே தெரிகின்றன என்றாலும் இதனைத் தவிர்க்கத்தான் முடியவில்லை. பிறகு யோசித்துப் பார்க்கையில் இவனது அறிவுபூர்வமான எந்த நியாயத்துக்கும்

இந்தச் சச்சரவுகள் ஒத்து வருவதில்லை. நாளுக்கு நாள் இந்த வாழ்க்கை அவமானகரமானதாகவும் துன்பம் மிகுவதாகவும் மாறிக்கொண்டே இருப்பதை எப்படித் தாங்குவது என்றும் புரியவில்லை.

உள்ளே மங்கிய விளக்கொளியும், கொடிகளில் கிடக்கும் துணிகளும், நிழலில் தெரிகிற சமையலறையினுள் பாத்திரங்களின் பளபளப்பில் அவை இறைந்து கிடக்கிற கோலமும் மிகச் சோகமாய் அவனுக்குத் தெரிந்தன.

ஒரே அறையும் அதைத் தொடர்ந்து கதவில்லாத ஒரு சுவரால் பிரிகிற சிறு சமையல்கட்டும் அதனுள்ளேயே அடங்கிய தொட்டி முற்றமாகிய பாத்ரூமும் உள்ள அந்தப் போர்ஷனுக்கு நாற்பத்தைந்து ரூபாய் வாடகை. குடும்பச் செலவுக்கென்று மாதம் நூற்றைம்பது ரூபாய் ஆகிறது; நந்தகோபாலுக்குச் சம்பளம் கிட்டத்தட்ட முந்நூறு ரூபாய். மனமொத்து வாழ்ந்தால் இந்த நெருக்கடி ஒரு துன்பமல்ல. ஆறேழுபேர் சேர்ந்து ஆளுக்கு நூறு ரூபாய் கொடுத்து எல்லா வசதிகளோடும் வாழ்ந்த அந்த 'மெஸ்' வாழ்க்கைக்கு இப்போது மனசு ஏங்க ஆரம்பிப்பதன் பரிதாபத்தை நினைத்து இவன் மனம் கசந்தான்.

ஒரு பெருமூச்சுடன் எழுந்தான். கிரிஜாவைப் போய்ப் பார்த்துவிட்டு இரவை அவளுடன் கழிப்பது மனதுக்கு ஆறுதல் தரும் என்று தோன்றியது. 'வேறு எதற்காகவும் இல்லை' என்ற நினைப்பில் இதைப் பற்றிய உறுத்தலை உதறி 'அவளோடு பேசிக்கொண்டிருப்பது எனக்கு நிம்மதியைத் தரும்' என்கிற சமாதானத்தோடு புறப்பட்டான். உள்ளே போய்ச் சட்டையை எடுத்துப் போட்டுக்கொண்டான். நைட்லாம்ப் எரிந்து கொண்டிருந்த மங்கிய வெளிச்சத்துடன் நாற்பது வோல்ட் விளக்கையும் போட்டவுடன் வெளிச்சம் கண்ணைக் கூசிற்று,

"ஏய்!..." என்று அவளை மெல்லத் தட்டினான். அவள் அசையவில்லை.

"இப்ப உன்னைக் கொஞ்சறதுக்கு எழுப்பலே. நான் வெளியே போறேன். கதவைத் தாப்பாப் போட்டுக்க" என்று அவள் புஜத்தைக் கொஞ்சம் அழுத்தி வலிக்கிற மாதிரிப் பிடித்து முரட்டுத்தனமாகத் திருப்பினான்.

அவள் எழுந்து உட்கார்ந்து இவனை வெறுப்புடன் முகம் சுளித்த எரிச்சலுடன் பார்த்தாள்.

இவ்வளவு நேரம் எழுந்திருக்காதவள், தான் போகின்றேன் என்றதும் கதவைத் தாழிடத் தயாராய் எழுந்து உட்கார்ந்திருப்பது அவனுக்குக் கோபத்தை உண்டாக்கியது.

‘இந்த நேரத்தில் எங்கே போகிறீர்கள்?’ என்று கேட்பதுதானே நியாயம்? ஆனால் அவள் கேட்கவில்லை.‘போறதானால் தொலைய வேண்டியதுதானே... நான் நிம்மதியாகப் படுத்துக் கொள்ளுவேன்’ என்கிற மாதிரி அவள், அவன் சட்டையை மாட்டிக்கொண்டு நிற்பதைப் பொருட்படுத்தாமல் எழுந்து எரிச்சலுடன் கட்டிலில் உட்கார்ந்திருந்தாள். அவன் கட்டிலுக்கடியில் குனிந்து செருப்பைத் தேடினான். கட்டிலின் விளிம்பில் தொங்கிக்கொண்டிருக்கிற அவளது சேலையின் நிழலோ காலின் நிழலோ மறைத்தது. தான் கட்டிலுக்கு அடியில் குனிந்து செருப்பைத் தேடும்போது அவள் இப்படி மறைத்துக்கொண்டு – தான் மறைக்கிற விஷயம் அவளுக்குத் தெரியாது என்றும் அவனுக்குத் தெரிந்தது – கட்டிலின் மேல் உட்கார்ந்துகொண்டிருக்கிற காரியம் ஒரு அவமரியாதை என்று அவனுக்குத் தோன்றியது. அந்தக் கோபத்துடன் அவன் செருப்பைத் தேடி எடுத்துக்கொண்டு நிமிரும் போது கட்டிலின் விளிம்பில் தலையை இடித்துக் கொண்டான். கண்ணில் தண்ணீர் வருகிற மாதிரி வலித்தது. அவள் கொஞ்சம்கூடப் பதட்டம் காட்டாதிருந்தாள். ‘இதே மாதிரி ஒரு சந்தர்ப்பத்தில் அவளுக்கு இப்படித் தலையில் ஓர் இடியோ, விரவில் ஒரு காயமோ ஏற்பட்டால் தன்னால் பதட்டமுறாமலிருக்க முடியாதே?’ என்று எண்ணிய நினைப்பில் அவன் தன்னிரக்கத்தோடு முகம் திருப்பிக் காலில் செருப்பை மாட்டிக்கொண்டு புறப்பட்டான்.

திறந்த கதவை மூடாமல் நிதானமாக அவன் முற்றத்தில் நடந்து தாழ்வாரத்தில் தூணோரமாக நிறுத்தியிருந்த சைக்கிளின் லாக்கைத் திறக்கையில் இருட்டில் நிற்கிற தன்னை அவள் பார்க்க முடியாது என்பதால் – அவள் வெளியே தலை நீட்டிப் பார்க்கிறாளா என்று கவனித்தான். அவன் மனம் சோர்வுகொள்ளத்தக்கவண்ணம் அவள் கதவைப் பட்டென்று மூடித் தாழிட்டுக்கொண்டாள். அவள் வெளியே தலை நீட்டிப் பார்க்காதது மிகவும் வருத்தம் தந்தது, இவனுக்கு. அறைக்குள் எரிந்த நாற்பது வோல்ட் வெளிச்சம் அணைந்து நைட்லாம்ப்பின் வெளிச்சம் ‘வென்ட்டிலேட்டர்’ வழியே தெரிந்தது.

நந்தகோபால் சைக்கிளைத் தள்ளிக்கொண்டு நடந்தான். வாசற்புறத்தில் முறைவாசல் செய்கிற கிழவி தன் படுக்கையில் உட்கார்ந்து இருமிக்கொண்டிருந்தவள் அவன் வெளியில் சென்றதும், “திரும்பி எப்போ வருவே, அப்பா?” என்று கேட்டு, இவன் “இல்லை” என்று சொன்ன பிறகு கதவைத் தாழிட்டாள். வெளியில் வந்து நின்று ஒரு சிகரெட்டைப் பற்ற வைத்துக்கொண்டபோது தெரு விளக்குகள் திடீரென

அணைந்தன. டைனமோ வெளிச்சம் பளீரென்று வழி காட்ட அவன் சைக்கிளில் ஏறி மிதித்தான்.

❍ ❍ ❍

கிரிஜாவின் வீடு மேற்கு மாம்பலத்தில் குண்டும் குழியும் சாக்கடையும் எருமை மாடும் நிறைந்த ஒரு தெருவில் இருக்கிறது. தெருப்புறம் மாடிப்படியுள்ள ஒரு வீட்டின் மேல் போர்ஷனில் அவள் சுதந்திரமாக வாழ்கிறாள். அவளுக்குத் தாய் இருக்கிறாள். அவள் எங்கோ ஒரு பணக்காரர் வீட்டில் ஆயாவாக வேலை செய்கிறாள். எப்போதாவது வந்து மகளைப் பார்த்துவிட்டு அசைவச் சாப்பாடு சாப்பிட்டுவிட்டுப் போவாள். அவள் வேலை செய்கிற வீட்டில் அது கிடைக்காதாம். கிரிஜாவுக்கு இருபத்தைந்து வயதான தம்பி ஒருவன் உண்டு. அவனுக்கு ஏதோ ஒரு சினிமாக் கம்பெனியில் வேலை. அவனும் எப்போதாவதுதான் வருவான். அவள் பத்தாவது வரை படித்திருக்கிறாள். நிரந்தரமாக இல்லாவிட்டாலும் டெம்ப்ரரியாகவே அவள் ஒவ்வோரிடமாக வேலை செய்து கொண்டிருக்கிறாள். முப்பது வயதாகிறது. இப்படியொரு நிராதரவான, நிலையற்ற வாழ்க்கையிலும் அவள் நிறைவோடும் மலர்ச்சியோடும் இருக்கிறாள்.

நந்தகோபால் வேலை செய்கிற காஸ்மெடிக்ஸ் கம்பெனியார் எக்ஸிபிஷனில் ஒரு ஸ்டால் போட்டிருந்தார்கள். அங்கு இவள் வேலை செய்து கொண்டிருந்த போதுதான் போன வருஷம் டிசம்பரில் அவளை இவன் சந்திக்க நேர்ந்தது. அவளைப் பார்த்தவுடன் அவளை இதற்கு முன்பு எங்கோ பார்த்த மாதிரியானதொரு இணக்கம் அவள் முகத்தில் இவனுக்குத் தோன்றியது. இந்த ஸ்டாலில் விற்பனைப் பணிப்பெண்ணாக வேலை செய்வதற்காகக் கொண்ட முகபாவமோ அது என்றுதான் முதலில் அவன் நினைத்தான். பிறகுதான் தெரிந்தது: அவன் டெஸ்பாட்சிங் கிளர்க்காக வேலை செய்யும் அந்த காஸ்மெடிக்ஸ் கம்பெனியில் நாள்தோறும் பார்சல் பார்சல்களாக அனுப்பப்படுகிற அந்தப் பவுடர் டின்களின் மேல் இருக்கின்ற உருவமே அவளுடையதுதான் என்று. இரண்டு மாத காலம் மாலை நேரத்தில் மட்டும் 'பார்ட்டய'மாக இவனும் எக்ஸிபிஷனிலே வேலை செய்த காலத்தில் அவளுடன் ஏற்பட்ட நட்பின்போது அவளைப் பற்றி அவன் தெரிந்துகொண்டான். ஒரு கௌரவமான நிரந்தர உத்தியோகத்துக்காக அவள் ஒவ்வொருவரிடம் சிபாரிசு வேண்டியபோது இவன் அவளுக்காகப் பரிதாபப்பட்டான். ஆனாலும் அவளுக்கு உதவும் காரியம் தனது சக்திக்கு மீறியது என்று அவளைப் பற்றிய கவலையிலிருந்து ஒதுங்கியே நின்றான்.

அவள் எல்லோருடனும் கலகலவென்று பேசுவாள். இவனை அவள்தான் முதலில் டீ சாப்பிட அழைத்தாள். இவனோடு பேச்சுக் கொடுத்தாள். இரவு பதினோரு மணிக்கு வீடு திரும்பும்போது சில நாட்களில் அந்த ஸேல்ஸ் மானேஜர், தான் காரில் போகும் வழியில் அவளை இறக்கி விடுவதாகக் கூறி அழைத்துச் செல்வார். அவரைப் பற்றி ஆபீசில் ஒருமாதிரி பேசிக் கொள்வார்கள். அவருடன் அவள் போவது இவனுக்கு என்னமோ மாதிரி இருக்கும். ஒருநாள் அது போல் மானேஜர் தன்னுடன் அவளை அழைத்தபோது அவள் நந்த கோபாலைக் காட்டி "மிஸ்டர் நந்தகோபால், எங்க வீட்டுக்குப்போற வழியிலேதான் சார் இருக்காரு. நாங்க பேசிக்கிட்டே போயிடுவோம், சார்... என்னாங்கோ மிஸ்டர்?" என்று இவனைப் பார்த்துச் சிரித்தபோது இவனும் சம்மதித்தான்.

அவள் பேசுவது இவனுக்கு வேடிக்கையாக இருக்கும். 'என்னாங்கோ, சரீங்கோ... ஆமாங்கோ...' என்று அவள் கொஞ்சம் நீட்டி நீட்டிப் பேசுவாள். அவள் வீட்டில் பேசுகிற பாஷை தெலுங்கு என்று பின்னால் தெரிந்தது இவனுக்கு. படித்ததெல்லாம் தமிழ்தான். தெலுங்கு என்றால் 'மெட்ராஸ் தமிழ்' மாதிரி 'மெட்ராஸ் தெலுங்காம்.' – 'அவள் எப்படி சிரிக்கச் சிரிக்கப் பேசுவாள்' என்று நினைத்துக்கொண்டே சைக்கிளை வேகமாய் மிதித்தான் நந்தகோபால்.

அவள் நிஜமாகவே சந்தோஷமாக இருக்கிறாள் என்று அவளோடு பழகிய பிறகுதான் இவன் தெரிந்து கொண்டான். எக்ஸிபிஷன் ஸ்டால் வேலை முடிந்த பிறகு டெலிபோன் சுத்தம் செய்து அதில் சென்ட் போடுகிற ஒரு கம்பெனியில் வேலைக்கமர்ந்து டெலிபோன் இருக்கிற வீடுகளிலும் கம்பெனிகளிலும் ஏறி இறங்கி வருகையில் ஒரு நாள் தெருவில் அவளை இவன் பார்த்தான். இப்படி ஏதாவதொரு கௌரவமான உத்தியோகம் செய்து அவள் சம்பாதித்தாள்; வயது முப்பது ஆவதால் இதற்கிடையில் நம்பிக்கை, அல்லது தேவை காரணமாக சில ஆண்களோடு அவளுக்கு உறவு நேர்ந்திருக்கிறது என்றாலும் அதை ஒரு பிழைப்பாகக் கொள்ளும் இழிமனம் அவளுக்கு இல்லை என்று இவன் அறிந்தான்.

எப்போதாவது இவன் அவளைத் தேடிக்கொண்டு போவான். இருவரும் பேசிக்கொண்டு இருப்பார்கள். இவனுக்கு அவள் காபி மட்டும் தருவாள். அவள் சினிமாப் பத்திரிகைகள் எல்லாம் வாங்குவாள். கையில் காசு இருக்கும்போதெல்லாம் சினிமாவுக்குப் போவாள். நேரம் இருக்கும்போதெல்லாம் சினிமாக்களைப் பற்றியும் சினிமா சம்பந்தப்பட்டவர்களைப்

பற்றியும் ரொம்பத் தெரிந்தவள் மாதிரி சுவாரஸ்யமாக அரட்டை அடிப்பாள். சினிமா கம்பெனியில் வேலை செய்கிற அவளுடைய தம்பி 'நீ என்ன வேணும்னாலும் செய்... ஆனா சினிமாவிலே சான்ஸு குடுக்கறேன்னு எவனாவது சொன்னா, அத்தெ நம்பிக்கினு மட்டும் போயிடாதே... நான் அங்கே இருக்கறதுனாலே என் மானத்தெக் காப்பாத்தறதுக்கோசரம் அந்தப் பக்கம் வராதே' என்று எப்போதோ சொல்லி வைத்திருந்ததைத் தான் உறுதியாகக் கடைப்பிடிப்பதை இவனிடம் அவள் ஒருமுறை கூறினாள்.

– அவளோடு இவன் இரண்டு மாதம் வாழ்ந்திருக்கிறான். அதை நினைக்கையில் இப்போதும் மனசுக்கு சுகமாக இருக்கிறது.

'அருமையாக நேர்ந்த அந்த வாழ்க்கையை விடுத்து வேறு வாழ்க்கைக்கு ஆசைப்பட்ட குற்றத்துக்கான தண்டனைதானோ இப்போது தான் அனுபவிக்கிற வேதனைகளும் அவமானங்களும்' என்று எண்ணியவாறே அவன் சைக்கிளை மிதித்தான். இன்னும் ஒரு மைலாவது இருக்கும்.

தொடர்ந்து ஒரு வேலையும் கிடைக்காமல் இருந்த ஒரு சந்தர்ப்பத்தில் நந்தகோபால் வேலை செய்யும் இடத்துக்கு இவனைத் தேடி வந்தாள் கிரிஜா. ஆபீஸ் முடிகிற நேரமானதால் இவளைக் கொஞ்சநேரம் காத்திருக்கச் செய்த பின் இவளுடனே அவனும் வெளியில் வந்தான். இருவரும் ஓட்டலுக்குப் போயினர். அவள் மிகவும் களைத்திருந்தாள். இவன் இரண்டு காபிதான் சொல்ல இருந்தான். அதை எப்படியோ புரிந்துகொண்டு அவள் சொன்னாள்: "எனக்கு வெறும் காபி மட்டும் போதாதுங்கோ... எதனாச்சும் சாப்பிடணுங்கோ..."

அவள் மனசின் வெண்மை இவனைக் கனிய வைத்தது. அன்று அவளை மிகுந்த அன்போடு இவன் உபசரித்தான். பகல் முழுதும் அவள் சாப்பிடாதிருந்தாள் என்றும் இப்போது அவள் வேலை இல்லாமல் மிகவும் கஷ்டப்படுகிறாள் என்றும் தெரிந்தபோது அவளுக்காக மனம் வருந்தினான். அவள் அவனிடம் ஏதாவது வேலைக்குச் சிபாரிசு செய்யச் சொன்னாள். நம்பிக்கை இல்லாமலே அவன் அவளுக்கு வாக்குறுதி தந்தான். மாலையில் அவளுடன் அவனும் அவள் வீடு வரை சென்றான். போகிற வழியில் அவளுடன் தானும் சென்று சமையலுக்கான பொருள்களை கூட இருந்து வாங்கி அதற்கு இவன் பணம் கொடுத்தான். அன்று இரவு இவனை அவள் தன்னுடன் வீட்டில் சாப்பிடச் சொன்னாள்.

அவள் சமையல் செய்கிற அழகைப் பக்கத்திலிருந்து அவன் பார்த்துக்கொண்டிருந்தான். இரவு அங்கு அவன் சாப்பிட்டான்.

அவனுக்குத் தன் தாயின் பரிவும் அவள் கைச் சமையலின் ருசியும் நினைவுக்கு வந்தது. அவள் தன் சமையல் அவன் ருசிக்கு ஏற்கிறதா என்று மிகவும் பக்தி சிரத்தையுடன் வினவி வினவிப் பரிமாறினாள்.

அன்றிரவு இவன் அங்கே தங்க நேர்ந்தது. அந்த இரவில்தான் அவள் தன்னைப் பற்றியும் தன் தாய், தம்பி, வாழ்க்கை நிலைமைகளைப் பற்றியெல்லாம் இவனோடு மனம்விட்டுப் பேசினாள். திடீரென்று தோன்றிய ஒரு யோசனையை அவனிடம் அவள் வெளியிட்டாள். அவள் சொன்னாள்; "நீங்க மெஸ்ஸுக்குக் குடுக்கிற பணத்தை இங்கே கொடுத்தால் உங்களுக்கும் சமைச்சுப் போட்டு நானும் சாப்பிடுவேன் . . . என்னாங்கோ – உங்களுக்குக் சௌகரியப் படுமாங்கோ?"

அவன் வெகு நேரம் யோசித்த பிறகு சம்மதித்தான். இதுவரை அவர்களுடையே வெறும் நட்பாக இருந்த உறவு அன்று அவனுக்கொரு புதிய அனுபவமாயிற்று. அது வாழ்க்கையிலேயே அவனுக்குப் புதிது. அதே மாதிரி ஒரு புதிய மனிதனைச் சந்திப்பது அவளுக்கும் முதலும் புதிதுமான அனுபவம்.

'தான் எதனாலோ வெறுத்தும் பயந்தும் ஒதுக்கி வந்த குடும்ப வாழ்க்கை என்பது, ஒரு பெண்ணுடன் சேர்ந்து வாழ்தல் என்பது எவ்வளவு சுகமான, சுவையான, அர்த்தமுள்ள அனுபவம்' என்பதை அவன் கண்டு மயங்கினான்.

அந்த வீடும் அந்த வாழ்க்கையும் மிகமிக எளிமையானது. மாடியின் மீது கூரை போட்ட ஒரே அறையில்தான் சமையல், படுக்கை எல்லாம். குளிப்பதற்குக் கீழே வரவேண்டும். குண்டும் குழியுமான தரையில் பாய் விரித்துப் படுக்கவேண்டும். அவளுடைய அம்மாவோ தம்பியோ – அவர்கள் பகலில்தான் வருவார்கள் – அப்போது அங்கே இருக்க நேர்ந்தால் இப்போதுதான் வந்ததுபோல் நடிக்கவேண்டும். இதெல்லாம் அவனுக்கு மிகவும் பிடித்திருந்தது.

தான் கல்யாணமே வேண்டாம் என்று பயந்திருந்த காரணங்களை அவளிடம் சொன்னபோது அவள் சிரித்தாள்: "உங்க நைனா, அம்மாவைக் கொடுமைப் படுத்தினாருன்னா பயந்துகினு இருந்தீங்கோ? ஒரு பொண்ணுக்கு இந்த பயம் வந்தா நாயம் . . . ஆம்பளைக்கு இதிலே என்னாங்கோ பயம்? அவரை மாதிரி நீங்க உங்க பெண்சாதியே அடிக்காம இருந்தா சரியாப்பூடுது . . ."

அவன் அவளிடம் கல்யாணத்தைப் பற்றியும், ஊரிலிருந்து அம்மா எழுதுகிற கடிதங்களைப் பற்றியும் பேசினான். இருவரும்

ஒன்றாக வாழ்ந்துகொண்டு – தான் இன்னொருத்தியைக் கல்யாணம் செய்து கொள்கிற விஷயமாக அவன் அவளிடம் பேசுவதும், அதற்கு உடன்பாடாக அவளும் அவனை வற்புறுத்துவதும் முரண்பாடான விஷயமாகவோ பொருத்தமற்றதாகவோ இருவருக்குமே தோன்றவில்லை. தனித்தனியாக இருக்கிற நேரத்தில் மனசின் ஆழத்தின் ரகசியமாக அந்த முரண்பாடு தோன்றியதன் காரணமாகவே அவர்கள் அது குறித்து மிகச் சாதாரணமாகவும் அதிகமாகவும் பேசினார்கள் போலும்!

கடைசியில் ஒருநாள் நந்தகோபால் தன் தாய் வற்புறுத்திச் சொல்கிற தனது சொந்தத்துப் பெண்ணும் பத்தாவது படித்தவளும் மிகச் செல்லமாக வளர்க்கப்பட்டவளும், இதற்கு முன்னால் இவனே பார்த்து 'அழகி'தான் என்று ஒப்புக்கொள்ளப்பட்டவளுமான வத்ஸலாவைக் கல்யாணம் செய்துகொள்ளச் சம்மதம் தெரிவித்துக் கடிதம் எழுதிய பின் அந்தச் செய்தியை கிரிஜாவிடமும் கூறினான்.

அவள் மனத்தினுள் அவளே உணராத வண்ணம் ரகசியமான ஏமாற்றமும் வருத்தமும் அடைந்தாலும் மனம் நிறைந்த சந்தோஷத்துடனும் சிரிப்புடனும் அவனைப் பாராட்டினாள். 'புதுமாப்பிள்ளை புதுமாப்பிள்ளை' என்று பரிகாசம் செய்தாள். என்னென்னவோ புத்திமதிகள் கூறினாள். அவனைவிட அனுபவமும் முதிர்ச்சியும் உடையவள் என்பதால் அவனுக்கு நிறையவும் கற்றுத் தந்தாள். அதற்காக அவன் அவளிடம் மிகுந்த நன்றி பாராட்டினான். பெண் என்றாலே பயந்தும் வெறுத்தும் ஓடிய தன்னைக் கல்யாணத்துக்கும் குடும்ப வாழ்க்கைக்கும் தயார்ப்படுத்திய பொறுப்பு அவளுடையதுதான் என்று அவன் நம்பியது மாத்திரமல்லாமல் அவளிடமே அதைத் தெரிவித்தான். அப்போதெல்லாம் என்னவென்று விளங்காத ஓர் உணர்ச்சியுடன் வாய்க்குள் அவள் சிரித்துக்கொள்வாள்.

அவளோடு சேர்ந்து இவன் இருந்த அந்த இரண்டு மாத காலத்தில், பக்கத்திலுள்ள ஒரு நர்சரி பள்ளியில் 'அன் – ட்ரெயின்ட்' டீச்சராக, ஒரு டெம்பரரி வேலையும் அவள் சம்பாதித்துக் கொண்டிருந்தாள். மாலை நேரங்களில் தையல் கிளாசுக்குப் போனாள். ஏற்கெனவே அவளுக்கு டெய்லரிங் கொஞ்சம் தெரியுமாம்.

அவனுடைய கல்யாணத்துக்குத் தேதி குறிக்கும் வரை அவன் அவளோடுதான் இருந்தான். பின்னர் அவளேதான் கூறினாள்: "நான் சொல்றேன்னு தப்பா நெனைச்சுக்காதீங்கோ. இன்னம் ஒரு மாசம்தான் இருக்குது கல்யாணத்துக்கு ... நீங்க உங்க மெஸ்ஸுக்கே போயிடுங்கோ... உடம்பெ நல்லாப் பாத்துக்குங்கோ...

நல்லாச் சாப்பிடுங்கோ... கல்யாணத்துக்கு அப்பாலே ஒரு ஃபிரண்டு மாதிரி வந்து பாருங்கோ. எனக்கு சந்தோஷமா இருக்கும்."

– அப்போது அவள் கண் கலங்கியதை எண்ணி இப்போதும் மனம் பொருமிய நந்தகோபால் அவள் வீட்டு வாசலில் சைக்கிளை நிறுத்திப் பூட்டிவிட்டு மாடியை அண்ணாந்து பார்த்தான். மாடி மீதுள்ள கூரையின் சிறிய ஓட்டைகளினூடே உள்ளே விளக்கு எரிவது தெரிந்தது. தீக்குச்சியைக் கிழித்து வாட்சில் மணி பார்த்தான் – பன்னிரண்டு.

திடீரென்று தன்னைப் பார்க்கும் அவளுடைய ஆச்சரியத்தை எண்ணிக்கொண்டு, அவளைப் பார்க்கப் போகிற ஆவலில் நெஞ்சு படபடக்க அவன் படியேறினான்.

மேல் படியிலிலிருந்து அவன் தலை தெரியும்போது காலடிச் சத்தம் கேட்டுத் தையல் மிஷின் அருகே ஸ்டூலில் உட்கார்ந்து, எதையோ ஊசியால் பிரித்துக் கொண்டிருந்த கிரிஜா "யாரது?" என்ற அதட்டல் குரலுடன் எழுந்தாள்.

"நான்தான்" என்று இவன் பேரைச் சொல்லுவதற்கு முன் அவள் சந்தோஷம் தாங்க முடியாமல் "ஹை! நீங்களா? வாங்கோ" என்று வரவேற்றாள். அவனைத் தழுவிக்கொள்ளப் பரபரத்த கைகளின் விரல்களைத் திருகித் திருகி நெட்டி முறித்துக்கொண்டே, "என்ன இந்த நேரத்திலே? ... உக்காருங்கோ... சாப்பாடெல்லாம் ஆச்சா?" என்று பலவாறு கேட்டக்கொண்டே பாயை எடுத்து விரித்து உட்காரச் சொன்னாள்.

"திடீர்னு உன்னைப் பார்க்கணும்னு தோணிச்சு... வந்தேன்" என்றான். அவள் கலவரமடைந்தாள். அது அவனுக்குத் தெரியாத வண்ணம் சமாளித்துச் சிரித்தாள். "தாகத்துக்குச் சாப்பிடுங்கோ" என்று தம்பளரில் தண்ணீர் எடுத்துக் கொடுத்தாள்.

இருவருக்குமே திகைப்பும் படபடப்பும் அடங்கச் சற்று நேரம் பிடித்தது. அவன் அந்தப் புதிய தையல் மிஷினைப் பார்த்து அதைப் பற்றி விசாரித்தான். அவள் தான் டெய்லரிங் பாஸ் பண்ணியதையும் 'இன்ஸ்டால்மெண்'டில் இதை வாங்கி இருப்பதையும் இதில் நிறையச் சம்பாதிப்பதையும், இந்த மாதம் மூணு பவுனில் ஒரு செயின் வாங்கிப் போட்டுக் கொண்டதையும் காட்டி, "ஸ்கூல் வேலையை விட்டுடலீங்கோ" என்று கூறித் தனது நல்லது நிலைமையை விளக்கி அவனைச் சந்தோஷப்படுத்தினாள். அவன் மனசுக்கு அவள் கூறியவை மிகவும் இதமாக இருந்தன. அவன் ரொம்ப மகிழ்ச்சியடைந்தான்.

"நீங்க எப்படி இருக்கிறீங்கோ? . . . உங்க 'வய்ப்' நல்லா இருக்காங்களாங்கோ?" என்று குதூகலமாய் அவள் விசாரித்த

போது அவன் பெருமூச்சுடன் அவளைப் பார்த்து வருத்தமாகச் சிரித்தான்.

அவள் தையல் மிஷின் மீது குவிந்து கிடந்த தைத்த – தைக்க வேண்டிய, வெட்டிய – வெட்ட வேண்டிய புதுத்துணிகளையெல்லாம் எடுத்துப் பிரித்து ஒவ்வொன்றாக ஒரு பெட்டியினுள் மடித்து வைத்து இவனோடு பேசிக்கொண்டிருப்பதற்காக வேலைகளை 'ஏறக்' கட்டிக் கொண்டிருந்தாள். அவன் ஏதோ வருத்தத்தில் இருக்கிறான் என்று அவளுக்குப் புரிந்தது. அதற்காகத்தான் அவன் சந்தோஷப்படத் தக்க விஷயங்களை முந்திக்கொண்டு அவள் சொன்னாள். இதனை அவள் புத்திசாலித்தனத்தால் செய்யவில்லை; நல்லியல்பால் செய்தாள். எனவே இப்போது அவன் வருத்தம் அறிவுக்குப் புரிய, தானும் வருந்தினாள்.

அவன் ஒரு சிகரெட்டைப் பற்ற வைத்துக்கொண்டு நெஞ்சு நிறையப் புகையிழுத்துக் கூரையை நோக்கி நீளமாக ஊதிவிட்டான். சிகரெட்டின் சாம்பலை மிகக் கவனமாக விரலிடுக்கில் உருட்டித் தட்டிக்கொண்டே அவள் முகத்தைப் பாராமல் வருத்தம் தோய்ந்த குரலில் சொன்னான்: "நான் உனக்குச் செஞ்ச பாவத்துக்கு இப்ப அனுபவிக்கிறேன். நான் உன்னையே கல்யாணம் பண்ணிக்கிட்டிருக்கலாம். ஓ! இப்ப என்ன பண்றது?" என்று புலம்பிக்கொண்டிருந்தவனின் அருகே வந்து உட்கார்ந்து கொண்டாள் கிரிஜா.

கல்யாணம் முடிந்து தன்னோடு புறப்பட்டபோது அவள் ஆரம்பித்த அழுகையை இன்னும் நிறுத்தவில்லை என்றும், அவளுக்குத் தன்னோடு வாழ்வதில் சந்தோஷமில்லை என்றும், தன்னை அவள் அவமதிப்பதையும், இன்றுகூடத் அவள் தலையில் அடித்துக் கொண்டதையும் – அவன் வாய் ஓயாமல் வத்ஸலாவைப் பற்றிப் பேசிப்பேசித் துயரத்தை அதிகப்படுத்திக்கொண்டே இருந்தான்.

தையல் மிஷினுக்குப் பக்கத்திலிருந்து எண்ணெய் போடுகிற 'ஆயில்கேனை' எடுத்துக் கால் பெருவிரலுக்கும் அடுத்த விரலுக்கும் இடையேயுள்ள புண்ணுக்கு எண்ணெய் விட்டுக்கொண்டே அவன் புலம்புவதை யெல்லாம் மௌனமாகக் கேட்டுக் கொண்டிருந்தாள் கிரிஜா.

"பாவங்கோ – அது அறியா பொண்ணுதானேங்கோ?" என்று அவள் சொன்னதைக் கேட்டு அவன் ஒன்றும் புரியாமல் தலை நிமிர்ந்து அவளைப் பார்த்தான்.

"உங்களைக் கல்யாணம் பண்ணிக்கினதுனாலேயே உங்களுக்குச் சமமா ஆயிடுவாங்களாங்கோ அவுங்க?... அப்பா

அம்மாவுக்கு ரொம்பச் செல்லப் பொண்ணுன்னு நீங்கதானேங்கோ சொல்லியிருக்கீங்கோ? எல்லாரையும் விட்டுட்டு வேற ஒரு ஊரிலே தனியா உங்களோட வந்து வாழறப்ப அந்தக் கொழந்தை மனசு எப்படிங்கோ இருக்கும்? அதெப் புரிஞ்சு நீங்கதான் அட்ஜஸ்ட் பண்ணி நடக்கணும். நீங்க 'டிரெய்ன்ட்' இல்லீங்களா? ஒரு ஆம்பளைங்கறதே அவுங்களுக்குப் புதுசு இல்லீங்களா? பயமா இருக்கும்ங்கோ; அருவருப்பாக் கூட இருக்கும்ங்கோ. . . நான் உங்ககிட்ட அப்படியெல்லாம் இருந்தேன்னா அதுக்குக் காரணம் என்னாங்கோ? நான் 'எக்ஸ்பீரியன்ஸ்ட்' இல்லீங்களா?... யாருங்கோ 'வய்ஃபா' இருக்கிறதுக்கு 'டிரெயின்ட் ஹாண்ட்' கேக்கறாங்கோ? இப்ப சொல்றிங்களே – என்னையே கல்யாணம் பண்ணி இருக்கலாம்னு – அப்ப ஏங்கோ அது தோணுலே? நான் ஏற்கெனவே 'டிரெய்ன்ட்'ங்கற 'டிஸ்குவாலிஃபிகேஷன்' தாங்கோ அதுக்குக் காரணம்! அதனாலே உங்க வய்ஃபை விட நீங்க அனுபவஸ்தர்ங்கிறதை நெனப்பிலே வெச்சிக்கணும். அவுங்க கொழந்தைன்னு புரிஞ்சுக்கணும். நான் உங்ககிட்டே இருந்த மாதிரி நீங்க அவுங்ககிட்டே இருக்கணும். அப்படித்தான் போகப் போக எல்லாம் சரியாப் போயிடுங்கோ. . ." என்று அவள் எல்லாவற்றையும் லேசாக்கிவிட்டதை நினைத்து அவன் ஆச்சரியப்பட்டான். 'இவளிடம் வரவேண்டுமென்று தான் நினைத்தது எவ்வளவு சரியானது' என்று எண்ணினான்.

அவள் இவ்வளவு நேரம் பேசிக்கொண்டிருந்ததால் நிறுத்தியிருந்த – கால் விரலிடுக்கில் எண்ணெய்விடுகிற – காரியத்தில் மறுபடியும் முனைந்தாள்.

"என்ன காலிலே?" என்று அவள் அருகே நகர்ந்து குனிந்து பார்த்தான் அவன்.

"போன வாரம் புதுசா செருப்பு வாங்கினேன். கடிச்சிடுச்சுங்கே... மிஷின் தைக்கறதிலே விரல் அசையறதனாலே சீக்கிரம் ஆறமாட்டேங்குது" என்று சொல்லிக்கொண்டே இருந்தவள், அவன் முகத்தை நிமிர்ந்து பார்த்து ஒரு சிரிப்புடன் சொன்னாள்: "பார்த்தீங்களாங்கோ. . . செருப்புக்கூடப் புதுசா இருந்தா கடிக்குதுங்கோ. . . அதுக்காகப் பழஞ் செருப்பை யாராவது வாங்குவாங்களாங்கோ?" அவள் சிரித்துக் கொண்டுதான் சொன்னாள். அவன் அவள் கைகளைப் பிடித்துக்கொண்டு அழுதுவிட்டான்.

***ஆனந்த விகடன்*, 1971**